திருக்குறள்: மெய்ப்பொருளுடன்

தொகுதி 1 — அறத்துப்பால்

(குறள் 1 முதல் 380 வரை)

மூல ஆசிரியர்

திருவள்ளுவர்

பதிப்பாசிரியரும் விளக்கத் தொகுப்பாசிரியரும்

கிருஷ்ண பிரசாத்

நான்கு தொகுதிகளாக வெளிவரும் தமிழ் அச்சுப் பதிப்பு

இத்தொகுதியில்: பாயிரவியல், இல்லறவியல், துறவறவியல், ஊழியல்

(38 அதிகாரங்கள்)

திருக்குறள்: மெய்ப்பொருளுடன்

தொகுதி 1: அறத்துப்பால்

மூலம்: திருவள்ளுவர்

இந்த அச்சுப் பதிப்பில் இடம்பெறும் சொற்பொருள், நேர்பொருள், பொருளுரை, முன்பகுதி, மற்றும் வடிவமைப்பு கூறுகள் இந்த வெளியீட்டிற்காகத் தொகுக்கப்பட்டவை.

குறள் மூலம் பொதுமக்கள் உரிமைப் பரப்பில் உள்ள தமிழ்ச் செம்மொழி நூலாகும்.

இத்தொகுதி: குறள் 1 முதல் 380 வரை.

வெளியீட்டு தயாரிப்பு தேதி: 2026-04-14

காணிக்கை

என் தந்தை சுந்தரத்திற்கு.

தமிழின் நுட்பத்தை வாழ்க்கையின் இயல்பாகக் கொண்டவர்; கற்றலை ஒரு நிலையான பழக்கமாக எனக்குள் நட்டவர். பொறியியலாளராகப் பணியாற்றிய அவர், தமிழ் இலக்கியத்தை மனத்தில் உயிர்ப்புடன் பேணியவர். அவருடைய குரலில் கேட்ட செய்யுள் வரிகளே இந்நூலின் தொலைவான வேர்.

என் தாய் மோகனாவிற்கு — நம்பிக்கையும் ஊக்கமும் தராத நாள் இல்லாதவர்.

என் மனைவி திவ்யஸ்ரீக்கு — இந்தப் பணியின் நீண்ட நேரங்களையும் அமைதிகளையும் புரிந்து, நிலையாக அருகில் நின்றவர்.

என் மகன்கள் கனவ் சிம்ஹா, கௌஸ்தவ் சிம்ஹா ஆகியோருக்கு — அப்பாவின் பொறுமையின்மையைப் பொறுமையாகத் தாங்கிக்கொண்டவர்கள்.

மூல ஆசிரியர் திருவள்ளுவருக்கு இக்காணிக்கை அர்ப்பணம் அல்ல; அவர் படைப்பு காணிக்கைக்கு அப்பாற்பட்டது. இது, அவர் சொற்களை என்னிடம் கொண்டுவந்த மனிதர்களுக்கான நன்றிக்குறிப்பு மட்டுமே.

தொனிமொழி

அகர முதல எழுத்தெல்லாம் ஆதி
பகவன் முதற்றே உலகு.

— திருவள்ளுவர், குறள் 1

மூலத்தைப் படி; பொருள் தானாக வரும்.

— சுந்தரம், என் மதிப்பிற்குரிய அன்புத் தந்தையின் ஒரு மாலைப்பொழுதின் அறிவுரை

பதிப்பாசிரியரின் குறிப்பு

திருக்குறள் ஒரு விளக்கம் கேட்டு நிற்கவில்லை. இரண்டாயிரம் ஆண்டுகளுக்கும் மேலாக அது தன் உரையை வாசகர்களின் வாழ்க்கையிலிருந்தே பெற்றுக்கொண்டிருக்கிறது. எனவே, இந்தப் பதிப்பின் நோக்கம் குறளுக்கு ஒரு புதிய விளக்கத்தைச் சேர்ப்பது அல்ல — மூலத்திலிருந்து பொருளை நேரடியாக அணுகுவதற்கான ஒரு வாசிப்பு வழியை அமைப்பதே.

இந்நூல் நான்கு அடுக்குகளில் அமைக்கப்பட்டுள்ளது. முதலில் குறள் — திருவள்ளுவரின் சொற்கள் அப்படியே. இரண்டாவது சொற்பொருள் — ஒவ்வொரு சொல்லின் தனித்த பொருள். மூன்றாவது நேர்பொருள் — குறளின் நேரடிப் பொருள் எளிய தமிழில். நான்காவது பொருளுரை — குறளின் கருத்தை விரிவாக விளக்கும் உரைப்பகுதி.

பொருளுரையின் விளக்கத் திசையில் பரிமேலழகர் முக்கிய அடிப்படையாகக் கொள்ளப்படுகிறார். பரிமேலழகரின் உரை திருக்குறள் விளக்க மரபில் நீண்ட காலமாக மையமான இடத்தை வகிக்கிறது; அவரது இலக்கணக் கட்டுப்பாடும் பொருள்நுட்பமும் இப்பதிப்பின் விளக்கங்களுக்கு ஒரு நிலையான தளமாக அமைகின்றன. அதே நேரத்தில், அவரது உரையை அப்படியே மீளெழுதுவது இங்கு நோக்கமல்ல. மூலத்திற்கு நம்பிக்கையே முதன்மை; வாசிப்புத் தெளிவு அதற்குப் பின்வரும் கவனமாக இருக்க வேண்டும் என்பதே இப்பதிப்பின் நிலைப்பாடு.

தொகுதி 1 அறத்துப்பாலை உள்ளடக்குகிறது — பாயிரவியல், இல்லறவியல், துறவறவியல், ஊழியல் என்ற நான்கு இயல்களின் கீழ் 38 அதிகாரங்கள், 380 குறட்பாக்கள். கடவுள் வாழ்த்தில் தொடங்கி, இல்வாழ்க்கையின் அமைப்பை விரித்து, துறவின் உயர்வைச் சொல்லி, ஊழின் இயல்பை எடுத்துக்காட்டி நிற்கும் இந்தப் பால், திருக்குறளின் அடித்தளமாகும்.

இந்தப் பதிப்பு தமிழில் படிக்கப்பட வேண்டிய பதிப்பு. மொழிபெயர்ப்பு இல்லை; ஆங்கிலச் சார்பு இல்லை. தமிழ் வாசகன் மூலத்தை நேரடியாகப் படித்து, சொற்பொருள் வழியாகப் பொருளுக்குச் சென்று, உரை வழியாகக் கருத்தை ஆழமாக உள்வாங்குவதற்கான வடிவில் இது அமைக்கப்பட்டுள்ளது.

மூல ஆசிரியர் திருவள்ளுவர். இது என்னுடைய படைப்பு அல்ல; அவருடைய படைப்பை இன்றைய வாசிப்புக்கு ஏற்றவாறு அமைத்துத் தருவதே இப்பதிப்பாசிரியரின் பணி. அந்த வேறுபாட்டை இந்நூலின் ஒவ்வொரு பக்கத்திலும் நினைவில் கொள்ள வேண்டுமென்று கேட்டுக்கொள்கிறேன்.

கிருஷ்ண பிரசாத்

முன்னுரை

திருக்குறளை முதன்முதலில் முழுமையாகப் படிக்க வேண்டும் என்ற எண்ணம் எனக்குள் எப்போது தோன்றியது என்று திட்டவட்டமாகச் சொல்ல இயலாது. ஆனால் அதற்கான விதை எங்கே விழுந்தது என்பது தெரியும் — என் தந்தை சுந்தரத்தின் அருகில்.

அவர் கட்டுமானப் பொறியியலாளர். ஆனால் மாலைநேரங்களில் அவர் பொறியியலாளராக இருந்ததில்லை. தமிழ்ச் செய்யுள்களை மனப்பாடமாகச் சொல்வார்; சொல்லின் வேர்களைப் பிரித்துக் காட்டுவார்; ஒரு குறளின் இரண்டு வரிகளுக்குள் எத்தனை அடுக்குகள் இருக்கின்றன என்பதை எளிமையாக விளக்குவார். அவருக்கு அது கற்பித்தல் அல்ல — இயல்பான உரையாடல். எனக்கு அது கல்வியின் தொடக்கம்.

கோயம்புத்தூரில் வளர்ந்த சூழலில் தமிழ் இயல்பாக இருந்தது; ஆனால் அதை இலக்கியமாகப் பார்க்கும் கண்ணை என் தந்தையே கொடுத்தார். அவர் மறைந்த பின்னும் அந்தக் கண் மூடவில்லை. இந்நூல், அந்தப் பார்வையின் ஒரு நீட்சி.

கணினி அறிவியலில் பேராசிரியராகத் தொடங்கி, பின்னர் தகவல் தொழில்நுட்பத் துறையில் இரண்டு தசாப்தங்களுக்கும் மேலாகப் பணியாற்றிய நான், தொழில்நுட்பத்தின் கட்டமைப்புச் சிந்தனையை இயல்பாக உள்வாங்கிக்கொண்டேன். ஒரு செய்தியை அடுக்குகளாகப் பிரிப்பது, ஒவ்வொரு அடுக்கிலும் ஒரு குறிப்பிட்ட செயல்பாட்டை நிறுத்துவது — இந்தப் பழக்கம் இப்பதிப்பின் நான்கு-அடுக்கு வடிவத்தில் தெரியலாம். குறள், சொற்பொருள், நேர்பொருள், பொருளுரை என்ற அமைப்பு, கற்பித்தலின் அனுபவத்திலிருந்தும் கட்டமைப்புச் சிந்தனையின் பழக்கத்திலிருந்தும் உருவானது.

ஆனால் இது ஒரு தொழில்நுட்பப் பணி அல்ல. இது ஒரு மொழிப் பணி, ஒரு மரபுப் பணி. திருவள்ளுவர் எழுதிய சொற்களுக்கு மிக அருகில் நின்று, அவற்றின் பொருளை இன்றைய தமிழ் வாசகருக்குத் தெளிவாகத் தருவதே இதன் ஒரே குறிக்கோள்.

என் தாய் மோகனா, இந்தப் பணியின் பின்னணியில் எப்போதும் ஊக்கமாக நின்றார்கள். என் மனைவி திவ்யஸ்ரீ, இந்நூலின் உருவாக்கம் நீண்ட மாதங்கள் எடுத்தபோதும் பொறுமையாக இருந்தார். கனவ் சிம்ஹாவும் கௌஸ்தவ் சிம்ஹாவும் அவர்கள் புரிந்துகொள்ளும் வயதில் இந்நூலைப் படிக்க வேண்டும் என்ற நம்பிக்கை எனக்கு இருக்கிறது — அப்போது திருவள்ளுவரின் சொற்கள் அவர்களிடமும் வேலை செய்யும் என்பது என் நம்பிக்கை.

திருக்குறளை எழுதியவர் திருவள்ளுவர். அதை விளக்கிய மரபு நீண்டது — பரிமேலழகர் முதல் இன்றுவரை பலர் அதற்குப்

பங்களித்திருக்கிறார்கள். நான் அந்த மரபின் ஒரு சிறிய தொடர்ச்சி. இந்தப் பதிப்பு, ஒரு தனிநபரின் சாதனை அல்ல; ஒரு பண்பாட்டுத் தொடர்ச்சியின் அடுத்த படி மட்டுமே.

வாசகர்கள் இந்நூலைப் படிக்கும்போது, முதலில் குறளைப் படிக்க வேண்டும். பின்னர் சொற்பொருளைப் பார்க்க வேண்டும். அதன் பிறகு நேர்பொருளில் முழுப் பொருளை உறுதி செய்துகொள்ள வேண்டும். பொருளுரையை இறுதியாகப் படிக்க வேண்டும். இந்த வரிசை முக்கியம் — ஏனென்றால் மூலம்தான் முதன்மை; விளக்கம் அதற்கு உதவி மட்டுமே.

கிருஷ்ணா பிரசாத்
பதிப்பாசிரியரும் விளக்கத் தொகுப்பாசிரியரும்

ஏன் இந்தப் பதிப்பு

திருக்குறளுக்குப் பதிப்புகள் குறைவில்லை. உரைகள் பல; மொழிபெயர்ப்புகள் எண்ணற்றவை; விளக்க நூல்கள் தொடர்ந்து வெளிவருகின்றன. அப்படியிருக்க, இன்னொரு பதிப்பு ஏன் என்ற கேள்வி நியாயமானதே.

இந்தப் பதிப்பின் நோக்கம் வேறுபட்டது. இது மொழிபெயர்ப்பு அல்ல. இது ஆய்வு நூல் அல்ல. இது, தமிழில் படிக்கும் ஒரு வாசகன் குறளின் மூலத்திலிருந்து பொருளுக்கு நேரடியாகச் செல்வதற்கான ஒரு வாசிப்பு வடிவம்.

பல நல்ல பதிப்புகள் ஆங்கிலத்தை இணைமொழியாகக் கொண்டிருக்கின்றன. சில பதிப்புகள் உரையின் நீளத்தால் மூலத்தை மறைத்துவிடுகின்றன. வேறு சில, சொற்பொருளைத் தனியாகத் தராமல் நேரடியாக விளக்கத்திற்குச் செல்கின்றன. இந்தப் பதிப்பு நான்கு தெளிவான அடுக்குகளை — குறள், சொற்பொருள், நேர்பொருள், பொருளுரை — ஒவ்வொரு குறளுக்கும் வழங்குகிறது. வாசகன் எந்த அடுக்கில் நிறுத்த விரும்புகிறானோ அங்கே நிறுத்தலாம்; ஆழமாகச் செல்ல விரும்பினால் அடுத்த அடுக்கு காத்திருக்கிறது.

பொருளுரையின் அடிப்படையில் பரிமேலழகரின் விளக்க மரபு முக்கியமான இடம் வகிக்கிறது. அதே நேரத்தில், இன்றைய வாசகரின் மொழிப்பழக்கத்திற்கு ஏற்றவாறு உரை எழுதப்பட்டுள்ளது. பழந்தமிழின் கனத்தை இழக்காமல், இக்காலத் தமிழின் அணுகுதன்மையைப் பெற்றிருக்க வேண்டும் என்பதே முயற்சி.

நான்கு தொகுதிகளாக வெளிவரும் இந்தத் தொடரின் முதல் தொகுதி இது — அறத்துப்பால். 38 அதிகாரங்கள், 380 குறட்பாக்கள். திருவள்ளுவர் தொடங்கிய இடத்திலிருந்தே நாமும் தொடங்குகிறோம்.

இப்பதிப்பு ஒரு முடிவான உரை என்று சொல்லிக்கொள்வதில்லை. திருக்குறளின் பொருள் ஒவ்வொரு தலைமுறையிலும் புதிய ஆழத்தைக் காட்டிக்கொண்டிருக்கிறது. இது அந்த நீண்ட வரிசையில் ஒரு அடுத்த முயற்சி — மூலத்தை மையமாக வைத்து, வாசிப்பைத் தெளிவாக்குவதற்கான ஒரு முயற்சி.

அறிமுகம்

திருக்குறள் தமிழின் அறநூல் மட்டுமல்ல; மனித வாழ்வின் அடிப்படைகளை அழுத்தமாகவும் சுருக்கமாகவும் சொல்லும் அரிய இலக்கியம். இரண்டாயிரம் ஆண்டுகளுக்கு முன் திருவள்ளுவர் எழுதிய இந்த 1330 குறட்பாக்கள், காலத்தால் அழியாத ஒரு பண்பை உடையவை — எந்தத் தலைமுறை வாசித்தாலும் தமக்குரியதாகவே உணரச் செய்யும் தன்மை அது. அறம், பொருள், இன்பம் என்ற மூன்று பெரும் பிரிவுகளில் அமைந்த இந்நூல், வாழ்க்கையின் ஒவ்வொரு முகத்தையும் — தனிமனிதனின் உள்ளொழுக்கம் தொடங்கி, குடும்பம், சமூகம், ஆட்சி, பொருளியல், காதல் வரை — தெளிவான நோக்குடன் பேசுகிறது.

இத்தகைய நூலுக்கு உரையும் விளக்கமும் எழுதுவோர் பலர் தமிழ் மரபில் இருந்திருக்கிறார்கள். பரிமேலழகர் தொடங்கி, பல நூற்றாண்டுகளாகத் திருக்குறளுக்கு எழுதப்பட்ட உரைகள் ஒவ்வொன்றும் அந்தந்தக் காலத்தின் வாசிப்புத் தேவைக்கு ஏற்ப அமைந்தவை. அந்த மரபின் தொடர்ச்சியாக, இன்றைய தமிழ் வாசகருக்குப் பயன்படும் வகையில் இந்தப் பதிப்பு உருவாக்கப்பட்டுள்ளது.

இப்பதிப்பின் அமைப்பைப் பற்றிச் சில வார்த்தைகள் சொல்ல வேண்டும். ஒவ்வொரு குறளுக்கும் நான்கு அடுக்குகள் தரப்படுகின்றன: குறள் மூலம், சொற்பொருள், நேர்பொருள், பொருளுரை. சொற்பொருள் என்பது குறளில் வரும் சொற்களின் தனித்தனி விளக்கம். நேர்பொருள் என்பது குறள் நேரடியாகச் சொல்வதன் எளிய தமிழாக்கம். பொருளுரை என்பது அக்குறளின் ஆழமான கருத்தை விரிவாக விளக்கும் உரைப்பகுதி. இந்த நான்கு அடுக்கு அமைப்பின் நோக்கம் எளிமையானது: வாசகர் முதலில் மூலத்தைப் படித்து, பின்னர் படிப்படியாகப் பொருளை அணுகுவதற்கான வழியை அமைப்பது.

விளக்க உரையின் அடிப்படைத் திசையில் பரிமேலழகரின் உரை முக்கியமான வழிகாட்டியாகக் கொள்ளப்பட்டுள்ளது. பரிமேலழகர் திருக்குறளின் மிகச் சிறந்த உரையாசிரியர்களுள் ஒருவர் என்பது தமிழ் மரபின் நீண்டகால மதிப்பீடு. அவரது உரையின் நுண்ணிய பகுப்பாற்றலும் இலக்கணப் புலமையும் இன்றும் அடிப்படை ஆதாரமாக நிற்கின்றன. இப்பதிப்பு அவரது விளக்கத் திசையை மதித்துப் பின்பற்றுவதோடு, இன்றைய வாசகருக்குத் தேவையான தெளிவையும் இணைக்க முயல்கிறது.

ஒரு முக்கியமான விஷயத்தைத் தெளிவாகச் சொல்ல விரும்புகிறேன். இந்நூலின் மூல ஆசிரியர் திருவள்ளுவர். இங்கு நான் செய்திருப்பது, அவரது குறட்பாக்களுக்குச் சொற்பொருளும் நேர்பொருளும் பொருளுரையும் தொகுத்துத் தருவது மட்டுமே.

இது என்னுடைய படைப்பல்ல; திருவள்ளுவரின் படைப்பை இன்றைய வாசகர் எளிதாகப் புரிந்துகொள்ள உதவும் ஒரு விளக்கத் தொகுப்பு. பதிப்பாசிரியன் என்ற முறையில் நான் செய்த வேலை, மூலத்திற்கு நம்பிக்கையாக இருந்துகொண்டே, வாசிப்புத் தெளிவை உறுதிசெய்வது.

இந்தத் தொகுதி — நான்கு தொகுதிகளில் முதலாவது — அறத்துப்பாலை உள்ளடக்கியது. குறள் 1 முதல் 380 வரை, 38 அதிகாரங்கள் இங்கு இடம்பெறுகின்றன. கடவுள் வாழ்த்தில் தொடங்கி, வான்சிறப்பு, நீத்தார் பெருமை, அறன் வலியுறுத்தல், இல்வாழ்க்கை, வாழ்க்கைத் துணைநலம், மக்கட்பேறு என்று விரிந்து, அன்பு, விருந்தோம்பல், இனியவை கூறல், செய்ந்நன்றி அறிதல், நடுவுநிலைமை, அடக்கம், ஒழுக்கம் எனப் பல்வேறு அறக்கூறுகளை வரிசையாக ஆராய்கிறது.

அறத்துப்பால் என்பது திருக்குறளின் அடித்தளம். பொருட்பாலும் காமத்துப்பாலும் இந்த அடித்தளத்தின் மேல்தான் நிற்கின்றன. ஒருவன் எப்படி வாழ வேண்டும், எதைப் பேண வேண்டும், எதை விலக்க வேண்டும் என்ற அடிப்படை வரையறைகளை அறத்துப்பால் அமைக்கிறது. இல்வாழ்க்கையின் பொறுப்புகள், துறவின் உயர்வு, சொல்லின் வலிமை, நன்றியின் அவசியம், நடுநிலையின் கட்டாயம் — இவை அனைத்தும் ஒரு மனிதன் தன்னையும் தன் சூழலையும் எப்படி அறத்துடன் கையாள வேண்டும் என்பதைச் சொல்கின்றன.

திருவள்ளுவரின் தனித்தன்மை என்னவென்றால், அவர் அறத்தைக் கோட்பாடாக மட்டும் சொல்லவில்லை; வாழ்க்கையின் நடைமுறையோடு பிணைத்துச் சொன்னார். கடவுள் வாழ்த்தில் தொடங்கினாலும், உடனே வான்சிறப்பு — அதாவது மழையின் முக்கியம் — என்ற மிக நடைமுறையான தலைப்புக்கு வருகிறார். நீத்தார் பெருமையைச் சொன்னாலும், அடுத்ததாக இல்வாழ்க்கையின் கடமைகளைப் பேசுகிறார். இந்த இயல்பான சமநிலை — உயர்ந்த சிந்தனைக்கும் அன்றாட வாழ்வுக்கும் இடையிலான பாலம் — திருக்குறளை எல்லா காலத்திற்கும் பொருத்தமானதாக்குகிறது.

இந்தப் பதிப்பைத் தமிழில் மட்டுமே அமைத்ததற்குக் காரணம் உண்டு. திருக்குறள் தமிழில் எழுதப்பட்டது; அதன் சொல்நயமும் ஒலிநயமும் இசையும் தமிழிலேயே முழுமையாக உணரப்படும். மொழிபெயர்ப்புகள் கருத்தைக் கொண்டுசேர்க்கும்; ஆனால் மூலத்தின் நேரடி அனுபவத்தை அவை தரவியலா. தமிழ் வாசகர் மூலக்குறளையும் அதன் பொருளையும் ஒரே மொழிவெளியில் அணுகுவது — அதுவே இந்தப் பதிப்பின் அடிப்படை நோக்கம்.

இந்நூல் நான்கு தொகுதிகளாக வெளிவருகிறது. முதல் தொகுதி அறத்துப்பால், இரண்டாவது மற்றும் மூன்றாவது

தொகுதிகள் பொருட்பால், நான்காவது தொகுதி காமத்துப்பால். ஒவ்வொரு தொகுதியும் தனித்தனியாகப் படிக்கத்தக்கதாக அமைக்கப்பட்டிருந்தாலும், நான்கும் சேர்ந்தே முழுமையான திருக்குறள் அனுபவத்தைத் தரும்.

வாசகர்களிடம் ஒரு வேண்டுகோள் வைக்க விரும்புகிறேன். குறளை அவசரமாகப் படிக்காதீர்கள். ஒரு நாளைக்கு ஓரிரு குறள்கள் போதும். மூலத்தை முதலில் படியுங்கள்; சொற்பொருளைப் பாருங்கள்; நேர்பொருளைப் படியுங்கள்; பொருளுரையை இறுதியாகப் படியுங்கள். இந்த வரிசையில் படிக்கும்போது, குறளின் கருத்து படிப்படியாக விரிவதை உணர்வீர்கள். திருவள்ளுவர் ஒவ்வொரு குறளிலும் அடக்கிய செறிவு, மெதுவாகப் படிக்கும்போதுதான் வெளிப்படும்.

இந்தப் பணியை நான் தனிநபர் சாதனையாகப் பார்க்கவில்லை. தமிழ் மரபில் திருக்குறளுக்கு உரை எழுதிய, விளக்கம் தந்த, கற்பித்த நீண்ட வரிசையின் ஒரு சிறிய தொடர்ச்சியாக இதைக் கருதுகிறேன். அந்த மரபின் வலிமையும், திருவள்ளுவரின் சொற்களின் நிலைத்த ஆற்றலும்தான் இந்தப் பதிப்பின் உண்மையான அடிப்படை. இதில் உள்ள நல்ல அம்சங்கள் எல்லாம் அந்த மரபின் பங்களிப்பு; குறைகள் இருப்பின் அவை என்னுடையவை.

திருவள்ளுவரின் அறிவுச்செல்வம் இன்றைய வாசகருக்கும் தெளிவாகவும் நேரடியாகவும் சென்றடைய வேண்டும் என்ற நோக்கத்துடன் இந்தத் தொகுதியை உங்கள் கையில் அளிக்கிறேன்.

கிருஷ்ண பிரசாத்

நன்றியுரை

இந்தப் பதிப்பு என் தனிப்பட்ட உழைப்பின் விளைவு மட்டுமல்ல; பல உறவுகளின் ஆதரவும் நம்பிக்கையும் இதன் பின்னால் நிற்கின்றன.

முதலில் என் தந்தை சுந்தரம் அவர்களை நினைவுகூர வேண்டும். கட்டுமானப் பொறியியலாளராகப் பணியாற்றிய அவர், தமிழ் இலக்கியத்தில் ஆழ்ந்த புலமை கொண்டவர். திருக்குறளின் மீதான என் முதல் ஈர்ப்பு அவரிடமிருந்துதான் வந்தது. சிறுவயதில் அவர் குறள்களைச் சொல்லிக் கொடுத்ததும், அவற்றின் பொருளை எளிமையாக விளக்கியதும் இன்றும் நினைவில் நிற்கின்றன. கற்றல் என்பது வாழ்நாள் முழுவதும் தொடர வேண்டிய பயணம் என்ற எண்ணத்தை என்னுள் விதைத்தவர் அவர். இந்நூல் அவரது நினைவுக்குச் செலுத்தும் மரியாதை.

என் தாய் மோகனா அவர்களின் நம்பிக்கையும் ஊக்கமும் எல்லா நேரங்களிலும் என்னைத் தாங்கியவை. கற்றுக்கொள்ளும் ஒவ்வொரு முயற்சியிலும் அவர் காட்டிய பொறுமையும் ஆதரவும் அளவிடற்கரியவை.

என் மனைவி திவ்யஸ்ரீ — இந்தப் பதிப்புப் பணியின் போது அவள் கொடுத்த நேரமும் பொறுமையும் புரிதலும் இல்லாமல் இது நிறைவடைந்திருக்காது. நீண்ட நேரம் இப்பணியில் மூழ்கியிருக்கும்போது, குடும்பத்தின் பொறுப்புகளை அமைதியாகச் சமாளித்த அவளின் நிலைத்த ஆதரவுக்கு நன்றி சொல்வதற்கு வார்த்தைகள் போதாது.

என் மகன்கள் கனவ் சிம்ஹாவும் கௌஸ்தவ் சிம்ஹாவும் — அவர்களின் பொறுமையும் புரிதலும் எனக்குப் பெரிய உதவி. அப்பா எழுதிக்கொண்டிருக்கும் நேரங்களில் அவர்கள் காட்டிய சகிப்புத்தன்மை, சிறிய வயதிலேயே அவர்களின் பக்குவத்தை வெளிப்படுத்துவது.

எங்கள் வீட்டின் அமைதியான உறுப்பினன் கைரவ் — அவனுடைய நிபந்தனையற்ற அன்பு, எழுதும் நேரங்களில் அருகில் அமர்ந்திருக்கும் அமைதியான தோழமை, இவை சிறிய விஷயங்கள் போலத் தோன்றினாலும் பெரிய ஆறுதல் தருபவை.

என் இளைய சகோதரன் ஸ்ரீகாந்த் இப்பணிக்கான மற்றொரு வலிமையான ஊக்கமாக விளங்கியவன். தமிழின் மீதான ஈடுபாட்டில் அவன் எனக்குச் சற்றும் குறையாதவன்; கல்லூரிக் காலத்தில் பல கல்லூரிகளுக்கிடையிலான பட்டிமன்றங்களிலும் போட்டிகளிலும் பங்கேற்று தமிழ் முரசு என்னும் பட்டம் பெற்ற அவனது சாதனை, தமிழ்ப்பணி தொடர்வதற்கான உந்துதலாக எனக்கு அமைந்தது.

என் இளைய சகோதரி சித்ரா — என் முயற்சிகள் அனைத்திலும் ஓர் அமைதியான துணையாக நின்றவள். பெரிதாகப் பேசாமல்,

தேவையான தருணங்களில் தன் ஆதரவை உறுதியாக வெளிப்படுத்தி வந்த அவளின் அன்புக்கு என் நெஞ்சார்ந்த நன்றி.

என் பள்ளிப்பருவ ஆசிரியையாரான கௌசல்யா அவர்களுக்கு எனது அன்பான நன்றியைத் தெரிவிக்கிறேன். தமிழின் மீது தணியாத காதலை என்னுள் பற்றவைத்தவர் அவர். அவரது ஊக்கமும் வழிநடத்தலும்தான் என்னைத் தமிழ்க் கவிதைப் போட்டிகளில் பங்கேற்கத் தூண்டின; அப்போட்டிகளில் பரிசுகள் பெற்ற மகிழ்ச்சியும் நம்பிக்கையும் இன்றைய இப்பணிக்கு வித்திட்டவை.

என் பள்ளித் தோழன் சி. ஆர். நவீன் குறிப்பிடத்தக்க நன்றிக்குரியவன். இந்நூலின் பணி தொடங்கிய நாளிலிருந்து அதன் முன்னேற்றத்தைத் தொடர்ந்து கேட்டறிந்து, ஒவ்வொரு கட்டத்திலும் உற்சாகமூட்டி, சோர்வுறும் தருணங்களிலும் விடாது ஊக்கப்படுத்தி வந்த அவனது நட்புக்கு என் மனமார்ந்த நன்றி.

திருக்குறள் தினசரி மன்றம் — இக்குழுவில்தான் தினமும் ஒரு திருக்குறளையும் அதற்கான சொல்லுக்குச் சொல் தமிழ்ப் பொருளையும் பகிரும் முயற்சி தொடங்கியது. படிப்படியாகப் பலர் இணைந்து, அப்பகிர்வுகளை அமைதியாக ஏற்றுக்கொண்டனர்; இடையே சில நாள் இடைவேளைகள் நேர்ந்தபோதும், எவரும் சலிக்காமல் பொறுமையுடன் காத்திருந்து மீண்டும் ஊக்கமளித்தனர். அந்தத் தொடர் பகிர்வுகளின் ஒழுங்கும் அவற்றுக்குக் கிடைத்த நிதானமான வரவேற்பும்தான் இந்தப் பதிப்பை ஒரு முழுமையான நூலாக வடிவமைக்கும் நம்பிக்கையை எனக்குத் தந்தன. அம்மன்ற உறுப்பினர்கள் அனைவருக்கும் என் ஆழ்ந்த நன்றி.

பள்ளி நண்பர்கள், கல்லூரித் தோழர்கள், ஆசிரியர்கள், பேராசிரியர்கள், உற்ற நண்பர்கள், நலன்விரும்பிகள் என எண்ணற்றோர் நேரிலும் மறைமுகமாகவும் இப்பணிக்கு வலுசேர்த்துள்ளனர்; அவர்கள் அனைவருக்கும் என் உளங்கனிந்த நன்றி.

திருக்குறளுக்கு உரை எழுதிய பரிமேலழகர் முதலான உரையாசிரியர்களின் பணி இல்லாமல் இந்தப் பதிப்பு சாத்தியமாகியிருக்காது. அவர்கள் போட்ட அடித்தளத்தின் மீதுதான் இந்த விளக்கத் தொகுப்பு நிற்கிறது. அந்த அறிஞர் பரம்பரைக்கு என் மரியாதையைத் தெரிவிக்கிறேன்.

இறுதியாக, இந்நூலை எடுத்துப் படிக்கும் ஒவ்வொரு வாசகருக்கும் நன்றி. திருவள்ளுவரின் சிந்தனைகள் உங்களைச் சென்றடைய இந்தப் பதிப்பு ஒரு பாலமாக அமையுமானால், இப்பணி பொருளுள்ளதாகும்.

கிருஷ்ண பிரசாத்

பதிப்பாசிரியர் பற்றி

கிருஷ்ண பிரசாத் தமிழ்நாட்டின் கோயம்புத்தூரைச் சேர்ந்தவர். தந்தையின் பணிநியமனக் காலத்தில் சென்னையில் பிறந்து, கோயம்புத்தூரில் வளர்ந்தார். கணினி பயன்பாடுகளில் முதுகலைப் பட்டம் பெற்ற அவர், கணினி அறிவியல் துறையில் பேராசிரியராகத் தன் பணிவாழ்க்கையைத் தொடங்கினார். பின்னர் தகவல் தொழில்நுட்பத் துறையில் இருபத்தி நான்கு ஆண்டுகளுக்கும் மேலாகப் பணியாற்றியுள்ளார்.

தொழில்நுட்பத் துறையில் நீண்ட அனுபவம் கொண்டிருந்தாலும், தமிழ் இலக்கியத்தின் மீதான ஈர்ப்பு அவருக்குச் சிறுவயதிலிருந்தே உண்டு. தமிழ் அறிஞரும் கட்டுமானப் பொறியியலாளருமான அவரது தந்தை சுந்தரம் அவர்களின் செல்வாக்கு இதில் முக்கியமானது. திருக்குறளின் மீதான ஆர்வமும், கற்ற அறிவைப் பிறருடன் பகிர வேண்டும் என்ற உந்துதலும் அவரை இந்தப் பதிப்புப் பணியில் ஈடுபடத் தூண்டின.

இப்பதிப்பில் கிருஷ்ண பிரசாத் பதிப்பாசிரியராகவும் விளக்கத் தொகுப்பாசிரியராகவும் பணியாற்றியுள்ளார். திருவள்ளுவரின் குறட்பாக்களுக்குச் சொற்பொருள், நேர்பொருள், பொருளுரை ஆகியவற்றைத் தொகுத்து வழங்குவதே அவரது பங்களிப்பு.

கிருஷ்ண பிரசாத் தன் மனைவி திவ்யஸ்ரீ, மகன்கள் கனவ் சிம்ஹா மற்றும் கௌஸ்தவ் சிம்ஹா ஆகியோருடன் வாழ்கிறார்.

கிருஷ்ணா பிரசாதின் பிற நூல்கள்

கீழுள்ள குறியீடுகளை ஸ்கேன் செய்து நூலின் Amazon.in பக்கத்திற்குச் செல்லலாம்.

The Quiet Symphony of Secret Love

www.amazon.in/dp/B0DXQFXMSB

Eternal Whispers of Love: The Quiet Strength of Marital Love (Part 1)

www.amazon.in/dp/B0DXX6Z6XM

The Quiet Strength of Marital Love (Part 2)

www.amazon.in/dp/B0DY217FSX

The Quiet Strength of Marital Love (Part 3)

www.amazon.in/dp/B0DWT1QPKT

La Sinfonía Silenciosa del Amor Secreto

www.amazon.in/dp/B0F1LL1JKT

Infinite Laughter, Endless Bargains: Gujju–Marwadi Jokes & Adventures

www.amazon.in/dp/B0FFYYVQ1W

பொருளடக்கம்

கடுஞ்சொல்லால் உடையும் உறவை, இனிய சொல் அமைதியாகச் செம்மைப்படுத்துகிறது.

அதிகாரம் 11: செய்ந்நன்றி அறிதல் 70

சமயத்தில் செய்யப்பட்ட சிறிய உதவியும் பெருஞ்செல்வமாக நினைவில் கொள்ளப்பட வேண்டும். நன்மையை மறப்பது நெஞ்சின் வறுமை; தீமையை மறப்பது நெஞ்சின் மேன்மை.

அதிகாரம் 12: நடுவு நிலைமை 77

நடுவு என்பது ஒருவருக்காக இன்னொருவரை இழப்பதல்ல; எல்லோரிடமும் நீதியாக நிற்பதுதான். பாரபட்சமற்ற மனம் ஒருவரின் குணநலனையும் செல்வநிலையையும் நிலைநாட்டுகிறது.

அதிகாரம் 13: அடக்கமுடைமை 85

புலன்களையும் குறிப்பாக நாவையும் அடக்குவது உயர்விற்கான வலிமையான காவல். ஒரே கட்டுப்பாடற்ற சொல் பலநாள் சேர்த்த நற்பெயரைக் கூட குலைத்துவிடும்.

அதிகாரம் 14: ஒழுக்கமுடைமை 93

ஒழுக்கம் உயிர்க்கும் மேலான மதிப்புடையது; அது இல்லாமல் உயர்வு நிலைக்காது. வழுவாத நடத்தை ஒருவரின் உள்ளார்ந்த கண்ணியத்தையும் வெளிப்பட்ட புகழையும் காக்கிறது.

அதிகாரம் 15: பிறனில் விழையாமை 100

பிறர் உரிமை மீது ஆசை கொள்வது தன்மரியாதையையும் சமூகநம்பிக்கையையும் அழிக்கும். மனத்தின் எல்லையை அறிந்து வாழ்வதே அறத்திற்குரிய தன்னடக்கம்.

அதிகாரம் 16: பொறையுடைமை 108

துன்பத்தையும் இகழ்ச்சியையும் தாங்கும் மனம் நிலத்தைப் போன்ற பெருந்தன்மை உடையது. பழியால் பதிலளிக்காமல் பொறுமையால் வெல்வதே உயர்ந்தோர் வழி.

அதிகாரம் 17: அழுக்காறாமை 115

பொறாமை பிறரின் செல்வத்தைப் பார்த்து எரியும் தீ அல்ல; தன்னுள்ளே எரியும் நாசகாரச் சுடர். அதை விலக்கினால்தான் மன அமைதியும் நெறிப்பட்ட வாழ்வும் காக்கப்படும்.

அதிகாரம் 18: வெஃகாமை 123

பிறருடையதை அநியாயமாக விரும்புவது வீழ்ச்சியின் தொடக்கம். தக்க முறையில் ஈட்டியதே நிலையான செல்வமும் மனநிறைவும் தரும்.

அதிகாரம் 19: புறங்கூறாமை 130

ஒருவர் இல்லாதபோது அவரைக் குறைசொல்வது சொல்குற்றமும் சிந்தனைகுற்றமும் ஆகும். பிறரைப் பழிப்பதற்குப் பதிலாகத் தன் குறையைத் திருத்துவது மேன்மையான வாழ்க்கை நெறி.

அதிகாரம் 20: பயனில சொல்லாமை 138

பயனற்ற சொல் நேரத்தையும் மரியாதையையும் வீணாக்குகிறது. சிந்தித்து பேசும் சொல் மட்டுமே அறிவுக்கும் நட்புக்கும் பலன் தரும்.

அதிகாரம் 21: தீவினையச்சம் 146

தீமை செய்தல் தீய விளைவைத் தவிர வேறு பலன் தராது என்பதை நினைத்து

அதிகாரம் 1: கடவுள் வாழ்த்து

எல்லா எழுத்துகளுக்கும் அகரம் முதல் என்பதுபோல், உலகிற்கும் முதற்பொருளாக இறைவன் நிற்கிறான். கற்றலும் அறிவும் உண்மைப் பயன் தருவது, அந்த முதற்பொருளை உணர்ந்து வணங்கும் பணிவினால்தான்.

குறள் 1

அகர முதல எழுத்தெல்லாம் ஆதி
பகவன் முதற்றே உலகு

சொற்பொருள்
அகர = அகரத்தை; முதல = முதலாக உடையன.
எழுத்தெல்லாம் = எல்லா எழுத்துகளும்; ஆதி = ஆதியாகிய.
பகவன் = பகவனை; முதற்றே = முதலாகவே உடையது; உலகு = உலகம்.

நேர்பொருள்
எல்லா எழுத்துகளுக்கும் 'அ'கரம் முதலாக இருப்பது போல, இவ்வுலகிற்கும் ஆதி பகவனாகிய இறைவனே முதற்பொருளாக இருக்கிறார்.

பொருளுரை
திருக்குறளின் முதல் அதிகாரமான 'கடவுள் வாழ்த்து' இக்குறளால் தொடங்குகிறது. உலகின் முதற்பொருளாக விளங்கும் இறைவனின் முதன்மையை இது எடுத்துரைக்கிறது. உலகில் உள்ள எல்லா மொழிகளின் எழுத்தொலிகளுக்கும் அடிநிலையாக இருப்பது 'அ' என்னும் உயிரொலி. வாயைத் திறந்தவுடன் இயல்பாக எழும் முதல் ஓசையும் அதுவே. பிற எழுத்தொலிகள் அனைத்தும் அந்த 'அ' ஒலியோடு தொடர்புடையவையாகவே அமைகின்றன. ஆகவே, எழுத்துலகிற்கு 'அ'கரம் எவ்வாறு முதலாக இருக்கிறதோ, அதைப் போலவே உலகிற்கும் உயிர்களுக்கும் ஆதி பகவனாகிய இறைவனே முதற்பொருளாக இருக்கிறார். 'ஆதிபகவன்' என்பது எல்லாவற்றிற்கும் முற்பட்ட இறைவனைக் குறிக்கும். எழுத்துகளின் இருப்பால் அவற்றின் அடிநிலையான 'அ'கரத்தை உணர்வதுபோல், உலகின் இருப்பால் அதற்குப் பின்னிருக்கும் முதற்பொருளான இறைவனின் இருப்பையும் நாம் உணர வேண்டும். இந்த எளிய உவமையால், அனைத்திற்கும் தொடக்கம் இறைவனே என்பதை வள்ளுவர் தெளிவாக உணர்த்துகிறார். இதுவே அவர் முன்வைக்கும் முதல் வாழ்வுண்மை.

குறள் 2

கற்றதனால் ஆய பயனென்கொல் வாலறிவன்
நற்றாள் தொழாஅர் எனின்

சொற்பொருள்
கற்றதனால் = படித்ததனால்; ஆய = கிடைத்த.
பயனென்கொல் = என்ன பயன்?; வாலறிவன் = தூய அறிவு வடிவான இறைவன்.
நற்றாள் = நல்ல திருவடிகளை; தொழாஅர் = வணங்காதவர்; எனின் = என்றால்.

நேர்பொருள்
தூய அறிவு வடிவான இறைவனின் நல்ல திருவடிகளை ஒருவர் வணங்கவில்லை என்றால், அவர் கற்ற கல்வியினால் என்ன பயன்?

பொருளுரை
கல்வியின் உண்மையான நோக்கம் என்ன என்பதை இக்குறள் விளக்குகிறது. ஒருவர் பல நூல்களைக் கற்று, பெரிய அறிஞராக உயரலாம். ஆனால், அந்த அறிவின் உச்சமாகிய இறைவனை உணர்ந்து, அவரது திருவடிகளை வணங்கவில்லை என்றால், அவர் கற்ற கல்வி பயனற்றதாகிவிடும். 'வாலறிவன்' என்பது குறையற்ற, தூய, முழுமையான அறிவின் வடிவான இறைவனைக் குறிக்கிறது. 'நற்றாள்' என்பது பிறவித் துன்பத்தைப் போக்கி நன்மை தரும் இறைவனின் திருவடிகளைக் குறிக்கிறது. கல்வி ஒருவரை அகந்தையிலிருந்து விடுவித்து, பணிவுடன் இறைவனை அடையச் செய்ய வேண்டும்; அதுவே கற்றதன் நிறைபயன். அறிவின் துணையால் இறைவனை உணர முயலாதபோது, அந்த அறிவு வெறும் தகவல் சேர்க்கையாகவே நிற்கும். அது வாழ்க்கைக்குத் தேவையான உள்ளார்ந்த வழிகாட்டுதலையும் மனஅமைதியையும் தராது. ஆகவே, எல்லா அறிவிற்கும் அடிப்படையான இறைவனை வணங்குவதே கற்ற கல்வியின் பெரும் பயன்; அப்படிப் பயன் தராத கல்வி உண்மைப் பயன் அற்றதாகும்.

குறள் 3

மலர்மிசை ஏகினான் மாணடி சேர்ந்தார்
நிலமிசை நீடுவாழ் வார்

சொற்பொருள்
மலர்மிசை = உள்ளமாகிய மலரின் மீது; ஏகினான் = விரைந்து சென்ற இறைவனின்.
மாணடி = மாட்சிமைமிக்க திருவடிகளை; சேர்ந்தார் = இடைவிடாது நினைந்து சேர்ந்தவர்கள்.
நிலமிசை = இவ்வுலகின்மேல்; நீடுவாழ் = அழிவின்றி வாழ்; வார் = அவர்கள்.

நேர்பொருள்
அன்பர்களின் உள்ளமாகிய மலரில் வீற்றிருக்கும் இறைவனின் மாட்சிமைமிக்க திருவடிகளைச் சேர்ந்தவர்கள், இவ்வுலகில் நிலைத்து வாழ்வார்கள்.

பொருளுரை
நிலையான இன்ப வாழ்வுக்கான வழியை எடுத்துரைக்கும் குறள் இது. 'மலர்மிசை ஏகினான்' என்பது அன்பரின் உள்ளமாகிய தாமரை மலரில் வீற்றிருக்கும் இறைவனைக் குறிக்கும். அன்பினால் இதயம்

மலரும்போது, இறைவன் அங்கே அருள்புரிகிறார் எனும் பொருள் இதில் அடங்கியுள்ளது. அந்த இறைவனின் 'மாணடி சேர்ந்தார்' என்பது அவரை மனதில் நிலைநிறுத்தி முழுமையாகச் சரணடைவோரைச் சுட்டுகிறது. இது வெறும் உடல் செயல் அன்று; அகந்தையை அகற்றி, இறைவனின் எண்ணத்துக்கே நம்மை முழுமையாக ஒப்படைப்பதே அதன் உள்ளார்ந்த பொருள். இவ்வாறு இறைவனின் திருவடிகளை மனத்தால் பற்றிக்கொண்டு வாழ்பவர்கள், 'நிலமிசை நீடுவாழ்வார்' என்று வள்ளுவர் கூறுகிறார். இங்கு 'நீடுவாழ்வார்' என்பது வெறும் நீண்ட ஆயுளை மட்டும் குறிக்கவில்லை. துன்பம், கலக்கம் ஆகியவற்றால் குலையாத நிலையான அமைதி நிறைந்த வாழ்வைக் குறிக்கிறது. இறுதியில் பிறவிச் சுழற்சியிலிருந்து விடுபட்டு, அழிவிலா பேரின்ப நிலையை அடைவதையும் இது உணர்த்துகிறது. ஆகவே, இறைவனை உள்ளத்தில் நிறுத்தி அவரைச் சார்வதே நிலையான வாழ்வுக்கான வழி.

குறள் 4

வேண்டுதல் வேண்டாமை இலானடி சேர்ந்தார்க்கு
யாண்டும் இடும்பை இல

சொற்பொருள்

வேண்டுதல் = விருப்பு; வேண்டாமை = வெறுப்பு.
இலானடி = அவை இல்லாதவனின் திருவடி; சேர்ந்தார்க்கு = சரணடைந்தவர்களுக்கு.
யாண்டும் = எக்காலத்திலும்; இடும்பை = துன்பம்; இல = இல்லை.

நேர்பொருள்

விருப்பும் வெறுப்பும் இல்லாத இறைவனின் திருவடிகளைச் சரணடைந்தவர்களுக்கு, எப்போதும் எந்தத் துன்பமும் இல்லை.

பொருளுரை

விருப்பும் வெறுப்பும் இல்லாத இறைவனின் திருவடிகளைச் சேர்ந்தவர்களுக்கு எக்காலத்தும் துன்பம் இல்லை என்பதே இக்குறளின் பொருள். மனிதருக்கு வரும் பல துன்பங்களுக்கும் அடிப்படையில் காரணம் ஆசையும் வெறுப்பும் ஆகும். இறைவனைச் சார்ந்து நிற்கும் போது அந்தப் பற்றுகள் மெதுவாகக் கழிகின்றன; அவற்றால் வரும் பிறவித் துன்பங்களும் அப்போதே விலகுகின்றன. அன்றாட வாழ்க்கையில் நாம் காணும் இன்பத்தையும் துன்பத்தையும் பார்த்து மனம் அலைபாயாமல், இரண்டையும் சமமாக ஏற்கும் நிலையை வளர்த்துக்கொண்டால் மனஅமைதி குலையாது. விருப்பும் வெறுப்பும் கடந்த இந்த சமநிலைப் பார்வை, இறைவனின் திருவடிகளைச் சரணடைவதற்கே ஒப்பாகும். அதுவே எல்லாத் துயரங்களிலிருந்தும் விடுதலையளிக்கும் வழியாகிறது. இவ்வாறு இறைவனைச் சார்ந்த மனிதன் தன் மன அலைச்சல்களிலிருந்து விடுபட்டு நிலையான அமைதியை அடைகிறான். அந்த அமைதியே செயல்விளைவாலும் பிறவிச் சுழற்சியாலும் வரும் துன்பங்களிலிருந்து நீங்கும் வாயிலாக அமைகிறது.

குறள் 5

இருள்சேர் இருவினையும் சேரா இறைவன்
பொருள்சேர் புகழ்புரிந்தார் மாட்டு

சொற்பொருள்

இருள்சேர் = அறியாமை என்னும் இருளைப் பற்றிவரும்; இருவினையும் = நல்வினை தீவினை என்னும் இரண்டும்.
சேரா = சேரா (உளவாகா); இறைவன் = இறைவனுடைய.
பொருள்சேர் = மெய்ம்மை பொருந்திய; புகழ்புரிந்தார் = புகழை விரும்பியவர்; மாட்டு = அவரிடத்து.

நேர்பொருள்

இறைவனின் மெய்ப்பொருள் உடைய புகழைப் போற்றுபவர்களிடம், அறியாமையால் விளையும் நல்வினையும் தீவினையும் சேராது.

பொருளுரை

மனித வாழ்வை இயக்குவது வினைப்பயன்களே. நாம் செய்யும் செயல்கள் நல்வினை, தீவினை என இரண்டு வகை. இந்த இரண்டும் அறியாமை என்னும் இருளிலிருந்தே தோன்றுகின்றன. எது நிலையானது, எது நிலையற்றது என்று தெளியாத மயக்கமே அந்த அறியாமை. அந்த நிலையில் செய்யப்படும் நற்செயல்கள்கூட, அவற்றின் நற்பயனை அனுபவிக்க மீண்டும் பிறவிக்குக் காரணமாகின்றன. தீய செயல்கள் தீவினைப் பலனைத் தந்து துன்பமான பிறவிக்கு வழிவகுக்கின்றன. ஆகவே, இன்பத் துன்பச் சுழற்சிக்கும் பிறவிச் சுழற்சிக்கும் அடிப்படையாக இருப்பவை இந்நல்வினைத் தீவினைகளே. இதிலிருந்து விடுபடும் வழி, இறைவனின் மெய்ப்புகழை உள்ளன்போடு போற்றுவதில் உள்ளது. 'பொருள்சேர் புகழ்' என்பது உலகப் புகழைப் போல வெளிப்படையான புகழ்ச்சி அன்று; இறைவனின் மெய்குணங்களையும் எல்லையற்ற ஆற்றலையும் கருணையையும் உணர்ந்து அவரை வாழ்த்துவதாகும். ஒருவன் தன் சிந்தையை எப்போதும் இறைவனின் திருவடிப் புகழில் நிலைநிறுத்தும் போது, அவனுள் இருந்த அறியாமை அகலத் தொடங்குகிறது. அறியாமை நீங்கியபின் செய்யப்படும் செயல்கள் பழையபடி வினைப்பிணைப்பை உண்டாக்காது. எனவே, இறைவனின் புகழைப் போற்றுவதே பிறவிக்குக் காரணமான நல்வினை, தீவினை இரண்டிலிருந்தும் விடுபடும் சிறந்த வழி என வள்ளுவர் உணர்த்துகிறார்.

குறள் 6

பொறிவாயில் ஐந்தவித்தான் பொய்தீர் ஒழுக்க
நெறிநின்றார் நீடுவாழ் வார்

சொற்பொருள்

பொறிவாயில் = ஐம்பொறிகளின் வழியாக; ஐந்தவித்தான் = ஐம்புல ஆசைகளை அடக்கியவன்.
பொய்தீர் = பொய்யற்ற; ஒழுக்க = நன்னெறியாகிய.
நெறிநின்றார் = அந்த நெறியில் நிலைநின்றவர்கள்; நீடுவாழ் = நிலைத்து வாழ்; வார் = அவர்கள்.

நேர்பொருள்

ஐம்புல ஆசைகளை அடக்கிய இறைவனின் பொய்யற்ற நன்னெறியில் நிலைநிற்பவர்கள், அழிவிலா பேரின்ப நிலையில் வாழ்வார்கள்.

பொருளுரை

மனிதனுக்கு மெய், வாய், கண், மூக்கு, செவி என ஐந்து புலன்கள் உள்ளன. இப்புலன்கள் வழியாகவே ஆசைகள் மனத்துக்குள் நுழைகின்றன. இவ்வைந்து புலன்களின் வேட்கைகளையும் முழுமையாக அடக்கி கடந்தவர் இறைவன். அவர் காட்டிய பாதையே 'பொய்தீர் ஒழுக்க நெறி' எனப்படுகிறது. அதாவது, நிலையற்ற உலகப் பற்றுகளைப் பொய்யென உணர்ந்து அதிலிருந்து விடுபட்டு, உண்மையிலும் அறத்திலும் நிலைபெறும் ஒழுக்க நெறி அது. அந்த இறைவனின் திருவடிகளைப் பற்றிக்கொண்டு அவர் காட்டிய நெறியில் விலகாது நிற்பவர்களைப் பற்றி 'நீடுவாழ்வார்' என்று வள்ளுவர் கூறுகிறார். இங்கு 'நீடுவாழ்வார்' என்பதற்கு இவ்வுலகில் நீண்ட ஆயுள் என்ற பொருள் இல்லை. பிறப்பு இறப்பு சுழற்சியிலிருந்து விடுபட்டு, அழிவில்லாத பேரின்ப நிலையில் நிலைபெறுவார்கள் என்பதே இதன் ஆழ்ந்த பொருள். ஆகவே, புலனடக்கத்தின் நிறைவான இறைவன் காட்டிய நெறியைப் பின்பற்றுவதே நிலையான வாழ்வைப் பெறுவதற்கான வழியாகும்.

குறள் 7

தனக்குவமை இல்லாதான் தாள்சேர்ந்தார்க் கல்லால்
மனக்கவலை மாற்றல் அரிது

சொற்பொருள்

தனக்குவமை = தனக்கு நிகர்; இல்லாதான் = இல்லாத இறைவனின்.
தாள்சேர்ந்தார்க் = திருவடிகளைச் சரணடைந்தவர்களைத்; கல்லால் = தவிர.
மனக்கவலை = மனத் துன்பங்களை; மாற்றல் = நீக்குவது; அரிது = இயலாத ஒன்று.

நேர்பொருள்

தனக்கு நிகர் இல்லாத இறைவனின் திருவடிகளைச் சரணடைந்தவர்களைத் தவிர, மற்றவர்களுக்கு மனக்கவலையை முழுமையாக நீக்குவது இயலாத ஒன்றாகும்.

பொருளுரை

மனித வாழ்வில் எழும் மனக்கவலைகளையும் ஆழ்ந்த துன்பங்களையும் நீக்கும் வழியை இக்குறள் தெளிவாகக் கூறுகிறது. தனக்கு நிகராக யாரும் இல்லாத ஒப்பற்ற இறைவனின் திருவடிகளைச் சரணடைவோர்க்கே மனக்கவலையிலிருந்து முழு விடுதலை கிடைக்கும். மற்றவர்களால் தமது மனத் துன்பங்களை முற்றிலும் நீக்கிக்கொள்ளுவது அரிது. இங்கு 'மனக்கவலை' என்பது அன்றாடச் சிறு கவலைகளை மட்டும் குறிக்கவில்லை; ஆசை, கோபம், அறியாமை போன்றவற்றால் உருவாகும் உள்ளார்ந்த கலக்கங்களையும் குறிக்கிறது. இந்த அடிப்படைப் பிணைப்புகளில் இருந்து மனிதன் தன் முயற்சியால் மட்டும் விடுபட முடியாது; அதற்கு இறைஅருள் தேவை. அந்த அருளைப் பெறுவதற்கான வழி, எல்லாவற்றையும் கடந்து நிற்கும் அந்த ஒப்பற்ற இறைவனின் திருவடிகளில் அடைக்கலம் புகுவதுதான். அப்படிச் சரணடைந்தவர்களின் மனத் துயரங்களை இறைவன் நீக்கி, நிலையான அமைதியை வழங்குகிறார். அவரைச் சாராதவர்கள் தம் கவலைகளுக்குத் தாமே முடிவுகாண முயன்று,

மேலும் துன்பச் சுழலில் சிக்கிக்கொள்வார்கள் என்பதே இக்குறளின் மையக் கருத்து.

குறள் 8

அறவாழி அந்தணன் தாள்சேர்ந்தார்க் கல்லால்
பிறவாழி நீந்தல் அரிது

சொற்பொருள்

அறவாழி = அறக்கடலாகிய; அந்தணன் = இறைவன்.

தாள்சேர்ந்தார்க் = திருவடிகளைப் பற்றிக்கொண்டவர்களுக்கு; கல்லால் = அல்லாமல்.

பிறவாழி = பிற ஆழி; மற்ற கடல்களை; நீந்தல் = நீந்திக் கடப்பது; அரிது = கடினம்.

நேர்பொருள்

அறக்கடலான இறைவனின் திருவடிகளைச் சேர்ந்தவர்களைத் தவிர, பிற கடல்களைக் கடப்பது அரிது.

பொருளுரை

வாழ்வின் சிக்கலான கடல்களைக் கடக்க இறைவனின் அருளே துணை என்பதை உருவகமாக எடுத்துரைக்கும் குறள் இது. இறைவன் அறத்தின் முழு வடிவாக இருப்பதால் அவர் 'அறவாழி' எனப்படுகிறார்; கருணைமிக்கவராக இருப்பதால் 'அந்தணன்' என்றும் அழைக்கப்படுகிறார். மனித வாழ்வில் அறம், பொருள், இன்பம் என்ற மூன்று நிலைகள் கூறப்படுகின்றன. அவற்றுள் அறம் முதலில் சொல்லப்பட்டதால், ஏனைய பொருளும் இன்பமும் இங்கு 'பிற ஆழி' எனக் குறிக்கப்படுகின்றன எனப் பழைய உரைகள் விளக்குகின்றன. பொருளும் இன்பமும் மனிதனை எளிதில் பற்றிக்கொள்ளச் செய்கின்ற ஆழமான கடல்களாக மாறக்கூடும்; ஆசை, போட்டி, துன்பம் ஆகிய அலைகள் அவற்றில் எழுகின்றன. மனிதன் தன்முயற்சியால் மட்டும் இவற்றைக் கடந்துசெல்ல முயன்றால் அவற்றில் மூழ்கிப்போகவும் வாய்ப்பு உண்டு. ஆனால், அறக்கடலான இறைவனின் திருவடிகளைப் புணையாகப் பற்றிக்கொண்டால், உலக வாழ்க்கையின் சிக்கல்களையும் பிறவியால் வரும் துன்பங்களையும் கடக்கலாம். ஆகவே, இறைவனைச் சார்ந்த அறநெறியே வாழ்வுக் கடலைத் தாண்டச் செய்கிறது என்பதே இக்குறளின் கருத்து.

குறள் 9

கோளில் பொறியின் குணமிலவே
எண்குணத்தான்
தாளை வணங்காத் தலை

சொற்பொருள்

கோளில் = கொள்கை இல்லாத; பொறியின் = பொறிகளைப் போல.

குணமிலவே = பயனுடையவை அல்லவே; எண்குணத்தான் = எட்டு குணங்களை உடைய இறைவனின்.

தாளை = திருவடிகளை; வணங்காத் = வணங்காத; தலை = தலைகள்.

நேர்பொருள்

எட்டு சிறந்த குணங்களை உடைய இறைவனின் திருவடிகளை வணங்காத தலைகள், செயலிழந்த பொறிகளைப் போலப் பயனற்றவை.

பொருளுரை

மனித உடல் உறுப்புகள் தத்தம் செயலைச் செய்தால்தான் அவை பயன் உடையவையாகும். காணாத கண், கேட்காத செவி இருந்தும் பயனில்லை. அதுபோல, தலையின் சிறந்த பயன் எதனை வணங்க வேண்டும் என அறிந்து வணங்குதலாகும். இங்கு சாதாரண மனிதரை வணங்குவது குறிக்கப்படவில்லை; எண்வகை உன்னத குணங்களை உடைய இறைவனின் திருவடிகளை வணங்குவதே தலையின் பெரும்பேறு என வள்ளுவர் கூறுகிறார். அந்த எண் குணங்கள் 'தன்வயத்தனாதல், தூய உடம்பினனாதல், இயற்கை உணர்வினனாதல், முற்றும் உணர்தல், பாசங்களில் இயல்பாகவே நீங்கியிருத்தல், பேரருள் உடைமை, முடிவிலா ஆற்றல் உடைமை, வரம்பிலா இன்பம் உடைமை' என ஆகமங்கள் விளக்குகின்றன. இத்தகைய சிறப்புடைய இறைவனின் திருவடிகளை வணங்காத தலை, இருந்தும் இல்லாததுபோல பயனற்றதாகிவிடுகிறது. முந்தைய குறள்கள் இறைவனை நினைப்பதையும் புகழ்வதையும் வலியுறுத்தினால், இக்குறள் உடலால் வணங்குதலின் முக்கியத்துவத்தையும் உணர்த்துகிறது. மனம், மொழி, மெய் ஆகிய மூன்றாலும் இறைவனை வணங்குவதுதான் முழுமையான பக்தி என்பதை இது சுட்டுகிறது.

குறள் 10

பிறவிப் பெருங்கடல் நீந்துவர் நீந்தார்
இறைவன் அடிசேரா தார்

சொற்பொருள்

பிறவிப் = பிறவியாகிய; பெருங்கடல் = பெரிய கடல்.
நீந்துவர் = கடப்பார்கள்; நீந்தார் = கடக்கமாட்டார்கள்.
இறைவன் = கடவுளின்; அடி = திருவடிகளை; சேராதார் = பற்றிக்கொள்ளாதவர்கள்.

நேர்பொருள்

இறைவனின் திருவடிகளைப் பற்றிக்கொண்டவர்கள் பிறவியாகிய பெரிய கடலைக் கடப்பார்கள்; மற்றவர்களால் கடக்க முடியாது.

பொருளுரை

வாழ்க்கை முடிவில்லாத பெருங்கடல் போல் தோன்றுகிறது; பிறப்பு, இறப்பு, இன்பம், துன்பம் ஆகிய அலைகள் அதில் தொடர்ந்து எழுகின்றன. இந்தப் பிறவிப் பெருங்கடலை தன்முயற்சியால் மட்டும் கடப்பது அரிது. அதைக் கடக்க நமக்கு வேண்டிய பாதுகாப்பான புணை இறைவனின் திருவடிகளே. அவற்றைப் பற்றிக்கொண்டு, அவர் மீது முழு நம்பிக்கை வைத்து சரணடைவோர் இந்தப் பிறவிக் கடலைக் கடந்துவிடுவார்கள். அவர்கள் பிறப்பு-இறப்புச் சுழற்சியிலிருந்து நீங்கி நிலையான அமைதியையும் வீடுபேற்றையும் அடைவார்கள். இதற்கு மாறாக, இறைவனின் திருவடிகளைச் சாராமல் தம் அறிவையோ செல்வத்தையோ பதவியையோ நம்பி வாழ்பவர்களால் இந்தப் பிறவிக் கடலைத் தாண்ட இயலாது. அவர்கள் அதன் ஆழத்தில் சிக்கி தொடர்ந்து துன்பப்படுவார்கள். ஆகவே, பிறவித் துன்பத்திலிருந்து விடுபட ஒரே வழி இறைவனைச் சார்வதே என்பதைக் கடவுள் வாழ்த்து அதிகாரத்தின் இறுதிக் குறளாக இது தெளிவாக உணர்த்துகிறது.

அதிகாரம் 2: வான்சிறப்பு

மழை உலகுயிர்களை நிலைநிறுத்தும் அமிழ்தம்; அது உணவு, உழவு, உலக ஒழுங்கு ஆகிய அனைத்திற்கும் அடிப்படை. வானம் பொய்த்தால் பசியும் பஞ்சமும் பெருகி, உலகின் இயற்கைச் சுழற்சியே தடுமாறும்.

குறள் 11

வான்நின்று உலகம் வழங்கி வருதலால்
தான்அமிழ்தம் என்றுணரற் பாற்று

சொற்பொருள்

வான்நின்று = வானிலிருந்து பொழிந்து; உலகம் = இவ்வுலகை.
வழங்கி = வாழவைத்து; வருதலால் = இருந்து வருவதால்.
தான்அமிழ்தம் = அதுவே அமிழ்தம்; என்றுணரற் = என்று உணர்தற்கு; பாற்று = தக்கது.

நேர்பொருள்

மழை தொடர்ந்து பெய்வதால்தான் இவ்வுலகம் செழித்து நிலைக்கிறது; ஆகவே, மழையை 'அமிழ்தம்' என்று உணருதல் பொருத்தமானது.

பொருளுரை

உலகில் உயிர்கள் வாழ்வதற்கும், உலகம் செழித்து நிலைப்பதற்கும் மழையே முதன்மைக் காரணம். மழை பெய்தால்தான் பயிர்கள் விளையும்; ஆறுகளும் குளங்களும் நிரையும்; உயிர்கள் தாகம் தீர்த்து வாழும். உலகின் ஒட்டுமொத்த இயங்குதலும் மழையைச் சார்ந்தே உள்ளது. இதன் முதன்மையை உணர்த்துவதற்காக வள்ளுவர் மழையை 'அமிழ்தம்' என்கிறார். அமிழ்தம் உயிரை நிலைநிறுத்தும் என எண்ணப்படுவது போல, மழையும் உலகையும் உயிர்களையும் அழியாமல் காத்து வாழ்வைத் தழைக்கச் செய்கிறது. தனி உயிரை அழிவின்றி நிறுத்தாவிட்டாலும், உயிரினங்களின் தொடர்ச்சிக்கும் உலகின் நிலைத்தன்மைக்கும் அது காரணமாகிறது. ஆகவே, மழை என்பது வானிலிருந்து விழும் நீர்த்துளிகள் மட்டும் அல்ல; உலகை வாழவைக்கும் அமிழ்தமே ஆகும். அதன் மதிப்பை ஆழமாக உணர வேண்டும் என்பதே இக்குறளின் மையக் கருத்து.

குறள் 12

துப்பார்க்குத் துப்பாய துப்பாக்கித் துப்பார்க்குத்
துப்பாய தூஉம் மழை

சொற்பொருள்

துப்பார்க்குத் = உண்பவர்களுக்கு; துப்பாய = உண்ணத்தக்க உணவுகளை.
துப்பாக்கித் = விளைவித்துத் தந்து; துப்பார்க்குத் = அவற்றை உண்பவர்களுக்கு.
துப்பாய = குடிக்கத்தக்க நீராகவும்; தூஉம் = அமையும்; மழை = மழையே.

நேர்பொருள்

உண்பவர்களுக்கு நல்ல உணவை விளைவித்துத் தந்து, அதைப் உண்பவர்களுக்குத் தானும் குடிக்கத்தக்க நீராக அமைவது மழையே.

பொருளுரை

மழையின் இருவகைப் பயனை இந்தக் குறள் அழகாக எடுத்துரைக்கிறது. முதலில், உயிர்கள் உண்ணும் உணவுப் பொருள்கள் அனைத்தும் மழையால் விளைகின்றன. நெல், காய்கறி, பழம் என எதுவாயினும் செழிக்க மழை அவசியம். அடுத்ததாக, அந்த உணவை உண்ணும் உயிர்களுக்கு மழை தானே குடிநீராகவும் அமைகிறது. ஆகவே, மழை பசியைப் போக்க உணவை அளிக்கிறது; தாகத்தைத் தணிக்க நீரையும் தருகிறது. உணவை விளைவிக்கும் காரணமாக மட்டும் இல்லாமல், நேரடியாக உயிர்கள் உட்கொள்ளும் நீராகவும் இருப்பதே அதன் சிறப்பு. இந்த இரு வழிகளிலும் உயிர்களின் வாழ்வாதாரத்தை மழை காக்கிறது. எனவே, உலகில் உயிர்கள் நிலைத்திருப்பதற்கான முழுமையான துணை மழையே என்பதை இக்குறள் உணர்த்துகிறது.

குறள் 13

விண்இன்று பொய்ப்பின் விரிநீர் வியனுலகத்து
உள்நின்று உடற்றும் பசி

சொற்பொருள்

விண்இன்று = மழை இன்றி; பொய்ப்பின் = பெய்யத் தவறினால்.
விரிநீர் = கடல்நீர் சூழ்ந்த; வியனுலகத்து = இந்தப் பெரிய உலகில்.
உள்நின்று = உயிர்களுக்குள் நிலைத்து இருந்து; உடற்றும் = வாட்டி வதைக்கும்;
பசி = பசி என்னும் கொடுமை.

நேர்பொருள்

மழை பெய்யாமல் பொய்த்துவிட்டால், கடல் சூழ்ந்த இந்தப் பெரிய உலகில் உயிர்களைப் பசி உள்ளிருந்து வாட்டி வதைக்கும்.

பொருளுரை

உரிய காலத்தில் மழை பெய்யாமல் போனால் ஏற்படும் கொடுமையை இந்தக் குறள் விளக்குகிறது. உலகம் கடலால் சூழப்பட்டிருந்தாலும், அந்த உப்பு நீர் உயிர்களின் பசியைப் போக்காது. பயிர்கள் செழிக்கவும் உயிர்கள் வாழவும் வேண்டிய நன்னீர் மழையால்தான் கிடைக்கும். மழை பொய்த்துவிட்டால் விவசாயம் குன்றும்; உணவு விளைவு நின்றுவிடும். அதன் விளைவாக, பசி ஒரு தற்கால இடராக இல்லாமல், உயிர்களுக்குள் தங்கி அவற்றை இடையறாது வாட்டும் பெருந்துன்பமாக மாறுகிறது. 'உள்நின்று உடற்றும்' என்ற சொற்களால், பசி உள்ளிருந்து உயிர்களை அரித்து அழிக்கும் கொடுமையை வள்ளுவர் ஆழமாக உணர்த்துகிறார். எனவே, உலகின் இயங்குதலுக்கும் உயிர்களின் வாழ்வாதாரத்திற்கும் மழையே அடிப்படை. அது இல்லையென்றால் இந்தப் பெரிய உலகமே பட்டினியால் வாடும் என்பதே இக்குறளின் கருத்து.

குறள் 14

ஏரின் உழாஅர் உழவர் புயல்என்னும்
வாரி வளங்குன்றிக் கால்

சொற்பொருள்

ஏரின் = ஏரால்; கலப்பையால்; உழாஅர் = உழ மாட்டார்கள்.
உழவர் = உழவர்கள்; புயல்என்னும் = மழை எனப்படும்.
வாரி = வருவாய்; வளங்குன்றிக் = வளம் குன்றினால்; கால் = காலத்தில்.

நேர்பொருள்

மழை என்னும் வருவாயின் வளம் குன்றிவிட்டால், உழவர்கள் தங்கள் ஏரால் நிலத்தை உழமாட்டார்கள்.

பொருளுரை

மழையின் இன்றியமையாத முதன்மையை இந்தக் குறள் விளக்குகிறது. மழையை வெறும் தண்ணீராக அல்லாது, விவசாயத்தின் அடிப்படைச் செல்வமாக வள்ளுவர் கருதுகிறார். இந்த இயற்கை வருவாய் குறைந்து, மழை பொய்த்துவிட்டால், உழவர்கள் ஏரால் நிலத்தை உழுவதற்கே முன்வரமாட்டார்கள். ஏனெனில் மழையில்லாமல் உழுதாலும் பயன் இல்லை என்பதை அவர்கள் அறிவார்கள். உழவர்கள் தங்கள் தொழிலை மேற்கொள்ள முடியாத நிலை ஏற்பட்டால், நாட்டின் உணவு விளைவும் நின்றுவிடும். மனிதனின் உழைப்பு, அறிவு, கருவி ஆகியவை இருந்தாலும், இயற்கையின் கொடையான மழை இல்லையெனில் அவை பயனளிக்காது. ஆகவே, ஒரு நாட்டின் செழிப்பும் மக்களின் வாழ்வாதாரமும் மழையை எந்த அளவு சார்ந்துள்ளன என்பதை இக்குறள் உறுதியாக உணர்த்துகிறது. இயற்கையின் துணையின்றி மனித வாழ்வு நிலைநிற்காது என்பதே இதன் ஆழ்ந்த கருத்து.

குறள் 15

கெடுப்பதூஉம் கெட்டார்க்குச் சார்வாய்மற்
றாங்கே
எடுப்பதூஉம் எல்லாம் மழை

சொற்பொருள்

கெடுப்பதூஉம் = கெடச் செய்வதும்; கெட்டார்க்குச் = வறுமைப்பட்டோர்க்கு.
சார்வாய்மற் = துணையாக இருந்து; றாங்கே = அதேபோல.
எடுப்பதூஉம் = உயரச் செய்வதும்; எல்லாம் = எல்லாமே; மழை = மழைதான்.

நேர்பொருள்

பெய்யாமல் இருந்து கெடச் செய்வதும், வறுமைப்பட்டோர்க்குத் துணையாக இருந்து உயரச் செய்வதும் மழையே.

பொருளுரை

மழையின் இருவகை ஆற்றலை இந்தக் குறள் எடுத்துரைக்கிறது. உரிய காலத்தில் மழை பெய்யாமல் போனால் வறட்சி ஏற்படும்; விவசாயம் குன்றும்; நீர்நிலைகள் வறண்டு, மக்கள் வறுமையில் தள்ளப்படுவார்கள். இவ்வாறு மழையின்மை அழிவுக்குக் காரணமாகிறது. மறுபுறம், தகுந்த காலத்தில் மழை பெய்தால், அதே மக்கள் மீண்டும் வாழ்வாதாரம் பெறுகின்றனர்.

நிலம் செழிக்கும்; விவசாயம் தழைக்கும்; பொருள்வளம் பெருகும். முன்பு வீழ்ந்தவர்களைத் துணையாக இருந்து உயர்த்துவதும் மழையே. ஆகவே, உலகை வாட்டுவதும் காப்பதும் ஆகிய இரு வலிமைகளும் மழைக்கே உடையவை என்பதை வள்ளுவர் உணர்த்துகிறார். மனித வாழ்க்கை இயற்கையை, குறிப்பாக மழையை, எவ்வளவு நெருக்கமாகச் சார்ந்துள்ளது என்பதையும் இக்குறள் விளக்குகிறது.

குறள் 16

விசும்பின் துளிவீழின் அல்லால்மற் றாங்கே
பசும்புல் தலைகாண்பு அரிது

சொற்பொருள்
விசும்பின் = வானத்திலிருந்து; துளி = மழைத்துளி.
வீழின் = விழுந்தால்; அல்லால்மற் = இல்லாவிட்டால்.
றாங்கே = அந்நிலத்தில்; பசும்புல் = பசுமையான புல்; தலைகாண்பு = முளைத்தலைக் காணுதல்.

நேர்பொருள்
வானத்திலிருந்து மழைத்துளி விழாவிட்டால், பசும்புல்லின் நுனியைக்கூடக் காணுதல் அரிதாகும்.

பொருளுரை
வானத்திலிருந்து மழைத்துளி விழாவிட்டால், பசும்புல்லின் நுனியைக்கூடக் காண முடியாது என்பதே இக்குறளின் பொருள். இதன்மூலம், உலகிலுள்ள எல்லா உயிர்களுக்கும் மழை எவ்வளவு இன்றியமையாதது என்பதை வள்ளுவர் உணர்த்துகிறார். புல் என்பது தாவரங்களுள் மிக எளிய உயிர்வகை. அதுவே முளைக்க மழைநீர் தேவை என்றால், பயிர்கள், செடிகள், மரங்கள் ஆகிய அனைத்தும் மழையைச் சார்ந்தே உள்ளன என்பது தெளிவாகிறது. தாவரங்கள் இல்லையெனில் அவற்றை நம்பி வாழும் விலங்குகளும் மனிதர்களும் நிலைநிற்க முடியாது. ஆகவே, மழை என்பது வெறும் நீர் அல்ல; உயிர்க்கெல்லாம் ஆதாரமாகும். புல்லின் தலையைக்கூட காண முடியாது என்று கூறுவதன் மூலம், மழையின்மையால் ஏற்படும் முழு வறட்சியையும் அழிவையும் வள்ளுவர் செறிவாகச் சுட்டுகிறார். உலகின் உணவுச் சங்கிலி மழையிலிருந்தே தொடங்குகிறது. எனவே, மழைப்பொழிவு நின்றால் உயிர்களின் இயங்குதலும் நின்றுவிடும். இந்த எளிய உவமையால் மனித வாழ்வு இயற்கையைச் சார்ந்தது என்பதை இக்குறள் ஆழமாக எடுத்துரைக்கிறது.

குறள் 17

நெடுங்கடலும் தன்நீர்மை குன்றும்
தடிந்தெழிலி
தான்நல்கா தாகி விடின்

சொற்பொருள்
நெடுங்கடலும் = பெரிய கடலும்; தன்நீர்மை = தன் இயல்பை.
குன்றும் = குறைந்து விடும்; தடிந்தெழிலி = நீரை முகந்து எழும் மேகம்.

தான்நல்கா = தான் எடுத்த நீரைத் திரும்ப வழங்காமல்; தாகி = ஆகி; விடின் = விட்டால்.

நேர்பொருள்

மேகம் கடலிலிருந்து நீரை எடுத்துக்கொண்டு, அதை மழையாகத் திரும்ப வழங்காவிட்டால், பெரிய கடலும் தன் இயல்பை இழந்துவிடும்.

பொருளுரை

இயற்கையின் ஓர் இன்றியமையாத சுழற்சியை இந்தக் குறள் விளக்குகிறது. கடலிலிருந்து ஆவியாகும் நீரை மேகங்கள் எடுத்துக்கொள்கின்றன. பின்னர் அவை மழையாகப் பொழிந்து அதனை மீண்டும் நிலத்திற்கும் நீர்நிலைகளுக்கும் அளிக்கின்றன. இந்தத் திருப்பளி இல்லையெனில், நீரின் மூலமான பெரிய கடல்கூட வற்றி அதன் இயல்பை இழக்கும். கடலில் வாழும் உயிரினங்களும் அதனால் பாதிக்கப்படும். இது இயற்கை நிகழ்வை மட்டும் அல்லாமல், மனித வாழ்வுக்குமான ஓர் உண்மையையும் உணர்த்துகிறது. மக்களிடமிருந்து செல்வமும் வளமும் பெறுபவர்கள், அதை மீண்டும் மக்களுக்கே திருப்பித் தர வேண்டும். அவ்வாறு செய்யாமல் எல்லாவற்றையும் தமக்குள் அடக்கிக்கொண்டால், மக்களின் வாழ்வாதாரமே வற்றிவிடும். கொடுப்பதும் பெறுவதும் இடையறாத ஓட்டமாக இருக்க வேண்டும். அந்த ஓட்டம்தான் தனிமனிதனையும் மக்கள்வாழ்வையும், இந்த உலகத்தையே வளமாக வைத்திருக்கிறது. ஒருவழியாக மட்டும் எதுவும் நிலைக்க முடியாது என்பதே இக்குறளின் ஆழ்ந்த கருத்து.

குறள் 18

சிறப்பொடு பூசனை செல்லாது வானம்
வறக்குமேல் வானோர்க்கும் ஈண்டு

சொற்பொருள்

சிறப்பொடு = சிறப்பாக நடைபெறும் திருவிழாவும்; பூசனை = நாள்தோறும் செய்யும் வழிபாடு.
செல்லாது = நடைபெறாது; வானம் = மழை.
வறக்குமேல் = பெய்யாமல் போனால்; வானோர்க்கும் = தேவர்களுக்கும்கூட; ஈண்டு = இவ்வுலகில்.

நேர்பொருள்

மழை பெய்யாமல் வறட்சி ஏற்பட்டால், இவ்வுலகில் தேவர்களுக்குரிய திருவிழாக்களும் நாள்தோறும் செய்யும் வழிபாடுகளும்கூட நடைபெறாது.

பொருளுரை

மழையின் முதன்மையை விளக்கும் இந்தக் குறள், அது மனித வாழ்வுக்கு மட்டும் அல்லாமல் வழிபாட்டு வாழ்விற்கும் அடிப்படை என்பதை உணர்த்துகிறது. உலகில் மக்கள் நடத்தும் நாள்தோறும் வழிபாடுகளும் ஆண்டு தோறும் நடைபெறும் திருவிழாக்களும் மழையைச் சார்ந்தே உள்ளன. மழை பெய்யாவிட்டால் நிலம் வறண்டு, விவசாயம் குன்றும். பூக்கள், பழங்கள், தானியங்கள் போன்ற வழிபாட்டிற்கும் படையலிற்கும் வேண்டிய பொருள்கள் கிடைக்காது. குடிநீருக்கே மக்கள் தவிக்கும் நிலையில், அவர்கள் வாழ்வாதாரப் போராட்டத்திலேயே கவனம் செலுத்த வேண்டி வரும். அத்தகைய சூழலில் திருவிழா நடத்துவதும் நாள்தோறும் வழிபாடு செய்வதும் இயலாது. இதனால், மனிதர்கள் செய்யும் வழிபாடுகளைப் பெறுவதாகக் கருதப்படும் தேவர்களுக்குரிய

மரியாதைகளும்கூட நின்றுவிடும் என வள்ளுவர் கூறுகிறார். ஆகவே, மழை என்பது உணவுக்கும் வாழ்வுக்கும் மட்டுமல்ல, மக்களின் மரபு வழி நிகழ்வுகளுக்கும் அடிப்படை. உலக இயக்கத்தோடு அதன் வழிபாட்டு மரபுகளையும் மழையே தாங்குகிறது என்பதே இக்குறளின் கருத்து.

குறள் 19

தானம் தவம்இரண்டும் தங்கா வியன்உலகம்
வானம் வழங்கா தெனின்

சொற்பொருள்

தானம் = கொடை; தவம்இரண்டும் = தவம் ஆகிய இரண்டும்.
தங்கா = நிலைநிற்காது; வியன்உலகம் = இந்தப் பெரிய உலகில்.
வானம் = மழை; வழங்கா = பெய்யாவிட்டால்; தெனின் = என்றால்.

நேர்பொருள்

மழை பெய்யாவிட்டால், இந்தப் பெரிய உலகில் கொடையும் தவமும் ஆகிய இரு அறங்களும் நிலைநிற்காது.

பொருளுரை

மழைக்கும் மனிதர்களின் அறச்செயல்களுக்கும் உள்ள ஆழ்ந்த தொடர்பை இந்தக் குறள் விளக்குகிறது. உலகில் பெரிதாகக் கருதப்படும் இரு அறங்கள் கொடை மற்றும் தவம். கொடை என்பது இல்லாதவர்களுக்கு வழங்குதல்; தவம் என்பது புலன்களை அடக்கி ஒழுக்கத்துடன் வாழ்தல். இவ்விரண்டும் வேறுபட்டதாகத் தோன்றினாலும், இரண்டிற்கும் வாழ்வின் அடிப்படைத் தேவைகள் பூர்த்தியாக வேண்டும். கொடுப்பதற்கு ஒருவரிடம் வளம் இருக்க வேண்டும்; தவம் மேற்கொள்வதற்கும் உயிர் வாழ உணவு தேவை. இவை அனைத்திற்கும் அடிப்படை மழையே. மழை பெய்து விவசாயம் செழித்தால் நாட்டில் வளம் பெருகும்; அப்போதுதான் ஒருவர் மற்றவர்க்கு உதவ முடியும். கடும் பஞ்சம் நிலவினால் கொடை செய்வதும் கடினம்; தவம் மேற்கொள்வதும் கடினம். எனவே, மழை என்பது வெறும் இயற்கை நிகழ்வு மட்டும் அல்ல; அது மக்கள்வாழ்வின் அறநெறிகளைத் தாங்கும் அடித்தளம் என வள்ளுவர் உணர்த்துகிறார். இயற்கையின் கொடைதான் மனித நற்பண்புகள் நிலைநிற்றுவதற்கும் காரணமாகிறது.

குறள் 20

நீர்இன்று அமையாது உலகெனின்
யார்யார்க்கும்
வான்இன்று அமையாது ஒழுக்கு

சொற்பொருள்

நீர்இன்று = தண்ணீர் இன்றி; அமையாது = நிலைநிற்காது.
உலகெனின் = உலகம் எனில்; யார்யார்க்கும் = எவர்க்கும்.
வான்இன்று = மழை இன்றி; அமையாது = நிலைநிற்காது; ஒழுக்கு = ஒழுக்கம்; அறநெறி.

நேர்பொருள்

தண்ணீர் இல்லாமல் உலக வாழ்க்கை அமையாதபோல், மழை இல்லாமல் எவருடைய ஒழுக்கமும் நிலைநிற்காது.

பொருளுரை

உலகில் உயிர்கள் வாழ்வதற்கு நீர் எவ்வளவு இன்றியமையாதது என்பது அனைவரும் அறிந்த உண்மை. நீர் இல்லையெனில் உலகின் இயங்குதலே நின்றுவிடும். இதை அடிப்படையாக வைத்து, திருவள்ளுவர் இன்னும் ஆழமான கருத்தைச் சொல்கிறார். எப்படித் தண்ணீர் இல்லாமல் உலக வாழ்க்கை அமையாதோ, அதுபோல மழை இல்லாமல் எவருடைய ஒழுக்கமும் நிலைநிற்காது. இங்கே 'ஒழுக்கு' என்பது வெறும் நன்னடத்தை மட்டும் அல்ல; அறஒழுங்கான வாழ்வையும் குறிக்கிறது. மழை பொய்த்துவிட்டால் விவசாயம் குன்றும்; பஞ்சம் பெருகும்; பசியும் வறுமையும் மக்களை வாட்டும். அத்தகைய நிலையில் கொடை செய்வது, பிறருக்கு உதவுவது போன்ற நற்பண்புகளை நிலைநிறுத்துவது கடினமாகிவிடும். உயிர் காக்கும் போராட்டமே முதன்மையாகும் போது, அறநெறிகள் தளரத் தொடங்கும். ஆகவே, மழை என்பது வெறும் நீரின் மூலமல்ல; அது மக்கள்வாழ்வின் அறத்தையும் பண்பையும் காக்கும் அடிப்படை. பசியைப் போக்குவதோடு, ஒழுக்கத்துடன் வாழ்வதற்கும் மழை காரணமாகிறது என்பதை இக்குறள் உணர்த்துகிறது.

அதிகாரம் 3: நீத்தார் பெருமை

பற்றுகளை வென்று, புலன்களை அடக்கி, அறத்தில் நிலைநிற்போரின் உயர்வு உலகால் அளவிட முடியாதது. அவர்கள் வாழும் முறை, மனித வாழ்வு எதனை நோக்கி உயர வேண்டும் என்பதை உணர்த்தும் ஒளிவிளக்காகும்.

குறள் 21

ஒழுக்கத்து நீத்தார் பெருமை விழுப்பத்து
வேண்டும் பனுவல் துணிவு

சொற்பொருள்

ஒழுக்கத்து = நல்லொழுக்கத்தில் நிலைத்து; நீத்தார் = பற்றுகளை நீத்தவர்களின்.
பெருமை = மேன்மையை; விழுப்பத்து = சிறப்புகளில்.
வேண்டும் = போற்றத்தக்கதாக; பனுவல் = நூல்களின்; துணிவு = உறுதியான முடிவு.

நேர்பொருள்

நல்லொழுக்கத்தில் நிலைத்து, பற்றுகளை நீத்தவர்களின் மேன்மையே எல்லாச் சிறப்புகளிலும் மேலானது என்பது நூல்கள் தரும் உறுதியான முடிவாகும்.

பொருளுரை

ஒழுக்க நெறியில் உறுதியாக நின்று, உலக ஆசைகளையும் பற்றுகளையும் நீத்தவர் அடையும் நிலை உயர்ந்தது. அத்தகைய நீத்தாரின் மேன்மையையே உலகின் சிறந்த நூல்கள் எல்லாச் சிறப்புகளிலும் மேலானதாக ஏற்றுக் கூறுகின்றன. வேறுவேறு சமயங்களும் கொள்கைகளும் கொண்ட நூல்கள்கூட இந்த ஒரே உண்மையில் வேறுபடுவதில்லை. உண்மையான துறவின் பெருமையை எல்லா நூல்களும் ஒருமித்துக் கொள்ளுகின்றன என்பதை இக்குறள் உணர்த்துகிறது. ஆகவே, பற்றற்ற நிலை மனிதன் அடையக்கூடிய உயர்ந்த நிலையாகக் கருதப்படுவதால், அதனை அடைந்தவர்களைப் போற்றுவது அறநூல்களின் பொதுவான நிலைப்பாடாகிறது. அதிகாரத்தின் தொடக்கத்திலேயே இதனை வள்ளுவர் வலியுறுத்துவது, நீத்தாரின் மேன்மை எவ்வளவு உயர்ந்தது என்பதை உணர்த்துவதற்காகும்.

குறள் 22

துறந்தார் பெருமை துணைக்கூறின் வையத்து
இறந்தாரை எண்ணிக்கொண் டற்று

சொற்பொருள்

துறந்தார் = பற்றுகளைத் துறந்தவர்களின்; பெருமை = மேன்மையை.
துணைக்கூறின் = அளவிட்டு உரைக்க முயன்றால்; வையத்து = இவ்வுலகில்.
இறந்தாரை = மறைந்துபோனவர்களை; எண்ணிக்கொண் = எண்ணிக்கையிட்டுக்; டற்று = கொள்வதைப் போன்றது.

நேர்பொருள்

பற்றுகளைத் துறந்தவர்களின் மேன்மையை அளவிட்டு உரைக்க முயல்வது, இவ்வுலகில் பிறந்து மறைந்தவர்களை எண்ணிக்கையிட முயல்வதைப் போன்றது.

பொருளுரை

உலக ஆசைகளையும் பற்றுகளையும் முற்றாகத் துறந்து வாழ்பவர்களின் மேன்மையைச் சொற்களால் அளவிட இயலாது. இதனை வள்ளுவர் மிகத் தெளிவான ஓர் உவமையால் உணர்த்துகிறார். இவ்வுலகில் பிறந்து வாழ்ந்து மறைந்த எல்லோரின் எண்ணிக்கையைக் கணக்கிடுவது எவ்வளவு அரிதோ, அவ்வளவே நீத்தாரின் பெருமையை அளப்பதும் அரிது. மறைந்தவர்களின் எண்ணிக்கை நம்மால் முற்றாக அறிய முடியாத அளவு பெரிது; அதுபோல நீத்தாரின் மாண்பும் அளப்பரியது. புகழ், செல்வம், ஆட்சி போன்ற உலக அளவுகோல்களால் அவர்களின் உயர்வை மதிப்பிட முடியாது. அவர்களின் நிலை சாதாரண புரிதலுக்கும் கணக்கீட்டுக்கும் அப்பாற்பட்டது என்பதை இக்குறள் உணர்த்துகிறது. இவ்வாறு, உண்மையான துறவின் எல்லையற்ற பெருமையை வள்ளுவர் நமக்கு நினைவூட்டுகிறார்.

குறள் 23

இருமை வகைதெரிந்து ஈண்டுஅறம் பூண்டார்
பெருமை பிறங்கிற்று உலகு

சொற்பொருள்

இருமை = இரு நிலைகளின்; வகைதெரிந்து = தன்மையை ஆராய்ந்து அறிந்து.
ஈண்டுஅறம் = இவ்வாழ்விலே அறநெறியை; பூண்டார் = ஏற்றுக்கொண்டவர்களின்.
பெருமை = மேன்மை; பிறங்கிற்று = உயர்ந்து விளங்கியது; உலகு = உலகில்.

நேர்பொருள்

இரு நிலைகளின் இயல்பை அறிந்து, இவ்வாழ்விலேயே அறநெறியை ஏற்றுக்கொண்டவர்களின் மேன்மையே உலகில் உயர்ந்து விளங்குகிறது.

பொருளுரை

மனித வாழ்வில் உலகப் பற்றுகளோடு கலந்த ஒரு நிலையும், பற்றின்மையால் அடையும் உயர்ந்த ஒரு நிலையும் உள்ளன. இவ்விரண்டின் தன்மையையும் விளைவையும் தெளிவாக ஆராய்ந்து உணர்ந்தவர்களே ஞானிகள். உலக இன்பங்கள் நிலையானவை அல்ல; அவை முடிவில் துன்பத்தையும் தரக்கூடும் என்பதை அவர்கள் உணர்கிறார்கள். அதனால், இவ்வாழ்விலேயே பற்றுகளை விட்டு அறநெறியை மேற்கொள்கிறார்கள். இவ்வாறு அறிவுடனும் தன்னடக்கத்துடனும் வாழும் நீத்தாரின் மேன்மையே உலகில் மற்ற எல்லாப் பெருமைகளையும் விட உயர்ந்து ஒளிர்கிறது. ஆட்சி, செல்வம், புகழ் போன்ற உலக உயர்வுகளைவிட, பற்றற்ற வாழ்வு தரும் மேன்மை நிலையானது என்பதே இக்குறளின் கருத்து.

குறள் 24

உரனென்னும் தோட்டியான் ஓரைந்தும் காப்பான்
வரனென்னும் வைப்பிற்கோர் வித்து

சொற்பொருள்

உரனென்னும் = மன உறுதி என்னும்; தோட்டியான் = தோட்டியால்; அங்குசத்தால்.
ஓரைந்தும் = ஐந்து புலன்களையும்; காப்பான் = அடக்கிக் காக்கிறவன்.
வரனென்னும் = மேலானது எனப்படும்; வைப்பிற்கோர் = நிலைக்கு ஒரு; வித்து = விதையாக இருப்பவன்.

நேர்பொருள்

மன உறுதி என்னும் அங்குசத்தால் தன் ஐம்புலன்களையும் அடக்கிக் காக்கிறவன், மேலான நிலையாகிய வீடுபேற்றிற்கு விதை போன்றவன்.

பொருளுரை

மனிதனின் ஐம்புலன்களும் கட்டுக்கடங்காத யானைகளைப் போன்றவை. அவை இடையறாது வெளிப்பொருள்களை நோக்கி இழுத்துச் செல்கின்றன. அவற்றை நெறிப்படுத்த 'உரன்' எனப்படும் மன உறுதியும் தெளிந்த அறிவும் தேவை. அது யானையை அடக்கும் தோட்டியைப் போன்றது. இந்த உள்ளுறுதியின் மூலம் தன் புலன்களை வழுவாது அடக்கி காக்கிறவன் உயர்ந்த நிலையை அடையும் தகுதி பெறுகிறான். அந்தத் தன்னடக்கமே வீடுபேறு தரும் உயர்நிலைக்கான விதையாக அமைகிறது. நல்ல விதை வளர்ந்து பெருமரமாகும் போல, புலனடக்கம் வளர்ந்து மனிதனை பிறவித் துன்பத்திலிருந்து மீட்டு நிலையான இன்பநிலைக்கு நடத்துகிறது. ஆகவே, புலனடக்கம் என்பது உயர்ந்த வாழ்விற்கான முதற்படியாகும்.

குறள் 25

ஐந்தவித்தான் ஆற்றல் அகல்விசும்பு ளார்கோமான்
இந்திரனே சாலுங் கரி

சொற்பொருள்

ஐந்தவித்தான் = ஐம்புலன்களையும் அடக்கியவரின்; ஆற்றல் = வலிமைக்கு.
அகல்விசும்பு = அகன்ற வானுலகில்; ளார்கோமான் = அங்கே வாழும் தேவர்களின் தலைவனான.
இந்திரனே = இந்திரனே; சாலுங் = போதுமான; கரி = சாட்சி.

நேர்பொருள்

ஐம்புலன்களைக் கட்டுப்படுத்தியவரின் வலிமைக்கு, தேவர்களின் தலைவனான இந்திரனே போதுமான சாட்சியாக இருக்கிறான்.

பொருளுரை

கண், காது, மூக்கு, நாக்கு, மெய் என்னும் ஐம்பொறிகள் வழியாக எழும் ஆசைகளை முற்றாக அடக்குவது எளிதல்ல. இவ்வாறு புலன்களை வென்று நிற்பவரின் வலிமை எவ்வளவு பெரியது என்பதை உணர்த்துவதற்காகவே இந்திரனே சாட்சியாக எடுத்துக்காட்டப்படுகிறான். தேவர்களின் தலைவனாகக் கருதப்படும் இந்திரனுக்குக் கூட புலனடக்கம் எளிதாக

அமையவில்லை என்று மரபு கூறுகிறது. ஆகவே, ஐம்புலன்களையும் அடக்கி ஆளும் மனிதனின் வலிமை, வெளிப்படையான ஆட்சிவலிமையையோ பெருமையையோ விட உயர்ந்தது என்பதை இக்குறள் உணர்த்துகிறது. உண்மையான வலிமை வெளியோரால் தரப்படும் உயர்வில் இல்லை; அது சுயக்கட்டுப்பாட்டில்தான் இருக்கிறது. எனவே, புலன்களை வென்றவர் தேவர்களுக்கும் மேலானவராக மதிக்கப்படுகிறார்.

குறள் 26

செயற்கரிய செய்வார் பெரியர் சிறியர்
செயற்கரிய செய்கலா தார்

சொற்பொருள்

செயற்கரிய = செய்வதற்கு அரிய செயல்களை; செய்வார் = செய்பவர்கள்.
பெரியர் = பெரியவர்கள்; சிறியர் = சிறியவர்கள்.
செயற்கரிய = அரிய செயல்களை; செய்கலா = செய்ய இயலாத; தார் = அவர்கள்.

நேர்பொருள்

செய்வதற்கு அரிய செயல்களைச் செய்பவர்களே பெரியவர்கள்; அத்தகைய செயல்களைச் செய்ய இயலாதவர்கள் சிறியவர்கள்.

பொருளுரை

ஒருவரின் மேன்மையை அளப்பதற்கான உண்மையான அளவுகோல் என்ன என்பதை இந்தக் குறள் விளக்குகிறது. பிறப்பாலோ செல்வத்தாலோ ஒருவர் உயர்வதில்லை. மற்றவர்களால் எளிதில் செய்ய முடியாத செயல்களை யார் செய்து முடிக்கிறார்களோ, அவர்களே பெரியோர் எனப் போற்றப்படுகிறார்கள். இங்கு 'செயற்கரிய செயல்' என்பது புலனடக்கம், ஆசை அடக்கம், கோபமின்மை போன்ற மன உறுதியும் ஒழுக்கமும் வெளிப்படும் செயல்களைச் சுட்டுகிறது. சாதாரண மனிதன் மனம் போகும் வழியில் செல்பது எளிது; ஆனால் உயர்ந்தவர் அந்த ஓட்டத்தைக் கட்டுப்படுத்தி நெறியில் நிலைநிற்கிறார். இப்படிப்பட்ட அரிய செயலை மேற்கொள்ளும் ஆற்றல் உடையவர்களே மேன்மக்கள். இதற்கு மாறாக, இத்தகைய ஒழுக்கச் செயல்களைச் செய்ய இயலாமல் புலனின்பங்களை மட்டுமே நாடி வாழ்பவர்கள் சிறியோர் எனப்படுகிறார்கள். ஆகவே, ஒருவரின் உயர்வு அவர் மேற்கொள்ளும் ஒழுக்கமிக்க முயற்சியாலேயே தீர்மானிக்கப்படுகிறது.

குறள் 27

சுவைஒளி ஊறுஓசை நாற்றமென ஐந்தின்
வகைதெரிவான் கட்டே உலகு

சொற்பொருள்

சுவைஒளி = சுவையும் ஒளியும்; ஊறுஓசை = தொடு உணர்வும் ஒலியும்.
நாற்றமென = மணம் என்று; ஐந்தின் = சொல்லப்படும் ஐந்தின்.
வகைதெரிவான் = தன்மையை ஆராய்ந்து அறிபவன்; கட்டே = வசத்திலே; உலகு = உலகம்.

நேர்பொருள்

சுவை, ஒளி, தொடு, ஒலி, மணம் என்னும் ஐந்தின் தன்மையை முழுமையாக அறிந்தவனுக்கு உலகம் வசமாகும்.

பொருளுரை

சுவை, ஒளி, ஊறு, ஓசை, நாற்றம் என்னும் ஐந்தும் ஐம்பொறிகள் பற்றிக்கொள்ளும் பொருள்கள். அவற்றின் இயல்பையும், அவை மனத்தில் உண்டாக்கும் இழுப்பையும் தெளிவாக அறிதலே 'வகை தெரிதல்'. இவ்வாறு புலன்களின் செயலை ஆராய்ந்து உணர்ந்தவர், அவற்றின் இழுப்பிற்கு அடிமையாவதில்லை. தன்னை வென்றவர் புறத் தூண்டுதல்களால் சிதறாமல், உலக நிகழ்வுகளை சமநிலையுடன் எதிர்கொள்வார். இந்த அர்த்தத்தில் உலகம் அவருக்கு வசமாகும். மாறாக, புலன்களின் ஓட்டத்தில் செல்லும்வர் உலகத்தால் ஆளப்படுவார். ஆகவே, ஐந்தின் இயல்பை அறிதல் என்பது தன்னையறிதலுக்கான வாயில்; தன்னையறிந்தவரே உலகையும் நெறிப்படுத்தும் ஆற்றலைப் பெறுகிறார்.

குறள் 28

நிறைமொழி மாந்தர் பெருமை நிலத்து
மறைமொழி காட்டி விடும்

சொற்பொருள்

நிறைமொழி = சொல்லியது நிறைவேறும் மொழி; மாந்தர் = பெரியோர்கள்.
பெருமை = மேன்மையை; நிலத்து = இவ்வுலகில்.
மறைமொழி = விளைவு தரும் சொற்கள்; காட்டி = வெளிப்படுத்தி; விடும் = விடும்.

நேர்பொருள்

சொன்னது நிறைவேறும் ஆற்றல் உடைய பெரியோரின் மேன்மையை, இவ்வுலகில் அவர்கள் கூறும் விளைவு தரும் சொற்களே வெளிப்படுத்திவிடும்.

பொருளுரை

உயர்ந்த ஒழுக்க நிலையைக் கொண்டவர்களின் மேன்மையை எவ்வாறு அறியலாம் என்பதை இக்குறள் விளக்குகிறது. இத்தகையோர் 'நிறைமொழி மாந்தர்' எனப்படுவர். அவர்கள் கூறும் சொற்கள் வெறும் ஒலி அல்ல; அவை கூறியபடியே நிறைவேறும் வல்லமையுடையவை. அவர்கள் வாழ்த்து கூறினாலும், கடிந்து கூறினாலும், அதற்கேற்ப விளைவு உண்டாகும் என்று மரபு உணர்த்துகிறது. ஆகவே, அவர்களின் மேன்மைக்கு வேறு சான்றுகள் தேவையில்லை. அவர்கள் கூறும் விளைவு தரும் சொற்களே அவர்களின் உள்ளாற்றலுக்குச் சான்றாகின்றன. இதனால், உண்மையான மேன்மை என்பது பட்டத்தாலும் புறத் தோற்றத்தாலும் அல்ல; சொல்லும் செயலும் ஒன்றாக நிற்கும் நிறைவின் மூலம் வெளிப்படுவது என்பதை வள்ளுவர் உணர்த்துகிறார்.

குறள் 29

குணமென்னும் குன்றேறி நின்றார் வெகுளி
கணமேயும் காத்தல் அரிது

சொற்பொருள்

குணமென்னும் = நற்பண்புகள் என்னும்; குன்றேறி = குன்றின் உச்சியை ஏறி.
நின்றார் = நிற்பவர்களின்; வெகுளி = சினம்.
கணமேயும் = கணநேரமாயினும்; காத்தல் = தடுத்துக் கொள்வது; அரிது = அரிது.

நேர்பொருள்

நற்பண்புகள் என்னும் மலையின் உச்சியில் நிற்பவர்களின் சினம், கணநேரமாயினும், அதிலிருந்து தப்புதல் அரிது.

பொருளுரை

நற்பண்புகளின் உச்சியில் நிற்பவர்களின் சினத்தின் ஆற்றலை இந்தக் குறள் உணர்த்துகிறது. துறவு, மெய்யறிவு, பற்றின்மை போன்ற உயர்ந்த பண்புகளைப் பெற்ற சான்றோர் பொதுவாக அமைதியுடனும் தன்னடக்கத்துடனும் இருப்பார்கள். அவர்கள் எளிதில் சினங்கொள்ள மாட்டார்கள். ஆனால் அரிதாகச் சினம் எழுந்தால், அது கணநேரம் தோன்றி மறைந்தாலும் அதன் தாக்கம் மிகுந்ததாக இருக்கும். சாதாரண மனிதரின் கோபம் நீண்டதாக இருக்கலாம்; ஆனால் அதற்கு வல்லமை குறைவு. சான்றோரின் சினமோ சிறிது நேரம் தோன்றினாலும் ஆற்றல் மிக்கது. அவர்களின் சொல் நிறைவேறும் என்பதால், அவர்களின் சினவெளிப்பாடும் தீவிர விளைவை உண்டாக்கக்கூடும். எனவே, அத்தகைய உயர்ந்தோரின் சினத்திற்கு உரியவனாகாமல் இருத்தல் அவசியம் என்பதை இக்குறள் உணர்த்துகிறது.

குறள் 30

அந்தணர் என்போர் அறவோர்மற் றெவ்வுயிர்க்கும்
செந்தண்மை பூண்டொழுக லான்

சொற்பொருள்

அந்தணர் = அழகிய குளிர்ந்த தன்மை உடையோர்; என்போர் = என்று சொல்லப்படுபவர்.

அறவோர்மற் = துறவறத்தில் நின்ற அறவோரே; றெவ்வுயிர்க்கும் = எல்லா உயிர்களிடத்தும்.

செந்தண்மை = செவ்விய தண்ணளியை (செம்மையான குளிர்ந்த அருளை); பூண்டொழுக = விரதமாகக் கொண்டு ஒழுகுவதால்; லான் = ஆவர்.

நேர்பொருள்

எல்லா உயிர்களிடத்தும் செவ்விய தண்ணளியை விரதமாகக் கொண்டு ஒழுகுவதால், 'அந்தணர்' எனப்படுவோர் துறவறத்தில் நின்ற அறவோர் ஆவர்.

பொருளுரை

'அந்தணர்' என்பது அழகிய குளிர்ந்த தன்மை உடையோர் எனப் பொருள்படும் ஏதுப்பெயர் ஆகும். எல்லா உயிர்களிடத்தும் செவ்விய தண்ணளியை — செம்மையான குளிர்ந்த அருளை — விரதமாகக் கொண்டு ஒழுகுபவரே துறவறத்தில் நிலைநின்ற அறவோர் ஆவர்; அவர்க்கே 'அந்தணர்' என்ற பெயர் பொருந்தும். ஆணையுடையோராயினும், உயிர்கள்மாட்டு அருள் இல்லாதவர் இப்பெயர்க்கு உரியர் அல்லர் என்பது கருத்து.

அதிகாரம் 4: அறன் வலியுறுத்தல்

உள்ளம் மாசற்றிருத்தல், தீய எண்ணங்களையும் தீங்கு தரும் சொற்களையும் விலக்கல், வாய்ப்புள்ள எல்லா இடங்களிலும் நற்செயல் செய்தல் ஆகியவையே அறத்தின் உட்பொருள். பொறாமை, பேராசை, சினம், கடுஞ்சொல் ஆகிய நான்கையும் விலக்கி வாழ்வதே அறத்தின் முதன்மை என இவ்வதிகாரம் வலியுறுத்துகிறது.

குறள் 31

சிறப்பு ஈனும் செல்வமும் ஈனும்
அறத்தினூஉங்கு
ஆக்கம் எவனோ உயிர்க்கு

சொற்பொருள்
சிறப்பு = மேன்மை; ஈனும் = தரும்.
செல்வமும் = செல்வத்தையும்; ஈனும் = தரும்.
அறத்தினூஉங்கு = அறத்தைவிட மேலான; ஆக்கம் = உயர்வு; நன்மை; எவனோ உயிர்க்கு = உயிர்க்கு வேறு எது?.

நேர்பொருள்
அறம் சிறப்பையும் செல்வத்தையும் தரும்; அதைவிட ஒருவனுடைய உயிர்க்கு மேலான ஆக்கம் வேறு எது?

பொருளுரை
ஒருவன் அறநெறியில் நிலைநின்று வாழ்ந்தால், அவனுக்கு இருவகைப் பயன் கிடைக்கும் என வள்ளுவர் கூறுகிறார். ஒன்று, பிறர் மரியாதையுடன் ஏற்றுக் கொள்ளும் சிறப்பு; மற்றொன்று, வாழ்வை நிலைநிறுத்தும் செல்வம். இங்கு 'சிறப்பு' என்பது புகழ், நல்ல பெயர், நற்பண்பால் வரும் உயர்வு ஆகியவற்றைக் குறிக்கிறது. 'செல்வம்' என்பது பொருள் வளத்தை மட்டும் அல்லாது, நல்ல வாழ்விற்குத் தேவையான ஆதாரங்களையும் உள்ளடக்குகிறது. இவ்விரண்டும் அறத்தின் வழியிலே நிலையான பயனாகக் கிடைக்கின்றன. அதனால், உயிர்க்கு இதைவிட மேன்மையான ஆக்கம் வேறு உண்டோ என வள்ளுவர் வினவுகிறார். மனித வாழ்வின் உண்மையான உயர்வு அறத்தாலேயே பிறக்கிறது என்பதே இக்குறளின் கருத்து.

குறள் 32

அறத்தினூஉங்கு ஆக்கமும் இல்லை அதனை
மறத்தலின் ஊங்கில்லை கேடு

சொற்பொருள்
அறத்தினூஉங்கு = அறத்தைவிட மேலான; ஆக்கமும் = நன்மையும்.
இல்லை = இல்லை; அதனை = அந்த அறத்தை.
மறத்தலின் = மறப்பதைவிட; ஊங்கில்லை = அதைவிட பெரியது இல்லை; கேடு = அழிவு.

நேர்பொருள்
அறத்தைவிட மேலான ஆக்கமும் இல்லை; அதனை மறப்பதைவிட பெரிய கேடும் இல்லை.

பொருளுரை

ஒருவன் வாழ்க்கையில் அடையக்கூடிய உயர்ந்த நன்மை அறமே என இக்குறள் கூறுகிறது. இங்கு 'ஆக்கம்' என்பது பொருள் செல்வம் மட்டும் அல்ல; மன அமைதி, நல்ல பேர், நிலையான உயர்வு ஆகிய அனைத்தையும் கொண்டது. அறநெறியில் வாழ்வதே மனிதனை உண்மையில் வளரச்செய்யும். அதேபோல், அறத்தை மறத்தல் என்பது சிறிய தவறு அல்ல; அது வாழ்க்கையை வீழ்ச்சிக்குக் கொண்டு செல்லும் தொடக்கம். பேராசை, மயக்கம், சினம் போன்ற காரணங்களால் அறநெறியிலிருந்து விலகினால், அதனால் வரும் கேடு பல துன்பங்களாக விரியும். ஆகவே, அறத்தை நினைவில் கொண்டு அதன்படி வாழ்வதே வாழ்வின் பெரிய நன்மை; அதிலிருந்து விலகுதலே பெருங்கேடு என்பதே இக்குறளின் கருத்து.

குறள் 33

ஒல்லும் வகையான் அறவினை ஓவாதே
செல்லும்வாய் எல்லாஞ் செயல்

சொற்பொருள்

ஒல்லும் = இயன்ற; வகையான் = வழிகளில்.
அறவினை = அறச்செயலை; ஓவாதே = இடைவிடாமல்.
செல்லும்வாய் = வாய்ப்பு கிடைக்கும் இடமெல்லாம்; எல்லாஞ் = எல்லாவற்றிலும்;
செயல் = செய்ய வேண்டும்.

நேர்பொருள்

தம்மால் இயன்ற எல்லா வழிகளிலும், வாய்ப்பு கிடைக்கும் போதெல்லாம், அறச்செயலை இடைவிடாது செய்ய வேண்டும்.

பொருளுரை

அறம் செய்யப் பெரும் செல்வமோ சிறப்பான வாய்ப்போ வேண்டியதில்லை. ஒருவரின் நிலைமைக்கு ஏற்ற அளவில் எது இயலுமோ அதையே செய்ய வேண்டும். பொருள் இருந்தால் பொருள் உதவி செய்யலாம்; உடல் வலிமை இருந்தால் உழைப்பு உதவி செய்யலாம்; அறிவு இருந்தால் பகிரலாம்; இனிய சொல் சொல்லக்கூட இயன்றால் அதுவும் அறமே. ஆகவே, 'என்னால் ஒன்றும் முடியாது' என்று விலக இயலாது. மேலும், அறச்செயல் சில காலங்களில் மட்டும் செய்யப்பட வேண்டிய ஒன்று அல்ல; வாழ்நாள் முழுவதும் தொடர வேண்டிய ஒழுக்கமாக இருக்க வேண்டும். எண்ணம், சொல், செயல் ஆகிய மூன்றிலும் நன்மை நிலைநிற்கும்போது வாழ்க்கையே அறத்தின் வழியாகிறது. நாள் தோறும் இடைவிடாது செய்யப்படும் சிறிய நற்செயல்களே உண்மையான அறவாழ்வை உருவாக்குகின்றன என்பதே இக்குறளின் கருத்து.

குறள் 34

மனத்துக்கண் மாசிலன் ஆதல் அனைத்து அறன்
ஆகுல நீர பிற

சொற்பொருள்
மனத்துக்கண் = மனதினுள்; மாசிலன் = குற்றமற்றவனாக.
ஆதல் = இருப்பது; அனைத்து = எல்லாமே.
அறன் = அறமாகும்; ஆகுல = ஆரவாரம்; நீர = தன்மையுடையவை.

நேர்பொருள்
மனத்தில் மாசு இல்லாமல் இருப்பதுதான் முழு அறம்; மற்றவை எல்லாம் வெறும் ஆரவாரமே.

பொருளுரை
அறம் வெளிப்புறச் செயல்களில் மட்டும் இல்லை; அது முதலில் மனத் தூய்மையில் அமைகிறது. பொறாமை, பேராசை, சினம், பிறர்க்குத் தீங்கு நினைத்தல் போன்ற மன மாசுகள் இல்லாமல் இருப்பதே உண்மையான அறம் என வள்ளுவர் கூறுகிறார். மனம் தூய்மையில்லாமல் செய்யப்படும் தானம், உதவி, சடங்கு, வெளிப்பாடுகள் ஆகியவை உயர்ந்ததாகத் தோன்றினாலும், அவை அறத்தின் உட்பொருளை அடையாது. ஏனெனில், செயலின் மதிப்பு அதன் வெளிப்பாட்டில் அல்ல; அதைச் செய்கிற உள்ளத்தின் தூய்மையில்தான் இருக்கிறது. உள்ளம் மாசற்றால் செயலும் இயல்பாக நன்றாகும். ஆகவே, அறத்தின் மூலநிலை மனத் தூய்மையே; மற்றவை அதற்கு அப்புறமுள்ள தோற்றங்களே என்பதே இக்குறளின் கருத்து.

குறள் 35

அழுக்காறு அவாவெகுளி இன்னாச்சொல் நான்கும்
இழுக்கா இயன்றது அறம்

சொற்பொருள்
அழுக்காறு = பொறாமை; அவாவெகுளி = பேராசை, சினம்.
இன்னாச்சொல் = துன்பம் தரும் கடுஞ்சொல்; நான்கும் = இந்த நான்கும்.
இழுக்கா = வழுவாது விலகி; இயன்றது = அவ்வாறு நடப்பதே; அறம் = அறமாகும்.

நேர்பொருள்
பொறாமை, பேராசை, சினம், கடுஞ்சொல் ஆகிய இந்த நான்கிலிருந்தும் வழுவாது விலகி வாழ்வதே அறம்.

பொருளுரை
அறம் என்பது நற்செயல் செய்வது மட்டும் அல்ல; மனத்தை அழுக்கும் தீய குணங்களை விலக்குவதும் ஆகும். வள்ளுவர் இங்கு நான்கு மாசுகளைச் சுட்டுகிறார்: அழுக்காறு, அவா, வெகுளி, இன்னாச்சொல். பிறர் முன்னேற்றத்தைப் பொறுக்காமை அழுக்காறு; அளவில்லாத பற்றுதல் அவா; மனத்தை எரியச் செய்யும் சீற்றம் வெகுளி; பிறரைப் புண்படுத்தும் கடுஞ்சொல் இன்னாச்சொல். இவை ஒன்றுக்கொன்று துணையாக இருந்து

மனிதனை அறத்திலிருந்து விலக்குகின்றன. ஆகவே, இந்நான்கும் மனத்திலும் மொழியிலும் இடம் பெறாமல் காத்து வாழ்வதே உண்மையான அறவாழ்வு என்று இக்குறள் உணர்த்துகிறது.

குறள் 36

அன்றறிவாம் என்னாது அறஞ்செய்க மற்றது
பொன்றுங்கால் பொன்றாத் துணை

சொற்பொருள்

அன்றறிவாம் = பின்னர் செய்வோம்; என்னாது = என்று நினைக்காமல்.
அறஞ்செய்க = அறத்தைச் செய்; மற்றது = அந்த அறச்செயல்.
பொன்றுங்கால் = இறக்கும் நேரத்தில்; பொன்றாத் = அழியாத; துணை = துணையாகும்.

நேர்பொருள்

'பிறகு செய்வோம்' என்று தள்ளாமல் அறஞ்செய்; அது இறக்கும் நேரத்தில் அழியாத துணையாக இருக்கும்.

பொருளுரை

நல்ல செயலை நாளைக்கு ஒத்திவைப்பது அறவாழ்விற்கு ஏற்றது அல்ல. வாழ்க்கை நிலையற்றது; யாருக்கு எப்போது இறுதி நேரம் வரும் என்பது அறிய முடியாது. ஆகவே, வாய்ப்புள்ள போதே அறத்தைச் செய்து விட வேண்டும். செல்வம், உறவுகள், பதவி, புகழ் ஆகியவை மரணத்தின் எல்லையைத் தாண்டி வராது; ஆனால் ஒருவர் செய்த நற்செயலின் பயன் அவனை விட்டு நீங்காது என்பதையே வள்ளுவர் 'பொன்றாத் துணை' என்று சொல்கிறார். அதனால், அறம் என்பது ஓய்வுக் காலத்தில் செய்யும் ஒன்றல்ல; உயிர் உள்ள காலமெல்லாம் தாமதமின்றி செய்ய வேண்டிய கடமையாகும். தள்ளிப்போடாமல் செய்யப்படும் அறமே வாழ்வின் நிலையான துணை என்பதே இக்குறளின் கருத்து.

குறள் 37

அறத்தாறு இதுவென வேண்டா சிவிகை
பொறுத்தானோடு ஊர்ந்தான் இடை

சொற்பொருள்

அறத்தாறு = அறத்தின் பயன்; இதுவென = இதுதான் என்று.
வேண்டா = சொல்லத் தேவையில்லை; சிவிகை = பல்லக்கை.
பொறுத்தானோடு = சுமப்பவனுக்கும்; ஊர்ந்தான் = அதில் அமர்ந்து செல்பவனுக்கும்; இடை = இடையிலுள்ள வேறுபாடு.

நேர்பொருள்

அறத்தின் பயனை வேறு விளக்கத் தேவையில்லை; பல்லக்கைச் சுமப்பவனுக்கும் அதில் அமர்ந்து செல்பவனுக்கும் உள்ள வேறுபாடே அதைக் காட்டும்.

பொருளுரை

அறம் தரும் பயன் என்ன என்பதை மிக நீளமாக உரைக்க வேண்டியதில்லை என்று வள்ளுவர் கூறுகிறார். மனித வாழ்க்கையில் தென்படும் இன்பத் துன்ப வேறுபாடுகளே அதற்குச் சான்றாக நிற்கின்றன. பல்லக்கைச்

சுமப்பவன் சுமையோடு செல்கிறான்; அதில் அமர்ந்திருப்பவன் இலகுவாகச் செல்கிறான். இந்த வேறுபாட்டை எடுத்துக்காட்டாகக் கொண்டு, செய்கையின் பயன் அனுபவத்தில் வெளிப்படுகிறது என்பதை வள்ளுவர் உணர்த்துகிறார். அறநெறியில் நிலைநிற்றல் இன்பமான நிலையைத் தரும்; அறத்திலிருந்து விலகல் துன்பமான நிலையைத் தரும் என்ற கருத்தை இந்த உவமை நமக்கு நெருக்கமாகக் காட்டுகிறது. ஆகவே, அறத்தின் பலன் என்பது வெறும் கருத்தாக அல்லாமல் அனுபவத்தால் உணரப்படுகிற ஒன்றாகும் என்பதே இக்குறளின் பொருள்.

குறள் 38

வீழ்நாள் படாஅமை நன்றாற்றின் அஃதொருவன்
வாழ்நாள் வழியடைக்கும் கல்

சொற்பொருள்

வீழ்நாள் = வீணாகச் செல்லும் நாள்; படாஅமை = ஏற்படாமல்.
நன்றாற்றின் = அறஞ்செய்தால்; அஃதொருவன் = அது ஒருவனுக்குப்.
வாழ்நாள் = பிறவிக்கான வழி; வழியடைக்கும் = வழியை அடைக்கும்; கல் = கல்; தடுப்பு.

நேர்பொருள்

ஒரு நாளும் வீணாகாமல் அறஞ்செய்தால், அது ஒருவனுக்குப் பிறவிக்கான வழியை அடைக்கும் கல்லாகும்.

பொருளுரை

அறச்செயல் ஓரிரு வேளைகளில் நிகழும் தனிப் பணி அல்ல; நாள்தோறும் தொடர வேண்டிய அறநெறி என்று இக்குறள் உணர்த்துகிறது. வாழ்நாளில் ஒரு நாள்கூட வீணாகாமல் நன்மை செய்து வாழ்ந்தால், அந்த அறச்செயல்கள் சேர்ந்து பெரும் பலனைத் தரும். வள்ளுவர் அதனை 'வழியடைக்கும் கல்' என்கிறார். அதாவது, தொடர்ந்து செய்யப்படும் அறம், மீண்டும் பிறவிக்குக் காரணமாகும் வழியை மறிக்கும் வலிமை பெறும். இங்கு 'வாழ்நாள்' என்பது இப்பிறவியின் நாட்களை மட்டும் அல்ல; தொடரும் பிறவிச் சுற்றை நோக்கிய பாதையைக் குறிப்பதாக எடுத்துக்கொள்ளப்படுகிறது. ஆகவே, நாள் தவறாது அறம் செய்கிற வாழ்வு, ஒருவனை பிறவித் துன்பத்திலிருந்து மீட்டி உயர்ந்த நிலையின்பால் நடத்தும். சிறிய நற்செயல்கள்கூட இடைவிடாது சேரும்போது மிக உயர்ந்த பயனைத் தருகின்றன என்பதே இக்குறளின் கருத்து.

குறள் 39

அறத்தான் வருவதே இன்பம் மற் றெல்லாம்
புறத்த புகழும் இல

சொற்பொருள்
அறத்தான் = அறத்தின் வழியில்; வருவதே = கிடைப்பதே.
இன்பம் = உண்மையான மகிழ்ச்சி; மற் = மற்ற.
றெல்லாம் = அனைத்தும்; புறத்த = அறத்திற்குப் புறம்பானவை; புகழும் இல = புகழும் இல்லை.

நேர்பொருள்
அறத்தால் வருவதே உண்மையான இன்பம்; மற்ற அனைத்தும் அறத்திற்குப் புறம்பானவை; புகழும் தராது.

பொருளுரை
உண்மையான இன்பம் எதிலிருந்து வருகிறது என்பதை இந்தக் குறள் தெளிவுபடுத்துகிறது. அறநெறியில் நிலைத்து, ஒழுக்கத்தோடு வாழ்வதால் வரும் மகிழ்ச்சியே நிலையான இன்பம். அறத்திற்குப் புறம்பாக, வஞ்சகமோ தீங்கிழைக்கும் செயல்களோ மூலம் கிடைக்கும் அனுபவங்கள் இன்பமாகத் தோன்றினாலும், அவை நிலையானவை அல்ல. அவற்றில் மன அமைதி இல்லை; நல்ல பெயரும் இல்லை. அதனால் வள்ளுவர், அவை 'புகழும் இல' என்கிறார். அறத்தால் கிடைக்கும் இன்பம் உள்ளத்துக்கு அமைதியையும் உலகில் நல்ல பெயரையும் தருகிறது. ஆகவே, மனிதன் நாட வேண்டியது அறவழியில் கிடைக்கும் இன்பமே; அதற்கு அப்பால் உள்ளவை உண்மையான இன்பமல்ல என்பதே இக்குறளின் கருத்து.

குறள் 40

செயற்பால தோரும் அறனே ஒருவற்கு
உயற்பால தோரும் பழி

சொற்பொருள்
செயற்பால = செய்யத்தக்கவற்றில்; தோரும் = ஆராய்ந்து பார்த்தால்.
அறனே = அறமே; ஒருவற்கு = ஒருவனுக்கு.
உயற்பால = விலக்கத்தக்கவற்றில்; தோரும் = ஆராய்ந்து பார்த்தால்; பழி = பழி தரும் செயல்.

நேர்பொருள்
ஒருவனுக்குச் செய்யத்தக்கது அறமே; விலக்கத்தக்கது பழி தரும் செயலே.

பொருளுரை
வாழ்க்கையில் எதைச் செய்ய வேண்டும், எதைத் தவிர்க்க வேண்டும் என்ற அடிப்படை அளவை இந்தக் குறள் தருகிறது. ஒருவன் மேற்கொள்ள வேண்டிய எல்லாச் செயல்களிலும் அறமே முதன்மை பெற வேண்டும். அதாவது, நன்மை தரும், ஒழுக்கத்துக்கு ஏற்ற, பிறர்க்குத் தீங்கு இல்லாத செயல் செய்யத்தக்கது. இதற்கு மாறாக, பழி உண்டாக்கும் செயல் எதுவாக இருந்தாலும் அதை முற்றாக விலக்க வேண்டும். 'பழி' என்பது பிறர் கூறும் கண்டனம் மட்டும் அல்ல; உள்ளம் குற்றமுணரும் நிலையும் ஆகும். ஆகவே, அறம் மற்றும் பழி என்ற இரு வழிகளில் எதைத் தேர்ந்தெடுக்க

வேண்டும் என்பது தெளிவானது: அறத்தையே செய்; பழியைக் கொடுக்கும் அனைத்தையும் விடு. மனித நடத்தைக்கான எளியதாயினும் உயர்ந்த ஒரு நெறிக்கோலை வள்ளுவர் இக்குறளில் அளிக்கிறார்.

அதிகாரம் 5: இல்வாழ்க்கை

அன்பும் அறமும் இணைந்து விளங்கும் இல்லமே உலக ஒழுங்கின் அடித்தளம். தன் குடும்பத்தைப் பேணியும், பிறர்க்கு உதவியும், பழியின்றி வாழ்வதே உண்மையான இல்வாழ்க்கை.

குறள் 41

இல்வாழ்வான் என்பான் இயல்புடைய மூவர்க்கும்
நல்லாற்றின் நின்ற துணை

சொற்பொருள்

இல்வாழ்வான் = இல்லற வாழ்வில் இருப்பவன்; என்பான் = என்று சொல்லப்படுபவன்.
இயல்புடைய = உரிய ஒழுக்கமுடைய; மூவர்க்கும் = மற்ற மூன்று வகையினருக்கும்.
நல்லாற்றின் = நல்ல நெறியில்; நின்ற = நிலைநின்ற; துணை = ஆதரவு.

நேர்பொருள்

இல்லறத்தில் வாழ்பவனே, உரிய நெறியில் நிற்கும் மற்ற மூன்று வகையினருக்கும் நல்ல வழியில் நிலைநிற்கத் துணையாக இருப்பவன்.

பொருளுரை

இல்வாழ்வான் தன் குடும்பத்தை மட்டும் காத்து வாழ்பவன் அல்ல; பிற அறவாழ்வுகளையும் தாங்குபவனாகக் கருதப்படுகிறான். கல்வியில் நிலைநிற்கும் மாணவர், உலகப் பற்றுகளை விலக்கி தவநெறியில் செல்லுபவர், முற்றாகத் துறந்த துறவி ஆகிய மூவர்க்கும் இல்வாழ்வான் ஆதரவாக இருப்பான் என்பது இதன் கருத்து. இவர்கள் தம் வாழ்வின் நோக்கத்தால் பொருள் ஈட்டலில் ஈடுபடாமல் இருக்கலாம். ஆகவே, உணவு, உடை, மருந்து போன்ற அடிப்படைத் தேவைகளை நிறைவேற்றித் துணைநிற்பது இல்லறத்தானின் கடமையாகிறது. பிறரின் அறவாழ்வைத் தாங்கும் பண்பினால்தான் இல்வாழ்க்கை முழுமை பெறுகிறது. சமூக வாழ்வின் அச்சாணியாக இல்வாழ்வான் விளங்குகிறான் என்பதே இக்குறளின் மையக் கருத்து.

குறள் 42

துறந்தார்க்குந் துவ்வா தவர்க்கு மிறந்தார்க்கு
மில்வாழ்வா னென்பான் றுணை

சொற்பொருள்

துறந்தார்க்குந் = துறவிகளுக்கும்; துவ்வா = வறுமையுற்ற.
தவர்க்கு = வறியவர்களுக்கும்; மிறந்தார்க்கு = இறந்தவர்களுக்கும்.
மில்வாழ்வா = இல்லறத்தில் வாழ; னென்பான் = என்று சொல்லப்படுபவன்; றுணை = துணை.

நேர்பொருள்

துறவிகளுக்கும், வறியோருக்கும், ஆதரவின்றி இறந்தோருக்கும் துணையாக இருப்பவனே இல்வாழ்வான் என்று சொல்லப்படுவான்.

பொருளுரை

இல்வாழ்வான் தன் இல்லத்தாரை மட்டும் பேணுபவன் அல்ல; தன்னைச் சாராதவர்களுக்கும் தாங்காக நிற்பவன். பற்றுகளைத் துறந்தவர்க்கு உணவு, உடை போன்றவற்றை அளிப்பதும், வறுமையில் வாடுவோர்க்கு உதவுவதும், உறவின்றி இறந்தோர்க்கு உரிய இறுதிக்கடன்களைச் செய்தளிப்பதும் அவனுடைய கடமைகளில் அடங்கும். இவ்வாறு ஆதரவற்றோர்க்கு ஆதரவாக நிற்பதால்தான் இல்லறம் சமூக வாழ்வின் தளமாகிறது. தனக்கென மட்டும் வாழாமல், பிறரையும் அரவணைத்து நிற்பதே இல்வாழ்வின் சிறப்பு என்பதே இக்குறளின் கருத்து.

குறள் 43

தென்புலத்தார் தெய்வம் விருந்தொக்கல் தானென்றாங்கு
ஐம்புலத்தாறு ஓம்பல் தலை

சொற்பொருள்

தென்புலத்தார் = மறைந்த முன்னோர்கள்; தெய்வம் = தெய்வம்.

விருந்தொக்கல் = விருந்தினரும் சுற்றத்தாரும்; தானென்றாங்கு = தானும் என்று இவ்வாறு.

ஐம்புலத்தாறு = ஐந்து வகைக் கடமைகள்; ஓம்பல் = பேணி ஆற்றுதல்; தலை = முதன்மை.

நேர்பொருள்

முன்னோர், தெய்வம், விருந்தினர், சுற்றத்தார், தான் ஆகிய ஐவரிடத்தும் கடமையை நிறைவேற்றி பேணுதல் இல்வாழ்வின் முதன்மையாகும்.

பொருளுரை

இல்வாழ்வானுக்கு ஐந்து திசைகளில் கடமை உண்டு என வள்ளுவர் கூறுகிறார். முன்னோரை நினைவுகூர்ந்து அவர்களுக்குரிய கடன்களைச் செய்தல், தெய்வ வழிபாட்டை ஆற்றல், விருந்தினரை அன்போடு ஏற்றல், சுற்றத்தாரை ஒட்டிக் காத்தல், தன்னையும் பேணிக் கொள்வது என்பன அவை. இவற்றில் எதையும் புறக்கணிக்காமல் சமநிலையுடன் நிறைவேற்றுவதே சிறந்த இல்லறம். தன்னை மட்டும் சார்ந்த வாழ்வு அல்ல, மரபு, இறைநெறி, விருந்தோம்பல், சுற்றம், தன்நலம் ஆகிய அனைத்தையும் இணைத்து காக்கும் வாழ்வுதான் இல்வாழ்க்கை என வள்ளுவர் உணர்த்துகிறார்.

குறள் 44

பழியஞ்சிப் பாத்தூண் உடைத்தாயின் வாழ்க்கை
வழியெஞ்சல் எஞ்ஞான்றும் இல்

சொற்பொருள்

பழியஞ்சிப் = பழிக்கு அஞ்சி; பாத்தூண் = பகிர்ந்து உண்ணுதல்.

உடைத்தாயின் = கொண்டிருந்தால்; வாழ்க்கை = இல்லற வாழ்க்கை.

வழியெஞ்சல் = குடித்தொடர் குன்றுதல்; எஞ்ஞான்றும் = எப்போதும்; இல் = இல்லை.

நேர்பொருள்
பழிக்கு அஞ்சி அறவழியில் ஈட்டியதைப் பகிர்ந்து உண்ணும் பண்பு கொண்ட இல்லற வாழ்க்கைக்கு, குடித்தொடர் குன்றுதல் ஒருபோதும் இல்லை.

பொருளுரை
ஒரு இல்லம் நிலைத்து வளர வேண்டுமெனில் இரண்டு பண்புகள் அவசியம். ஒன்றாவது, பழி தரும் வழிகளை விலக்கி நேர்மையாகப் பொருள் ஈட்டுதல். இரண்டாவது, ஈட்டியதைத் தனக்கே வைத்துக்கொள்ளாமல் சுற்றத்தாருடனும் வறியோருடனும் பகிர்ந்து வாழுதல். இவ்விரண்டும் சேர்ந்திருக்கும்போது அந்த இல்லத்தின் குடித்தொடர் குன்றாது. 'வழியெஞ்சல் இல்' என்பது சந்ததி தொடர்வதை மட்டுமல்ல; அந்த இல்லத்தின் நல்ல பேர், அறநெறி, மரபு ஆகியனவும் நிலைநிற்றலைக் குறிக்கிறது. ஆகவே, பழியற்ற ஈட்டலும் பகிர்ந்து உண்ணும் ஈகையும் இல்லற வாழ்வின் பாதுகாப்பாக அமைகின்றன என்பதே இக்குறளின் கருத்து.

குறள் 45

அன்பும் அறனும் உடைத்தாயின் இல்வாழ்க்கை
பண்பும் பயனும் அது

சொற்பொருள்
அன்பும் = உள்ளன்பும்; அறனும் = அறச்செயலும்.
உடைத்தாயின் = உடையதாக இருந்தால்; இல்வாழ்க்கை = இல்லற வாழ்க்கை.
பண்பும் = இயல்பும்; பயனும் = பலனும்; அது = அதுவே.

நேர்பொருள்
இல்வாழ்க்கையில் அன்பும் அறமும் இருந்தால், அவையே அதன் இயல்பும் பயனும் ஆகும்.

பொருளுரை
இல்வாழ்க்கை நிலைநிற்பதற்கு உள்ளார்ந்த அன்பும் வெளிப்படும் அறச்செயலும் இரண்டும் தேவை. கணவன், மனைவி, பெற்றோர், பிள்ளைகள், உறவினர் ஆகியோரிடையே அன்பு இல்லையெனில் இல்லம் வெறும் சேர்க்கையாகி விடும். அன்புதான் அதன் உள்ளமை; அறம்தான் அதன் வெளிப்பயன். விருந்தோம்பல், ஈகை, நேர்மை, பிறர்க்கு உதவி ஆகிய வடிவங்களில் அந்த அறம் வெளிப்படுகிறது. ஆகவே, அன்பால் ஒன்றி, அறத்தால் பிறர்க்கு பயன் தரும் வாழ்க்கையே சிறந்த இல்வாழ்க்கை என வள்ளுவர் கூறுகிறார்.

குறள் 46

அறத்தாற்றின் இல்வாழ்க்கை ஆற்றின் புறத்தாற்றில் போஒய்ப் பெறுவ தெவன்?

சொற்பொருள்

அறத்தாற்றின் = அறவழியில்; இல்வாழ்க்கை = குடும்ப வாழ்க்கையை.
ஆற்றின் = நடத்தினால்; புறத்தாற்றில் = வேறு வழியில்.
போஒய்ப் = சென்று; பெறுவ = பெறுவது; தெவன்? = என்ன இருக்கிறது?.

நேர்பொருள்

இல்வாழ்க்கையை அறவழியில் நடத்துகிறவன், அதை விட்டு வேறு வழி சென்று பெற வேண்டிய மேன்மை என்ன?

பொருளுரை

அறநெறியில் நிலைத்து நடக்கும் இல்லற வாழ்வு துறவறத்திற்குக் கீழானது அல்ல என்று இக்குறள் கூறுகிறது. பழியற்ற வழியில் பொருள் ஈட்டி, அதைப் பகிர்ந்து, குடும்பத்தையும் சமூகக் கடமைகளையும் செம்மையாக மேற்கொள்ளும் இல்வாழ்வான் ஏற்கனவே உயர்ந்த அறத்தில் நிற்கிறான். அப்படியிருக்க, அந்த வாழ்க்கையை விட்டு வேறு ஒரு வழியை நாடிப் பெறத்தக்க சிறப்பு என்ன இருக்கிறது என வள்ளுவர் வினவுகிறார். இதன் பொருள் பிற நெறிகளை இகழ்வது அன்று; அறமுறையான இல்வாழ்க்கையே மிகப் பெரிய தவமாகும் என்பதை உணர்த்துவதுதான். குடும்பப் பொறுப்பையும் சமூகப் பொறுப்பையும் ஒன்றாக நிறைவேற்றும் வாழ்க்கை, வேறு எதையும் நாடாமல் உயர்ந்த பயனைத் தரும் என்பதே இக்குறளின் கருத்து.

குறள் 47

இயல்பினான் இல்வாழ்க்கை வாழ்பவன் என்பான் முயல்வாருள் எல்லாம் தலை

சொற்பொருள்

இயல்பினான் = இல்வாழ்க்கைக்கு உரிய முறையில்; இல்வாழ்க்கை = இல்லற வாழ்க்கையை.
வாழ்பவன் = வாழ்பவர்; என்பான் = என்று சொல்லப்படுபவர்.
முயல்வாருள் = முயன்று நெறியில் நிற்போருள்; எல்லாம் = எல்லோரையும் விட; தலை = முதன்மையானவர்.

நேர்பொருள்

இல்வாழ்க்கையை அதற்குரிய முறையில் வாழ்பவனே, முயன்று அறநெறியில் நிற்போருள் எல்லாரையும் விடச் சிறந்தவன் என்று சொல்லப்படுவான்.

பொருளுரை

இல்வாழ்க்கை என்பது பெயரளவு குடும்பம் நடத்துதல் அல்ல; அதற்குரிய கடமைகளை முறையாக நிறைவேற்றுதலாகும். பெற்றோர், மனைவி, பிள்ளைகள், உறவினர், விருந்தினர், வறியோர் ஆகியோரிடத்தில் தன்

பொறுப்பைச் செய்து, அறநெறியில் நிலைநிற்பவனே உண்மையான இல்வாழ்வான். இவ்வாறு வாழ்பவன், வேறு வழிகளில் உயர் நிலையை அடைய முயல்பவர்களை விட மேலானவன் என வள்ளுவர் கூறுகிறார். காரணம், அவன் தனக்கான நலனை மட்டும் நாடாமல் பலரின் வாழ்வையும் தாங்கிக்கொண்டு அறத்தில் நிற்கிறான். கடமையையும் அறத்தையும் ஒன்றிணைத்து வாழும் நிலையே இல்வாழ்வின் உயர்வு என்பதே இக்குறளின் கருத்து.

குறள் 48

ஆற்றின் ஒழுக் கி அறனிழுக்கா இல்வாழ்க்கை
நோற்பாரின் நோன்மை உடைத்து

சொற்பொருள்

ஆற்றின் = அவரவர் வழியில்; ஒழுக்கி = நடத்தி.
அறனிழுக்கா = அறத்திலிருந்து வழுவாத; இல்வாழ்க்கை = இல்லற வாழ்க்கை.
நோற்பாரின் = தவம் செய்பவர்களை விட; நோன்மை = அதிக வலிமை/பொறுமை; உடைத்து = உடையது.

நேர்பொருள்

பிறரையும் தகுந்த நெறியில் நடத்தி, தானும் அறத்திலிருந்து வழுவாத இல்வாழ்க்கை, நோன்பு நோற்பவர்களை விடப் பெரும் வலிமை உடையது.

பொருளுரை

இல்வாழ்வான் தன் வாழ்வை மட்டும் ஒழுங்குபடுத்துபவன் அல்ல; பிறருடைய அறநிலைக்கும் துணையாக இருப்பவன். துறவிகள் போன்றோர் தங்கள் நெறியில் நிலைநிற்கத் தேவையான உதவியை அளிப்பதும், அதே நேரத்தில் தன் இல்லறக் கடமைகளிலிருந்து சிறிதும் விலகாமல் இருப்பதும் இல்வாழ்வானின் பெருமை. நேர்மை, ஈகை, விருந்தோம்பல், குடும்பப் பொறுப்பு, பிறர்க்கு துணைநிற்றல் ஆகிய அனைத்தையும் ஒன்றாகத் தாங்கி வாழ வேண்டியதால், இல்வாழ்க்கை பெரும் பொறுமையும் மனவலிமையும் கோருகிறது. அதனால், அறவழியில் பிறரையும் நடத்தி தானும் வழுவாமல் நிற்கும் இல்லறம், தனக்காக நோன்பிருந்து வாழும் வாழ்க்கையை விட வலிமை மிக்கதாக வள்ளுவர் கூறுகிறார். கடமையிலும் கருணையிலும் நிலைநிற்கும் இல்வாழ்வின் உயர்வே இதன் மையக் கருத்து.

குறள் 49

அறன் எனப் பட்டதே இல்வாழ்க்கை அஃதும்
பிறன்பழிப்ப தில்லாயின் நன்று

சொற்பொருள்

அறன் = அறம் என்று; எனப் = என்று.
பட்டதே = சிறப்பித்துச் சொல்லப்படுவதே; இல்வாழ்க்கை = குடும்ப வாழ்க்கை.
அஃதும் = அதுவும் (துறவறமும்); பிறன்பழிப்ப = மற்றவர்கள் குறைசொல்லும்படி; தில்லாயின் நன்று = இல்லாமல் இருந்தால் நல்லது.

நேர்பொருள்

அறம் என்று சிறப்பிக்கப்படுவது இல்வாழ்க்கையே; அதுபோல, துறவறமும் பிறர் பழிக்காததாக இருந்தால் நன்றாகும்.

பொருளுரை

வள்ளுவர் இல்லறத்தை அறத்தின் அடிப்படை வடிவாக உயர்த்திச் சொல்கிறார். குடும்பத்தை நடத்தி, கடமைகளை நிறைவேற்றி, பிறர்க்கும் பயன் அளித்து வாழும் வாழ்க்கையே 'அறன்' என்று சிறப்பாகப் போற்றப்படுகிறது. அதனால் துறவறம் இகழப்படுவதில்லை. ஆனால் துறவறம் உண்மையான பற்றின்மையுடனும் குற்றமற்ற ஒழுக்கத்துடனும் இருக்க வேண்டும்; பிறர் பழிக்கும் போக்குடையதாக இருந்தால் அதற்கு சிறப்பு இல்லை. ஆகவே, இல்லறமாயினும் துறவறமாயினும், வாழ்வின் உயர்வு வெளிப்புற வடிவில் அல்ல; பழியற்ற ஒழுக்கத்தில்தான் உள்ளது. அறமாகப் போற்றப்படத் தக்க வாழ்க்கை என்பது பிறர்க்கு குற்றமற வாழப்படும் வாழ்க்கையே என்பதே இக்குறளின் கருத்து.

குறள் 50

வையத்துள் வாழ்வாங்கு வாழ்பவன் வானுறையும்
தெய்வத்துள் வைக்கப் படும்

சொற்பொருள்

வையத்துள் = இவ்வுலகில்; வாழ்வாங்கு = வாழவேண்டிய முறையில்.
வாழ்பவன் = வாழ்கின்றவன்; வானுறையும் = வானில் வாழும்.
தெய்வத்துள் = தெய்வங்களில் ஒருவராக; வைக்கப் = கருதப்; படும் = படுவார்.

நேர்பொருள்

இவ்வுலகில் வாழவேண்டிய முறையில் வாழ்பவன், வானுலகத் தெய்வங்களில் ஒருவனாக மதிக்கப்படுவான்.

பொருளுரை

இவ்வுலகில் ஒருவன் தன் இல்லறக் கடமைகளை அறநெறியுடன் நிறைவேற்றி வாழ்ந்தால், அவன் அடையும் நிலை தெய்வங்களுக்கு ஒப்பானதாகும் என்று இக்குறள் கூறுகிறது. 'வாழ்வாங்கு வாழ்தல்' என்பது வெறும் உயிர் வாழ்தல் அன்று; அன்பு, ஒழுக்கம், பொறுப்பு, ஈகை, நேர்மை ஆகியவற்றுடன் வாழ்தலாகும். இவ்வாறு வாழ்பவன் மனிதராக இருந்தாலும், அவனுடைய பண்பும் செயலும் அவனை உயர்ந்த மரியாதைக்குரியவனாக ஆக்குகின்றன. 'தெய்வத்துள் வைக்கப்படும்' என்பதன் பொருள், இறப்பிற்குப் பின் கிடைக்கும் நிலையை மட்டும் குறிப்பது அல்ல; இவ்வாழ்க்கையிலேயே தெய்வத்துக்கு இணையான மதிப்பைப் பெறுதல் என்பதையும் உள்ளடக்குகிறது. ஆகவே, இல்லறத்தை அறநெறியுடன் நடத்துதல் ஒருவன் அடையக்கூடிய உயர்ந்த சிறப்பாகும் என்பதே இக்குறளின் மையக் கருத்து.

அதிகாரம் 6: வாழ்க்கைத் துணைநலம்

இல்வாழ்க்கையைச் செம்மைப்படுத்தும் வாழ்க்கைத்துணையின் மாண்பை இவ்வதிகாரம் விளக்குகிறது. கற்பு, அளவறிதல், நற்பெயர் காத்தல், உறுதியான துணைநிற்றல் ஆகிய பண்புகள் இல்லத்தின் நிலைப்புக்கும் மங்கலத்துக்கும் காரணமாவன என்பதே இதன் கருத்து.

குறள் 51

மனைத்தக்க மாண்புடையள் ஆகித்தற் கொண்டான்
வளத்தக்காள் வாழ்க்கைத் துணை

சொற்பொருள்
மனைத்தக்க = இல்லறத்திற்கேற்ற; மாண்புடையள் = நற்பண்புகள் உடையவள்.
ஆகித்தற் = தகுதியுடன் இருந்து; கொண்டான் = தன்னை மணந்தவன்.
வளத்தக்காள் = அவன் வருவாய்க்கேற்ப வாழ்பவள்; வாழ்க்கைத் = வாழ்விற்கு;
துணை = துணையாவள்.

நேர்பொருள்
இல்லறத்திற்கேற்ற நற்பண்புகளுடன் இருந்து, தன்னை மணந்தவனின் வருவாய்க்கேற்ப வாழ்க்கையை நடத்தும் பெண்ணே சிறந்த வாழ்க்கைத்துணை.

பொருளுரை
இக்குறள் சிறந்த வாழ்க்கைத்துணையின் இரு அடிப்படைப் பண்புகளைச் சுட்டுகிறது. ஒன்று, இல்லறத்திற்கேற்ற நற்பண்புகள்; மற்றொன்று, இல்லத்தின் வளத்துக்கு ஏற்றவாறு வாழும் அளவறிதல். குடும்பப் பெருமையை காத்தல், அன்போடு ஒழுகல், விருந்தோம்பல், பெரியோரை மதித்தல் போன்ற குணங்கள் இல்லத்தைச் செம்மைப்படுத்தும். அதனுடன், வருவாயை உணர்ந்து அளவோடு செலவிட்டு இல்லத்தைச் சிக்கலின்றி நடத்தும் திறனும் அவசியம். இவ்விரு பண்புகளும் உடையவளே கணவனுக்கு உண்மையான வாழ்க்கைத்துணையாகவும் இல்லத்தின் நிலைப்பிற்குக் காரணமாகவும் அமைகிறாள்.

குறள் 52

மனைமாட்சி இல்லாள்கண் இல்லாயின் வாழ்க்கை
எனைமாட்சித் தாயினும் இல்

சொற்பொருள்
மனைமாட்சி = மனைவிக்குரிய நற்பண்புச் சிறப்பு; இல்லாள்கண் = மனைவியிடத்தில்.
இல்லாயின் = இல்லாவிட்டால்; வாழ்க்கை = குடும்ப வாழ்வு.
எனைமாட்சித் = எவ்வளவு பெருமை உடையதாக; தாயினும் = இருந்தாலும்; இல் = நிறை இல்லை.

நேர்பொருள்

மனைவியிடத்தில் மனைவிக்குரிய நற்பண்புச் சிறப்பு இல்லாவிட்டால், குடும்ப வாழ்வு எவ்வளவு பெருமை உடையதாக இருந்தாலும் நிறை இல்லை.

பொருளுரை

இல்லற வாழ்வின் உண்மையான நிறைவு, மனைவியின் நற்பண்புகளில்தான் நிலைகொள்கிறது. ஒருவரிடம் செல்வம், புகழ், பதவி, வெளிப்பெருமை என பல மேன்மைகள் இருந்தாலும், இல்லறத்தை இனிதாக நடத்தும் துணைவியிடம் மனைமாட்சி இல்லையெனில் அந்த வாழ்க்கை வெறுமையாகிவிடும். மனைமாட்சி என்பது வீட்டு வேலையில் மட்டும் அல்ல; வரவுசெலவறிதல், சுற்றம் பேணல், பிள்ளைகளைச் செம்மையாக வளர்த்தல், இல்லத்தில் அன்பும் அமைதியும் நிலைநிறுத்தல் ஆகிய அனைத்தையும் உட்கொள்கிறது. ஆகவே, வாழ்க்கையின் பிற பெருமைகளை விட இல்லற வாழ்வை முழுமைப்படுத்துவது மனைவியின் மாண்பே என்று இக்குறள் வலியுறுத்துகிறது.

குறள் 53

இல்லதென் இல்லவள் மாண்பானால்
உள்ளதென்
இல்லவள் மாணாக் கடை?

சொற்பொருள்

இல்லதென் = இல்லாதது என்ன?; இல்லவள் = மனைவி.
மாண்பானால் = மாண்புடையவளானால்; உள்ளதென் = இருப்பது என்ன?.
இல்லவள் = மனைவி; மாணாக் = மாண்பு அற்ற; கடை? = ஆயின்?.

நேர்பொருள்

மனைவி மாண்புடையவளானால் இல்லாதது எதுவும் இல்லை; அவள் மாண்பு அற்றவளானால் உள்ளதும் இல்லாததற்குச் சமம்.

பொருளுரை

இல்லறத்தின் உண்மையான செல்வம் பொருள் குவியலல்ல; வாழ்க்கைத்துணையின் மாண்பே என்பதை இக்குறள் உணர்த்துகிறது. மனைவி நற்பண்பு, அன்பு, அறிவு, ஒழுக்கம் ஆகியவற்றால் இல்லத்தை நிறைவு செய்கிறாள் எனில், பொருள் வளம் குறைந்திருந்தாலும் அந்த வாழ்க்கையில் குறை தெரிவதில்லை. மாறாக, அவள் மாண்பு குன்றியவளானால், எவ்வளவு செல்வம் இருந்தாலும் அதனால் நிம்மதியும் மகிழ்ச்சியும் ஏற்படாது. குணநலன் இல்லாத இடத்தில் பொருள் வளம் வெற்றிடத்தை நிரப்ப முடியாது என்பதே இக்குறளின் கருத்து.

குறள் 54

பெண்ணின் பெருந்தக்க யாவுள கற்பென்னும்
திண்மைஉண் டாகப் பெறின்

சொற்பொருள்

பெண்ணின் = பெண்ணுக்கு; பெருந்தக்க = பெரிதும் உயர்ந்ததாகக் கருதத்தக்க.
யா = எது; உள = உண்டு.
கற்பென்னும் = கற்பு எனப்படும்; திண்மை = மன உறுதி; உண்டாகப் பெறின் = உண்டாயின்.

நேர்பொருள்

கற்பு என்னும் மன உறுதி பெண்ணிடம் இருந்தால், அவளைவிட உயர்ந்த பேறு வேறு எது?

பொருளுரை

இக்குறள் பெண்ணின் உயர்ந்த பண்பாகக் கற்பை நிலைநிறுத்துகிறது. இங்கு கற்பு என்பது உடல் ஒழுக்கம் மட்டும் அன்று; மன உறுதி, ஒருநிலை, நம்பிக்கைக்குரிய நிலை, இல்லற நெறியில் வழுவாத தன்மை ஆகியவற்றின் தொகுப்பாகும். இத்தகைய திண்மை உடையவள் இல்லத்தின் அறத்தையும் அமைதியையும் காக்கும் அரணாக இருப்பாள். ஆகவே, அவளது மாண்பிற்கு நிகராக வேறு பேறு எதுவும் இல்லை என்பதை வள்ளுவர் வினாவி வலியுறுத்துகிறார்.

குறள் 55

தெய்வம் தொழாஅள் கொழுநன்
தொழுதெழுவாள்
பெய்யெனப் பெய்யும் மழை

சொற்பொருள்

தெய்வம் = வேறு தெய்வத்தை; தொழாஅள் = தொழாதவளாய்.
கொழுநன் = கணவனை; தொழுதெழுவாள் = வணங்கி எழுபவள்.
பெய்யெனப் = 'பெய்' என்று சொன்னால்; பெய்யும் = பெய்யும்; மழை = மழை.

நேர்பொருள்

வேறு தெய்வத்தைத் தொழாது தன் கணவனையே தொழுது எழும் பெண் 'பெய்' எனச் சொன்னால் மழை பெய்யும்.

பொருளுரை

இக்குறள் வாழ்க்கைத்துணையின் நிலைத்த ஒழுக்கத்தையும் இல்லறப் பற்றையும் உயர்த்திச் சொல்கிறது. தன் இல்லறக் கடமையில் வழுவாது, கணவனை உயர்ந்த இடத்தில் வைத்து வாழும் பெண்ணின் ஆற்றலை வள்ளுவர், அவள் சொல்லுக்கே மழை பெய்யும் என மிகைப்படுத்திச் சுட்டுகிறார். இதன் உட்கருத்து, குற்றமற்ற ஒழுக்கமும் முழு ஈடுபாடும் ஒருவருக்கு மிகுந்த உள் வலிமையை அளிக்கும் என்பதே. இல்லற நெறியில் அசையாது நிற்கும் பெண்ணின் பெருமையே இக்குறளின் சாரம்.

குறள் 56

தற்காத்துத் தற்கொண்டாற் பேணித் தகைசான்ற சொற்காத்துச் சோர்விலாள் பெண்

சொற்பொருள்

தற்காத்துத் = தன்ன; தற்கொண்டாற் = தன்னைக் கண.
பேணி = பாதுகா; தகைசான்ற = நற்குண.
சொற்காத்துச் = புகழுக்குக்; சோர்விலாள் = மறதியில்லாத; பெண் = குடும்பத்தின் தலை.

நேர்பொருள்

தன் ஒழுக்கத்தைக் காத்து, தன்னை மணந்தவனைப் பேணி, நற்பெயரைக் காத்து, கடமையில் தளராமல் இருப்பவளே சிறந்த பெண்.

பொருளுரை

இக்குறள் சிறந்த மனைவியின் இலக்கணத்தை நான்கு கூறுகளால் விளக்குகிறது. முதலில், அவள் தன் ஒழுக்கத்தையும் நற்பண்பையும் காத்துக்கொள்ள வேண்டும். அடுத்து, தன்னை மணந்தவனின் நலனை அன்போடு பேண வேண்டும். மேலும், தன் சொல்லும் செயலும் இல்லத்திற்குப் பழி வராதபடி இருந்து நற்பெயரை நிலைநிறுத்த வேண்டும். இவற்றையெல்லாம் செய்யும் போது சோர்வு கொள்ளாது உறுதியாக நிற்பதே அவளது மேன்மை. தன்னையும், துணையையும், இல்லப் புகழையும் காத்து, கடமையில் தளராதவளே இல்லத்தின் விளக்காக விளங்குகிறாள்.

குறள் 57

சிறைகாக்கும் காப்பெவன் செய்யும் மகளிர் நிறைகாக்கும் காப்பே தலை

சொற்பொருள்

சிறைகாக்கும் = அடைத்து வைத்துக் காக்கும்; காப்பெவன் = அதனால் என்ன பயன்.
செய்யும் = உண்டாகும்; மகளிர் = பெண்களை.
நிறைகாக்கும் = தம் நிறையைத் தாமே காக்கும்; காப்பே = காவலே; தலை = முதன்மையானது.

நேர்பொருள்

பெண்களை அடைத்து வைத்துக் காப்பதால் என்ன பயன்? அவர்கள் தம் நிறையைத் தாமே காத்துக்கொள்வதே முதன்மையான காவல்.

பொருளுரை

மகளிரை வெளிப்புறக் காவலால் மட்டுமே காக்கலாம் என்ற எண்ணத்தை இக்குறள் மறுக்கிறது. சுவர், கதவு, பிற தடைகள் ஆகியவை புறக்காவல்களே; அவை மட்டும் ஒருவரின் ஒழுக்கத்தை நிலைநிறுத்த முடியாது. உண்மையான காவல் உள்ளார்ந்த நிறை, அதாவது மனத்திண்மை, நெறிப்பிடிப்பு, தன்னடக்கம் ஆகியவற்றில்தான் இருக்கிறது. தம்மைத் தாமே காத்துக்கொள்ளும் உள் ஒழுக்கமே எல்லா புறக்காவல்களையும் விட உயர்ந்தது என்று வள்ளுவர் வலியுறுத்துகிறார்.

குறள் 58

பெற்றாற் பெறின்பெறுவர் பெண்டிர்
பெருஞ்சிறப்புப்
புத்தேளிர் வாழும் உலகு

சொற்பொருள்

பெற்றாற் = தம்மை மணந்தவரை; பெறின் = போற்றி ஒழுகின்.
பெறுவர் = அடைவர்; பெண்டிர் = பெண்கள்.
பெருஞ்சிறப்புப் = பெரும் சிறப்பை; புத்தேளிர் = தேவர்கள்; வாழும் உலகு = வாழும் உலகிற்குரிய.

நேர்பொருள்

தம்மை மணந்தவரைப் போற்றி வாழும் பெண்கள், தேவர்கள் வாழும் உலகிற்குரிய பெருஞ்சிறப்பை அடைவார்கள்.

பொருளுரை

தமக்குரிய இல்லறக் கடமையில் நிலைத்து, கணவனைப் போற்றி ஒழுகும் பெண்ணுக்கு உயர்ந்த பேறு உண்டு என்பதே இக்குறளின் கருத்து. கணவனின் நலனில் அக்கறை கொண்டு, இன்பத் துன்பங்களில் துணையாக இருந்து, இல்லறத்தைச் செம்மைப்படுத்தி வாழும் பண்பே இங்கு போற்றப்படுகிறது. அத்தகைய வாழ்க்கை இவ்வுலகில் நற்பெயரையும் மறுமையில் உயர்ந்த நிலையும் தரும் என்று வள்ளுவர் கூறுகிறார். இல்லறச் செம்மை உயர் பயனைத் தரும் என்ற நம்பிக்கையை இக்குறள் வெளிப்படுத்துகிறது.

குறள் 59

புகழ்புரிந்த இல்லிலோர்க்கு இல்லை
இகழ்வார்முன்
ஏறுபோல் பீடு நடை

சொற்பொருள்

புகழ்புரிந்த = நற்புகழைக் காக்கும்; இல்லிலோர்க்கு = அத்தகைய மனைவி இல்லாதவர்க்கு.
இல்லை = அமையாது; இகழ்வார்முன் = இகழ்பவர் முன்.
ஏறுபோல் = தலைநிமிர்ந்த; பீடு = பெருமிதம்; நடை = நடை.

நேர்பொருள்

நற்புகழைக் காக்கும் மனைவி இல்லாதவர்க்கு, இகழ்பவர் முன் தலைநிமிர்ந்த பெருமித நடை அமையாது.

பொருளுரை

ஒருவனின் தன்மானத்துக்கும் பொதுவாழ்வில் தலைநிமிர்ந்த நிலைக்கும் அவனது இல்லற வாழ்வு துணைநிற்கிறது என்பதை இக்குறள் கூறுகிறது. குடும்ப நற்பெயரை காக்கும் நல்ல மனைவி உடையவனுக்கு, பிறர் இகழ்ச்சியின் முன்பும் மன உறுதி குன்றாது. இல்லறத்தில் அவப்பெயர் ஏற்பட்டால், அது அவனுடைய உள்ளநிலையையும் வெளி நடையையும் பாதிக்கும். ஆகவே, நல்ல வாழ்க்கைத்துணை என்பது இல்லத்தின்

இன்பத்திற்காக மட்டும் அல்ல; கணவனின் மரியாதை, அஞ்சாமை, பெருமித நிலை ஆகியவற்றிற்கும் ஆதாரமாக அமைகிறது என்பதே இக்குறளின் கருத்து.

குறள் 60

மங்கலம் என்ப மனைமாட்சி மற்று அதன்
நன்கலம் நன்மக்கட் பேறு

சொற்பொருள்

மங்கலம் = நன்மை; என்ப = என்று கூறுவர்.
மனைமாட்சி = மனைவியின் நற்பண்புச் சிறப்பு; மற்று = அதற்கு மேலாக.
அதன் = அதற்கு; நன்கலம் = நல்ல அணிகலன்; நன்மக்கட்பேறு = நல்ல மக்களைப் பெறுதல்.

நேர்பொருள்

இல்லத்திற்கு மனைவியின் நற்பண்பே மங்கலம்; அதற்கு மேலும் அழகு சேர்ப்பது நல்ல மக்களைப் பெறுதலாகும்.

பொருளுரை

இக்குறள் இல்லற வாழ்வின் இரு நிலைச் சிறப்புகளைச் சொல்கிறது. முதலில், மனைவியின் மனைமாட்சியே இல்லத்தின் முதன்மை நன்மை. அன்பு, ஒழுக்கம், அளவறிதல், சுற்றம் பேணுதல் ஆகிய அவளது பண்புகள் இல்லத்தை நிலைநிறுத்தும். அதற்கு அடுத்த அணிகலனாக நன்மக்கட்பேறு சேர்கிறது. நல்ல குணம், அறிவு, ஒழுக்கம் உடைய பிள்ளைகள் அந்த இல்லத்தின் புகழை மேலும் உயர்த்துவர். ஆகவே, மனைமாட்சியும் நன்மக்கட்பேறும் சேர்ந்தால் வாழ்க்கை முழுமைமிக்க மங்கலமாகும் என்பதே இக்குறளின் கருத்து.

அதிகாரம் 7: மக்கட்பேறு

அறிவும் பண்பும் உடைய பிள்ளைகள் பெற்றோர்க்கு கிடைக்கும் உயர்ந்த செல்வம். அவர்கள் மூலம் குடும்பமும் உலகமும் நல்வழி பெறும் போது, பிறப்பின் பயன் நிறைவேறுகிறது.

குறள் 61

பெறுமவற்றுள் யாமறிவது இல்லை அறிவறிந்த
மக்கட்பேறு அல்ல பிற

சொற்பொருள்
பெறுமவற்றுள் = பெறக்கூடிய செல்வங்களில்; யாமறிவது = நாம் மதிப்பது.
இல்லை = இல்லை; அறிவறிந்த = அறிவுடைய.
மக்கட்பேறு = பிள்ளைகளைப் பெறும் பாக்கியம்; அல்ல = தவிர; பிற = மற்றவை.

நேர்பொருள்
அறிவுள்ள பிள்ளைகளைப் பெறும் பாக்கியத்தைத் தவிர, ஒருவர் பெறக்கூடிய மற்ற செல்வங்களை நாங்கள் ஒரு பொருட்டாக மதிப்பதில்லை.

பொருளுரை
ஒருவர் தன் வாழ்வில் அடையக்கூடிய செல்வங்கள் அல்லது பாக்கியங்கள் பல இருக்கலாம். ஆனால், அவற்றுள் மிக உயர்ந்ததும் முதன்மையானதும் எது? இந்தக் குறள் அதற்குத் தெளிவான பதிலை அளிக்கிறது. அறிய வேண்டியவற்றை அறிந்து, அதன்படி ஒழுகும் பண்பும் அறிவும் உள்ள பிள்ளைகளைப் பெறுவதே ஒருவருக்குக் கிடைக்கக்கூடிய பெரும் பேறாகும். மற்ற செல்வங்களான பணம், புகழ், அதிகாரம் போன்ற எவையும் இதற்கு ஈடாகாது. 'அறிவறிந்த மக்கள்' என்பது வெறும் ஏட்டுக்கல்வியை மட்டும் குறிக்கவில்லை. மாறாக, எது சரி, எது தவறு எனப் பகுத்தறியும் ஞானம், நற்பண்புகள், ஒழுக்க நெறிகள் ஆகியவற்றைக் கற்றுணர்ந்த பிள்ளைகளையே குறிக்கிறது. அத்தகைய பிள்ளைகள் பெற்றோருக்கு மட்டுமல்ல, அவர்கள் வாழும் சமூகத்திற்கே பெருமை சேர்ப்பார்கள். அவர்களின் நற்செயல்களும் நல்ல குணங்களும் ஒரு குடும்பத்தின் அழியாத சொத்தாக அமைகின்றன. எனவே, மற்ற தற்காலிகமான செல்வங்களைவிட, நல்ல பிள்ளைகளை வளர்த்தெடுப்பதே ஒரு பெற்றோர் அடையக்கூடிய மாபெரும் வெற்றி மற்றும் பாக்கியம் என்பதை இக்குறள் ஆணித்தரமாக வலியுறுத்துகிறது. பிள்ளைகளின் அறிவிலும் ஒழுக்கத்திலும் முதலீடு செய்வதே மிகச் சிறந்த முதலீடாகும்.

குறள் 62

எழுபிறப்பும் தீயவை தீண்டா பழிபிறங்காப்
பண்புடை மக்கட் பெறின்

சொற்பொருள்
எழுபிறப்பும் = ஏழு பிறவிகளிலும்; தீயவை = தீமைகள்.
தீண்டா = அணுகாது; பழிபிறங்காப் = பழிச்சொல் வராத.
பண்புடை = நற்பண்புள்ள; மக்கட் = பிள்ளைகளை; பெறின் = பெற்றால்.

நேர்பொருள்
பழிச்சொல் வராத நல்ல பண்புள்ள பிள்ளைகளைப் பெற்றால், ஒருவருக்கு ஏழு பிறவிகளிலும் எந்தத் தீங்கும் ஏற்படாது.

பொருளுரை
ஒரு பெற்றோருக்குக் கிடைக்கக்கூடிய மிகப்பெரிய பாக்கியம், நற்பண்புகள் நிறைந்த பிள்ளைகளைப் பெறுவதே ஆகும். இந்தக் குறள் அந்தப் பேருண்மையை அழகாக விளக்குகிறது. பழிச்சொல்லுக்கு இடம்கொடுக்காத, சிறந்த குணநலன்களுடன் வாழும் பிள்ளைகளை ஒருவர் பெற்றால், அவருக்கு இந்த ஒரு பிறவியில் மட்டுமல்ல, தொடர்ந்து வரும் ஏழு பிறவிகளிலும் எந்தவிதமான தீமைகளும் துன்பங்களும் அணுகாது என்று வள்ளுவர் கூறுகிறார். 'ஏழு பிறவிகள்' என்பது ஒரு மிக நீண்ட காலத்தைக் குறிக்கும் ஒரு குறியீடு. அதாவது, பிள்ளைகளின் நற்பண்புகளால் கிடைக்கும் பாதுகாப்பு, காலத்தைக் கடந்து நிலைத்து நிற்கும் என்பதாகும். பிள்ளைகளின் நல்லொழுக்கமும், அவர்கள் சமூகத்தில் ஈட்டும் நற்பெயரும், பெற்றோர்க்கு ஒரு கவசம் போல அமைந்து, அவர்களை எல்லாவிதமான தீமைகளிலிருந்தும் காக்கிறது. இது வெறும் உடல்ரீதியான பாதுகாப்பு மட்டுமல்ல, மனரீதியான அமைதியையும் நிம்மதியையும் குறிக்கிறது. தன் பிள்ளைகள் நல்லவர்களாக வாழ்கிறார்கள் என்ற பெருமிதமும் மனநிறைவும், எந்தவொரு துன்பத்தையும் எதிர்கொள்ளும் ஆற்றலைப் பெற்றோருக்குத் தருகிறது. ஆக, ஒரு மனிதன் தன் வாழ்வில் சேர்க்க வேண்டிய உண்மையான செல்வம், புகழுக்குக் களங்கம் ஏற்படுத்தாத பண்புள்ள பிள்ளைகளே. அந்தச் செல்வமானது, பல தலைமுறைகளுக்குப் பாதுகாப்பாக அமையும்.

குறள் 63

தம்பொருள் என்பதம் மக்கள் அவர்பொருள்
தம்தம் வினையான் வரும்

சொற்பொருள்
தம்பொருள் = தமது செல்வம்; என்ப = என்று சொல்வார்கள்.
தம் மக்கள் = தமது பிள்ளைகள்; அவர்பொருள் = அப்பிள்ளைகளின் செல்வம்.
தம்தம் = அவரவருடைய; வினையான் = செயல்களால்; வரும் = வந்து சேரும்.

நேர்பொருள்
பிள்ளைகளைத் தம்முடைய செல்வம் என்று அறிஞர்கள் கூறுவர்; அப்பிள்ளைகள் ஈட்டும் செல்வமும் அவரவர் நற்செயல்களின் பயனாகப் பெற்றோரை வந்தடையும்.

பொருளுரை

அறிவார்ந்தோர், ஒருவர் பெற்ற பிள்ளைகளையே தங்களின் உண்மையான மற்றும் நிலையான செல்வம் என்று கருதுவார்கள். பிள்ளைகள் வெறும் வாரிசுகள் மட்டுமல்ல, அவர்களே ஒரு பெரும் சொத்து; அந்தச் சொத்தின் உண்மையான மதிப்பு, பிள்ளைகளின் நற்செயல்களால் விளைகிறது. அதாவது, பிள்ளைகள் தங்கள் உழைப்பாலும், நன்னடத்தையாலும், நற்செயல்களாலும் ஈட்டும் பொருளும் புகழும், இறுதியில் பெற்றோருக்கே வந்து சேரும். ஒரு மரம் தான் பழம் தரும்போது அதன் பயனை மற்றவர்களுக்குத் தருவது போல, நல்ல பிள்ளைகள் தாங்கள் ஈட்டும் செல்வத்தையும் அதன் நன்மைகளையும் தங்கள் பெற்றோருக்கு அர்ப்பணிப்பார்கள். எனவே, பிள்ளைகளின் நல்ல செயல்கள் (நல்வினை) மூலமாகவே பெற்றோருக்குப் பயன்கள் கிடைப்பதால், அவர்களைப் பெற்றதே ஒருவருக்குச் சிறந்த செல்வம் ஆகும். இந்த உறவின் சிறப்பு என்னவென்றால், பிள்ளைகள் என்ற செல்வம், அவர்களின் செயல்களால் பெருகிக்கொண்டே இருக்கும் ஒரு உயிருள்ள முதலீடாகும். இந்த நன்மைகள் இவ்வுலகில் மட்டுமல்லாமல், மறுமைக்கும் தொடரும் என்று உரையாசிரியர் குறிப்பிடுவதால், நன்மக்களைப் பெறுவது ஆன்மீக ரீதியாகவும் ஒரு பெரும் பேறாகக் கருதப்படுகிறது.

குறள் 64

அமிழ்தினும் ஆற்ற இனிதேதம் மக்கள்
சிறுகை அளாவிய கூழ்

சொற்பொருள்

அமிழ்தினும் = அமிர்தத்தை விடவும்; ஆற்ற = மிகவும்.
இனிதே = இனிமையானது; தம்மக்கள் = தமது பிள்ளைகளின்.
சிறுகை = சின்னஞ்சிறு கையால்; அளாவிய = கலக்கப்பட்ட; கூழ் = உணவு.

நேர்பொருள்

தமது பிள்ளைகளின் சின்னஞ்சிறு கைகளால் பிசையப்பட்ட கூழ், அமிர்தத்தை விடவும் மிகவும் இனிமையானது.

பொருளுரை

தேவர்கள் உண்ணும் சுவைமிக்க அமிழ்தத்தை விடவும் பன்மடங்கு இனிமையானது, தம்முடைய குழந்தைகளின் சின்னஞ்சிறு கைகளால் பிசையப்பட்ட சாதாரண உணவே ஆகும். அந்த உணவு கூழாகவோ சோறாகவோ இருக்கலாம்; குழந்தை அதைத் தன் பிஞ்சுக் கரங்களால் தொட்டும், கவ்வியும், வாயில் இட்டும், சிதறியும் விளையாடும்போது, அது பெற்றோருக்கு அமிழ்தினும் மேலான இன்பத்தைத் தருகிறது. உணவின் சுவையை விட, அச்செயலில் வெளிப்படும் குழந்தையின் மழலைத்தனமும், பெற்றோர் மீதுள்ள அன்பின் பிணைப்புமே அந்த உணவிற்கு இணையற்ற சுவையைக் கொடுக்கிறது. எனவே, பெற்றோர் தம் குழந்தைகளின் இத்தகைய சிறுபிள்ளைத்தனமான செயல்களை ஒரு தொந்தரவாகக் கருதாமல், வாழ்வின் பெரும் பேறாகக் கருதி மகிழ வேண்டும். இந்த மனப்பான்மையே பெற்றோருக்கு எல்லையில்லா மனநிறைவையும் மகிழ்ச்சியையும் அளித்து, குடும்ப உறவுகளை மேலும் வலுப்படுத்தும். வள்ளுவர், பெற்றோர் அடையும் இன்பத்தின் உச்சத்தை, மிக எளிய ஓர் அன்றாடக் காட்சியின் மூலம் இங்கு அழகாகப் படம்பிடித்துக் காட்டுகிறார்.

குறள் 65

மக்கள்மெய் தீண்டல் உடற்கின்பம் மற்று அவர்
சொற்கேட்டல் இன்பம் செவிக்கு

சொற்பொருள்

மக்கள்மெய் = பிள்ளைகளின் உடலை; தீண்டல் = தொடுதல்.
உடற்கு = உடலுக்கு; இன்பம் = இன்பமாகும்.
மற்று அவர் = அதுபோல அவர்களின்; சொற்கேட்டல் = சொற்களைக் கேட்பது; இன்பம் செவிக்கு = காதுக்கு இன்பமாகும்.

நேர்பொருள்

பிள்ளைகளின் உடலைத் தொடுவது உடலுக்கு இன்பம்; அவர்களின் சொற்களைக் கேட்பது காதுகளுக்கு இன்பம்.

பொருளுரை

பெற்றோருக்கு தங்கள் பிள்ளைகளால் கிடைக்கும் மகிழ்ச்சி இரண்டு விதமானது என்று இக்குறள் அழகாக விளக்குகிறது. ஒன்று, தொடு உணர்வால் வருவது; மற்றொன்று, செவி வழியாகக் கிடைப்பது. தங்கள் குழந்தைகளின் மென்மையான உடலைத் தொடுவதும், அவர்களை அள்ளி அணைப்பதும், தூக்கி மகிழ்வதும் ஒருவரின் உடலுக்கு நேரடியான இன்பத்தைத் தருகிறது. இது ஒரு ஆழமான பாசத்தின் உடல்ரீதியான வெளிப்பாடு. அடுத்ததாக, குழந்தைகளின் மழலைச் சொற்களைக் கேட்பது காதுகளுக்கு எல்லையற்ற இன்பத்தை அளிக்கிறது. குழந்தைகள் பேசும் ஒவ்வொரு வார்த்தையும், அவர்கள் கேட்கும் கேள்விகளும் பெற்றோருக்கு தேன் வந்து பாய்வது போல இருக்கும். 'சொல்' என்பது குழந்தைகளின் மழலைப் பேச்சை மட்டுமல்ல, அவர்கள் வளர்ந்த பிறகு பேசும் அறிவுப்பூர்வமான பேச்சையும் குறிக்கும். ஆக, பிள்ளைகளின் ஸ்பரிசம் உடலுக்கும், அவர்களின் பேச்சு செவிக்கும் இன்பம் பயக்கும் எனக்கூறி, பிள்ளைகளால் கிடைக்கும் பேரின்பத்தின் முழுமையை வள்ளுவர் எடுத்துரைக்கிறார். இந்த இரண்டு எளிய அனுபவங்களும், உலகத்தின் மற்ற எல்லா இன்பங்களையும் விட மேலானவை என்பதை இது உணர்த்துகிறது.

குறள் 66

குழல் இனிது யாழ்இனிது என்பதம் மக்கள்
மழலைச்சொல் கேளா தவர்

சொற்பொருள்

குழல் = புல்லாங்குழல்; இனிது = இனிமையானது.
யாழ்இனிது = யாழ் இசை இனிமையானது; என்ப = என்று சொல்பவர்கள்.
தம்மக்கள் = தமது பிள்ளைகளின்; மழலைச்சொல் = மழலைப் பேச்சைக்; கேளாதவர் = கேட்காதவர்களே.

நேர்பொருள்

தமது குழந்தைகளின் மழலைப் பேச்சைக் கேட்காதவர்கள்தான், புல்லாங்குழல் மற்றும் யாழ் இசையை இனிமையானது என்று சொல்வார்கள்.

குறள் 67

தந்தை மகற்காற்று நன்றி அவையத்து முந்தி இருப்பச் செயல்

சொற்பொருள்
தந்தை = அப்பா; மகற்கு = மகனுக்கு.
ஆற்றும் = செய்யும்; நன்றி = நன்மை / உதவி.
அவையத்து = அறிஞர் சபையில்; முந்தி = முதன்மையாக; இருப்பச் செயல் = இருக்கும்படி செய்வது.

நேர்பொருள்
ஒரு தந்தை தன் மகனுக்குச் செய்யக்கூடிய சிறந்த உதவி, அவனை அறிஞர்கள் சபையில் முதன்மையாக விளங்கும்படி செய்வதே ஆகும்.

பொருளுரை
ஒரு தந்தை தன் மகனுக்குச் செய்யக்கூடிய கடமைகளில் மிக முக்கியமானது எது என்பதை இந்தக் குறள் தெளிவுபடுத்துகிறது. அது, சொத்துக்களையோ பணத்தையோ கொடுப்பது அல்ல. மாறாக, தன் மகனுக்குச் செய்யக்கூடிய மிகப்பெரிய நன்மை, அவனைச் சிறந்த கல்விமானாக உருவாக்குவதே ஆகும். அந்தக் கல்வி எப்படிப்பட்டதாக இருக்க வேண்டும் என்றால், கற்றறிந்த அறிஞர்கள் கூடும் சபையில் அவன் யாருக்கும் சளைத்தவன் அல்ல என்று நிரூபிக்கும் வகையிலும், அங்கு அவன் முதன்மையான இடத்தில் அமரும் தகுதியைப் பெறும் வகையிலும் இருக்க வேண்டும். பொருள் செல்வம் போன்ற மற்ற பரிசுகள் நிலையற்றவை, அவை அழிந்து போகலாம் அல்லது துன்பத்தையும் தரலாம். ஆனால், கல்வி என்னும் அறிவுச் செல்வம் ஒருபோதும் அழியாது. அது ஒரு மனிதனுக்கு மரியாதையையும், தன்னம்பிக்கையையும், வாழ்வில் உயர வழிகளையும் காட்டுகிறது. எனவே, தன் பிள்ளைக்கு வெறும் வசதிகளை மட்டும் செய்து தராமல், அவனை அறிவுடையவனாக, கற்றறிந்தவனாக மாற்றுவதே ஒரு தந்தையின் தலையாய கடமையாகும். இதுவே அவர் தன் மகனின் எதிர்காலத்திற்குச் செய்யும் மிகச் சிறந்த மற்றும் உண்மையான உதவியாகும். இந்தச் செயலால் மகனுக்கு மட்டுமல்ல, அந்தத் தந்தைக்கும் பெருமை சேரும்.

குறள் 68

தம்மின்தம் மக்கள் அறிவுடைமை மாநிலத்து மன்னுயிர்க் கெல்லாம் இனிது

சொற்பொருள்
தம்மின்தம் = தங்களை விடத் தங்கள்; மக்கள் = பிள்ளைகள்.
அறிவுடைமை = அறிவுடையவராக இருப்பது; மாநிலத்து = இந்தப் பெரிய உலகில் உள்ள.
மன்னுயிர்க்கு = உயிர்களுக்கு; எல்லாம் = அனைவருக்கும்; இனிது = இனிமையானது.

நேர்பொருள்

தங்கள் பிள்ளைகள் அறிவுடையவராக இருப்பது, இந்த உலகில் உள்ள எல்லா உயிர்களுக்கும், பெற்றோரை விட அதிக மகிழ்ச்சி தரும்.

பொருளுரை

ஒருவருடைய பிள்ளைகள் அறிவுக்கூர்மையுடனும், கல்வியறிவோடும் இருப்பது பெற்றோருக்கு எல்லையில்லா மகிழ்ச்சியைத் தரும். ஆனால், அந்த மகிழ்ச்சியை விடப் பெரிய மகிழ்ச்சி ஒன்று இருக்கிறது என்று இந்தக் குறள் கூறுகிறது. அது, அந்தப் பிள்ளையின் அறிவாற்றலைக் கண்டு இந்த உலகில் உள்ள மற்ற உயிர்கள், அதாவது சமூகம் அடையும் மகிழ்ச்சிதான். ஒரு குழந்தை அறிவுடையவராக வளரும்போது, அதனால் ஏற்படும் நன்மை அந்தக் குடும்பத்தோடு நின்றுவிடுவதில்லை. அந்தப் பிள்ளையின் அறிவும் திறமையும் சமுதாயம் முழுமைக்கும் பயன்படும். ஒரு சிறந்த சிந்தனையாளர், ஒரு நல்ல தலைவர், ஒரு திறமையான கலைஞர் என உருவாகும்போது, அதனால் ஒட்டுமொத்த சமூகமும் பயனடைகிறது. ஆக, பிள்ளையின் அறிவைக் கண்டு பெற்றோர் அடையும் தனிப்பட்ட மகிழ்ச்சியை விட, சமூகம் அடையும் பொதுவான மகிழ்ச்சி உயர்ந்தது. இதன் மூலம், பிள்ளைகளை அறிவுடையவர்களாக வளர்ப்பது என்பது ஒரு குடும்பத்தின் கடமை மட்டுமல்ல, அது சமுதாயத்திற்குச் செய்யும் ஒரு பெரும் தொண்டு என்பதை வள்ளுவர் உணர்த்துகிறார். பிள்ளைகளின் வளர்ச்சி என்பது சமூகத்தின் வளர்ச்சியோடு பின்னிப் பிணைந்துள்ளது என்பதே இதன் மையக் கருத்து.

குறள் 69

ஈன்ற பொழுதின் பெரிதுவக்கும் தன்மகனைச்
சான்றோன் எனக்கேட்ட தாய்

சொற்பொருள்

ஈன்ற = பெற்றெடுத்த; பொழுதின் = நேரத்தை விட.
பெரிதுவக்கும் = மிகவும் மகிழ்வாள்; தன்மகனைச் = தன்னுடைய மகனை.
சான்றோன் = அறிவும் ஒழுக்கமும் நிறைந்தவன்; எனக்கேட்ட = என்று கேள்விப்பட்ட; தாய் = அன்னை.

நேர்பொருள்

தன் மகனைப் பிறர் 'அறிவும் ஒழுக்கமும் நிறைந்தவன்' என்று புகழக் கேட்கும் தாய், அவனைப் பெற்றெடுத்த நேரத்தை விடப் பெரிதும் மகிழ்வாள்.

பொருளுரை

ஒரு தாய் தன் மகனைப் பெற்றெடுத்த தருணத்தில் அடையும் மகிழ்ச்சியை விட, அவன் கல்வி, கேள்வி, ஒழுக்கம் ஆகியவற்றில் சிறந்து விளங்கும் 'சான்றோன்' என்று கற்றறிந்தோர் புகழக் கேட்கும்போது பெரும் மகிழ்ச்சி அடைகிறாள். பிள்ளையைப் பெற்றெடுக்கும்போது ஏற்படும் மகிழ்ச்சி என்பது இயற்கையான, உடல் சார்ந்த ஓர் உணர்வு; ஆனால், தன் மகன் அறிவிலும் நற்பண்புகளிலும் சிறந்து விளங்குகிறான் என்று பிறர் சொல்லக் கேட்பதால் உண்டாகும் மகிழ்ச்சியோ, அவனது ஆளுமையின் உயர்வை உணர்த்தும் பெருமிதமாகும். எனவே, ஒவ்வொரு மகனும் தன் தாய்க்கு இத்தகைய பெரும்பேரான மகிழ்ச்சியை அளிக்க வேண்டும் என்ற குறிக்கோளுடன், அறிவிலும் ஒழுக்கத்திலும் சிறந்து விளங்க முயல வேண்டும். ஒரு பிள்ளையின் உண்மையான கடமை, வெறுமனே பிறப்பது மட்டுமல்ல, மாறாகத் தன் நற்பண்புகளாலும் சாதனைகளாலும் பெற்ற தாயின் உள்ளத்தைக் குளிர வைப்பதே ஆகும். தாய் தன் இயல்பால் மகனின் அறிவுத் தகுதியைத் தானே அளவிட இயலாது என்பதால்,

தகுதியுடைய சான்றோர்கள் அதனைக் கூறக் 'கேட்கும்' போது அவளது உவகை எல்லையற்றுப் பெருகுகிறது. ஆக, உடல்ரீதியான பிறப்பை விட, குணநலன்களால் ஏற்படும் புகழே ஒரு தாய்க்கு எல்லையில்லா ஆனந்தத்தைத் தருகிறது என்பதை இக்குறள் அழகாக உணர்த்துகிறது.

குறள் 70

மகன்தந்தைக்கு ஆற்றும் உதவி இவன்தந்தை என்நோற்றான் கொல் எனும் சொல்

சொற்பொருள்

மகன்தந்தைக்கு = ஒரு மகன் தன் தந்தைக்கு; ஆற்றும் = செய்யக்கூடிய.
உதவி = கைம்மாறு; இவன்தந்தை = இவனுடைய தந்தை.
என்நோற்றான் = என்ன தவம் செய்தாரோ; கொல் = என்று வியந்து கேட்க; எனும் சொல் = என்கிற சொல்லைப் பெறுவது.

நேர்பொருள்

'இவனைப் பிள்ளையாகப் பெற இவன் தந்தை என்ன தவம் செய்தாரோ' என்று பிறர் பாராட்டும்படி வாழ்வதே, ஒரு மகன் தன் தந்தைக்குச் செய்யும் சிறந்த கைம்மாறு ஆகும்.

பொருளுரை

ஒரு மகன் தன் தந்தைக்குச் செய்யக்கூடிய மிகச்சிறந்த உதவி எது என்பதை இந்தக் குறள் விளக்குகிறது. அது பணம் கொடுப்பதோ அல்லது வேறு பொருள் சார்ந்த உதவிகளோ அல்ல. மாறாக, ஒரு மகன் தன் அறிவாலும், ஒழுக்கத்தாலும், நற்செயல்களாலும் சிறந்து விளங்க வேண்டும். அவனுடைய சிறப்பைக் காணும் மற்றவர்கள், 'இப்படிப்பட்ட மகனைப் பெறுவதற்கு இவனுடைய தந்தை என்ன தவம் செய்தாரோ!' என்று வியந்து பேசவேண்டும். இப்படிப்பட்ட ஒரு பாராட்டுச் சொல்லைப் பெற்றுத் தருவதுதான், ஒரு மகன் தன் தந்தைக்குச் செய்யும் மிகப்பெரிய கைம்மாறு ஆகும். இந்த புகழ்மொழி, தந்தையின் வளர்ப்பு முறையையும் அவருடைய நற்பண்புகளையும் பெருமைப்படுத்துகிறது. ஒரு பிள்ளையின் நல்லொழுக்கமே பெற்றோருக்கு உண்மையான பெருமையையும் மகிழ்ச்சியையும் தரும் என்பதை இக்குறள் உணர்த்துகிறது. ஆக, ஒரு மகன் செய்யவேண்டிய கடமை, சமூகத்தில் நற்பெயர் எடுத்து, அதன் மூலம் தன் தந்தைக்கும் பெருமை சேர்ப்பதே ஆகும். இதுவே எந்தவொரு செல்வத்தையும் விட மேலான நன்றிக்கடன்.

அதிகாரம் 8: அன்புடைமை

அன்பில்லா வாழ்க்கை வெளிப்படையாகச் செழித்தாலும் உள்ளுக்குள் வெறுமையாகவே இருக்கும். அறத்திற்கும் உறவிற்கும் உயிரூட்டும் மறைமூலம் அன்பே.

குறள் 71

அன்பிற்கும் உண்டோ அடைக்குந்தாழ்
ஆர்வலர்
புன்கணீர் பூசல் தரும்.

சொற்பொருள்

அன்பிற்கும் = அன்பை மறைத்து வைக்க; உண்டோ = இருக்கிறதா என்ன.
அடைக்குந்தாழ் = பூட்டி வைக்கும் தாழ்ப்பாள்; ஆர்வலர் = அன்புக்குரியவர்களின்.
புன்கணீர் = துன்பக் கண்ணீர்; பூசல் = வெளிச்சம் போட்டு; தரும் = காட்டிவிடும்.

நேர்பொருள்

அன்பை அடைத்து வைக்க தாழ்ப்பாள் ஏதும் இல்லை; அன்புக்குரியவர் துன்பப்படும்போது வரும் கண்ணீரே அதை ஊருக்கு வெளிச்சம் போட்டுக் காட்டிவிடும்.

பொருளுரை

உண்மையான அன்பை ஒருபோதும் மறைத்து வைக்க முடியாது என்பதே இக்குறளின் மையக்கருத்து. ஒரு பொருளைப் பெட்டிக்குள் வைத்துப் பூட்டுவது போல, மனதிலுள்ள அன்பை ஒரு தாழ்ப்பாள் போட்டு அடைத்து வைக்க முடியுமா என்று வள்ளுவர் கேட்கிறார். நிச்சயமாக முடியாது. காரணம், அன்பு என்பது ஒரு செயலற்ற உணர்வு அல்ல; அது தன்னை வெளிப்படுத்திக்கொண்டே இருக்கும் ஒரு சக்தி. குறிப்பாக, நாம் அன்பு செலுத்தும் ஒருவர் துன்பத்தில் வாடும்போது, நம் கட்டுப்பாடு இல்லாமலேயே நம் கண்களில் கண்ணீர் சுரக்கும். அந்தத் துன்பக் கண்ணீர்தான், நம் உள்ளத்தில் மறைந்திருக்கும் அன்பை ஊருக்கே பறைசாற்றும். அது ஒரு ஆரவாரம்போல எழுந்து, 'இங்கே அன்பு இருக்கிறது' என்று அனைவருக்கும் அறிவித்துவிடும். ஆக, அன்பு என்பது வார்த்தைகளால் சொல்லப்பட வேண்டிய ஒன்றல்ல. அது செயல்களால், குறிப்பாக பிறர் துன்பத்தில் நாம் காட்டும் இயல்பான பரிவால் வெளிப்படுகிறது. கண்ணீர் என்பது அன்பின் உண்மையான, மறுக்க முடியாத சாட்சியாக அமைகிறது. எனவே, அன்பை மறைக்க முயற்சிப்பது வீணான செயல்; அது சரியான நேரத்தில் தானாகவே வெளிப்பட்டுவிடும்.

குறள் 72

அன்பிலார் எல்லாம் தமக்குரியர்
அன்புடையார் என்பும் உரியர் பிறர்க்கு

சொற்பொருள்

அன்பிலார் = அன்பு இல்லாதவர்; எல்லாம் = எல்லாப் பொருளும்.
தமக்குரியர் = தமக்கே உரியவர்; அன்புடையார் = அன்பு உடையவர்.
என்பும் = உடம்பும்; உரியர் = சொந்தமாவர்; பிறர்க்கு = பிறருக்கு.

நேர்பொருள்

அன்பில்லாதவர் எல்லாப் பொருளையும் தமக்கே உரியதாகக் கொள்வர்; அன்புடையவரோ தம் உடம்பையும் கூடப் பிறர்க்குரியதாகக் கருதுவர்.

பொருளுரை

அன்பில்லாதவன் தன்னிடம் சேரும் அனைத்தையும் தன்னுக்கே உரியது என்று கருதுகிறான்; அவன் பார்வையில் பிறருக்கான பங்கு இல்லை. அதற்கு மாறாக, அன்புடையவன் தன் செல்வத்தை மட்டும் அல்ல, தன் உடலையும் கூட பிறர்க்குப் பயன்படத்தக்கதாக நினைக்கிறான். அன்பு உள்ள இடத்தில் 'என்' என்ற குறுகிய உரிமை உணர்வு சுருங்கி, 'பிறர்க்கும்' என்ற பரந்த மனம் எழுகிறது. இதனால் அன்பு என்பது வெறும் உணர்ச்சி அல்ல; அது பகிர்வு, உதவி, தியாகம் ஆகியவற்றில் வெளிப்படும் வாழ்வியல் நிலை. ஒருவர் தன் நேரம், உழைப்பு, உடைமை, உடல் சக்தி ஆகியவற்றையும் பிறர் நலனுக்காக ஒதுக்கத் தயாராக இருப்பின், அந்த அன்பு செயலாகி விட்டதாக அறியலாம். இவ்வாறு தன்னையே பிறர்க்கு உபயோகமானதாக்கும் மனமே அன்புடையோரின் உயர்ந்த பண்பு.

குறள் 73

அன்போடு இயைந்த வழக்கென்ப ஆருயிர்க்கு
என்போடு இயைந்த தொடர்பு

சொற்பொருள்

அன்போடு = அன்புடனே; இயைந்த = பொருந்திய.
வழக்கென்ப = வழிமுறை என்பார்கள்; ஆருயிர்க்கு = அருமையான உயிருக்கு.
என்போடு = எலும்போடு (உடம்போடு); இயைந்த = இணைந்த; தொடர்பு = உறவு.

நேர்பொருள்

அருமையான உயிருக்கு உடம்போடு ஏற்பட்டிருக்கும் இந்தத் தொடர்பு, அன்பை வெளிப்படுத்தும் ஒரு வழிமுறை என்றே சொல்லப்படுகிறது.

பொருளுரை

மனிதப் பிறவி மிகவும் அருமையானது. அப்படிப்பட்ட அருமையான உயிருக்கு, இந்த உடம்பு ஏன் கொடுக்கப்பட்டிருக்கிறது? அதன் நோக்கம் என்ன? இந்தக் கேள்விக்கு இக்குறள் அழகான பதிலைச் சொல்கிறது. உயிருக்கும் உடலுக்கும் இடையே உள்ள இந்தத் தொடர்பு, அன்பை வெளிப்படுத்துவதற்காகவே ஏற்பட்டது என்கிறது. அன்பு என்பது வெறும் எண்ணம் மட்டுமல்ல. அது செயல்களில் வெளிப்பட வேண்டும். பிறருக்கு உதவுவது, அவர்களை அணைப்பது, ஆதரவாகப் பேசுவது என எல்லாவற்றிற்கும் உடல் தேவை. உடல் இல்லாமல், உயிர் மட்டும் இருந்தால்,

அன்பை எப்படிச் செயலில் காட்ட முடியும்? எனவே, ஆன்மா அன்பை அனுபவிக்கவும், பிறருக்கு அதைக் கொடுக்கவும் ஒரு கருவியாகவே இந்த உடல் அமைந்துள்ளது. நம்முடைய பிறப்பின் அடிப்படை நோக்கமே அன்பு செய்வதுதான் என்பதை இது உணர்த்துகிறது. உடலும் உயிரும் இணைந்திருப்பதன் பயனே அன்பு வாழ்க்கை வாழ்வதுதான். ஆக, நாம் இந்த வாழ்க்கையை அன்பு செலுத்துவதற்கான ஒரு பெரும் வாய்ப்பாகக் கருதி வாழ வேண்டும் என்பதே இக்குறளின் மையக் கருத்து.

குறள் 74

அன்பு ஈனும் ஆர்வம் உடைமை அதுஈனும்
நண்பு என்னும் நாடாச் சிறப்பு

சொற்பொருள்

அன்பு = அன்பு; ஈனும் = உருவாக்கும்.
ஆர்வம் = விருப்பம்; உடைமை = கொண்டிருத்தலை.
அதுஈனும் = அது தரும்; நண்பு = நட்பு; என்னும் நாடாச் சிறப்பு = என்கிற தேடாமலே கிடைக்கும் சிறப்பு.

நேர்பொருள்

அன்பு ஆர்வத்தை உருவாக்கும்; அந்த ஆர்வம், நட்பு என்கிற தேடாமலே கிடைக்கும் பெரும் சிறப்பைத் தரும்.

பொருளுரை

இந்தக் குறள், அன்பிலிருந்து தொடங்கும் ஒரு அற்புதமான சங்கிலித் தொடர் நிகழ்வை விளக்குகிறது. ஒருவரிடம் இருக்கும் அன்பு, முதலில் தனக்கு நெருக்கமானவர்களிடம் தோன்றும். ஆனால், உண்மையான அன்பு அத்துடன் நின்றுவிடுவதில்லை. அது வளர்ந்து, மற்ற எல்லாரிடமும் ஒருவித ஈடுபாட்டையும், அக்கறையையும், விருப்பத்தையும் ('ஆர்வம்') உருவாக்குகிறது. இந்த ஆர்வம், குறுகிய வட்டத்தைத் தாண்டி, அனைவரையும் அரவணைக்கும் மனப்பான்மையைத் தருகிறது. இந்த பரந்த மனப்பான்மையின் விளைவாக, ஒருவருக்கு எதிரிகளோ, அந்நியர்களோ இல்லாத நிலை உருவாகிறது. எல்லோரும் நண்பர்களாகிறார்கள். இதைத்தான் 'நட்பு என்னும் நாடாச் சிறப்பு' என்று வள்ளுவர் கூறுகிறார். அதாவது, யாரிடமும் பகை பாராட்டாமல், அனைவரையும் நண்பராகப் பெறும் நிலை என்பது, ஒருவர் தேடி அடைய வேண்டிய அவசியமில்லாமல், தானாகவே வந்து சேரும் ஒரு பெரும் சிறப்பு. இது ஒரு தனிமனிதனுக்குக் கிடைக்கக்கூடிய மிகப்பெரிய சமூகப் பரிசு. ஆக, தனிப்பட்ட அன்பு என்ற ஒரு சிறிய விதையானது, அனைவரிடமும் நட்பு என்ற பெரிய விருட்சமாக வளர்ந்து, வாழ்க்கையை வளமாக்கும் என்பதே இக்குறளின் மையக் கருத்து.

குறள் 75

அன்புற்று அமர்ந்த வழக்கென்ப வையகத்து
இன்புற்றார் எய்தும் சிறப்பு

சொற்பொருள்
அன்புற்று = அன்பு கொண்டு; அமர்ந்த = பொருந்திய.
வழக்கென்ப = வாழ்க்கை நெறி என்பார்கள்; வையகத்து = இவ்வுலகில்.
இன்புற்றார் = இன்பமாக வாழ்ந்தவர்கள்; எய்தும் = அடைகின்ற; சிறப்பு = மேன்மை.

நேர்பொருள்
இவ்வுலகில் இன்பமாக வாழ்வோர் பெறும் சிறப்பு, அன்போடு பொருந்திய வாழ்க்கையின் விளைவே என்று அறிஞர்கள் கூறுவர்.

பொருளுரை
பொதுவாக, ஒருவர் இறந்த பிறகு சொர்க்கம் போன்ற மேலான நிலையை அடைய வேண்டுமென்றால், கடுமையான நோன்பு, தவம் அல்லது துறவறம் போன்ற துன்பங்கள் நிறைந்த பாதையைத் தேர்ந்தெடுக்க வேண்டும் என்ற நம்பிக்கை உள்ளது. ஆனால், இந்த குறள் ஒரு மாற்று வழியை, மிக அழகான வழியை நமக்குக் காட்டுகிறது. குடும்ப வாழ்வில் ஒருவர் தன் துணையோடும், பிள்ளைகளோடும், உறவினர்களோடும் உண்மையான அன்பு கொண்டு வாழ்ந்தால், அந்த வாழ்க்கையே மகிழ்ச்சி நிறைந்ததாக இருக்கும். இப்படி இவ்வுலகில் இன்பமாக வாழ்பவர்கள், அதன் பயனாக இறந்த பிறகும் ஒரு உயர்ந்த நிலையை அடைவார்கள். அந்த உயர்ந்த நிலைதான் 'சிறப்பு' என்று இங்கே குறிப்பிடப்படுகிறது. அதாவது, துறவிகள் துன்பப்பட்டு அடையும் அதே மேலான நிலையை, குடும்பத்தில் இருப்பவர்கள் அன்பின் வழியில் இன்பமாக வாழ்ந்தே அடைய முடியும். ஆக, அன்பான குடும்ப வாழ்க்கை என்பது வெறும் உலகியல் இன்பங்களை அனுபவிப்பதற்கான ஒரு வழி மட்டுமல்ல; அதுவே ஒரு சிறந்த அறநெறி. அந்த அறநெறியைப் பின்பற்றுவதன் மூலம், இந்த உலகிலும் மகிழ்ச்சியாக வாழ்ந்து, மறுமையிலும் சிறப்பான இடத்தைப் பெறலாம். அன்பின் வலிமை இம்மைக்கும் மறுமைக்கும் இன்பம் தரும் ஒரு சிறந்த வழி என்று இக்குறள் அழகாக விளக்குகிறது.

குறள் 76

அறத்திற்கே அன்புசார் பென்ப அறியார்
மறத்திற்கும் அஃதே துணை

சொற்பொருள்
அறத்திற்கே = அறத்திற்கு மட்டுமே; அன்பு = அன்பு.
சார்பு = ஆதாரம்; என்ப அறியார் = என்று சொல்பவர்கள் அறியாதவர்கள்.
மறத்திற்கும் = வீரத்திற்கும்; அஃதே = அதுவே; துணை = உதவி.

நேர்பொருள்
அன்பு அறத்திற்கு மட்டுமே ஆதாரம் என்று சொல்பவர்கள் அறியாதவர்கள்; வீரத்திற்கும் அதுவே துணையாக இருக்கிறது.

பொருளுரை

அன்பு என்பது மென்மையான உணர்வு, அது கருணை காட்டுவது, உதவுவது போன்ற அறச் செயல்களுக்கு மட்டுமே பொருந்தும் என்று சிலர் தவறாக நினைக்கிறார்கள். ஆனால், இந்த குறள் அந்த எண்ணம் தவறு என்று சுட்டிக்காட்டுகிறது. அன்பு, அறத்திற்கு உதவுவது போலவே, 'மறத்திற்கும்' அதாவது வீரத்திற்கும் அதுவே அடிப்படைத் துணை என்கிறது. இங்கு 'மறம்' என்பது வெறும் போர்க்குணம் அல்ல. அது அநீதியை எதிர்க்கும் வீரம், தீமையை அழிக்கும் வலிமை. உண்மையான வீரம் வெறுப்பிலிருந்தோ கோபத்திலிருந்தோ பிறப்பதில்லை. அது அன்பு எனும் ஆழமான அடித்தளத்திலிருந்துதான் உருவாகிறது. நாட்டின் மீதான அன்பால்தான் ஒரு வீரன் போர்க்களத்தில் துணிந்து நிற்கிறான். சமூகத்தின் மீதான அன்பால்தான் ஒருவன் அநீதிக்கு எதிராகக் குரல் கொடுக்கிறான். ஒருவருக்கு நம் மீது பகை இருந்தாலும், நாம் அவர் மீது அன்பு காட்டினால், அந்தப் பகை உணர்வை வெல்ல முடியும். ஆக, அன்பு என்பது நல்லதைச் செய்வதற்கு மட்டுமல்ல, தீயதை எதிர்த்துப் போராடி வெல்வதற்கும் தேவையான ஒரு மாபெரும் சக்தி. அது ஒரு முழுமையான வாழ்வின் இரு பக்கங்களுக்கும் ஆதாரமாக விளங்குகிறது.

குறள் 77

என்பி லதனை வெயில்போலக் காயுமே
அன்பி லதனை அறம்

சொற்பொருள்

என்பு = எலும்பு; இலதனை = இல்லாததை.
வெயில்போலக் = வெயிலைப் போல; காயுமே = வாட்டி வதைக்கும்.
அன்பு = அன்பு; இலதனை = இல்லாதவரை; அறம் = அறம் (நீதி).

நேர்பொருள்

எலும்பு இல்லாத புழுவை வெயில் வாட்டி வதைப்பது போல, அன்பு இல்லாத உயிரை அறம் தண்டித்து அழிக்கும்.

பொருளுரை

எலும்பில்லாத புழுக்களை வெயில் வதைத்து அழிப்பது போல, உள்ளத்தில் அன்பு இல்லாத உயிர்களை அறம் தண்டித்துத் துன்புறுத்தும். வெயிலானது எவ்விதப் பாகுபாடுமின்றி அனைவர் மீதும் தன் ஒளியைப் பரப்பினாலும், எலும்பற்ற மென்மையான புழுக்களால் அதன் வெப்பத்தைத் தாங்கிக்கொள்ள முடியாமல் இயல்பாகவே அவை அழிந்துவிடுகின்றன. அதுபோலவே, அறமானது பாரபட்சமின்றி அனைவரிடமும் இயங்கினாலும், அன்பெனும் பாதுகாப்பு இல்லாதவர்கள் அதன் நெறியிலிருந்து விலகும்போது தாங்களாகவே துன்பத்திற்கு ஆளாவார்கள். வாழ்வில் அன்பில்லாமல் வன்முறையோடும் சுயநலத்தோடும் வாழ்பவர்கள், அறத்தின் ஆற்றலால் நிச்சயம் தண்டிக்கப்பட்டு வலிமை இழப்பார்கள். இத்தகைய அன்பற்ற வாழ்க்கை இறுதியில் எந்தவிதமான நிலைத்த இன்பத்தையும் புகழையும் தராமல், அவர்களை அழிவுக்கே இட்டுச்செல்லும். எனவே, அன்பு எனும் கவசம் இல்லாத எந்த உயிரும் அறத்தின் முன் வலிமையற்றுப் போகும் என்பதே இக்குறள் உணர்த்தும் பேருண்மையாகும்.

குறள் 78

அன்பகத் தில்லா உயிர்வாழ்க்கை வன்பாற்கண்
வற்றல் மரந்தளிர்த் தற்று

சொற்பொருள்

அன்பகத் = உள்ள; தில்லா = இல்லாத.
உயிர்வாழ்க்கை = உய; வன்பாற்கண் = கடு.
வற்றல் = காய்ந்து போன; மரந்தளிர்த் = காய்ந்த; தற்று = போன்றது.

நேர்பொருள்

மனதில் அன்பு இல்லாத வாழ்க்கை, வறண்ட நிலத்தில் காய்ந்த மரம் துளிர்ப்பது போல சாத்தியமற்ற ஒன்றாகும்.

பொருளுரை

மனத்தில் அன்பு என்னும் ஈரம் சிறிதும் இல்லாமல் ஒருவர் வாழும் இல்லற வாழ்க்கையானது, வளம்வற்றிய கடினமான பாலைநிலத்தில் பட்டுப்போன ஒரு மரம் மீண்டும் தளிர்க்க முயற்சிப்பதைப் போன்ற இயலாத செயலாகும். எப்படி நீர்ச்சத்து இல்லாத வன்பாலையில் காய்ந்துபோன மரம் உயிர் பெற்றுத் தழைப்பது என்பது ஒருபோதும் நிகழாத ஒன்றோ, அதுபோலவே அகத்தில் அன்பு இல்லாத ஒருவரின் வாழ்க்கை வறண்டு, பயனற்றுப் போகும். மரத்திற்கு நீர் எப்படி அடிப்படையோ, அதுபோல மனித வாழ்க்கையின் செழுமைக்கும், உறவுகளின் வளர்ச்சிக்கும் அன்பு என்பதே ஆதாரமான உயிர்ச்சத்தாகும். நடைமுறையில், அன்பு இல்லாத இல்லறம் என்பது வெறும் கடமைகளைச் செய்யும் இயந்திரத்தனமான வாழ்வாக இருக்குமே தவிர, அதில் உண்மையான மகிழ்ச்சியோ, பிணைப்போ, மனநிறைவோ ஒருபோதும் ஏற்படாது. இதன் விளைவாக, அத்தகைய வாழ்க்கை இறுதியில் தனிமையிலும், அர்த்தமற்ற வெறுமையிலும் முடிவடையும்; அது வாழ்வதாகத் தோன்றினாலும், உண்மையில் உணர்வுகளற்ற ஒரு பயனற்ற நிலையே ஆகும். எனவே, உள்ளத்தில் அன்பு சுரக்காத வாழ்க்கை, உயிரோட்டமற்ற பாலைநிலத்தில் காய்ந்த மரத்தைப் போலவே எந்தப் பயனையும் தராது.

குறள் 79

புறத்துறுப் பெல்லாம் எவன்செய்யும் யாக்கை
அகத்துறுப்பு அன்பி லவர்க்கு

சொற்பொருள்

புறத்துறுப் = உடலுக்கு வெளியே உள்ள; பெல்லாம் = எல்லாம்.
எவன்செய்யும் = என்ன பயனைச் செய்யும்; யாக்கை = உடம்பின்.
அகத்துறுப்பு = உள்ளத்தின் உறுப்பாகிய அன்பு; அன்பி = அன்பு இல்லாதவர்களுக்கு; லவர்க்கு = இல்லாதவர்களுக்கு.

நேர்பொருள்

உள்ளத்தில் அன்பு என்ற முக்கிய உறுப்பு இல்லாதவர்களுக்கு, மற்ற வெளி வசதிகள் அனைத்தும் பயனற்றதே.

பொருளுரை

ஒரு குடும்ப வாழ்க்கையின் உண்மையான உயிர்நாடியாகவும், அதன் மைய உறுப்பாகவும் இருப்பது அன்புதான். வள்ளுவர் அன்பை உடலின்

மிக முக்கியமான 'அகத்துறுப்பு' என்று ஆழமாக உருவகப்படுத்துகிறார். இந்த அன்பு என்ற அடிப்படை உணர்வு இல்லாத ஒரு குடும்பத்தில், வெளிப்படையாகத் தெரியும் மற்ற எல்லா வசதிகளும், வளங்களும் இருந்தும் எந்தப் பயனையும் அளிக்காது. ஒரு இல்லறம் சிறப்பாக நடைபெறுவதற்கு நல்ல இருப்பிடம், போதுமான செல்வம், உதவி செய்யப் பணியாளர்கள் போன்ற பல வெளிப்புறக் காரணிகள் ('புறத்துறுப்புகள்') தேவைப்படலாம் என்று சிலர் நினைக்கலாம். ஆனால், குடும்பத்தின் இதயமாக இருக்க வேண்டிய அன்பு என்ற அந்த உள் இணைப்பு மட்டும் இல்லையென்றால், இந்த வெளிப்புற வசதிகள் அனைத்தும் வெறும் உயிரற்ற அலங்காரப் பொருட்களாகவே இருக்குமே தவிர, உண்மையான மகிழ்ச்சியையோ, மனநிறைவையோ ஒருபோதும் தராது. எப்படி இதயம், நுரையீரல் போன்ற முக்கிய உள் உறுப்புகள் இல்லாமல் கை, கால் போன்ற வெளி உறுப்புகள் மட்டும் ஒரு மனிதனுக்குப் பயன்படாதோ, அதுபோலவே, கணவன்-மனைவி மற்றும் குடும்ப உறுப்பினர்களுக்குள் ஆழமான அன்புப் பிணைப்பு இல்லாதபோது, எவ்வளவு பெரிய வசதி வாய்ப்புகள் இருந்தாலும் அந்த இல்லறம் வெற்றிகரமாக இயங்காது. ஆக, பொருள் சார்ந்த வெளிக்கூறுகளைக் காட்டிலும், மனப்பூர்வமான அன்பே ஒரு குடும்பத்தின் அசைக்க முடியாத அடித்தளமாகவும், அதன் உண்மையான வெற்றியாகவும் அமைகிறது; அதுவே இல்லறத்தை அர்த்தமுள்ளதாக்குகிறது.

குறள் 80

அன்பின் வழியது உயிர்நிலை அஃதிலார்க்கு
என்புதோல் போர்த்த உடம்பு

சொற்பொருள்

அன்பின் = அன்பின் அடிப்படையில்; வழியது = இயங்குவது.
உயிர்நிலை = உயிருள்ள நிலை; அஃதிலார்க்கு = அது இல்லாதவர்களுக்கு.
என்புதோல் = எலும்பும் தோலும்; போர்த்த = போர்த்திய; உடம்பு = வெறும் உடம்பு.

நேர்பொருள்

அன்பின் வழியில் இயங்கும் உடலே உயிருள்ள உடல்; அன்பு இல்லாதவர்களுக்கு இருப்பது, எலும்பின் மேல் தோல் போர்த்திய வெறும் உடல்தான்.

பொருளுரை

இந்தக் குறள் வாழ்வின் மிக அடிப்படையான ஒரு உண்மையைப் பேசுகிறது. உண்மையான உயிருள்ள நிலை என்பது என்ன? வெறும் சுவாசிப்பதும், நடப்பதும், உண்பதும் மட்டும்தானா? இல்லை என்கிறார் வள்ளுவர். அன்பு என்ற உணர்வால் வழிநடத்தப்படும் உடலே உண்மையான உயிருள்ள உடல். அன்புதான் நம் செயல்களுக்கு அர்த்தத்தையும், நம் உறவுகளுக்கு உயிர்ப்பையும் கொடுக்கிறது. அது நம்மை மற்றவர்களுடன் இணைத்து, நம்மை ஒரு சமூகத்தின் அங்கமாக உணர வைக்கிறது. இந்த அன்பு இல்லாத ஒருவரின் நிலை என்ன? அவர்களுடைய உடல், வெறும் எலும்புகளின் மீது தோலைப் போர்த்தியது போன்றதுதான். அதில் உயிர் இருக்கலாம், ஆனால் உயிர்ப்பு இருக்காது. அது ஒரு இயந்திரம் போல செயல்படலாம், ஆனால் அதில் வாழ்க்கையின் சாராம்சம் இருக்காது. அன்பு இல்லாத மனிதர்கள் தனிமைப்படுத்தப்பட்டு, அவர்களுடைய வாழ்க்கை அர்த்தமற்றுப் போகிறது. அவர்களுடைய உடல், ஆன்மா இல்லாத ஒரு கூடு மட்டுமே. இந்த குறள் அன்பை ஒரு தனிப்பட்ட உணர்ச்சியாகக் கருதாமல், அதுவே மனித

வாழ்வின் உயிர்நாடி என்று ஆழமாக வலியுறுத்துகிறது. அன்புடன் வாழ்வதே உண்மையான வாழ்க்கை; மற்றவை எல்லாம் வெறும் இருப்பு மட்டுமே. எனவே, நம் வாழ்வில் அன்பை மையப்படுத்தி, அதன் வழியில் நடப்பதே நம்மை முழுமையான மனிதர்களாக மாற்றும்.

அதிகாரம் 9: விருந்தோம்பல்

இல்லத்தின் பெருமை அதன் பொருள் குவிவதில் அல்ல, அதனைப் பகிரும் மனப்பான்மையில்தான் வெளிப்படும். இன்முகத்தோடு விருந்தினரை ஏற்றுக்கொள்வது, மனிதநேயத்தை நடைமுறையில் காக்கும் அறச்செயல்.

குறள் 81

இருந்தோம்பி இல்வாழ்வ தெல்லாம்
விருந்தோம்பி
வேளாண்மை செய்தற் பொருட்டு

சொற்பொருள்

இருந்தோம்பி = வீட்டில் தங்கிப் பாதுகாத்து; இல்வாழ்வது = குடும்ப வாழ்க்கை வாழ்வது.
எல்லாம் = முழுவதும்; விருந்தோம்பி = விருந்தினரைப் பேணி.
வேளாண்மை = உதவி; செய்தற் = செய்வதற்காக; பொருட்டு = அந்தக் காரணத்திற்காக.

நேர்பொருள்

வீட்டில் தங்கி, குடும்பம் நடத்தி, பொருள் சேர்ப்பது எல்லாம், விருந்தினர்களைப் பேணி உபசரித்து உதவுவதற்காகவே ஆகும்.

பொருளுரை

ஒருவர் இல்லறத்தில் நிலைத்து நின்று, பொருட்களைச் சேர்த்துப் பாதுகாத்து வாழ்வதன் முழுமையான நோக்கமே தம்மை நாடி வரும் விருந்தினரைப் பேணி அவர்களுக்கு உதவுவதே ஆகும். இல்லற வாழ்க்கையின் கடின உழைப்பும், பொருள் ஈட்டும் பெரும் முயற்சிகளும் சுயநலத்திற்காக மட்டும் அல்லாமல், பிறருக்குப் பயன்பட வேண்டும் என்ற உயரிய குறிக்கோளைக் கொண்டவை. துறவறம் பூணாமல் இல்லறத்தில் ஒருவர் தங்கியிருப்பதும், செல்வத்தைச் சேர்ப்பதும் விருந்தோம்பல் எனும் சமூகக் கடமையை நிறைவேற்றுவதற்காகவே. நடைமுறையில், ஒருவர் தம் இல்லத்தையும் செல்வத்தையும் பிறர் நலனுக்காகப் பயன்படுத்தி, தன்னைச் சார்ந்த சமூகத்திற்குத் தன் பங்களிப்பைச் செய்வதே இதன் பொருளாகும். அவ்வாறு விருந்தோம்பல் பண்பைக் கடைப்பிடிக்காத ஒருவருடைய இல்லற வாழ்க்கையும், அவர் பொருள் சேர்க்கப்படும் துன்பங்களும் எந்தப் பயனும் அற்றவையாகிவிடும் என்று வள்ளுவர் எச்சரிக்கிறார். எனவே, விருந்தோம்பல் ஒன்றே இல்லற வாழ்வின் முயற்சிகளுக்கும், அதனால் ஏற்படும் துன்பங்களுக்கும் உண்மையான மதிப்பையும் பொருளையும் தருகிறது.

குறள் 82

விருந்து புறத்ததாத் தானுண்டல் சாவா
மருந்தெனினும் வேண் டற்பாற் றன்று

சொற்பொருள்

விருந்து = விருந்தினர்; புறத்ததாத் = வெளியே இருக்க.
தானுண்டல் = தான் மட்டும் உண்பது; சாவா = சாவாமை தரும்.
மருந்தெனினும் = மருந்தாக இருந்தாலும்; வேண்டற்பாற்று = விரும்பத்தக்க; அன்று = அல்ல.

நேர்பொருள்

விருந்தினரை வெளியே வைத்துவிட்டு, சாகா வரம் தரும் அமிர்தத்தையே ஆனாலும் தான் மட்டும் உண்பது விரும்பத்தக்க செயல் அல்ல.

பொருளுரை

விருந்தோம்பல் என்னும் பண்பின் உச்சபட்ச முக்கியத்துவத்தை இந்தக் குறள் விளக்குகிறது. நம் வீட்டிற்கு ஒரு விருந்தினர் வந்திருக்கும்போது, அவரை வெளியே காக்க வைத்துவிட்டு நாம் மட்டும் தனியாக உண்பது மிகவும் தவறான செயல். ஒருவேளை, நாம் உண்ணப்போகும் உணவு, சாவையே வெல்லக்கூடிய அமிர்தமாகவே இருக்கட்டும். அப்படிப்பட்ட விலைமதிப்பில்லாத ஒரு பொருளாக இருந்தாலும், அதை விருந்தினருடன் பகிர்ந்துகொள்ளாமல் சுயநலமாகத் தானே உண்பது ஏற்றுக்கொள்ள முடியாதது. விருந்தோம்பல் என்ற அறத்தின் முன், சாகா வரம் தரும் அமிர்தம் கூட இரண்டாம் பட்சம்தான். மனித உறவுகளுக்கும், பிறரை மதிக்கும் பண்புக்கும் நாம் கொடுக்கும் மரியாதை, தனிப்பட்ட ஆதாயங்களை விட உயர்ந்தது என்பதை இக்குறள் ஆணித்தரமாகச் சொல்கிறது. நம்மிடம் இருப்பது எவ்வளவு அரிதானதாக இருந்தாலும், அதைப் பகிர்ந்துகொள்ளும் மனப்பான்மையே நம்மை மனிதனாக உயர்த்துகிறது. சுயநலம், எவ்வளவு பெரிய ஆதாயத்திற்காக இருந்தாலும், அது நம் குணத்தை தாழ்த்திவிடும். இந்த உயரிய நெறி, அன்றாட வாழ்வில் நாம் பிறருடன் பழகும் விதத்திற்கு ஒரு சிறந்த வழிகாட்டியாக அமைகிறது.

குறள் 83

வருவிருந்து வைகலும் ஓம்புவான் வாழ்க்கை
பருவந்து பாழ்படுதல் இன்று

சொற்பொருள்

வருவிருந்து = வரும் விருந்தினரை; வைகலும் = தினமும்.
ஓம்புவான் = உபசரிப்பவனுடைய; வாழ்க்கை = வாழ்க்கை.
பருவந்து = துன்பப்பட்டு; பாழ்படுதல் = அழிந்துபோவது; இன்று = இல்லை.

நேர்பொருள்

தினமும் வரும் விருந்தினரை உபசரிப்பவரின் வாழ்க்கை, வறுமையால் துன்பப்பட்டு ஒருபோதும் அழிந்து போகாது.

பொருளுரை

ஒருவர் தினமும் தன் வீட்டிற்கு வரும் விருந்தினர்களை அன்புடன் வரவேற்று உபசரித்தால், அவருடைய வாழ்க்கை வறுமையால் பாதிக்கப்பட்டு

பாழாகிவிடும் என்று சிலர் நினைக்கலாம். ஆனால், திருவள்ளுவர் அந்த எண்ணம் தவறானது என்கிறார். தினமும் விருந்தோம்பல் செய்வதால் ஒருவரின் செல்வம் குறையாது, மாறாக அது மேலும் வளரும் என்பதே இந்த குறளின் மையக் கருத்து. விருந்தினர்களைப் பேணுவது ஒரு சுமையாகத் தோன்றினாலும், அது உண்மையில் ஒருவரின் வாழ்க்கைக்கு பாதுகாப்பைத் தருகிறது. தன்னிடம் இருப்பதைப் பகிர்ந்துகொள்ளும் தாராள மனப்பான்மை, ஒருவரின் வாழ்க்கையை வளமாக்கும். அந்த இல்லற வாழ்க்கை ஒருபோதும் வறுமையில் வாடி, தன் பொலிவை இழந்து, பயனற்றதாக மாறாது. விருந்தோம்பல் என்பது வெறும் செலவு அல்ல; அது ஒரு முதலீடு. அது நல்லுறவுகளையும், நற்பெயரையும், மனநிறைவையும் தருகிறது. இந்த நற்பண்புகளால் ஒருவரின் வாழ்க்கை ஒருபோதும் துன்பத்தில் சிக்கி சீரழியாது. மாறாக, அது எப்போதும் செழிப்புடனும் மகிழ்ச்சியுடனும் விளங்கும். எனவே, விருந்தினர்களைப் பேணுவதால் வாழ்க்கை பாழாகும் என்ற கவலை தேவையற்றது. அது வாழ்க்கையை வளப்படுத்தும் ஒரு சிறந்த அறச்செயல்.

குறள் 84

அகனமர்ந்து செய்யாள் உறையும் முகனமர்ந்து
நல்விருந்து ஓம்புவான் இல்

சொற்பொருள்

அகனமர்ந்து = மனம் மகிழ்ந்து; செய்யாள் = திருமகள்.
உறையும் = தங்கியிருப்பாள்; முகனமர்ந்து = முகம் மலர்ந்து.
நல்விருந்து = நல்ல விருந்தினரை; ஓம்புவான் = உபசரிப்பவன்; இல் = வீட்டில்.

நேர்பொருள்

மகிழ்ச்சியான முகத்துடன் நல்ல விருந்தினரை உபசரிப்பவன் வீட்டில், திருமகள் மனமகிழ்ச்சியுடன் தங்கியிருப்பாள்.

பொருளுரை

விருந்தோம்பலின் முக்கியத்துவத்தையும், அது செல்வச் செழிப்பிற்கு எப்படி காரணமாகிறது என்பதையும் இக்குறள் அழகாக விளக்குகிறது. ஒருவன் தன் வீட்டிற்கு வரும் விருந்தினரை மனப்பூர்வமாகவும், மலர்ந்த முகத்துடனும் உபசரித்தால், அந்த இல்லத்தில் செல்வத்தின் தெய்வமான திருமகள் மனமகிழ்ச்சியுடன் தங்கியிருப்பாள் என்று வள்ளுவர் கூறுகிறார். இங்கு 'முகனமர்ந்து' என்பது வெளிப்படையான மகிழ்ச்சியையும், 'அகனமர்ந்து' என்பது திருமகளின் உள்ளார்ந்த மகிழ்ச்சியையும் குறிக்கிறது. வெறும் கடமைக்காக இல்லாமல், உண்மையான அன்போடும் மகிழ்ச்சியோடும் விருந்தினரை வரவேற்பது அவசியம். அவ்வாறு செய்யும்போது, ஒருவரின் செல்வம் நல்ல வழியில் செலவிடப்படுகிறது. இந்த நற்செயலைக் கண்டு செல்வத்தின் அதிபதியான திருமகள் மகிழ்ந்து, அந்த வீட்டில் நிரந்தரமாகத் தங்க முடிவெடுக்கிறாள். இதன்மூலம், செல்வம் மேலும் பெருகும் என்பது உணர்த்தப்படுகிறது. இது ஒரு ஆன்மிக நம்பிக்கையாக மட்டும் இல்லாமல், நடைமுறை உண்மையாகவும் இருக்கிறது. அன்புடன் பழகுபவர்களுக்கு சமூகத்தில் நல்ல பெயரும், நட்பும், ஆதரவும் பெருகும். இந்த சமூக மூலதனமே ஒருவருக்குப் பல வழிகளில் செல்வத்தையும் வெற்றியையும் கொண்டு வந்து சேர்க்கும். எனவே, மகிழ்ச்சியான விருந்தோம்பல் நடைபெறும் இல்லம், எல்லா வளங்களும் நிறையும் இடமாக மாறும்.

குறள் 85

வித்தும் இடல்வேண்டும் கொல்லோ விருந்தோம்பி
மிச்சில் மிசைவான் புலம்

சொற்பொருள்

வித்தும் = விதைகூட; இடல்வேண்டும் = போட வேண்டுமா.
கொல்லோ = என்ன?; விருந்தோம்பி = விருந்தினரை உபசரித்து.
மிச்சில் = மீதமுள்ளதை; மிசைவான் = உண்பவனுடைய; புலம் = நிலத்தில்.

நேர்பொருள்

விருந்தினரை உபசரித்து, மீதமுள்ளதை உண்ணும் ஒருவரின் நிலத்தில் விதைக்கக்கூட வேண்டுமா என்ன?

பொருளுரை

விருந்தோம்பல் என்ற உயரிய பண்பின் மூலம் கிடைக்கும் பொருள் சார்ந்த நன்மைகளை இக்குறள் அழகாக விளக்குகிறது. ஒருவன் தன் வீட்டிற்கு வரும் விருந்தினர்களுக்கு முதலில் உணவளித்து, அவர்கள் உண்ட பிறகு மீதமிருப்பதை தானே உண்பானானால், அவனுடைய வயலில் தானியங்கள் செழித்து வளர விதைக்க வேண்டிய அவசியம் கூட இல்லை என்று வள்ளுவர் கூறுகிறார். இது ஒரு கவித்துவமான மிகைப்படுத்தல். இதன் உண்மையான அர்த்தம், விருந்தோம்பல் செய்யும் தாராள மனப்பான்மை கொண்டவர்களுக்கு, செல்வம் தானாகவே வந்து சேரும் என்பதாகும். அவர்கள் செய்யும் தொழில்களும், முயற்சிகளும் பெரும் பலனைத் தரும். பிறருக்குக் கொடுக்கும் குணம் கொண்டவர்களுக்கு, இயற்கையே துணை நின்று, அவர்களின் தேவைகளைப் பூர்த்தி செய்யும். அவர்களின் செல்வம் ஒருபோதும் குறையாது, மாறாக பன்மடங்கு பெருகும். சுயநலமின்றி, முதலில் பிறர் நலன் பேணும் ஒருவருக்கு, பொருள் வளம் உட்பட அனைத்து நன்மைகளும் தேடி வரும் என்பதே இக்குறள் உணர்த்தும் ஆழமான பாடம். இது, கொடுப்பதன் மூலம் பெறுதலின் ரகசியத்தை நமக்குக் கற்றுத்தருகிறது.

குறள் 86

செல்விருந்து ஓம்பி வருவிருந்து பார்த்திருப்பான்
நல்வருந்து வானத் தவர்க்கு

சொற்பொருள்

செல்விருந்து = வந்த விருந்தினரை; ஓம்பி = உபசரித்து.
வருவிருந்து = வரப்போகும் விருந்தினரை; பார்த்திருப்பான் = எதிர்பார்த்து இருப்பவன்.
நல்வருந்து = நல்ல விருந்தினன் ஆவான்; வானத் = வானுலகில் உள்ள; தவர்க்கு = தேவர்களுக்கு.

நேர்பொருள்

வந்த விருந்தினரை உபசரித்து, அடுத்து வரும் விருந்தினருக்காகக் காத்திருப்பவன், வானுலகத் தேவர்களுக்கு நல்ல விருந்தினன் ஆவான்.

பொருளுரை

விருந்தோம்பலின் மிக உயர்ந்த சிறப்பை இந்தக் குறள் விளக்குகிறது. ஒருவன் தன் வீட்டிற்கு வந்த விருந்தினரை நல்ல முறையில் உபசரித்து வழியனுப்பி வைப்பது முதல் கடமை. அத்துடன் அவன் நின்றுவிடக்கூடாது. அடுத்ததாக வரப்போகும் விருந்தினருக்காகவும் ஆவலுடன் காத்திருக்க வேண்டும். இப்படிப்பட்ட மனநிலை கொண்டவன், அதாவது விருந்தினரோடு சேர்ந்து உண்ணுவதையே வழக்கமாகக் கொண்டவன், மிக உயர்ந்த பேற்றைப் பெறுவான். அவன் இந்த உலகில் வாழ்ந்து முடிந்த பிறகு, வானுலகத்தில் தேவர்களால் வரவேற்கப்படும் சிறப்பு விருந்தினராக மதிக்கப்படுவான். இங்கு அவன் விருந்தினர்களைப் போற்றியதால், அங்கு அவன் தேவர்களுக்கு விருந்தினராகப் போற்றப்படுவான். இது விருந்தோம்பல் என்னும் பண்பு ஒருவருக்கு மறுமையிலும் நற்பயனைத் தரும் என்பதை உணர்த்துகிறது. விருந்தோம்பல் என்பது எப்போதாவது செய்யும் செயல் அல்ல, அது ஒரு தொடர்ச்சியான மனநிலை மற்றும் வாழ்க்கை முறை என்பதையே இக்குறள் வலியுறுத்துகிறது. இந்தத் தொடர் ஈகை குணமே ஒருவரை தெய்வ நிலைக்கு உயர்த்தும்.

குறள் 87

இனைத்துணைத் தென்பதொன் றில்லை விருந்தின் துணைத்துணை வேள்விப் பயன்

சொற்பொருள்

இனைத்துணைத்து = இவ்வளவுதான் என்று; என்பது = சொல்லக்கூடிய.
ஒன்று = ஒரு விஷயம்; இல்லை = இல்லை.
விருந்தின் = விருந்தினரின் தகுதிக்கு; துணைத்துணை = ஏற்றவாறு அமையும்;
வேள்விப் = விருந்தோம்பல் எனும் வேள்வியின்.

நேர்பொருள்

விருந்தோம்பல் எனும் வேள்வியின் பலனை இவ்வளவுதான் என அளவிட முடியாது; அது வரும் விருந்தினரின் தகுதியைப் பொறுத்து அமையும்.

பொருளுரை

விருந்தோம்பல் என்பது ஒரு மிக உயர்ந்த செயலாகக் கருதப்படுகிறது. அதை ஒரு வேள்விக்கு, அதாவது புனிதமான யாகத்திற்கு ஒப்பிடுகிறார் வள்ளுவர். இந்தச் செயலைச் செய்வதால் கிடைக்கும் நன்மைக்கு ஓர் எல்லையோ, குறிப்பிட்ட அளவோ கிடையாது. அதன் மதிப்பு, நாம் எவ்வளவு செலவு செய்கிறோம் அல்லது என்ன கொடுக்கிறோம் என்பதைப் பொறுத்தது அல்ல. மாறாக, நாம் உபசரிக்கும் விருந்தினரின் தகுதியையும், சிறப்பையும் பொறுத்தே அதன் பலன் அமைகிறது. உதாரணமாக, ஒரு ஞானிக்கு அல்லது மிகவும் தேவையிலிருக்கும் ஒருவருக்கு நாம் செய்யும் ஒரு சிறிய உபசரிப்பு கூட, மிகப்பெரிய புண்ணியத்தையும் பயனையும் தரும். அதே சமயம், எந்தத் தகுதியும் இல்லாத ஒருவருக்கு நாம் எவ்வளவு பெரிய விருந்து வைத்தாலும், அதன் பலன் குறைவாகவே இருக்கும். எனவே, விருந்தோம்பலின் உண்மையான மதிப்பு, கொடுப்பதில் இல்லை, பெறுபவரின் தகுதியில் இருக்கிறது. இந்தக் குறள், செயலின் அளவை விட, அதன் சூழலும், யாருக்காக அது செய்யப்படுகிறது என்பதும் தான் அதன் விளைவைத் தீர்மானிக்கிறது என்ற ஆழமான உண்மையை உணர்த்துகிறது. விருந்தினரின் மேன்மைக்கு ஏற்பவே விருந்தோம்பலின் புண்ணியமும் மேன்மையடையும்.

குறள் 88

பரிந்தோம்பிப் பற்றற்றேம் என்பர் விருந்தோம்பி
வேள்வி தலைப்படா தார்

சொற்பொருள்

பரிந்தோம்பிப் = மிகுந்த சிரமப்பட்டுப் பாதுகாத்து; பற்றற்றேம் = ஆதரவை இழந்துவிட்டோம்.
என்பர் = என்று சொல்வார்கள்; விருந்தோம்பி = விருந்தினரை உபசரித்து.
வேள்வி = அந்த நற்செயலை; தலைப்படா = மேற்கொள்ளாத; தார் = அவர்கள்.

நேர்பொருள்

விருந்தினரை உபசரிக்கும் நற்செயலைச் செய்யாதவர்கள், 'மிகுந்த சிரமப்பட்டுச் சேர்த்த செல்வத்தை இழந்து, ஆதரவின்றி நிற்கிறோம்' என்று வருந்திக் கூறுவார்கள்.

பொருளுரை

விருந்தினரை வரவேற்று உபசரிப்பது ஒரு சிறந்த அறச்செயல். இந்த நற்செயலைச் செய்யாதவர்கள், தங்கள் செல்வத்தை மிகுந்த சிரமத்துடனும் கவலையுடனும் பாதுகாப்பார்கள். அந்தச் செல்வத்தையே தங்கள் வாழ்க்கையின் ஒரே ஆதாரமாக நினைப்பார்கள். ஆனால், செல்வம் நிலையானது அல்ல. ஒருநாள் அது அவர்களை விட்டுப் போய்விடும். அப்போது அவர்கள், 'இவ்வளவு கஷ்டப்பட்டுச் சேர்த்த சொத்தையெல்லாம் இழந்துவிட்டோமே, இப்போது எங்களுக்கு எந்த ஆதரவும் இல்லை' என்று புலம்புவார்கள். அவர்களின் வாழ்க்கை முழுவதும் செல்வத்தைச் சேர்ப்பதிலும், அதைப் பாதுகாக்கக் கவலைப்படுவதிலுமே கழிந்துவிடும். இறுதியில், அந்தச் செல்வம் போன பிறகு, அவர்களிடம் மிஞ்சுவது துயரமும் வெறுமையும்தான். இதற்கு மாறாக, விருந்தினரை உபசரிப்பவர்கள் தங்கள் செல்வத்தை ஒரு நல்ல காரியத்திற்காகப் பயன்படுத்துகிறார்கள். இது ஒரு 'வேள்வி' செய்வதற்குச் சமம். அதனால் கிடைக்கும் புண்ணியமும் மனநிறைவும் நிலையானது. எனவே, செல்வம் இருப்பதன் உண்மையான பயன், அதைப் பதுக்கி வைப்பதில் இல்லை, மாறாகப் பிறருக்கு உதவும் வகையில் பகிர்வதில் உள்ளது என்பதை இக்குறள் உணர்த்துகிறது. கருமித்தனம் இறுதியில் வருத்தத்தையே தரும்.

குறள் 89

உடைமையுள் இன்மை விருந்தோம்பல் ஓம்பா
மடமை மடவார்கண் உண்டு

சொற்பொருள்

உடைமையுள் = செல்வம் இருக்கும்போதும்; இன்மை = வறுமை என்பது.
விருந்தோம்பல் = விருந்தினரை உபசரிப்பதை; ஓம்பா = புறக்கணிக்கும்.
மடமை = அறியாமை; மடவார்கண் = அறிவில்லாதவர்களிடம்; உண்டு = இருக்கிறது.

நேர்பொருள்

செல்வம் இருந்தும் விருந்தினரை உபசரிக்காமல் புறக்கணிக்கும் அறியாமை, அறிவில்லாதவர்களிடம் மட்டுமே காணப்படும்.

பொருளுரை

ஒருவரிடம் செல்வம் இருந்தும், அவர் விருந்தினரை வரவேற்று உபசரிக்கத் தவறினால், அதுவே உண்மையான வறுமை என்று இக்குறள் கூறுகிறது. இது பொருள் இல்லாததால் ஏற்படும் வறுமை அல்ல; மாறாக, மனம் மற்றும் குணத்தில் ஏற்படும் வறுமை. செல்வத்தின் உண்மையான பயன், அதை மற்றவர்களுடன் பகிர்ந்துகொள்வதில்தான் இருக்கிறது. இந்த அடிப்படை உண்மையை உணராமல், விருந்தினரைப் போற்றாமல் இருப்பது ஒரு பெரிய அறியாமை அல்லது முட்டாள்தனம் ('மடமை') ஆகும். இந்தத் தவறைச் செய்வதன் மூலம், ஒருவர் தன் செல்வத்தின் மதிப்பையும் பயனையும் தானே இழக்கிறார். பொருள் இருந்தும் அது இல்லாதது போல ஆகிவிடுகிறது. அறிவுள்ளவர்கள் செல்வத்தின் நோக்கத்தைப் புரிந்துகொண்டு விருந்தோம்பலை ஒரு கடமையாகச் செய்வார்கள். ஆனால், அறிவில்லாதவர்கள் மட்டுமே தன்னிடம் வசதி இருந்தும் விருந்தினரை உபசரிக்காமல் புறக்கணிப்பார்கள். எனவே, இந்த வகையான குணக்கேடு, அதாவது செல்வச் செழிப்பில் இருக்கும் வறுமை, அறிவற்றவர்களுக்கே உரியது. இது ஒருவரின் செல்வத்தை அர்த்தமற்றதாக்கி, அவரை சமூகப் பார்வையிலும் தார்மீக ரீதியிலும் ஏழையாக்குகிறது. உண்மையான செல்வம் என்பது பொருளில் இல்லை, கொடுக்கும் குணத்திலேயே இருக்கிறது என்பதை இக்குறள் ஆழமாக உணர்த்துகிறது.

குறள் 90

மோப்பக் குழையும் அனிச்சம் முகந்திரிந்து
நோக்கக் குநழ்யும் விருந்து

சொற்பொருள்

மோப்பக் = முகர்ந்தால்; குழையும் = வாடிவிடும்.
அனிச்சம் = அனிச்ச மலர்; முகந்திரிந்து = முகம் மாறி.
நோக்கக் = பார்த்தால்; குழையும் = வாடிவிடுவார்; விருந்து = விருந்தினர்.

நேர்பொருள்

முகர்ந்து பார்த்தால் அனிச்ச மலர் வாடிவிடும்; அதுபோல, முகம் மாறிப் பார்த்தாலே விருந்தினர் மனம் வாடிவிடும்.

பொருளுரை

மிகவும் மென்மையான அனிச்ச மலரானது முகர்ந்து பார்த்த அளவிலேயே வாடிவிடும்; ஆனால், நம் இல்லம் தேடி வரும் விருந்தினரின் உள்ளமோ, அந்த மலரை விடவும் பன்மடங்கு மென்மையானது. ஏனெனில், அனிச்ச மலரைத் தொட்டு முகர்ந்தால் தான் அது வாடும், ஆனால் விருந்தினரோ நம் முகக்குறிப்பில் ஏற்படும் சிறு மாறுதலைக் கண்ட மாத்திரத்திலேயே மனங்குழைந்து விடுவார்கள். எனவே, விருந்தினரை வரவேற்கும்போது முகமலர்ச்சியுடன் இன்முகம் காட்டுவது தலையாய கடமையாகும். இன்முகத்துடன் கூடிய இனிய சொற்களும், அன்பான உபசரிப்பும் விருந்தோம்பலின் இன்றியமையாத பண்புகளாகும். நம் முகம் சற்று மாறினாலோ அல்லது சுருங்கினாலோ, அது விருந்தினரின் உள்ளத்தைப் பெரிதும் புண்படுத்தி, அவர்கள் நம் இல்லத்தை விட்டு நீங்குவதற்குக் காரணமாகிவிடும். ஆக, தொடுதலில் வாடும் அனிச்ச மலரை விட, தொலைவில் இருந்து நோக்குவதிலேயே வாடும் விருந்தினர் மிகவும் மென்மையானவர்கள் என்பதை உணர்ந்து அவர்களைப் பேண வேண்டும்.

அதிகாரம் 10: இனியவை கூறல்

மென்மையும் நன்மையும் கலந்த சொல் மனங்களை இணைக்கிறது. கடுஞ்சொல்லால் உடையும் உறவை, இனிய சொல் அமைதியாகச் செம்மைப்படுத்துகிறது.

குறள் 91

இன்சொலால் ஈரம் அளைஇப் படிறுஇலவாம்
செம்பொருள் கண்டார்வாய்ச் சொல்

சொற்பொருள்

இன்சொலால் = இனிய சொற்கள் என்பவை; ஈரம் = அன்புடன்.
அளைஇப் = கலந்து; படிறுஇலவாம் = வஞ்சனை இல்லாத.
செம்பொருள் = மெய்ப்பொருளை; கண்டார்வாய்ச் = உணர்ந்தவர்களின் வாயிலிருந்து வரும்; சொல் = சொற்களாகும்.

நேர்பொருள்

மெய்ப்பொருளை உணர்ந்தவர்கள் பேசும், அன்பு கலந்த, வஞ்சனையற்ற சொற்களே உண்மையான இன்சொற்கள் ஆகும்.

பொருளுரை

இனிய சொல் என்பது என்ன? இந்தக் குறள் அதற்கு ஒரு தெளிவான இலக்கணத்தை வகுக்கிறது. வெறும் இனிமையாகப் பேசுவது மட்டும் இன்சொல் ஆகாது. உண்மையான இன்சொல்லுக்கு மூன்று முக்கியப் பண்புகள் இருக்க வேண்டும். முதலாவதாக, அந்தச் சொல்லில் அன்பு கலந்திருக்க வேண்டும். கேட்பவர் மீது உண்மையான அக்கறையும் பரிவும் கொண்டு பேச வேண்டும். இரண்டாவதாக, அதில் எந்தவிதமான வஞ்சனையோ, ஏமாற்றும் எண்ணமோ இருக்கக்கூடாது. அது முற்றிலும் உண்மையானதாகவும் நேர்மையானதாகவும் இருக்க வேண்டும். மூன்றாவதாக, மிக முக்கியமாக, அந்தச் சொற்கள் மெய்ப்பொருளை, அதாவது வாழ்க்கையின் உயர்ந்த உண்மைகளையும் அறநெறிகளையும் உணர்ந்த ஒருவரின் வாயிலிருந்து வர வேண்டும். அப்படிப்பட்ட ஞானம் பெற்றவர்களின் பேச்சு, ஆழமான புரிதலின் அடிப்படையில் இருக்கும். எனவே, அன்பு, உண்மை, ஞானம் ஆகிய மூன்றும் ஒருங்கே சேரும்போதுதான் ஒரு சொல், உண்மையான 'இன்சொல்' என்ற தகுதியைப் பெறுகிறது. இது வெறும் மேலோட்டமான பேச்சுத்திறன் அல்ல, பேசுபவரின் உயர்ந்த குணநலன்களின் வெளிப்பாடு. அத்தகைய சொற்கள் கேட்பவருக்கு நன்மையையும் மன அமைதியையும் தரும்.

குறள் 92

அகன்அமர்ந்து ஈதலின் நன்றே முகனமர்ந்து இன்சொலன் ஆகப் பெறின்

சொற்பொருள்
அகன்அமர்ந்து = மனம் விரும்பி; ஈதலின் = கொடுப்பதை விட.
நன்றே = நல்லது; முகனமர்ந்து = முகம் மலர்ந்து.
இன்சொலன் = இனிய சொற்களைப் பேசுபவராக; ஆகப் = இருக்க; பெறின் = முடிந்தால்.

நேர்பொருள்
மனதாரப் பொருள் கொடுப்பதை விட, மலர்ந்த முகத்துடன் இன்சொல் பேசுபவராக இருக்க முடிந்தால் அதுவே மிகவும் நல்லது.

பொருளுரை
பிறருக்கு உதவுவது ஒரு சிறந்த பண்பு. அதிலும் மனப்பூர்வமாக, விரும்பி ஒரு பொருளைத் தானமாகக் கொடுப்பது பெரும் புண்ணியம். ஆனால், இந்தக் குறள் அதைவிட ஒரு சிறந்த செயலைக் குறிப்பிடுகிறது. அது, ஒருவரைச் சந்திக்கும்போது மலர்ந்த முகத்துடன், இனிமையான வார்த்தைகளைப் பேசுவது. ஏன் இது தானத்தை விடச் சிறந்தது? ஒரு பொருளைக் கொடுக்க, அந்தப் பொருள் நம்மிடம் இருக்க வேண்டும். அது ஒருவரின் செல்வ நிலையைச் சார்ந்தது. ஆனால், முகமலர்ச்சியோடு இன்சொல் பேசுவதற்குப் பொருள் தேவையில்லை; நல்ல மனம் மட்டுமே போதும். இது ஒருவரின் உள்ளார்ந்த குணத்தைப் பிரதிபலிக்கிறது. சில நேரங்களில், கடமைக்காகவோ அல்லது வேறு காரணங்களுக்காகவோ கூட ஒருவர் தானம் செய்யலாம். ஆனால், உண்மையான முகமலர்ச்சியும், கனிவான பேச்சும் ஒருவரின் நல்ல உள்ளத்திலிருந்து இயல்பாக வெளிப்பட வேண்டும். அத்தகைய குணம், பொருள் கொடுப்பதை விட அரிதானது மற்றும் மதிப்புமிக்கது. அது கேட்பவரின் மனதை மகிழ்வித்து, அவருக்கு மரியாதையையும் மதிப்பையும் அளிக்கிறது. எனவே, பொருள் சார்ந்த உதவியை விட, உள்ளம் சார்ந்த இந்த நற்பண்பே உயர்ந்த அறமாகப் போற்றப்படுகிறது.

குறள் 93

முகத்தான் அமர்ந் துஇனிது நோக்கி அகத்தானாம் இன்சொ லினதே அறம்

சொற்பொருள்
முகத்தான் = முகத்தால்; அமர்ந்து = விரும்பி.
இனிது = இனிமையாக; நோக்கி = பார்த்து.
அகத்தானாம் = உள்ளத்திலிருந்து வரும்; இன்சொலினதே = இனிய சொற்களைப் பேசுவதே; அறம் = அறமாகும்.

நேர்பொருள்
மலர்ந்த முகத்துடன் இனிமையாகப் பார்த்து, உள்ளத்திலிருந்து வரும் இனிய சொற்களைப் பேசுவதே சிறந்த அறமாகும்.

பொருளுரை

ஒருவர் மற்றொருவரைச் சந்திக்கும்போது உண்மையான அறம் எப்படி வெளிப்பட வேண்டும் என்பதை இந்தக் குறள் அழகாக விளக்குகிறது. அறம் என்பது வெறும் பொருள் கொடுப்பதில் மட்டும் இல்லை. அது நம்முடைய அணுகுமுறையிலும், சொற்களிலும் இருக்கிறது. முதலில், ஒருவரைப் பார்த்தவுடன் நம் முகம் மலர வேண்டும். அந்தப் பார்வை, 'உங்களைக் கண்டதில் மகிழ்ச்சி' என்ற செய்தியைச் சொல்ல வேண்டும். இது ஒரு போலியான வரவேற்பாக இல்லாமல், மனப்பூர்வமானதாக இருக்க வேண்டும். அடுத்ததாக, நம் வாயிலிருந்து வரும் சொற்கள் இனிமையாகவும், உள்ளத்தின் ஆழத்திலிருந்து வருவதாகவும் இருக்க வேண்டும். முகமலர்ச்சியும், இதயத்திலிருந்து வரும் இன்சொல்லும் இணையும்போதுதான் அது முழுமையான அறமாகிறது. பொருள் உதவி செய்வதை விட, ஒருவரை மனதார வரவேற்று, அவரிடம் கனிவாகப் பேசுவது மிக உயர்ந்த பண்பு. இந்த நற்பண்பு விருந்தோம்பலின் அடித்தளமாக அமைகிறது. ஒருவரை நம் வீட்டுக்கு அழைக்கும்போது, நம்முடைய மகிழ்ச்சியான முகமும், அன்பான வார்த்தைகளும்தான் அவர்களுக்கு நாம் கொடுக்கும் முதல் பரிசு. இந்த அறத்தைச் செய்வதற்குப் பணம் தேவையில்லை, நல்ல மனம் மட்டுமே போதும். இதுவே மனித உறவுகளைப் பலப்படுத்தும் மிக எளிய மற்றும் சக்திவாய்ந்த வழியாகும்.

குறள் 94

துன்புறூஉம் துவ்வாமை இல்லாகும் யார்மாட்டும்
இன்புறூஉம் இன்சொ லவர்க்கு

சொற்பொருள்

துன்புறூஉம் = துன்பம் தரும்; துவ்வாமை = வறுமை.
இல்லாகும் = இல்லாமல் போகும்; யார்மாட்டும் = யாரிடத்திலும்.
இன்புறூஉம் = மகிழ்ச்சி தரும்; இன்சொல் = இனிய சொற்களைப் பேசும்; அவர்க்கு = அவருக்கு.

நேர்பொருள்

யாரிடத்திலும் மகிழ்ச்சி தரும் இனிய சொற்களைப் பேசுபவர்களுக்கு, துன்பம் தரும் வறுமை இல்லாமல் போகும்.

பொருளுரை

இனிய சொற்களின் வலிமையை இந்தக் குறள் அழகாக விளக்குகிறது. யாரிடமும் பாகுபாடு பார்க்காமல், எல்லோருக்கும் மகிழ்ச்சி தரும்படி இனிமையாகப் பேசும் இயல்பு கொண்ட ஒருவரிடம், துன்பத்தை உண்டாக்கும் வறுமை ஒருபோதும் நெருங்காது என்று இது கூறுகிறது. 'துவ்வாமை' என்ற சொல், நுகர முடியாமை அல்லது அனுபவிக்க இயலாமை என்ற பொருளைத் தரும். இது வறுமையின் ஒரு நுட்பமான சித்தரிப்பு. ஒருவர் இனிமையாகப் பேசும்போது, அவருக்கு எதிரிகள் இருக்க மாட்டார்கள். சுற்றியிருப்பவர்கள் அனைவரும் நண்பர்களாகவும் ஆதரவாளர்களாகவும் மாறிவிடுவார்கள். இந்த சமூக ஆதரவு என்பது ஒரு மிகப்பெரிய செல்வம். ஒருவருக்கு உதவி தேவைப்படும்போது, இந்த நட்புகளும் உறவுகளும் அவருக்குத் துணை நிற்கும். வாய்ப்புகள் அவரைத் தேடி வரும். இதனால், பொருள் வளம் இயற்கையாகவே பெருகும். ஆக, இன்சொல் பேசுவது என்பது வெறும் நல்ல குணம் மட்டுமல்ல, அது

ஒருவரின் வாழ்க்கையில் வறுமை போன்ற துன்பங்கள் வராமல் தடுக்கும் ஒரு நடைமுறை கேடயமாகவும் செயல்படுகிறது. நல்ல வார்த்தைகள் நல்ல உறவுகளை உருவாக்கும், அந்த உறவுகள் வளமான வாழ்க்கைக்கு வழிவகுக்கும் என்பதே இதன் மையக் கருத்து.

குறள் 95

பணிவுடையன் இன்சொலன் ஆதல் ஒருவற்கு அணியல்ல மற்றுப் பிற

சொற்பொருள்

பணிவுடையன் = பணிவு உள்ளவனாக; இன்சொலன் = இனிய சொல் பேசுபவனாக.
ஆதல் = இருப்பதே; ஒருவற்கு = ஒருவருக்கு.
அணியல்ல = அணிகலன்கள் அல்ல; மற்றுப் = மற்ற; பிற = அவை.

நேர்பொருள்

ஒருவருக்குப் பணிவுடன் இருப்பதும், இனிய சொற்களைப் பேசுவதும்தான் உண்மையான அணிகலன்கள்; மற்றவை அணிகலன்கள் ஆகாது.

பொருளுரை

ஒரு மனிதனுக்கு உண்மையான அழகையும் மதிப்பையும் தருவது எது? தங்கம், வைரம் போன்ற ஆபரணங்களா அல்லது விலை உயர்ந்த ஆடைகளா? இல்லை என்கிறார் வள்ளுவர். ஒருவருக்கு மிகச்சிறந்த அணிகலன் என்பது அவரது குணநலன்கள்தான். குறிப்பாக, இரண்டு குணங்களை அவர் அணிகலன்களாகக் குறிப்பிடுகிறார்: பணிவு மற்றும் இன்சொல். பணிவு என்பது தன்னைவிடத் தகுதி குறைந்தவர்களிடமும் மரியாதையுடனும் அடக்கத்துடனும் நடந்துகொள்வது. இன்சொல் என்பது யாரிடமும் கனிவாகவும் இனிமையாகவும் பேசுவது. இந்த இரண்டு குணங்களும் ஒரு மனிதனின் ஆளுமைக்கு மெருகூட்டி, அவரைச் சமூகத்தில் உயர்ந்தவராகக் காட்டும். மற்றவர்கள் அவரை விரும்பி அணுகுவார்கள். தங்கம் போன்ற மற்ற புற அணிகலன்கள் வெறும் தற்காலிகமான, வெளித்தோற்றத்தை மட்டுமே அழகுபடுத்தும். ஆனால், பணிவும் இன்சொல்லும் ஒருவரின் உள்ளத்தையும் வாழ்க்கையையும் நிரந்தரமாக அழகுபடுத்தும் உண்மையான, மதிப்புமிக்க ஆபரணங்கள். ஆக, வெளி அழகை விட, இந்த அக அழகை வளர்த்துக்கொள்வதே ஒருவருக்குப் பெருமை சேர்க்கும். இந்த இரண்டு குணங்களும் இல்லாதபோது, ஒருவர் எத்தனை ஆபரணங்களை அணிந்திருந்தாலும் அது அவருக்கு உண்மையான அழகைத் தராது.

குறள் 96

அல்லவை தேய அறம்பெருகும் நல்லவை நாடி இனிய சொலின்

சொற்பொருள்

அல்லவை = தீயவை; தேய = குறைய.
அறம்பெருகும் = நன்மை வளரும்; நல்லவை = நன்மையானவற்றை.
நாடி = ஆராய்ந்து; இனிய = இனிமையான சொற்களை; சொலின் = சொன்னால்.

நேர்பொருள்

நன்மை தரும் நல்ல சொற்களை ஆராய்ந்து, இனிமையாகப் பேசினால், ஒருவருக்குப் பாவங்கள் குறைந்து புண்ணியம் பெருகும்.

பொருளுரை

ஒருவர் பேசும் சொற்களுக்கு மிகப்பெரிய ஆற்றல் உண்டு என்பதை இக்குறள் விளக்குகிறது. நாம் பேசும்போது, பிறருக்கு நன்மை தரக்கூடிய சொற்களை மட்டுமே தேர்ந்தெடுக்க வேண்டும். அது மட்டும் போதாது, அந்த நல்ல சொற்களையும் இனிமையான முறையில், கேட்பவர் மனம் மகிழும்படி சொல்ல வேண்டும். இவ்வாறு சிந்தித்து, நல்ல நோக்கத்துடன், இனிமையாகப் பேசினால், அதன் விளைவு பேசுபவருக்கு இரண்டு விதமான நன்மைகளைத் தரும். முதலாவதாக, அவரிடம் உள்ள தீய குணங்களும், அவர் செய்த பாவங்களும் படிப்படியாகக் குறைந்து அழியும். இரண்டாவதாக, அவரிடம் நல்ல குணங்களும், புண்ணியமும் பெருகி வளரும். அதாவது, நம்முடைய பேச்சே நம் பாவங்களைக் குறைத்து, அறத்தை வளர்க்கும் ஒரு கருவியாகிறது. கடுமையாகப் பேசப்படும் நல்ல கருத்துக்கள் கூட தீய விளைவையே தரும். எனவே, சொல்லின் உள்ளடக்கமும், அதைச் சொல்லும் விதமும் ஒருசேர முக்கியம். இன்சொல் பேசுவது என்பது ஒருவரை ஆன்மீக ரீதியாகவும் மேம்படுத்தி, அவரது தீவினைகளைக் களைந்து நல்வினைகளைச் சேர்க்கும் ஒரு சிறந்த அறச்செயல் என்று இக்குறள் வழிகாட்டுகிறது. இது மறுமைப் பயனையும் மனதில் கொண்டு சொல்லப்பட்ட அறிவுரையாகும்.

குறள் 97

நயன் ஈன்று நன்றி பயக்கும் பயன்ஈன்று பண்பின் தலைப்பிரியாச் சொல்

சொற்பொருள்

நயன் = நீதியை; ஈன்று = உருவாக்கி.
நன்றி = அறப்பயனை; பயக்கும் = தரும்.
பயன்ஈன்று = நன்மையைத் தந்து; பண்பின் = இனிமைப் பண்பிலிருந்து; தலைப்பிரியாச் சொல் = விலகாத சொல்.

நேர்பொருள்

பிறருக்குப் பயன் தந்து, இனிமையிலிருந்து விலகாமல் பேசும் சொற்கள், பேசுபவருக்கு நீதியையும் அறத்தையும் பெற்றுத் தரும்.

பொருளுரை

ஒருவர் பேசும் சொற்கள் எப்படி இருக்க வேண்டும் என்பதற்கு இந்த குறள் அழகான இலக்கணம் வகுக்கிறது. ஒரு சொல் வெறும் இனிமையாக

இருந்தால் மட்டும் போதாது, அல்லது பயனுள்ளதாக இருந்தால் மட்டும் போதாது. அது இரண்டு தன்மைகளையும் ஒருங்கே கொண்டிருக்க வேண்டும். அதாவது, கேட்பவருக்கு ஒரு நன்மையைத் தருவதாகவும், அதே சமயம் தன் இனிமையான பண்பிலிருந்து சிறிதும் குறையாததாகவும் இருக்க வேண்டும். இப்படிப்பட்ட சொற்களைப் பேசுவதால் கிடைக்கும் பலன்கள் இரண்டு. ஒன்று, 'நயன்'. அதாவது, இந்த உலக வாழ்க்கையில் அது நீதியையும், நல்லுறவுகளையும், நேர்மையான வழிகளையும் உருவாக்கும். மற்றொன்று, 'நன்றி'. இது அறம் சார்ந்த ஒரு பெரும் பயனைக் குறிக்கிறது. அதாவது, இத்தகைய பேச்சு ஒருவருக்கு புண்ணியத்தையும், மறுமைக்கான நன்மையையும் தேடித்தரும். ஆக, பயனும் இனிமையும் கலந்த ஒரு சொல், பேசுபவருக்கு இந்த வாழ்க்கையில் நற்பெயரையும் சமூக நல்லிணக்கத்தையும் தருவதோடு, ஆன்ம ரீதியாகவும் உயர்வைத் தரும். எனவே, பேசும்போது சொல்லின் உள்ளடக்கமும் (பயன்) முக்கியம், அதைச் சொல்லும் விதமும் (இனிமை) முக்கியம் என்பதை இக்குறள் வலியுறுத்துகிறது.

குறள் 98

சிறுமையுவு நீங்கிய இன்சொல் மறுமையும் இம்மையும் இன்பம் தரும்

சொற்பொருள்

சிறுமையுள் = இழிவான குணம் இல்லாத; நீங்கிய = நீக்கப்பட்ட.
இன்சொல் = இனிய சொல்; மறுமையும் = மறுபிறவியிலும்.
இம்மையும் = இந்தப் பிறவியிலும்; இன்பம் = மகிழ்ச்சியை; தரும் = கொடுக்கும்.

நேர்பொருள்

தீங்கு விளைவிக்கும் எண்ணம் இல்லாத இனிய சொல், ஒருவருக்கு இப்பிறவியிலும் மறுபிறவியிலும் இன்பத்தைத் தரும்.

பொருளுரை

பிறருக்குத் துன்பம் தரும் சிறுமைக் குணமோ, தீய நோக்கமோ சிறிதும் கலவாத இனிய சொற்களைப் பேசுவது ஒரு சிறந்த அறமாகும். அத்தகைய பண்பட்ட சொற்கள், பேசுபவருக்கு இந்த இவ்வுலக வாழ்க்கையில் மட்டுமல்லாமல், அவர் இறந்த பிறகான மறு உலக வாழ்க்கையிலும் பெரும் இன்பத்தையும் நன்மையையும் கொண்டு வந்து சேர்க்கும். இந்த உலகில், இன்சொல் பேசுபவர் அனைவரின் அன்புக்கும் நட்புக்கும் உரியவராகிறார். அதனால் சமூக உறவுகள் மேம்பட்டு, அவருக்குத் தேவையான உதவிகளும் ஆதரவும் எளிதில் கிடைக்கும்; இதுவே அவருக்கு மன அமைதியையும், வெற்றிகரமான வாழ்க்கையையும் தந்து இன்புறச் செய்கிறது. மறுமையைப் பொறுத்தவரை, இன்சொல் பேசுவது ஒரு புண்ணியச் செயலாகக் கருதப்பட்டு, அதன் விளைவாக ஒருவருக்கு நல்ல கதி கிடைத்து, மேலுலகிலும் துன்பமற்ற இன்ப வாழ்வு அமையும். இவ்வாறு, உள்ளத்தில் வஞ்சமும் சிறுமையும் இல்லாமல் பேசப்படும் நல்ல வார்த்தைகள், ஒரு மனிதனின் இரண்டு வாழ்வையும் ஒருங்கே வளப்படுத்தி, எல்லையற்ற மகிழ்ச்சியை வழங்கும் ஆற்றல் கொண்டவை.

குறள் 99

இன்சொல் இனிதீன்றல் காண்பான் எவன்கொலோ
வன்சொல் வழங்கு வது?

சொற்பொருள்
இன்சொல் = இனிய சொல்; இனிதீன்றல் = இன்பம் தருவதை.
காண்பான் = அனுபவித்து அறிந்தவன்; எவன்கொலோ = என்ன காரணத்திற்காகவோ.
வன்சொல் = கடுமையான சொற்களை; வழங்கு = பயன்படுத்துவது; வது? = ஏனோ?.

நேர்பொருள்
இனிய சொற்கள் தரும் இன்பத்தை அனுபவத்தில் உணர்ந்த ஒருவர், பிறரிடம் கடுமையான சொற்களைப் பேசுவது என்ன காரணத்தாலோ?

பொருளுரை
பிறர் நம்மிடம் பேசும் இனிய சொற்கள் நமக்கு மகிழ்ச்சியைத் தருகின்றன என்பதை நாம் அனைவரும் அனுபவத்தில் உணர்ந்திருக்கிறோம். அந்த இனிமையான அனுபவத்தின் அருமையை அறிந்த ஒருவர், பிறரிடம் பேசும்போது மட்டும் ஏன் கடுமையான, காயப்படுத்தும் சொற்களைப் பயன்படுத்த வேண்டும்? இந்தக் கேள்வி மூலம் ஒரு பெரிய முரண்பாட்டை வள்ளுவர் சுட்டிக்காட்டுகிறார். தனக்கு எது இன்பம் தருகிறது என்று தெரிந்திருந்தும், அதை மற்றவர்களுக்குக் கொடுக்காமல், துன்பம் தரும் சொற்களைப் பயன்படுத்துவது அறிவற்ற செயல். இது ஒருவிதத்தில் தன் அனுபவத்திலிருந்தே பாடம் கற்கத் தவறியதைக் காட்டுகிறது. தனக்கு இனிமையாக இருக்கும் ஒன்று, பிறருக்கும் இனிமையாகத்தானே இருக்கும் என்ற எளிய உண்மையை ஒருவர் மறந்துவிடுவதேன்? கடுஞ்சொற்களைப் பேசுவதால் எந்தப் பயனும் இல்லை. அது உறவுகளைச் சிதைக்கும், மனக்கசப்பை உண்டாக்கும். எனவே, இனிய சொற்களின் இன்பத்தை உணர்ந்த நாம், அந்த இன்பத்தை மற்றவர்களுக்கும் கொடுக்க வேண்டும். நாம் எப்படி நடத்தப்பட விரும்புகிறோமோ, அப்படியே பிறரையும் நடத்த வேண்டும் என்ற அடிப்படைப் பண்பை இக்குறள் வலியுறுத்துகிறது. கடுஞ்சொல் பேசுவது எந்த வகையிலும் நியாயப்படுத்த முடியாத ஒரு செயல் என்பதே இதன் மையக் கருத்து.

குறள் 100

இனிய உளவாக இன்னாத கூறல்
கனிஇருப்பக் காய்கவர்ந் தற்று

சொற்பொருள்
இனிய = இனிமையானவை; உளவாக = இருக்கும்போது.
இன்னாத = கடுமையானவற்றை; கூறல் = சொல்வது.
கனிஇருப்பக் = பழம் இருக்கும்போது; காய்கவர்ந் = காயைப் பறித்து உண்பதை; தற்று = போன்றது.

நேர்பொருள்

இனிமையான சொற்கள் இருக்கும்போது கடுமையான சொற்களைப் பேசுவது, உண்ணுவதற்குப் பழம் இருக்கும்போது காயைப் பறித்துத் தின்பதைப் போன்றது.

பொருளுரை

ஒருவர் பேசுவதற்கு இனிமையான, நன்மை தரக்கூடிய சொற்கள் ஏராளமாக இருக்கின்றன. அவற்றை விட்டுவிட்டு, கேட்பவருக்குத் துன்பம் தரும்படியான, கடுமையான சொற்களைப் பேசுவது ஏன்? இதை ஒரு மிக எளிமையான உவமை மூலம் வள்ளுவர் விளக்குகிறார். நம் கையில் சாப்பிடுவதற்குச் சுவையான, பழுத்த பழம் இருக்கிறது என்று வைத்துக்கொள்வோம். அதைச் சாப்பிடாமல், யாராவது துவர்ப்பான அல்லது கசப்பான காயைப் பறித்துத் தின்பார்களா? அப்படிச் செய்தால், அது எவ்வளவு பெரிய முட்டாள்தனம்! அதுபோலத்தான், இனிமையான சொற்கள் இருக்கும்போது, அவற்றை விடுத்துக் கடுமையான சொற்களைப் பயன்படுத்துவதும் ஒரு முட்டாள்தனமான, பகுத்தறிவற்ற செயல். இன்சொற்கள் பேசுபவருக்கும் கேட்பவருக்கும் மகிழ்ச்சியையும் நன்மையையும் தரும். அதற்கு மாறாக, வன்சொற்கள் இருவருக்குமே துன்பத்தையும் பகையையும் மட்டுமே உருவாக்கும். எனவே, ஒரு புத்திசாலிசாலி எப்போதும் தனக்கும் பிறருக்கும் நன்மை தரும் இன்சொற்களையே தேர்ந்தெடுப்பான். கடுஞ்சொற்களைப் பேசுவது, தனக்குத்தானே தீங்கிழைத்துக் கொள்வதற்குச் சமம் என்பதை இக்குறள் தெளிவாக உணர்த்துகிறது.

அதிகாரம் 11: செய்ந்நன்றி அறிதல்

சமயத்தில் செய்யப்பட்ட சிறிய உதவியும் பெருஞ்செல்வமாக நினைவில் கொள்ளப்பட வேண்டும். நன்மையை மறப்பது நெஞ்சின் வறுமை; தீமையை மறப்பது நெஞ்சின் மேன்மை.

குறள் 101

செய்யாமல் செய்த உதவிக்கு வையகமும்
வானகமும் ஆற்றல் அரிது

சொற்பொருள்
செய்யாமல் = எந்த உதவியும் பெறாத நிலையில்; செய்த = செய்த.
உதவிக்கு = ஒரு உதவிக்கு; வையகமும் = இந்த உலகமும்.
வானகமும் = விண்ணுலகமும் கூட; ஆற்றல் = ஈடு செய்வது; அரிது = கடினம்.

நேர்பொருள்
நமக்கு யாரும் எந்த உதவியும் செய்யாத நிலையில், ஒருவர் செய்யும் உதவிக்கு இந்த உலகத்தையும் விண்ணுலகத்தையும் கொடுத்தாலும் ஈடாகாது.

பொருளுரை
தனக்கு முன்பு எந்த உதவியும் செய்திராத ஒருவருக்கு, எந்தவிதக் கைம்மாறையும் எதிர்பாராமல் ஒருவர் செய்யும் உதவியின் மதிப்பு மிக உயர்ந்தது. பொதுவாக, நாம் செய்யும் உதவிகள் முன்பு பெற்ற உதவிக்குக் கைம்மாறாகவோ அல்லது எதிர்காலத்தில் ஏதேனும் ஒரு பலனை எதிர்பார்த்தோ ஒரு காரணத்தின் அடிப்படையில் செய்யப்படுகின்றன. ஆனால், எந்தவிதக் காரணமும், கடப்பாடும் இன்றி, முற்றிலும் தூய அன்பினாலும் கருணையினாலும் உந்தப்பட்டு, தேவையிலிருப்பவருக்குச் செய்யப்படும் உதவியே 'செய்யாமல் செய்த உதவி' என வள்ளுவர் போற்றுகிறார். ஆகையால், நம் வாழ்வில் பிறருக்கு உதவும்போது, அதனை ஒரு பிரதிபலன் கருதிய செயலாகக் கருதாமல், மனிதநேயத்தின் அடிப்படையில் ஆற்ற வேண்டிய தார்மீகக் கடமையாகக் கொண்டு செயல்பட வேண்டும். அவ்வாறு செய்யப்படும் தன்னலமற்ற உதவிக்கு இந்த மண்ணுலகையும் விண்ணுலகையும் ஒருங்கே கைம்மாறாகக் கொடுத்தாலும், அவை அந்த உதவியின் பெருமதிப்பிற்கு ஈடாகாது. ஏனெனில், காரணம் கருதிச் செய்யப்படும் கைம்மாறுகள் அனைத்தும், காரணம் ஏதுமின்றிச் செய்யப்பட்ட அந்த முதல் உதவிக்கு ஒருபோதும் நிகராக முடியாது.

குறள் 102

காலத்தி னாற்செய்த நன்றி சிறிதெனினும்
ஞாலத்தின் மாணப் பெரிது

சொற்பொருள்
காலத்தினால் = சரியான நேரத்தில்; செய்த = செய்யப்பட்ட.
நன்றி = உதவி; சிறிதெனினும் = சிறியதாக இருந்தாலும்.
ஞாலத்தின் = உலகத்தை விட; மாணப் = மிகவும்; பெரிது = பெரியது.

நேர்பொருள்

சரியான நேரத்தில் செய்யப்படும் உதவி, அளவில் சிறியதாக இருந்தாலும், அதன் மதிப்பு இந்த உலகத்தை விட மிகப் பெரியது.

பொருளுரை

ஒரு உதவியின் மதிப்பை அதன் அளவைக் கொண்டு தீர்மானிக்கக் கூடாது, அது செய்யப்பட்ட நேரத்தைக் கொண்டே தீர்மானிக்க வேண்டும். மிகவும் இக்கட்டான அல்லது தேவையுள்ள ஒரு சூழலில் செய்யப்படும் உதவி, அது மிகச் சிறியதாக இருந்தாலும், அதன் மதிப்பு மிக அதிகம். உதாரணமாக, தாகத்தால் தவிக்கும் ஒருவருக்குக் கொடுக்கப்படும் ஒரு குவளைத் தண்ணீரின் மதிப்பு, சாதாரணமாக இருக்கும் ஒருவருக்குக் கொடுப்பதை விடப் பன்மடங்கு அதிகம். அதுபோல, ஒருவர் பெரும் வீழ்ச்சியில் இருக்கும்போது செய்யப்படும் ஒரு சிறிய உதவி, அவரை அந்தச் சரிவிலிருந்து மீட்டு, ஒரு புதிய வாழ்க்கையைத் தரக்கூடும். அந்த உதவியின் தாக்கம் மிகப்பெரியது. எனவே, அந்த உதவியின் அளவை மட்டும் பார்க்காமல், அது செய்யப்பட்ட காலத்தின் முக்கியத்துவத்தைக் கருத்தில் கொண்டால், அதன் மதிப்பு இந்த உலகத்தை விடவும் பெரியதாகத் தோன்றும். இந்த குறள், தக்க சமயத்தில் செய்யப்படும் உதவியின் மகத்துவத்தை நமக்கு உணர்த்துகிறது. பிறருக்கு உதவி செய்யும்போது, அவர்களின் தேவை அறிந்து, சரியான நேரத்தில் உதவ வேண்டும் என்பதை இது வலியுறுத்துகிறது. அப்படிப்பட்ட உதவியே மிக உயர்ந்தது.

குறள் 103

பயன்தூக்கார் செய்த உதவி நயன்தூக்கின்
நன்மை கடலின் பெரிது

சொற்பொருள்

பயன்தூக்கார் = பிரதிபலனை ஆராயாதவர்; செய்த = செய்த.
உதவி = உதவியின்; நயன்தூக்கின் = தன்மையை ஆராய்ந்தால்.
நன்மை = அதன் சிறப்பு; கடலின் = கடலை விட; பெரிது = பெரியது.

நேர்பொருள்

பிரதிபலன் எதிர்பார்க்காமல் ஒருவர் செய்த உதவியின் தன்மையை ஆராய்ந்தால், அதன் நன்மை கடலை விடப் பெரியதாகும்.

பொருளுரை

சிலர் உதவி செய்யும்போது, 'இதைச் செய்வதால் நமக்கு என்ன கிடைக்கும்?' என்று கணக்குப் பார்ப்பார்கள். ஆனால், எந்தவிதமான பிரதிபலனையும் எதிர்பார்க்காமல்,தூய்மையான அன்பினாலும் இரக்கத்தினாலும் செய்யப்படும் உதவியே மிக உயர்ந்தது. அப்படிப்பட்ட உதவியைச் செய்பவர், தனது செயலுக்குப் பதிலாக என்ன திரும்ப வரும் என்று ஒருபோதும் சிந்திப்பதில்லை. அவர்களின் நோக்கம், தேவையிலிருப்பவருக்கு உதவுவது மட்டுமே. இந்த விதமான தன்னலமற்ற உதவியின் உண்மையான மதிப்பை நாம் ஆராய்ந்து பார்த்தால், அது மிகமிகப் பெரியது. அதன் பெருமையை உணர்த்துவதற்காக, வள்ளுவர் அதை கடலுடன் ஒப்பிடுகிறார். கடல் என்பது பரந்து விரிந்தது, எல்லையற்றது. ஆனால், பிரதிபலன் கருதாத உதவியின் நன்மையானது, அந்தப் பெரிய கடலை விடவும் பெரியது என்கிறார். இதன் மூலம், ஒரு உதவியின் மதிப்பு, அது எவ்வளவு பெரியது என்பதிலோ அல்லது எந்தப் பொருளால் செய்யப்பட்டது என்பதிலோ இல்லை, மாறாக அது எந்த நோக்கத்துடன் செய்யப்பட்டது என்பதில்தான்

இருக்கிறது என்பது தெளிவாகிறது. சுயநலமில்லாத இதயத்திலிருந்து வரும் உதவியே உலகில் மிகவும் விலைமதிப்பற்றது.

குறள் 104

தினைத்துணை நன்றி செயினும் பனைத்துணையாக் கொள்வர் பயன்தெரி வார்

சொற்பொருள்

தினைத்துணை = தினை அளவு சிறிய; நன்றி = உதவி.
செயினும் = செய்தாலும்; பனைத்துணையாக் = பனைமரம் அளவுக்குப் பெரியதாக.
கொள்வர் = கருதுவார்கள்; பயன்தெரி = பயனை அறிந்த; வார் = அவர்கள்.

நேர்பொருள்

உதவியின் பயனை உணர்ந்தவர்கள், தினை அளவு சிறிய உதவியாக இருந்தாலும், அதை பனை அளவு பெரியதாகக் கருதுவார்கள்.

பொருளுரை

ஒருவர் செய்த உதவியின் மதிப்பை உணர்ந்தவர்கள், அந்த உதவி தினை தானியத்தைப் போல மிகச் சிறியதாக இருந்தாலும், அதை ஒரு பெரிய பனைமரத்தின் அளவுக்கு உயர்வாகக் கருதுவார்கள். இந்தக்குறள், உதவியின் அளவை விட, அதன் முக்கியத்துவத்தையும், அதைப் பெறும் நபரின் மனப்பான்மையையும் முதன்மைப்படுத்துகிறது. ஒரு நல்ல குணமுள்ளவர், தமக்குக் கிடைக்கும் எந்த உதவியையும் அதன் அளவைப் பொருட்படுத்தாமல் பெரிதாக மதிப்பார். இது, உதவியைப் பெறுபவரின் பண்பை வெளிக்காட்டுகிறது. சரியான நேரத்தில் செய்யப்படும் ஒரு சிறிய உதவி கூட, மிகப்பெரிய தாக்கத்தை ஏற்படுத்தும். எனவே, நன்றியுணர்வு மிக்கவர்கள் அந்த உதவியை மனதளவில் பெரிதாக்கிப் பார்ப்பார்கள். இது வெறும் மிகைப்படுத்தல் அல்ல; மாறாக, உதவியின் உண்மையான மதிப்பை உணர்ந்து போற்றும் குணமாகும். இத்தகைய மனநிலை, மனித உறவுகளை வலுப்படுத்தி, சமூகத்தில் நேர்மறையான சூழலை உருவாக்குகிறது. பிறர் செய்யும் சிறு உதவிகளையும் பெரிதாக மதித்துப் போற்ற வேண்டும் என்பதே இக்குறள் நமக்குக் கற்பிக்கும் பாடம். இதுவே ஒருவரின் பெருந்தன்மையையும், சிறந்த குணத்தையும் காட்டும் அளவுகோல்.

குறள் 105

உதவி வரைத்தன்று உதவி உதவி செயப்பட்டார் சால்பின் வரைத்து

சொற்பொருள்

உதவி = பதிலுதவி; வரைத்தன்று = அளவினது அன்று.
உதவி = முன்செய்த உதவியின்; உதவி = பதிலுதவியானது.
செயப்பட்டார் = உதவி பெற்றவரின்; சால்பின் = பண்பின்; வரைத்து = அளவினது.

நேர்பொருள்

ஒருவர் செய்யும் பதிலுதவியின் மதிப்பு, அவர் பெற்ற உதவியின் அளவைப் பொறுத்தது அல்ல; அது உதவியைப் பெற்றவரின் பண்பின் அளவைப் பொறுத்தது.

பொருளுரை

ஒருவர் நமக்குச் செய்த உதவிக்கு நாம் செய்யும் கைம்மாறு அல்லது பதிலுதவியின் மதிப்பை, அந்த அசல் உதவியின் அளவைக் கொண்டு கணக்கிடக் கூடாது. அதாவது, 'அவர் இவ்வளவுதான் செய்தார், நானும் அவ்வளவுதான் திருப்பிச் செய்வேன்' என்று நினைக்கக் கூடாது. மாறாக, அந்தப் பதிலுதவியின் மதிப்பு, உதவியைப் பெற்றுக்கொண்டவரின் பண்பு மற்றும் தகுதியைப் பொறுத்தே அமைகிறது. ஒரு சிறந்த குணமும், நேர்மையும் கொண்ட நல்ல மனிதருக்கு ஒரு சிறிய உதவி கிடைத்தால்கூட, அவர் அதை மிகப் பெரியதாகக் கருதுவார். அவருக்குத் திரும்ப உதவும் வாய்ப்பு வரும்போது, அவர் பெற்ற உதவியை விடப் பன்மடங்கு அதிகமாகவே செய்வார். இது அவருடைய உயர்ந்த பண்பைக் காட்டுகிறது. இதற்கு நேர்மாறாக, தகுதியற்ற ஒருவருக்கு எவ்வளவு பெரிய உதவி செய்தாலும், அவர் அதை மதிக்காமல் இருக்கலாம் அல்லது மிகச் சிறிய அளவிலேயே கைம்மாறு செய்யலாம். எனவே, ஒரு உதவியின் உண்மையான மதிப்பைத் தீர்மானிப்பது, உதவியைப் பெறுபவரின் 'சால்பு' எனப்படும் உயரிய பண்பே ஆகும். நன்றியுணர்வின் அளவுகோல், பொருளின் மதிப்பில் இல்லை, பெறுபவரின் குணத்தின் மதிப்பில் இருக்கிறது என்பதே இக்குறளின் மையக் கருத்து.

குறள் 106

மறவற்க மாசற்றார் கேண்மை துறவற்க
துன்பத்துள் துப்பாயார் நட்பு

சொற்பொருள்

மறவற்க = மறக்காதே; மாசற்றார் = குற்றம் இல்லாதவர்களின்.
கேண்மை = நட்பை; துறவற்க = கைவிடாதே.
துன்பத்துள் = துன்பத்தில்; துப்பாயார் = ஆதரவாக இருந்தவர்களின்; நட்பு = நட்பை.

நேர்பொருள்

அறிவிலும் ஒழுக்கத்திலும் குற்றமற்றவர்களின் உறவை ஒருபோதும் மறக்கக்கூடாது. அதுபோலவே, நமது துன்பக் காலத்தில் பெரும் பற்றுக்கோலாக இருந்த நட்பை ஒருபோதும் துறக்கக்கூடாது.

பொருளுரை

இந்தக் குறள் இரண்டு வகையான நட்பின் முக்கியத்துவத்தை வலியுறுத்துகிறது. முதலாவது, அறிவு மற்றும் ஒழுக்கத்தில் சிறந்த, எந்தக் குற்றமும் இல்லாத நல்லவர்களின் நட்பு. இத்தகையவர்களின் நட்பை ஒருபோதும் மறக்கக்கூடாது. ஏனென்றால், அவர்களின் நட்பு நம்மை நல்வழிப்படுத்தவும், நம்மை நாமே மேம்படுத்திக்கொள்ளவும் உதவும் ஒரு வழிகாட்டி. அத்தகைய உறவை மறப்பது, ஒரு முக்கியமான தார்மீக வழிகாட்டியை இழப்பதற்குச் சமம். இரண்டாவது, நம்முடைய கடினமான காலங்களில், துன்பத்தின்போது நமக்கு உறுதியான ஆதரவாக இருந்தவர்களின் நட்பு. கஷ்டத்தில் இருக்கும்போதுதான் உண்மையான நண்பர்கள் யார் என்று தெரியும். அவர்கள் நமக்கு ஆறுதலையும், வலிமையையும், நடைமுறை உதவிகளையும் தருவார்கள். நம்முடைய கஷ்டங்கள் தீர்ந்த பிறகு, அப்படிப்பட்ட உண்மையான நண்பர்களைக் கைவிடுவது மிகப்பெரிய நன்றிகெட்ட செயல். எனவே, நல்லவர்களின் நட்பை எப்போதும் நினைவில் கொள்ள வேண்டும்; துன்பத்தில்

உதவியவர்களின் நட்பை ஒருபோதும் கைவிடக் கூடாது. ஒன்று நம் குணத்தை மேம்படுத்தும், மற்றொன்று நம் வாழ்க்கைக்கு ஆதரவளிக்கும். இந்த இரண்டு நட்புகளையும் போற்றிப் பாதுகாப்பது அவசியம்.

குறள் 107

எழுமை எழுபிறப்பும் உள்ளுவர் தங்கண்
விழுமந் துடைத்தவர் நட்பு

சொற்பொருள்

எழுமை = ஏழு பிறவிகளிலும்; எழுபிறப்பும் = எல்லா பிறப்புகளிலும்.
உள்ளுவர் = நினைப்பார்கள்; தங்கண் = தமக்கு ஏற்பட்ட.
விழுமம் = துன்பத்தை; துடைத்தவர் = நீக்கியவர்களின்; நட்பு = நட்பை.

நேர்பொருள்

தமக்கு ஏற்பட்ட துன்பத்தைப் போக்கியவர்களின் நட்பை, அறிவுடையோர் தமது ஏழு பிறவிகளிலும் நினைத்துப் போற்றுவார்கள்.

பொருளுரை

ஒருவர் மிகுந்த துன்பத்தில் இருக்கும்போது, அவருக்கு உதவி செய்து அந்தத் துயரத்தைப் போக்குபவரின் நட்பு மிகவும் உயர்ந்தது. அத்தகைய உதவியைப் பெற்றவர், அந்த நண்பரை ஒருபோதும் மறக்கமாட்டார். இந்த நன்றியுணர்வு இந்த ஒரு பிறவியோடு முடிந்துவிடுவதில்லை. 'ஏழு பிறவிகள்' என்பது ஒரு நீண்ட, முடிவற்ற காலத்தைக் குறிக்கும் ஒரு உருவகம். அதாவது, காலத்தால் அழியாத அளவுக்கு அந்த நன்றியுணர்வு நிலைத்திருக்கும். ஒவ்வொரு பிறவியிலும் அந்த நண்பரின் உதவி நினைவுகூரப்படும். 'துன்பத்தைத் துடைத்தவர்' என்ற சொல், வெறும் சிறு உதவி அல்ல, ஒருவரின் வாழ்க்கையில் ஏற்பட்ட பெரிய கஷ்டத்தை முழுமையாக நீக்கியதைக் குறிக்கிறது. அப்படிப்பட்டவரின் நட்பை மதித்துப் போற்றுவது தலையாய கடமை. இந்த குறள், இக்கட்டான நேரத்தில் கைகொடுக்கும் நட்பின் மகத்துவத்தையும், அதற்கு நாம் காட்ட வேண்டிய காலத்தால் அழியாத நன்றியுணர்வின் அவசியத்தையும் வலியுறுத்துகிறது. உண்மையான நட்பு என்பது, செய்த உதவியை என்றென்றும் நினைவில் வைத்துப் போற்றுவதில் அடங்கியுள்ளது. இதுவே சிறந்த மனிதர்களின் பண்பாகக் கருதப்படுகிறது.

குறள் 108

நன்றி மறப்பது நன்றன்று நன்றல்லது
அன்றே மறப்பது நன்று

சொற்பொருள்

நன்றி = செய்த உதவியை; மறப்பது = மறப்பது.
நன்றன்று = நல்லதல்ல; நன்றல்லது = தீமையை.
அன்றே = அப்போதே; மறப்பது = மறப்பது; நன்று = நல்லது.

நேர்பொருள்

ஒருவர் செய்த உதவியை மறப்பது நல்லதல்ல; அவர் செய்த தீமையை அப்போதே மறந்துவிடுவது நல்லது.

பொருளுரை

இந்தக் குறள், மனித உறவுகளில் நாம் கடைப்பிடிக்க வேண்டிய ஒரு முக்கியமான பண்பைப் பற்றிப் பேசுகிறது. ஒருவர் நமக்குச் செய்த உதவியை ஒருபோதும் மறக்கக்கூடாது. நன்றியுணர்வு என்பது ஒரு அடிப்படை அறம். அதை மறப்பது மிகத் தவறான செயல். பிறர் செய்த நன்மைகளை நினைவில் வைத்திருப்பது, நம்மை நல்ல மனிதர்களாகவும், சமூக உறவுகளைப் பலப்படுத்துவதாகவும் அமையும். ஆனால், இதற்கு நேர்மாறாக, ஒருவர் நமக்குத் தீமை செய்தால், அதை உடனடியாக மறந்துவிட வேண்டும் என்று வள்ளுவர் கூறுகிறார். அந்தத் தீய செயலைச் செய்த கணத்திலேயே அதை மனதிலிருந்து அகற்றிவிடுவதுதான் நமக்கு நல்லது. பகையையும், கோபத்தையும், வருத்தத்தையும் மனதில் சுமந்துகொண்டே இருப்பது, நமக்கு நாமே தீங்கு இழைப்பதைப் போன்றது. அது நம்முடைய மன அமைதியைக் கெடுத்து, வாழ்க்கையை நரகமாக்கிவிடும். எனவே, தீமையை உடனடியாக மன்னித்து மறப்பது மனதிற்கு அமைதியையும், வாழ்க்கையில் முன்னேற்றத்தையும் தரும். சுருக்கமாகச் சொன்னால், எதை நினைவில் கொள்ள வேண்டும், எதை உடனடியாக மறக்க வேண்டும் என்ற மனப் பக்குவத்தை இந்தக் குறள் நமக்குக் கற்றுத் தருகிறது. நன்மையை மனதில் வைப்பதும், தீமையை உடனே விடுவிப்பதும் ஒரு நிறைவான வாழ்க்கைக்கு அவசியம்.

குறள் 109

கொன்றன்ன இன்னா செயினும் அவர்செய்த ஒன்றுநன்று உள்ளக் கெடும்

சொற்பொருள்

கொன்றன்ன = கொலை செய்வது போன்ற; இன்னா = தீமைகளை.
செயினும் = செய்தாலும்; அவர்செய்த = அவர் செய்த.
ஒன்று = ஒரே ஒரு; நன்று = நன்மையை; உள்ளக்கெடும் = நினைத்தால் தீமைகள் மறையும்.

நேர்பொருள்

ஒருவர் கொலை செய்வது போன்ற கொடிய தீமைகளைச் செய்தாலும், அவர் முன்பு செய்த ஒரே ஒரு நன்மையை நினைத்துப் பார்த்தால் அந்தத் தீமைகள் எல்லாம் மறந்துவிடும்.

பொருளுரை

ஒருவர் நமக்கு முன்பு ஒரு உதவியைச் செய்திருக்கலாம். ஆனால் காலப்போக்கில், அதே நபர் நம்மைக் கொலை செய்வது போன்ற மிகக் கொடிய துன்பங்களைத் தரலாம். அப்படிப்பட்ட சூழ்நிலையில், அவர் செய்யும் தீமைகளால் மனதில் கோபமும் வெறுப்பும் ஏற்படுவது இயல்பு. ஆனால், வள்ளுவர் ஒரு சிறந்த வழியைக் காட்டுகிறார். அவர் இப்போது செய்யும் கொடிய செயல்களைப் பற்றி எண்ணாமல், முன்பு செய்த அந்த ஒற்றை நன்மையை மட்டும் நினைத்துப் பார்க்கச் சொல்கிறார். அப்படி நினைக்கும்போது, அந்த ஒரு நன்மையின் சக்தி, அவர் செய்த மற்ற எல்லாத் தீமைகளையும் நம் மனதிலிருந்து அழித்துவிடும். இதன் பொருள், தீமைகளை ஏற்றுக்கொள்வதோ அல்லது மன்னிப்பதோ மட்டுமல்ல, நம்முடைய மன அமைதிக்காக நாம் எதை நினைவில் கொள்ள வேண்டும் என்பதைத் தேர்ந்தெடுப்பதாகும். ஒரு நல்ல செயலின் மதிப்பு எவ்வளவு பெரியது என்பதை இந்தக் குறள் உணர்த்துகிறது. அந்த ஒரு நன்மையை நினைவுகூர்வதன் மூலம், பகை உணர்வை வளர்க்காமல், நம் மனதை நாம் பாதுகாத்துக் கொள்ளலாம். இதுவே நன்றியுணர்வின் உச்சநிலை.

குறள் 110

எந்நன்றி கொன்றார்க்கும் உய்வுண்டாம் உய்வில்லை
செய்ந்நன்றி கொன்ற மகற்கு

சொற்பொருள்

எந்நன்றி = எந்த நன்மையை; கொன்றார்க்கும் = அழித்தவர்களுக்கும்.
உய்வுண்டாம் = தப்பிக்க வழி உண்டு; உய்வில்லை = தப்பிக்க வழியில்லை.
செய்ந்நன்றி = செய்யப்பட்ட உதவியை; கொன்ற = அழித்த; மகற்கு = மனிதனுக்கு.

நேர்பொருள்

எந்த அறத்தை அழித்தவருக்கும் தப்பிக்க வழி இருக்கலாம், ஆனால் தனக்குச் செய்யப்பட்ட உதவியை மறந்தவருக்கு ஒருபோதும் விமோசனம் இல்லை.

பொருளுரை

மனித வாழ்வில் நன்றியுணர்வின் முக்கியத்துவத்தை இக்குறள் மிக ஆணித்தரமாக எடுத்துரைக்கிறது. உலகில் செய்யப்படும் தவறுகளையும் பாவங்களையும் ஒப்பிட்டு, நன்றி மறத்தலின் கொடூரத்தை இது விளக்குகிறது. மற்ற எந்தப் பெரிய அறச்செயல்களை அழித்தவருக்கும், அதாவது மிகக் கொடிய பாவங்களைச் செய்தவர்களுக்குக் கூட, அவர்கள் செய்த பாவங்களிலிருந்து விடுபட ஏதேனும் ஒரு வழி இருக்கலாம். காலம் செல்லச் செல்ல, அவர்கள் மனம் திருந்தி பிராயச்சித்தம் தேடிக்கொள்ள ஒரு வாய்ப்பு அமையலாம். ஆனால், ஒருவர் தனக்குச் செய்த உதவியை மறந்து, அந்த நன்றியுணர்வைச் சிதைக்கும் மனிதனுக்கு, அந்தப் பாவத்திலிருந்து மீள வழியே இல்லை என்று வள்ளுவர் திட்டவட்டமாகக் கூறுகிறார். நன்றி மறப்பது என்பது ஒருவரின் மனசாட்சியையும் அடிப்படை மனிதப் பண்பையும் அழிக்கும் செயல். அது மற்ற தவறுகளைப் போல சரிசெய்யக்கூடிய ஒன்றல்ல. அது ஒருவரின் குணத்தையே கேள்விக்குள்ளாக்கும் மன்னிக்க முடியாத குற்றம். ஆக, சமூக மற்றும் தனிப்பட்ட உறவுகளின் அடித்தளமாக இருக்கும் நன்றியுணர்வைப் போற்றுவது தலையாய கடமை. அதை மறப்பது, மீளவே முடியாத படுகுழியில் ஒருவரைத் தள்ளிவிடும் என்பதே இக்குறளின் எச்சரிக்கை.

அதிகாரம் 12: நடுவு நிலைமை

நடுவு என்பது ஒருவருக்காக இன்னொருவரை இழப்பதல்ல; எல்லோரிடமும் நீதியாக நிற்பதுதான். பாரபட்சமற்ற மனம் ஒருவரின் குணநலனையும் செல்வநிலையையும் நிலைநாட்டுகிறது.

குறள் 111

தகுதி எனவொன்று நன்றே பகுதியால்
பாற்பட்டு ஒழுகப் பெறின்

சொற்பொருள்

தகுதி = நடுவுநிலைமை; எனவொன்று = என்று சொல்லப்படும் ஒன்று.
நன்றே = மிகவும் நல்லது; பகுதியால் = எல்லாத் தரப்பினரிடமும்.
பாற்பட்டு = முறைப்படி பொருந்தி; ஒழுகப் = நடந்துகொள்ள; பெறின் = முடிந்தால்.

நேர்பொருள்

பகைவர், நண்பர் போன்ற எல்லாத் தரப்பினரிடமும் முறை தவறாமல் நடுநிலையோடு நடந்துகொள்ள முடிந்தால், அந்தப் பண்பு மிகச் சிறந்ததாகும்.

பொருளுரை

நடுவுநிலைமை அல்லது பாரபட்சமின்மை என்பது மிகச் சிறந்த அறங்களில் ஒன்று. ஆனால், அதன் உண்மையான சிறப்பு எப்போது வெளிப்படுகிறது என்றால், அதை எல்லாரிடமும் ஒரே மாதிரி கடைப்பிடிக்கும்போதுதான். நம் வாழ்வில் நாம் பலதரப்பட்ட மனிதர்களுடன் பழகுகிறோம். நண்பர்கள், நமக்கு வேண்டாதவர்கள் அல்லது பகைவர்கள், இவர்களில் யாரும் இல்லாத பொதுவானவர்கள் எனப் பல பிரிவினர் உண்டு. இவர்களிடம் பழகும்போது, நம் தனிப்பட்ட விருப்பு வெறுப்புகளுக்கு இடம் கொடுக்காமல், நியாயத்தின் அடிப்படையில் நடந்துகொள்வதே உண்மையான நடுவுநிலைமை. நண்பர் என்பதற்காகத் தவறை நியாயப்படுத்தாமலும், பகைவர் என்பதற்காகச் சரியானதை நிராகரிக்காமலும் இருப்பதே இதன் சாரம். இந்த மாதிரி பாகுபாடு இல்லாமல், அவரவர் தகுதிக்குரிய நீதியை வழங்குவது மிகவும் கடினமான செயல். அதனால்தான், அப்படி நடந்துகொள்ள 'முடிந்தால்' அது மிக உயர்ந்த குணம் என்று வள்ளுவர் குறிப்பிடுகிறார். இந்த அறத்தைப் பின்பற்றுவது தனிமனித ஒழுக்கத்தை மட்டுமல்ல, சமூகத்தில் நம்பிக்கையையும் நீதியையும் நிலைநாட்டுகிறது.

குறள் 112

செப்பம் உடையவன் ஆக்கஞ் சிதைவின்றி
எச்சத்திற் கேமாப்பு உடைத்து

சொற்பொருள்

செப்பம் = நடுவுநிலைமை; உடையவன் = கொண்டிருப்பவனின்.
ஆக்கம் = செல்வம்; சிதைவின்றி = அழியாமல்.
எச்சத்திற்கு = வழித்தோன்றல்களுக்கு; ஏமாப்பு = பாதுகாப்பு; உடைத்து = அளிக்கும்.

நேர்பொருள்

நடுவுநிலை தவறாதவரின் செல்வம் அழியாமல், அவருடைய வாரிசுகளுக்கும் சிறந்த பாதுகாப்பாக அமையும்.

பொருளுரை

ஒருவர் தன் வாழ்வில் நேர்மையையும் நடுவுநிலையையும் கடைப்பிடித்து செல்வம் ஈட்டினால், அந்தச் செல்வம் ஒருபோதும் அவரை விட்டு அழியாது. அது அவருக்கு மட்டுமல்ல, அவர் மறைந்த பிறகும் அவருடைய சந்ததியினருக்கும் ஒரு பெரும் பாதுகாப்பாக நிலைத்து நிற்கும். நேர்மையற்ற வழிகளில் சேர்க்கப்படும் செல்வம் நிலையற்றது; அது எப்போது வேண்டுமானாலும் அழிந்துவிடும். ஆனால், அறவழியில் வரும் செல்வம் அப்படிப்பட்டதல்ல. அது ஒருவரின் உழைப்புக்கும் குணத்திற்கும் சான்றாக அமைகிறது. அந்தச் செல்வம், அவருடைய பிள்ளைகள் மற்றும் பேரப்பிள்ளைகளின் எதிர்கால வாழ்க்கைக்கு ஒரு வலுவான அடித்தளத்தை அமைத்துக் கொடுக்கிறது. ஒருவருக்குப் பிறகு எஞ்சி இருப்பது அவருடைய சந்ததிதான். அந்த சந்ததிக்கு அவர் விட்டுச்செல்லும் மிகப்பெரிய சொத்து, நேர்மையால் ஈட்டப்பட்ட செல்வமும் அதன் மூலம் கிடைக்கும் பாதுகாப்பும் தான். ஆக, ஒருவரின் நேர்மையான வாழ்க்கை முறை, தலைமுறைகள் தாண்டியும் பயனளிக்கும் ஒரு கவசமாக மாறுகிறது என்பதே இக்குறளின் மையக் கருத்து.

குறள் 113

நன்றே தரினும் நடுவிகந்தாம் ஆக்கத்தை
அன்றே யொழிய விடல்

சொற்பொருள்

நன்றே = நன்மையே; தரினும் = கொடுத்தாலும்.
நடுவிகந்தாம் = நடுவுநிலை தவறி வரும்; ஆக்கத்தை = செல்வத்தை.
அன்றே = அப்போதே; யொழிய = நீக்கி; விடல் = விட வேண்டும்.

நேர்பொருள்

நன்மையே தருவதாக இருந்தாலும், நடுவுநிலை தவறி வரும் செல்வத்தை அப்போதே கைவிட்டுவிட வேண்டும்.

பொருளுரை

நடுவுநிலை தவறி, அநீதியான வழியில் பெறப்படும் செல்வம், வெளித்தோற்றத்திற்கு மிகுந்த நன்மையே தருவது போலத் தோன்றினாலும், அதை அடைந்த அந்த கணத்திலேயே கைவிட்டுவிட வேண்டும்.

அறநெறியிலிருந்து விலகுவதால் வரும் எந்தவொரு ஆதாயமும் ஒருபோதும் உண்மையான நன்மையைத் தராது என்பதே உண்மை. ஏனெனில், அத்தகைய செல்வம் ஒருவரின் மன அமைதியைக் குலைத்து, இறுதியில் பெரும் துன்பத்திற்கே வழிவகுக்கும். ஒருமுறை நேர்மையற்ற வழியில் ஆதாயத்தை ஏற்றுக்கொண்டால், அதுவே ஒருவரின் இயல்பாக மாறிவிடும் அபாயம் உள்ளது. எனவே, ஒருவருக்குக் கிடைக்கும் லாபம் எவ்வளவு பெரிதாக இருந்தாலும், அது நடுவுநிலையை மீறி வருவதாக இருந்தால், அந்த வாய்ப்பை உடனடியாகத் துறப்பதே அறிவுடைமை. நேர்மையற்ற முறையில் வரும் தற்காலிக வெற்றிகளை விட, அறவழியில் நிற்பதே உண்மையானதும் நீடித்ததுமான வளர்ச்சியைத் தரும்.

குறள் 114

தக்கார் தகவிலர் என்பது அவரவர்
எச்சத்தாற் காணப்ப படும்

சொற்பொருள்

தக்கார் = நடுநிலையானவர்; தகவிலர் = நடுநிலையற்றவர்.
என்பது = என்பது; அவரவர் = அவரவருடைய.
எச்சத்தால் = விட்டுச்செல்லும் புகழால்; காணப்ப = அறிய; படும் = முடியும்.

நேர்பொருள்

ஒருவர் நேர்மையானவரா அல்லது நேர்மையற்றவரா என்பது, அவர் விட்டுச்செல்லும் புகழாலும் பழியாலும் அறியப்படும்.

பொருளுரை

ஒருவர் நேர்மையானவரா அல்லது நேர்மையற்றவரா என்பதை எப்படித் தெரிந்துகொள்வது? குறள் ஒரு தெளிவான வழியைக் காட்டுகிறது. ஒருவர் வாழும் காலத்தில் அவருடைய உண்மையான குணத்தை முழுமையாக எடைபோடுவது கடினம். ஆனால், அவருக்குப் பின்னால் எஞ்சி நிற்பதைக் கொண்டு அவருடைய தகுதியை நிச்சயமாகமாக அறியலாம். இந்த 'எச்சம்' என்பது இரண்டு விதமாகப் புரிந்துகொள்ளப்படுகிறது. முதலாவது, ஒருவருக்குப் பின் எஞ்சி நிற்கும் புகழ் அல்லது பழி. நேர்மையான, நடுநிலையான வாழ்க்கை வாழ்ந்தவரை உலகம் எப்போதும் நல்லவிதமாக நினைவுகூரும். அவருடைய பெயர் பெருமையுடன் நிலைத்திருக்கும். ஆனால், நேர்மையற்றவரின் பெயர் அவருக்குப் பின் பழியுடன் சேர்ந்து நிலைக்கும். இரண்டாவது விளக்கம், ஒருவரின் பிள்ளைகள். பெற்றோரின் குணநலன்களும் வளர்ப்பும் பிள்ளைகளிடம் வெளிப்படும். நல்ல பிள்ளைகள் பெற்றோரின் தகுதிக்குச் சான்றாக அமைவார்கள். ஆக, ஒருவரின் உண்மையான மதிப்பு, அவர் வாழும்போது வெளிப்படும் தோற்றத்தில் இல்லை; அவருக்குப் பின் எஞ்சி நிற்கும் புகழிலும், அவர் உருவாக்கிய சந்ததியினரின் குணத்திலும்தான் இருக்கிறது. இதுவே ஒருவரின் தகுதியை அளவிடும் உண்மையான உரைகல்.

குறள் 115

கேடும் பெருக்கமும் இல்லல்ல நெஞ்சத்துக்
கோடாமை சான்றோர்க் கணி

சொற்பொருள்

கேடும் = அழிவும்; பெருக்கமும் = வளர்ச்சியும்.
இல் = இல்லை; அல்ல = என்பதில்லை (அதாவது உண்டு).
நெஞ்சத்துக் = மனதில்; கோடாமை = சாயாமல் இருப்பது; சான்றோர்க்கணி = சான்றோர்க்கு அழகு.

நேர்பொருள்

வாழ்க்கையில் தாழ்வும் உயர்வும் எல்லோருக்கும் உண்டு; எந்தச் சூழலிலும் மனம் சாயாமல் நடுநிலையோடு இருப்பதே சான்றோர்க்கு அழகாகும்.

பொருளுரை

வாழ்வில் இன்பமும் துன்பமும், ஆக்கமும் கேடும் மாறி மாறி வருவது தவிர்க்க முடியாத உலகியல்பு; அவை முந்தைய நல்வினை தீவினைகளின் விளைவாகவே அனைவருக்கும் அமைகின்றன என்பதே பேருண்மை. இந்த உண்மையை உணர்ந்த சான்றோர், தமக்கு ஆதாயம் வரும்போது அதை அடைய பேராசை கொள்வதோ அல்லது இழப்பு நேரும்போது அதைத் தடுக்கப் பதறுவதோ இல்லை. மாறாக, அவர்கள் வெற்றி தோல்வி, இலாபம் நட்டம் ஆகிய இரண்டையும் சமமாகப் பாவித்து, எந்தச் சூழலிலும் தங்கள் மனதை நடுவுநிலையில் நிலைநிறுத்துவார்கள். இவ்வாறு விருப்பு வெறுப்புகளுக்கு ஆட்படாமல், மனச்சமநிலையுடன் இருப்பதுதான் அவர்களின் உயர்ந்த பண்புக்கு மேலும் அழகூட்டுகிறது. இந்த மனத்திண்மையே ஒருவரின் தீர்ப்புகளையும் செயல்களையும் செம்மையாக்கி, அவரைச் சான்றோர் என்ற தகுதிக்கு உயர்த்துகிறது. எனவே, வெளிப்புறச் சூழ்நிலைகளால் அலைக்கழிக்கப்படாமல், அகத்தில் கோணாமல் இருப்பதே சான்றாண்மைக்குச் சிறந்த அணிகலனாகும்.

குறள் 116

கெடுவல்யான் என்பது அறிகதன் நெஞ்சம்
நடுவொரீஇ அல்ல செயின்

சொற்பொருள்

கெடுவல்யான் = நான் அழிந்துபோவேன்; என்பது = என்பதை.
அறிக = அறிந்துகொள்ள வேண்டும்; தன் நெஞ்சம் = ஒருவனுடைய மனசாட்சி.
நடுவொரீஇ = நடுவுநிலையை விட்டு விலகி; அல்ல = தகாதவற்றை; செயின் = செய்தால்.

நேர்பொருள்

ஒருவனுடைய மனசாட்சி நடுவுநிலையை விட்டு விலகி, தவறானவற்றைச் செய்ய நினைத்தால், 'நான் அழியப் போகிறேன்' என்பதை அவன் அறிந்துகொள்ள வேண்டும்.

பொருளுரை

ஒரு மனிதனின் வாழ்க்கைக்கு அடிப்படையானது நடுவுநிலை தவறாத நேர்மையான நடத்தை. இந்த நேர்மை என்பது செயலில் மட்டுமல்ல,

எண்ணத்திலும் இருக்க வேண்டும். ஒருவரின் மனசாட்சிதான் அவருக்குச் சிறந்த வழிகாட்டி. அந்த மனசாட்சியை மீறி, நியாயமற்ற அல்லது தவறான ஒரு காரியத்தைச் செய்ய ஒருவர் நினைக்கும்போதே, அது ஒரு அபாய அறிவிப்பு. 'நான் அழியப் போகிறேன்' என்பதை அந்தத் தவறான எண்ணமே ஒரு சகுனமாக உணர்த்துகிறது என்று வள்ளுவர் கூறுகிறார். அதாவது, தவறு செய்ய வேண்டும் என்ற எண்ணம் மனதில் தோன்றுவதே, வரவிருக்கும் கேட்டிற்கான முதல் அறிகுறி. அதை ஒருவன் உடனடியாகப் புரிந்துகொள்ள வேண்டும். மனசாட்சியின் உறுத்தலை அலட்சியம் செய்யக்கூடாது. அது நம்மை நாமே அழித்துக்கொள்வதற்கான முதல் படி. ஆக, ஒருவன் தன் செயல்களால் மட்டுமல்ல, தன் எண்ணங்களாலும் நேர்மையாக இருக்க வேண்டும். மனதளவில் நேர்மையைக் கைவிடும்போது, ஒருவனின் வீழ்ச்சி அங்கேயே தொடங்கிவிடுகிறது. எனவே, மனசாட்சியின் குரலுக்குச் செவிசாய்த்து, நடுவுநிலையிலிருந்து ஒருபோதும் விலகாமல் இருப்பது ஒருவரின் பாதுகாப்புக்கும் வளர்ச்சிக்கும் மிக அவசியம். இது ஒரு சுய எச்சரிக்கை மற்றும் சுய பாதுகாப்புக்கான பாடம்.

குறள் 117

கெடுவாக வையாது உலகம் நடுவாக
நன்றிக்கண் தங்கியான் தாழ்வு

சொற்பொருள்

கெடுவாக = ஒரு தோல்வியாக; வையாது = கருதாது.
உலகம் = உலகத்தினர்; நடுவாக = நடுநிலையுடன்.
நன்றிக்கண் = நன்னெறியில்; தங்கியான் = நிலைத்து நிற்பவனின்; தாழ்வு = வறுமையை.

நேர்பொருள்

நடுநிலையோடு அறவழியில் நிலைத்து நிற்பவனின் வறுமையை, இந்த உலகம் ஒரு தோல்வியாகவோ அழிவாகவோ கருதாது.

பொருளுரை

ஒருவர் எப்போதும் நடுநிலையுடன், நேர்மையாகவும் அறவழியிலும் வாழ்கிறார் என்று வைத்துக்கொள்வோம். அப்படிப்பட்டவர் சில சமயங்களில் பொருள் இழந்து வறுமை நிலையை அடையலாம் அல்லது சமூகத்தில் அவருடைய நிலை தாழ்ந்து போகலாம். ஆனால், இந்த உலகத்தில் உள்ள அறிவார்ந்த மக்கள், அவருடைய இந்தத் தாழ்நிலையை ஒரு உண்மையான தோல்வியாகவோ, அவமானமாகவோ கருத மாட்டார்கள். ஏனென்றால், பொருள் செல்வம் நிலையற்றது, ஆனால் ஒருவரின் குணமும், நேர்மையும், அறநெறியும்தான் உண்மையான, நிலையான செல்வம் என்பதை அவர்கள் அறிவார்கள். நேர்மையாக வாழ்ந்து ஒருவர் அடையும் வறுமை, அவருடைய குணத்தை மேலும் உயர்த்திக் காட்டுமே தவிர, அவரைத் தாழ்த்தாது. இது ஒரு தற்காலிகமான பின்னடைவுதான். அவருடைய தார்மீக பலம்தான் அவருக்கு உண்மையான மதிப்பைத் தருகிறது. எனவே, இந்தக் குறள் செல்வத்தைவிட ஒழுக்கத்திற்கும் நேர்மைக்குமே அதிக முக்கியத்துவம் கொடுக்க வேண்டும் என்பதை வலியுறுத்துகிறது. உண்மையான வீழ்ச்சி என்பது செல்வத்தை இழப்பது அல்ல, மாறாக, நேர்மையையும் நடுநிலையையும் இழப்பதுதான் என்று இது நமக்கு உணர்த்துகிறது. அறவழியில் நிற்பவரின் தாழ்வுநிலைகூட ஒருவகையில் பெருமைக்குரியதே.

குறள் 118

சமன்செய்து சீர்தூக்குங் கோல்போல் அமைந்தொருபால்
கோடாமை சான்றோர்க் கணி

சொற்பொருள்

சமன்செய்து = சமமாக இருந்து; சீர்தூக்கும் = சரியாக எடைபோடும்.
கோல்போல் = தராசு போல; அமைந்தொருபால் = நடுநிலையுடன் இருந்து ஒரு பக்கமும்.
கோடாமை = சாயாமல் இருப்பது; சான்றோர்க்கு = அறிவில் சிறந்தவர்களுக்கு; அணி = அழகு.

நேர்பொருள்

முதலில் தன்னை சமமாக வைத்துப் பிறகு சரியாக எடைபோடும் தராசு போல, நடுநிலையுடன் இருந்து ஒரு பக்கமும் சாயாமல் இருப்பது சான்றோர்க்கு அழகாகும்.

பொருளுரை

ஒரு தராசு, எடை போடுவதற்கு முன் தன்னை சமமாக நிலைநிறுத்திக் கொள்கிறது. பிறகு, இரு தட்டுகளிலும் உள்ள எடையை சரியாகக் கணித்து, எந்தப் பக்கமும் சாயாமல் உண்மையான அளவைக் காட்டுகிறது. அதுபோல, சான்றோர் எனப்படுபவர்கள், அதாவது அறிவிலும் குணத்திலும் சிறந்தவர்கள், எந்தவொரு செயலிலும் அல்லது தீர்ப்பு வழங்கும்போதும் மனதளவில் சமநிலையுடன் இருக்க வேண்டும். அவர்கள் எந்த ஒரு பக்கமும் சாய்ந்துவிடக் கூடாது. நட்பு, பகை, உறவு போன்ற தனிப்பட்ட விருப்பு வெறுப்புகளுக்கு இடம் கொடுக்காமல், எது சரியோ, எது நியாயமோ அதன் பக்கம் மட்டுமே நிற்க வேண்டும். இந்த நடுநிலை தவறாத பண்புதான் அவர்களுக்கு உண்மையான அழகையும், பெருமையையும் சேர்க்கிறது. வெளித்தோற்றத்தை அழகுபடுத்தும் ஆபரணங்களை விட, குணத்தை அழகுபடுத்தும் இந்த நடுநிலைமையே ஒருவரை சமூகத்தில் உயர்ந்த இடத்தில் வைக்கிறது. ஒருதலைபட்சமாகச் செயல்படாமல், அனைவரையும் சமமாகப் பாவித்து, உண்மையை உள்ளபடியே உணர்ந்து அதன்படி நடப்பதே சான்றோரின் இலக்கணமாகும். இந்த நேர்மையான அணுகுமுறைதான் அவர்களின் மதிப்பை உயர்த்தி, மற்றவர்களின் நம்பிக்கையைப் பெற்றுத் தருகிறது.

குறள் 119

சொற்கோட்டம் இல்லது செப்பம் ஒருதலையா
உட்கோட்டம் இன்மை பெறின்

சொற்பொருள்

சொற்கோட்டம் = சொல்லில் நடுநிலை தவறுதல்; இல்லது = இல்லாததே.
செப்பம் = நடுநிலைமை; ஒருதலையா = உறுதியாக.
உட்கோட்டம் = மனதில் ஒருபக்கம் சாய்தல்; இன்மை = இல்லாத நிலை; பெறின் = பெற்றால்.

நேர்பொருள்

மனதில் ஒருபக்கம் சாயும் எண்ணம் இல்லாத நிலையை உறுதியாகப் பெற்றால், சொல்லிலும் நடுநிலை தவறாமல் இருப்பதே உண்மையான நேர்மையாகும்.

பொருளுரை

நடுநிலைமை என்பது வெறும் வார்த்தைகளில் மட்டும் வெளிப்படுவது அல்ல. அதன் உண்மையான ஆதாரம் மனதில்தான் இருக்கிறது. ஒருவர் பேசும்போது நடுநிலையாகப் பேசுவது போலத் தோன்றலாம். ஆனால், அவர் மனதில் ஒரு பக்கம் சாய்ந்திருந்தால், அது உண்மையான நேர்மை ஆகாது. மனதளவில் விருப்பு, வெறுப்பு, சொந்த லாபம் போன்ற எந்தக் காரணத்திற்காகவும் ஒரு பக்கம் சாயாமல், சமமாக சிந்திக்கும் தன்மை ஒருவருக்கு உறுதியாக இருக்குமானால், அப்போது அவர் வாயிலிருந்து வரும் சொற்களும் இயல்பாகவே நீதியாகவும் நேர்மையாகவும் இருக்கும். இதுவே உண்மையான நடுநிலைமை என்று வள்ளுவர் வரையறுக்கிறார். வெளித்தோற்றத்திற்காக நேர்மையாகப் பேசுவது போதாது; அகத்தூய்மையே முக்கியம். ஒருவரின் எண்ணம் நேராக இருந்தால், அவரின் சொல்லும் செயலும் நேராக அமையும். எனவே, நீதிபதிகள், தலைவர்கள் மற்றும் முடிவெடுக்கும் நிலையில் உள்ளவர்கள் மட்டுமல்ல, ஒவ்வொரு தனிமனிதனும் முதலில் தன் மனதை எந்தவிதமான கோணல்களும் இல்லாதவாறு பார்த்துக்கொள்ள வேண்டும். மனத்தளவில் பாரபட்சமற்ற தன்மையை வளர்த்துக்கொண்டால் மட்டுமே, சொல்லிலும் செயலிலும் உண்மையான நீதியைப் பின்பற்ற முடியும். இதுவே நீதியின் அடிப்படைக் கொள்கையாகும்.

குறள் 120

வாணிகம் செய்வார்க்கு வாணிகம் பேணிப்
பிறவும் தமபோல் செயின்

சொற்பொருள்

வாணிகம் = வியாபாரம்; செய்வார்க்கு = செய்பவர்களுக்கு.
வாணிகம் = சிறந்த வியாபாரம்; பேணிப் = பாதுகாத்து.
பிறவும் = மற்றவர் பொருட்களையும்; தமபோல் = தம்முடையதைப் போல; செயின் = செய்தால்.

நேர்பொருள்

வியாபாரிகள் மற்றவர்களின் பொருட்களையும் தம்முடையதைப் போலவே கருதி நேர்மையாகச் செயல்பட்டால், அதுவே சிறந்த வியாபாரமாகும்.

பொருளுரை

ஒரு சிறந்த வணிகத்திற்கான இலக்கணம் இந்த குறளில் அழகாகக் கூறப்பட்டுள்ளது. வணிகம் செய்பவர்கள், தங்கள் வாடிக்கையாளர்கள் அல்லது பிற வணிகர்களின் பொருட்களைத் தங்களுடைய சொந்தப் பொருட்களைப் போலக் கருதிப் பாதுகாக்க வேண்டும். இது வெறும் பொருட்களைப் பாதுகாப்பது மட்டுமல்ல, வியாபாரத்தின் ஒவ்வொரு செயலிலும் இந்த நேர்மையைப் பின்பற்ற வேண்டும். அதாவது, ஒரு பொருளை வாங்கும் போது அதன் நியாயமான மதிப்பை விட அதிகமாக எடுத்துக்கொள்ளாமலும், விற்கும் போது அதன் தரத்திலோ அளவிலோ குறைத்துவிடாமலும் இருப்பதே உண்மையான நேர்மை. இப்படி, பிறர் நலனையும் தன் நலனைப் போலவே கருதி வியாபாரம் செய்வதே மிகச் சிறந்த வணிக முறையாகும். இந்த நேர்மையான அணுகுமுறை

வாடிக்கையாளர்கள் மத்தியில் நம்பிக்கையை வளர்க்கிறது. அந்த நம்பிக்கைதான் ஒரு வணிகத்தின் உண்மையான மூலதனம். குறுகிய கால லாபத்தை விட, நேர்மையால் கிடைக்கும் நற்பெயரும் நிரந்தர வாடிக்கையாளர்களுமே ஒரு வணிகத்தை நீண்ட காலம் நிலைத்து நிற்கச் செய்யும். எனவே, அறநெறியுடன் கூடிய வணிகமே உண்மையான வெற்றிக்கு வழிவகுக்கும் என்று வள்ளுவர் வலியுறுத்துகிறார். இது ஒரு தார்மீகக் கடமை மட்டுமல்ல, சிறந்த வணிக உத்தியும் கூட.

அதிகாரம் 13: அடக்கமுடைமை

புலன்களையும் குறிப்பாக நாவையும் அடக்குவது உயர்விற்கான வலிமையான காவல். ஒரே கட்டுப்பாடற்ற சொல் பலநாள் சேர்த்த நற்பெயரைக் கூட குலைத்துவிடும்.

குறள் 121

அடக்கம் அமரருள் உய்க்கும் அடங்காமை
ஆரிருள் உய்த்து விடும்

சொற்பொருள்

அடக்கம் = தன்னடக்கம்; அமரருள் = தேவர் உலகிற்கு.
உய்க்கும் = கொண்டு சேர்க்கும்; அடங்காமை = அடக்கமின்மை.
ஆரிருள் = ஆழ்ந்த இருளில்; உய்த்து = கொண்டுபோய்; விடும் = சேர்த்துவிடும்.

நேர்பொருள்

தன்னடக்கம் ஒருவரைத் தேவருலகிற்கு உயர்த்திச் செல்லும், அடக்கமின்மையோ அவரை மீளமுடியாத இருள் சூழ்ந்த நரகத்தில் தள்ளி.

பொருளுரை

தன்னடக்கம் என்னும் மிக உயர்ந்த பண்பானது, ஒரு மனிதனை தேவர்களுக்கு ஒப்பான பெருமைக்குரிய நிலைக்கு உயர்த்திவிடும். அதாவது, ஒருவர் தன் ஐம்புலன்களையும் தீய வழிகளில் செல்லவிடாமல் கட்டுப்படுத்தி, தன் எண்ணம், சொல், செயல் ஆகிய அனைத்திலும் மிகுந்த அடக்கத்துடன் ஒழுக்கமாக வாழ்ந்தால், அந்த அறச்செயல் அவரை தெய்வ நிலைக்கு உயர்த்தி, இந்த உலகிலும் மறுமையிலும் பெரும் புகழையும் இன்பத்தையும் தரும். இதற்கு நேர்மாறாக, அடக்கமின்றி மனம் போன போக்கில் கட்டுப்பாடில்லாமல் வாழ்வது ஒருவரை பாவத்தின் பாதைக்கு இட்டுச் செல்லும். அந்த அடங்காத தீய குணம், ஒருவரை மீளவே முடியாத, துன்பங்கள் மட்டுமே நிறைந்த 'ஆரிருள்' என்று குறிப்பிடப்படும் கொடிய நரகத்தில் தள்ளிவிடும். ஆக, அடக்கமுடைமை ஒருவனை வானுலகிற்கு உயர்த்தும் ஆற்றல் கொண்டது; அடக்கமின்மையோ அவனை நரகத்தின் இருண்ட படுகுழியில் தள்ளி அழித்துவிடும் என்று இக்குறள் தெளிவாக விளக்குகிறது.

குறள் 122

காக்க பொருளா அடக்கத்தை ஆக்கம்
அதனினூஉங் கில்லை உயிர்க்கு

சொற்பொருள்

காக்க = பாதுகாக்க வேண்டும்; பொருளா = ஒரு செல்வம் போல.
அடக்கத்தை = சுயக்கட்டுப்பாட்டை; ஆக்கம் = மேன்மை / வளர்ச்சி.
அதனினூஉங் = அதைவிடச் சிறந்த; கில்லை = இல்லை; உயிர்க்கு = மனித வாழ்க்கைக்கு.

நேர்பொருள்

சுயக்கட்டுப்பாட்டை ஒரு சிறந்த செல்வமாகக் கருதிப் பாதுகாக்க வேண்டும்; ஏனெனில், மனித வாழ்க்கைக்கு அதைவிட மேலான செல்வம் வேறு எதுவும் இல்லை.

பொருளுரை

மனித வாழ்வில் நாம் சேர்க்கக்கூடிய செல்வங்கள் பலவகைப்படும். ஆனால், அவையனைத்தையும் விட மிக உயர்ந்ததும், முக்கியமானதுமான செல்வம் சுயக்கட்டுப்பாடுதான் என்று இக்குறள் வலியுறுத்துகிறது. பணம், சொத்து போன்ற மற்ற செல்வங்கள் நிலையற்றவை; அவை வரலாம், போகலாம். ஆனால், அடக்கம் என்பது நம்முள் வளரும் ஒரு பண்பு. அது நம்மைத் தவறான பாதையில் செல்லவிடாமல் தடுக்கிறது. ஐம்புலன்களையும், மனதையும் கட்டுப்பாட்டில் வைக்கும்போது, தேவையற்ற சண்டைகள், சோதனைகள் மற்றும் துன்பங்களிலிருந்து நாம் பாதுகாக்கப்படுகிறோம். இந்த சுயக்கட்டுப்பாடுதான் ஒரு மனிதனின் உண்மையான வளர்ச்சிக்கும், மேன்மைக்கும் அடித்தளமாக அமைகிறது. எனவே, மற்ற செல்வங்களைச் சேர்ப்பதை விட, அடக்கம் என்ற குணத்தை ஒரு பெரும் புதையல் போலக் கருதி, அதை கவனமாக வளர்த்துப் பாதுகாக்க வேண்டும். ஏனென்றால், ஒரு மனிதனுக்கு இதைவிடச் சிறந்த, நிலையான வளர்ச்சியைத் தரக்கூடிய செல்வம் வேறு எதுவும் இருக்க முடியாது. இந்த உள்முகமான செல்வம் இருந்தால், மற்ற எல்லா செல்வங்களும் தானாகவே வந்து சேரும், நிலைத்து நிற்கும். இதுவே உண்மையான மற்றும் நீடித்த மகிழ்ச்சிக்கும் நிம்மதிக்கும் வழிவகுக்கும்.

குறள் 123

செறிவறிந்து சீர்மை பயக்கும் அறிவறிந்து
ஆற்றின் அடங்கப் பெறின்

சொற்பொருள்

செறிவு = அடக்கத்தின் அருமையை; அறிந்து = உணர்ந்து.
சீர்மை = மேன்மையை; பயக்கும் = கொடுக்கும்.
அறிவறிந்து = அடக்கமே அறிவு என உணர்ந்து; ஆற்றின் = முறையாக; அடங்கப்பெறின் = அடக்கத்துடன் இருந்தால்.

நேர்பொருள்

அடக்கமே அறிவு என உணர்ந்து, சரியான முறையில் ஒருவர் அடக்கத்துடன் இருந்தால், அந்த அடக்கத்தின் அருமை அறியப்பட்டு, அது அவருக்குச் சிறப்பைத் தரும்.

பொருளுரை

ஒருவர் தன் வாழ்வில் சுயக்கட்டுப்பாட்டுடன் இருப்பதுதான் உண்மையான அறிவு என்பதை முதலில் ஆழமாக உணர வேண்டும். அடக்கம் என்பது பயமோ அல்லது திறமையின்மையோ அல்ல, அது ஒருவரின் முதிர்ச்சியையும் ஞானத்தையும் வெளிப்படுத்தும் ஒரு சிறந்த பண்பு. இந்த உண்மையை உணர்ந்த பிறகு, அந்த அடக்கத்தை சரியான வழியில் கடைப்பிடிக்க வேண்டும். அதாவது, உடல், சொல், எண்ணம் ஆகிய மூன்றிலும் கட்டுப்பாட்டுடன் நடந்துகொள்ள வேண்டும். அப்படி ஒருவர் நிலையான சுயக்கட்டுப்பாட்டுடன் வாழும்போது, அவருடைய அந்தப் பண்பின் அருமை மற்றவர்களால், குறிப்பாக சான்றோர்களால், அறியப்படும். அவ்வாறு அறியப்படும்போது, அந்த அடக்கமான குணம் அவருக்குச் சமூகத்தில் பெரும் மதிப்பையும், சிறப்பையும், மேன்மையையும்

பெற்றுத் தரும். அடக்கமில்லாமல் ஆரவாரமாக இருப்பதை விட, அடக்கத்துடன் இருப்பது ஒருவருக்கு நீண்டகால மரியாதையையும் கௌரவத்தையும் கொண்டு வந்து சேர்க்கும். ஆக, அடக்கம் என்பது ஒரு பலவீனம் அல்ல, அது ஒருவரின் அறிவார்ந்த வலிமை. அந்த வலிமையே ஒருவருக்குச் சிறப்பைக் கொடுக்கும் என்பதுதான் இக்குறளின் மையக் கருத்து.

குறள் 124

நிலையின் திரியாது அடங்கியான் தோற்றம்
மலையினும் மாணப் பெரிது

சொற்பொருள்

நிலையின் = தன் நிலையில் இருந்து; திரியாது = தவறாமல்.
அடங்கியான் = அடக்கத்துடன் இருப்பவனின்; தோற்றம் = உயர்வு.
மலையினும் = மலையை விடவும்; மாணப் = மிகவும்; பெரிது = பெரியது.

நேர்பொருள்

தன் நிலையில் இருந்து தவறாமல், அடக்கத்துடன் வாழ்பவரின் உயர்வு, மலையை விடவும் மிகவும் பெரியது.

பொருளுரை

ஒருவர் தனக்குரிய வாழ்க்கை நெறியிலிருந்து, குறிப்பாக இல்லற தர்மத்திலிருந்து விலகாமல், தன் கடமைகளைச் சரிவர செய்துகொண்டு, அதே சமயம் அடக்கத்துடன் வாழ்வது மிக உயர்ந்த பண்பாகும். அப்படிப்பட்ட ஒருவரின் மதிப்பு, கண்ணுக்குத் தெரியும் ஒரு பெரிய மலையின் உயரத்தை விடவும் மேலானது என்று இக்குறள் கூறுகிறது. மலை என்பது பிரம்மாண்டத்தின், உயர்வின் ஒரு புற அடையாளம். ஆனால், உலக வாழ்க்கையில் ஈடுபட்டு, அதன் இன்ப துன்பங்கள் மற்றும் சவால்களுக்கு நடுவே புலன்களைக் கட்டுப்படுத்தி, மன அடக்கத்துடன் ஒருவர் வாழ்வது என்பது, அந்த மலையின் உயர்வை விடவும் சிறப்பான ஒரு அக உயர்வாகும். இது வெறும் உடல் சார்ந்த கட்டுப்பாடு அல்ல, மன உறுதியையும் ஒழுக்கத்தையும் சார்ந்தது. துறவறம் பூண்டு உலகை விட்டு விலகி அடக்கமாக இருப்பதை விட, இல்லறத்தில் இருந்துகொண்டே அடக்கத்தைக் கடைப்பிடிப்பது கடினமானது மற்றும் மிகவும் மதிக்கத்தக்கது. ஆக, ஒருவரின் உண்மையான பெருமை என்பது அவருடைய குணநலனாலும், மனக்கட்டுப்பாட்டாலும் தீர்மானிக்கப்படுகிறது. இந்த ஒழுக்கத்தின் உயரம், இயற்கையின் எந்த பிரம்மாண்டத்தையும் விட உயர்ந்தது என்பதே இதன் மையக் கருத்து.

குறள் 125

எல்லார்க்கும் நன்றாம் பணிதல் அவருள்ளும் செல்வர்க்கே செல்வம் தகைத்து

சொற்பொருள்
எல்லார்க்கும் = எல்லோருக்கும்; நன்றாம் = நல்லதுதான்.
பணிதல் = பணிவுடன் இருப்பது; அவருள்ளும் = அவர்களிலும்.
செல்வர்க்கே = செல்வந்தர்களுக்கு; செல்வம் = ஒரு செல்வம்; தகைத்து = போன்றது.

நேர்பொருள்
பணிவுடன் இருப்பது எல்லோருக்கும் நல்லது; அவர்களிலும் குறிப்பாக, செல்வந்தர்களுக்கு அது மற்றொரு செல்வம் போன்ற சிறப்பைத் தரும்.

பொருளுரை
பணிவுடன் நடந்துகொள்வது அனைவருக்கும் நன்மை தரும் ஒரு சிறந்த பண்பாகும். இருப்பினும், அப்பண்பு மற்றவர்களைக் காட்டிலும் செல்வம் உடையவர்களுக்கே ஒரு தனிச்சிறப்பையும், கூடுதல் மதிப்பையும் தருகிறது. ஏனெனில், செல்வம் இயல்பாகவே ஒருவருக்கு அகந்தையைத் தந்து, பெருமிதத்தை உண்டாக்கும் ஆற்றல் கொண்டது. ஆகவே, ஒரு செல்வந்தர் அந்த மமதையை வென்று அடக்கத்துடன் இருக்கும்போது, அந்தப் பணிவு அவரிடமுள்ள பொருட்செல்வத்தோடு சேர்ந்து அவரை மேலும் உயர்த்தி, அவருக்கு மற்றொரு செல்வமாகவே அமைகிறது. இத்தகைய அடக்கமான குணம், செல்வந்தரின் புகழைப் பன்மடங்கு பெருக்குவதோடு, அவரைச் சுற்றியுள்ளவர்களின் நன்மதிப்பையும் அன்பையும் எளிதில் பெற்றுத் தரும். மாறாக, செல்வச் செருக்கினால் பணிவின்றி நடப்பவர்கள் மக்களால் வெறுக்கப்பட்டு, தம் செல்வத்தின் உண்மையான பயனையும் இழந்துவிடுவார்கள். எனவே, அடக்கமுடைமை என்பது செல்வந்தர்களுக்கு ஒரு அணிகலனைப் போல அமைந்து, அவர்களின் செல்வத்திற்கு மெய்யான மதிப்பைக் கொடுக்கிறது.

குறள் 126

ஒருமையுள் ஆமைபோல் ஐந்தடக்கல் ஆற்றின் எழுமையும் ஏமாப் புடைத்து

சொற்பொருள்
ஒருமையுள் = ஒரே பிறவியில்; ஆமைபோல் = ஆமையைப் போல.
ஐந்தடக்கல் = ஐந்து புலன்களையும் அடக்குவதை; ஆற்றின் = செய்ய முடிந்தால்.
எழுமையும் = ஏழு பிறவிகளிலும்; ஏமாப்பு = பாதுகாப்பை; உடைத்து = தரும்.

நேர்பொருள்
ஒருவர் இந்தப் பிறவியில் ஆமையைப் போல ஐம்புலன்களையும் அடக்கக் கற்றுக்கொண்டால், அது அவருக்கு ஏழு பிறவிகளுக்கும் பாதுகாப்பாக அமையும்.

பொருளுரை

ஆபத்து வரும்போது ஆமை தனது ஐந்து உறுப்புகளையும் ஓட்டுக்குள் இழுத்துக்கொண்டு தன்னைப் பாதுகாத்துக்கொள்வது போல, மனிதனும் தனது ஐம்புலன்களையும் தீய வழிகளில் செல்லாமல் கட்டுப்படுத்த வேண்டும். கண், காது, மூக்கு, வாய், உடல் ஆகிய ஐம்புலன்களும் இன்பத்தை நாடி அலைபவை. அவற்றைத் தன் கட்டுப்பாட்டில் வைக்கத் தெரிந்த ஒருவருக்கு, அந்த ஆற்றல் இந்த ஒரு பிறவியில் மட்டுமல்லாமல், தொடர்ந்து வரும் பல பிறவிகளுக்கும் பெரும் பாதுகாப்பாக அமையும். 'ஏழு பிறவிகள்' என்பது மிக நீண்ட காலத்தைக் குறிக்கும் ஒரு உருவகம். அதாவது, ஒரு முறை நாம் கற்றுக்கொள்ளும் சுயக்கட்டுப்பாடு என்பது நம்முடன் என்றென்றும் தங்கி, நம்மைத் தவறான பாதையில் செல்லவிடாமல் காக்கும் ஒரு நிரந்தரக் கவசமாக மாறிவிடுகிறது. இந்தப் பிறவியில் புலன்களை அடக்கி வாழ்வது, எதிர்காலத்தில் ஏற்படக்கூடிய பல துன்பங்களிலிருந்தும் சிக்கல்களிலிருந்தும் நம்மைக் காத்து, ஒரு பாதுகாப்பான வாழ்க்கைக்கு வழிவகுக்கும். புலனடக்கத்தின் வலிமை ஒரு பிறவியோடு முடிந்துவிடுவதில்லை, அது காலத்தைக் கடந்தும் நன்மை தரும் ஒரு சிறந்த பண்பு என்பதே இக்குறளின் மையக் கருத்து.

குறள் 127

யாகாவா ராயினும் நாகாக்க காவாக்கால்
சோகாப்பர் சொல்லிழுக்குப் பட்டு

சொற்பொருள்

யாகாவார் = எவற்றையும் காக்க முடியாதவர்; ஆயினும் = ஆனாலும்.
நாகாக்க = நாவைக் காக்க வேண்டும்; காவாக்கால் = அப்படிக் காக்காவிட்டால்.
சோகாப்பர் = துன்பப்படுவார்கள்; சொல்லிழுக்குப் = சொல் தவறில்; பட்டு = அகப்பட்டு.

நேர்பொருள்

ஒருவர் வேறு எவற்றையும் காக்காவிட்டாலும் தன் நாவையாவது அடக்கிக் காக்க வேண்டும்; இல்லையென்றால், அவர் தன் சொல் தவறில் சிக்கித் துன்பப்படுவார்.

பொருளுரை

மனித வாழ்வில் நாம் பாதுகாக்க வேண்டியவை பல உள்ளன. உடல், உடைமை, உறவுகள் எனப் பலவற்றையும் நாம் கவனமாகக் காக்கிறோம். ஆனால், ஒருவரால் எல்லாவற்றையும் எப்போதும் கச்சிதமாகக் காக்க முடியாமல் போகலாம். அப்படிப்பட்ட சூழலில்கூட, அவர் எதைக் காக்கத் தவறினாலும், தன் நாவை மட்டும் கண்டிப்பாகக் காக்க வேண்டும் என்று இக்குறள் வலியுறுத்துகிறது. நாவடக்கம் என்பது மிக அடிப்படையான மற்றும் அவசியமான ஒரு ஒழுக்கம். ஏன் நாவைக் காப்பது இவ்வளவு முக்கியம்? ஏனெனில், நாவைக் காக்கத் தவறினால், அதாவது பேச்சில் கட்டுப்பாடு இல்லாமல் போனால், 'சொல் இழுக்கு' ஏற்படும். அதாவது, தகாத சொற்களைப் பேசிவிடுவோம் அல்லது தவறான விதத்தில் பேசிவிடுவோம். அப்படிப் பேசும் வார்த்தைகள் ஏற்படுத்தும் விளைவுகள் மிக மோசமானவை. அந்தச் சொல் தவறில் அகப்பட்டு, பேசியவரே மிகுந்த துன்பத்தையும் துயரத்தையும் அனுபவிப்பார். தேவையற்ற பகை, உறவுகளில் விரிசல், மன வருத்தம் எனப் பல துன்பங்களுக்குக் கட்டுப்பாடற்ற பேச்சு வழிவகுக்கும். எனவே, மற்ற பாதுகாப்புகளை விடப் பேச்சைக் கட்டுப்படுத்துவது ஒருவரைப் பலவிதமான துயரங்களிலிருந்து காக்கும் முதன்மையான செயல் என்பதை இக்குறள் தெளிவாக உணர்த்துகிறது.

குறள் 128

ஒன்றானுந் தீச்சொல் பொருட்பயன் உண்டாயின்
நன்றாகா தாகி விடும்

சொற்பொருள்

ஒன்றானும் = ஒன்றாவது; தீச்சொல் = தீய சொல்லின்.
பொருட்பயன் = பொருளால் வரும் தீய விளைவு; உண்டாயின் = ஏற்பட்டால்.
நன்றாகாது = நன்மையில்லாமல்; ஆகி = ஆகி; விடும் = விடும்.

நேர்பொருள்

ஒருவர் பேசும் தீய சொல்லால் ஒரு சிறு துன்பம் ஏற்பட்டாலும், அவர் செய்த நன்மைகள் கூட தீமையாக மாறிவிடும்.

பொருளுரை

ஒருவர் பேசும் கடுமையான சொற்களால் மற்றவர்களுக்குச் சிறிதளவு துன்பம் ஏற்பட்டால்கூட, அது மிகப்பெரிய எதிர்மறை விளைவுகளை உருவாக்கும். அந்த ஒரு தீய சொல்லின் பாதிப்பானது, அவர் அதுவரை செய்த எல்லா நல்ல செயல்களையும், அறங்களையும் பயனற்றதாக மாற்றிவிடும். ஒருவர் எவ்வளவுதான் தான தர்மங்கள் செய்திருந்தாலும், பிறருக்கு உதவி செய்திருந்தாலும், அவர் பயன்படுத்தும் ஒரு கொடுஞ்சொல் அந்த நன்மைகளின் மதிப்பை முற்றிலுமாக அழித்துவிடும். ஒரு பானை பாலில் ஒரு துளி விஷம் கலந்தால் எப்படி முழுப் பாலும் விஷமாகிவிடுகிறதோ, அதுபோல, பல நற்செயல்களால் கிடைத்த புண்ணியத்தை ஓரே ஒரு தீய சொல் கெடுத்துவிடும். வார்த்தைகளால் ஏற்படும் காயம், உடல் காயத்தை விட ஆழமானது மற்றும் நீண்ட காலம் வலிக்கக்கூடியது. எனவே, இந்த குறள் பேச்சில் மிகுந்த கவனம் தேவை என்பதை வலியுறுத்துகிறது. பிறர் மனம் புண்படும்படி பேசுவது, ஒருவரின் அற வாழ்க்கையையே பாழாக்கிவிடும். நல்லொழுக்கம் என்பது செயல்களில் மட்டுமல்ல, சொல்லிலும் இருக்க வேண்டும். இன்சொல் பேசாதபோது, மற்ற அறச்செயல்களால் எந்தப் பயனும் இல்லை என்பதே இதன் மையக் கருத்து.

குறள் 129

தீயினாற் சுட்டபுண் உள்ளாறும் ஆறாதே
நாவினாற் சுட்ட வடு

சொற்பொருள்

தீயினால் = நெருப்பினால்; சுட்ட = எரித்த.
புண் = காயம்; உள்ளாறும் = உள்ளே ஆறிவிடும்.
ஆறாதே = ஆறவே ஆறாது; நாவினால் = நாவினால் / சொல்லால்; சுட்ட வடு = சுட்டதால் ஏற்பட்ட தழும்பு.

நேர்பொருள்

நெருப்பால் ஏற்பட்ட புண் கூட ஆறிவிடும், ஆனால் கடுமையான சொற்களால் நாக்கு சுட்ட வடு ஒருபோதும் ஆறாது.

பொருளுரை

ஒருவர் உடலை நெருப்பால் சுட்டால், அது கடுமையான வலியைத் தரும். ஆனால், அந்தப் புண் காலப்போக்கில் ஆறிவிடும். அதன் வடு உடலில் இருந்தாலும், மனதளவில் அந்த வலி மெல்ல மெல்ல மறைந்துவிடும். உடல் தன்னைத்தானே குணப்படுத்திக்கொள்ளும், வலியின் நினைவும் மங்கிவிடும். ஆனால், ஒருவர் தன் நாவினால், அதாவது கடுமையான, காயப்படுத்தும் சொற்களால் ஒருவரைச் சுட்டால், அந்த வலி ஒருபோதும் ஆறாது. அது உடலில் காயத்தை ஏற்படுத்தாவிட்டாலும், உள்ளத்தில் ஒரு நிரந்தர வடுவை ஏற்படுத்திவிடுகிறது. அந்த வடு ஒரு தழும்பைப் போல மனதில் தங்கி, எப்போது நினைத்தாலும் மீண்டும் மீண்டும் வலியைத் தரும். தீயினால் சுட்டதை 'புண்' என்று வள்ளுவர் குறிப்பிடுகிறார், ஏனெனில் அது ஆறிவிடும் தன்மை கொண்டது. ஆனால் நாவினால் சுட்டதை 'வடு' என்கிறார், ஏனெனில் அது நிரந்தரமானது, ஆறாதது. இதிலிருந்து நாம் தெரிந்துகொள்வது என்னவென்றால், உடல் காயத்தை விட மனக்காயம் மிகவும் கொடியது மற்றும் நீண்டகாலம் பாதிப்பை ஏற்படுத்தக்கூடியது. நாம் பேசும் வார்த்தைகள் மற்றவர்கள் மனதில் நீங்காத வடுவை ஏற்படுத்தக்கூடும். எனவே, யாரிடமும் பேசும்போது, காயப்படுத்தும் சொற்களைத் தவிர்த்து, அன்பாகவும் கனிவாகவும் பேச வேண்டும். நாவடக்கம் என்பது எவ்வளவு முக்கியம் என்பதை இக்குறள் ஆழமாக உணர்த்துகிறது.

குறள் 130

கதங்காத்துக் கற்றடங்கல் ஆற்றுவான் செவ்வி
அறம்பார்க்கும் ஆற்றின் நுழைந்து

சொற்பொருள்

கதங்காத்துக் = கோபத்தைக் கட்டுப்படுத்தி; கற்றடங்கல் = கற்று அடக்கமாக இருப்பதை.

ஆற்றுவான் = செய்யக்கூடியவனின்; செவ்வி = சரியான நேரத்தை.

அறம்பார்க்கும் = அறம் தேடிப் பார்க்கும்; ஆற்றின் = வழியில்; நுழைந்து = புகுந்து.

நேர்பொருள்

கோபத்தைக் கட்டுப்படுத்தி, கற்று, அடக்கத்துடன் வாழ்பவருக்கு உரிய வாய்ப்பை, அறமே வழியில் புகுந்து தேடி வரும்.

பொருளுரை

ஒரு மனிதன் அடைய வேண்டிய மிக உயர்ந்த பண்புகளில் ஒன்று மன அடக்கம். இந்தக் குறள் அந்த மனக்கட்டுப்பாட்டின் வலிமையை அழகாக விளக்குகிறது. கோபம் என்பது அறிவை மயக்கும் ஒரு மோசமான உணர்ச்சி. அதைத் தன் கட்டுப்பாட்டில் வைத்திருப்பது முதல் படி. இரண்டாவதாக, நல்ல நூல்களைக் கற்று, எது சரி, எது தவறு என்பதை உணர்ந்து கொள்வது. மூன்றாவதாக, கற்ற அறிவின் பயனாக அடக்கத்துடன் இருப்பது. இந்த மூன்று பண்புகளையும் ஒருவர் வளர்த்துக் கொண்டால், அவர் ஒரு முழுமையான மனிதராகிறார். அப்படிப்பட்ட தகுதி வாய்ந்த ஒருவருக்கு உதவவும், அவரை மேலும் உயர்த்தவும் 'அறம்' என்னும் நன்னெறியே காத்துக்கொண்டிருக்கும். பொதுவாக, மனிதன்தான்தான் அறத்தைத் தேடிச் செல்ல வேண்டும். ஆனால், இங்கு வள்ளுவர் ஒரு படி மேலே சென்று, தகுதியுடைய ஒருவருக்காக அறமே காத்திருந்து, சரியான வாய்ப்பு வரும்போது, வழியில் புகுந்து அவரைச் சென்றடையும் என்கிறார். இதன் பொருள், நற்பண்புகளுடன் வாழ்பவரை நல்ல வாய்ப்புகளும், வெற்றியும், புகழும் தாமாகவே தேடி வரும். நாம் செய்ய வேண்டியதெல்லாம், நம்மைத்

தகுதிப்படுத்திக் கொள்வதுதான். கோபத்தை அடக்கி, கற்று, அடக்கத்துடன் வாழ்ந்தால், அறம் நம்மை ஒருபோதும் கைவிடாது.

அதிகாரம் 14: ஒழுக்கமுடைமை

ஒழுக்கம் உயிர்க்கும் மேலான மதிப்புடையது; அது இல்லாமல் உயர்வு நிலைக்காது. வழுவாத நடத்தை ஒருவரின் உள்ளார்ந்த கண்ணியத்தையும் வெளிப்பட்ட புகழையும் காக்கிறது.

குறள் 131

ஒழுக்கம் விழுப்பந் தரலான் ஒழுக்கம்
உயிரினும் ஓம்பப் படும்

சொற்பொருள்
ஒழுக்கம் = நன்னடத்தை; விழுப்பம் = சிறப்பை.
தரலான் = தருவதால்; ஒழுக்கம் = அந்த நன்னடத்தை.
உயிரினும் = உயிரை விடவும்; ஓம்பப் = பாதுகாக்கப்பட; படும் = வேண்டும்.

நேர்பொருள்
நன்னடத்தை ஒருவருக்குச் சிறப்பைத் தருவதால், அது உயிரை விட மேலாகப் போற்றிக் காக்கப்பட வேண்டும்.

பொருளுரை
ஒழுக்கமான நடத்தை ஒருவருக்கு வாழ்வில் சிறப்பையும் மேன்மையையும் வழங்குவதால், அது ஒருவரின் சமூக நிலை அல்லது பிறப்பைப் பொருட்படுத்தாமல் அனைவருக்கும் கிடைக்கக்கூடிய பெரும்பேறாகக் கருதப்படுகிறது. நமது உயிர் மிக அருமையானது என்றாலும், ஒழுக்கத்தின் மூலம் கிடைக்கும் பெருமையும் மதிப்பும், வெறும் உயிர் வாழ்வதால் மட்டும் கிடைத்துவிடுவதில்லை. எனவே, உயிரை விட மேலானதாக ஒழுக்கம் போற்றப்படுகிறது, ஏனெனில் அதுவே ஒருவரின் வாழ்க்கைக்கு உண்மையான அர்த்தத்தையும் சமூகத்தில் அழியாத புகழையும் சேர்க்கிறது. அன்றாட வாழ்வில் முடிவுகளை எடுக்கும்போதும், பிறருடன் பழகும்போதும், நமது செயல்கள் ஒழுக்க நெறிக்கு உட்பட்டிருக்கின்றனவா என்பதை உறுதி செய்துகொள்வது நமது தலையாய கடமையாகும். ஒழுக்கத்தைச் சிதைத்து உயிர் வாழ்வதை விட, ஒழுக்கத்துடன் வாழ்ந்து அடையும் சிறப்பே மேலானது என்பதே இக்குறளின் மையக் கருத்தாகும். ஆக, ஒழுக்கத்தைப் பாதுகாப்பது என்பது உயிரைப் பாதுகாப்பதை விட முதன்மையானதும் அவசியமானதும் ஆகும்.

குறள் 132

பரிந்தோம்பிக் காக்க ஒழுக்கம் தெரிந்தோம்பித்
தேரினும் அஃதே துணை

சொற்பொருள்
பரிந்தோம்பிக் = மிகுந்த அக்கறையுடன் பேணி; காக்க = காக்க வேண்டும்.
ஒழுக்கம் = நல்லொழுக்கத்தை; தெரிந்தோம்பித் = ஆராய்ந்து தேர்ந்தெடுத்து.
தேரினும் = ஆராய்ந்து பார்த்தாலும்; அஃதே = அதுவே; துணை = உதவி.

நேர்பொருள்

மிகுந்த சிரமப்பட்டாவது ஒழுக்கத்தைக் காக்க வேண்டும்; எல்லாவற்றையும் ஆராய்ந்து பார்த்தாலும், அதுவே நமக்கு உண்மையான துணையாக அமையும்.

பொருளுரை

ஒருவர் தன் வாழ்வில் நல்லொழுக்கத்தை எந்த விலை கொடுத்தாவது, எவ்வளவு சிரமப்பட்டாவது பேணிப் பாதுகாக்க வேண்டும். அது ஒருபோதும் கைவிடக்கூடாத மிக முக்கியமான பண்பு. வாழ்க்கையில் நமக்குத் துணையாக இருக்கக்கூடியவை எவை என்று ஒரு பட்டியலை எடுத்துக்கொள்வோம். செல்வம், உறவுகள், அறிவு, அதிகாரம் என பல விஷயங்கள் இருக்கலாம். இவை அனைத்தையும் ஒன்றொன்றாக ஆராய்ந்து, எது நமக்கு எல்லா காலத்திலும், எல்லா சூழ்நிலையிலும் உண்மையான துணையாக இருக்கும் என்று ஆழமாகச் சிந்தித்துப் பார்த்தால், இறுதியில் நாம் வந்து சேரும் முடிவு 'நல்லொழுக்கம்' என்பதாகத்தான் இருக்கும். மற்ற எல்லாத் துணைகளும் ஒரு காலகட்டத்தில் நம்மை விட்டு விலகலாம் அல்லது அவற்றின் மதிப்பு குறையலாம். ஆனால், ஒருவரின் நல்லொழுக்கம் என்பது அவருடன் எப்போதும் இருக்கும் ஒரு நிரந்தரமான துணை. அது இம்மையிலும் சரி, மறுமையிலும் சரி, ஒருவருக்குப் பாதுகாப்பையும் உயர்வையும் தரும். எனவே, மற்ற எல்லாவற்றையும் விட ஒழுக்கத்தைக் காப்பதற்கே அதிக முக்கியத்துவம் கொடுக்க வேண்டும். அதுவே ஒரு மனிதனின் உண்மையான சொத்து மற்றும் என்றும் கைவிடாத நண்பன்.

குறள் 133

ஒழுக்கம் உடைமை குடிமை இழுக்கம்
இழிந்த பிறப்பாய் விடும்

சொற்பொருள்

ஒழுக்கம் = நல்ல நடத்தை; உடைமை = கொண்டிருப்பது.
குடிமை = உயர் குடிப்பிறப்பு; இழுக்கம் = ஒழுக்கம் தவறுதல்.
இழிந்த = தாழ்ந்த; பிறப்பாய் = பிறப்பாக; விடும் = ஆகிவிடும்.

நேர்பொருள்

நல்லொழுக்கம் கொண்டிருப்பது உயர் குடிப்பிறப்புக்குச் சமம்; ஒழுக்கம் தவறுதல் ஒருவரைத் தாழ்ந்த பிறவியாக மாற்றிவிடும்.

பொருளுரை

ஒருவரின் சமூக மதிப்பையும் தகுதியையும் தீர்மானிப்பது அவர் பிறந்த குடும்பம் அல்ல, அவருடைய நல்லொழுக்கமே. நல்ல நடத்தையையும் பண்பையும் கொண்டிருப்பது ஒருவரை உயர்ந்தவராக ஆக்குகிறது. அதுவே உண்மையான 'உயர் குடிப் பிறப்பு' என்று கருதப்படுகிறது. ஒருவர் எந்தக் குடும்பத்தில் பிறந்திருந்தாலும், அவர் ஒழுக்கத்துடன் வாழ்ந்தால், அவர் உயர்ந்தவராகவே மதிக்கப்படுவார். இதற்கு மாறாக, ஒழுக்கத்திலிருந்து தவறுவது ஒருவரைத் தாழ்ந்த நிலைக்குத் தள்ளிவிடும். ஒருவர் எவ்வளவு உயர்ந்த குடும்பப் பின்னணியைக் கொண்டிருந்தாலும், அவருடைய நடத்தை தவறாக இருந்தால், அவர் இழிந்தவராகவே கருதப்படுவார். ஆக, பிறப்பால் வரும் பெருமையை விட, ஒருவர் தன் செயல்களால் அடையும் ஒழுக்கமே உண்மையான பெருமையைத் தரும். இந்தக் குறள், ஒருவரின் தகுதியை பிறப்பு தீர்மானிக்காது, அவர்களின் குணமும் நடத்தையும் தான் தீர்மானிக்கும் என்ற மிக முக்கியமான சமூகக் கருத்தை வலியுறுத்துகிறது.

ஒருவரின் தற்போதைய நிலை என்பது அவருடைய நடத்தையின் விளைவே அன்றி, பிறப்பின் விளைவு அல்ல.

குறள் 134

மறப்பினும் ஓத்துக் கொளலாகும் பார் ப்பான்
பிறப்பொழுக்கங் குன்றக் கெடும்

சொற்பொருள்

மறப்பினும் = மறந்தாலும்; ஓத்து = கற்ற கல்வியை.
கொளலாகும் = மீண்டும் கற்றுக்கொள்ளலாம்; பார்ப்பான் = அறிவில் சிறந்தவர்.
பிறப்பொழுக்கம் = பிறப்பின் பெருமையும் ஒழுக்கமும்; குன்றக் = குறைந்தால்; கெடும் = அழிந்துவிடும்.

நேர்பொருள்

கற்ற கல்வியை மறந்தாலும் மீண்டும் கற்றுக்கொள்ளலாம்; ஆனால், ஒழுக்கம் தவறினால் ஒருவரின் பிறப்பின் பெருமை அழிந்துவிடும்.

பொருளுரை

ஒருவர் தாம் கற்ற கல்வியை அல்லது வேத அறிவை காலப்போக்கில் மறக்க நேரிடலாம். ஆனால், அது ஒரு நிரந்தர இழப்பு அல்ல. அவர் மீண்டும் முயற்சி செய்து, மறந்ததை திரும்பக் கற்றுக்கொள்ள முடியும். அறிவில் ஏற்படும் இந்தத் தற்காலிகக் குறைபாடு, அவருடைய அடிப்படைத் தகுதியைக் கெடுத்துவிடாது. ஆனால், ஒழுக்கம் விஷயத்தில் அப்படி அல்ல. ஒருவர் தனது நல்லொழுக்கத்திலிருந்து, அதாவது நேர்மையான மற்றும் நெறியான நடத்தையிலிருந்து தவறும்போது, அதன் விளைவு மிகக் கடுமையாக இருக்கும். அவர் பிறந்த குலத்தின் பெருமை, சமூகத்தில் அவருக்கிருந்த மரியாதை, சிறப்பு என அனைத்தும் அடியோடு அழிந்துவிடும். கல்வியை மறப்பது சரிசெய்யக்கூடிய ஒரு பிழை. ஆனால், ஒழுக்கம் தவறுவது ஒருவரின் அடையாளத்தையும் மதிப்பையும் சிதைத்துவிடும் ஒரு நிரந்தரப் பிழை. இந்தக் குறள், 'பார்ப்பான்' என்ற சொல்லைப் பயன்படுத்தினாலும், அதன் கருத்து அனைவருக்கும் பொருந்தும். எந்தத் துறையில், எந்தப் பின்னணியில் ஒருவர் இருந்தாலும், அவருடைய உண்மையான மதிப்பு அவருடைய நடத்தையில்தான் இருக்கிறது. எனவே, அறிவை விட ஒழுக்கமே ஒரு மனிதனுக்கு மிக முக்கியமானது என்பதை இக்குறள் ஆழமாக உணர்த்துகிறது. ஒழுக்கம்தான் ஒருவரின் பெருமைக்கும் சிறப்புக்கும் உண்மையான அடிப்படை.

குறள் 135

அழுக்கா றுடையான்கண் ஆக்கம்போன்று இல்லை
ஒழுக்க மிலான்கண் உயர்வு

சொற்பொருள்

அழுக்காறு = பொறாமை; உடையான்கண் = உள்ளவனிடம்.
ஆக்கம்போன்று = செல்வம் போல; இல்லை = இல்லை.
ஒழுக்கம் = நன்னடத்தை; இலான்கண் = இல்லாதவனிடம்; உயர்வு = மேன்மை.

நேர்பொருள்

பொறாமை குணம் உள்ளவனிடம் செல்வம் இல்லாதது போல, ஒழுக்கம் இல்லாதவனிடம் உயர்வு இருக்காது.

பொருளுரை

இந்தக் குறள், நல்லொழுக்கத்தின் முக்கியத்துவத்தை ஒரு சக்திவாய்ந்த ஒப்பீடு மூலம் விளக்குகிறது. பொறாமை குணம் கொண்ட ஒருவரிடம் செல்வம் நிலைக்காது என்பது எல்லோருக்கும் தெரிந்த உண்மை. அதுபோல, ஒழுக்கம் இல்லாத ஒருவரிடம் உயர்வு என்பது இருக்காது என்று வள்ளுவர் கூறுகிறார். இங்கு 'உயர்வு' என்பது வெறும் சமூக அந்தஸ்தையோ பதவியையோ குறிக்கவில்லை. அது உண்மையான மரியாதை, நற்குணம், மற்றும் மேன்மையான நிலையைக் குறிக்கிறது. ஒருவர் உயர்ந்த குடும்பத்தில் பிறந்திருந்தாலும் அல்லது பெரிய பதவியில் இருந்தாலும், அவரிடம் நல்லொழுக்கமும் கட்டுப்பாடும் இல்லையென்றால், அவர் ஒருபோதும் உண்மையான உயர்வை அடைய முடியாது. அவருடைய ஒழுக்கமின்மை, பொறாமை குணமானது செல்வத்தை அழிப்பது போல, அவருடைய பெயரையும் புகழையும் அழித்துவிடும். எனவே, வாழ்க்கையில் எந்தவொரு நீடித்த பெருமைக்கும், மரியாதைக்கும் நல்லொழுக்கமே அசைக்க முடியாத அடித்தளம். ஒழுக்கம் இல்லாமல் கிடைக்கும் எந்த உயர்வும் ஒரு மாயையே, அது நிலைக்காது. ஒருவரின் வெளித்தோற்றத்தை விட, அவருடைய அகத்தூய்மையும் நன்னடத்தையுமே மிக முக்கியம் என்பதை இக்குறள் ஆழமாக உணர்த்துகிறது.

குறள் 136

ஒழுக்கத்தின் ஒல்கார் உரவோர் இழுக்கத்தின்
ஏதம் படுபாக் கறிந்து

சொற்பொருள்

ஒழுக்கத்தின் = நன்னெறியிலிருந்து; ஒல்கார் = தளர மாட்டார்கள்.
உரவோர் = மனவலிமை உடையோர்; இழுக்கத்தின் = ஒழுக்கம் தவறுவதால்.
ஏதம் = ஏற்படும் குற்றம்; படுபாக்கு = உண்டாகும் விதத்தை; அறிந்து = தெரிந்துகொண்டு.

நேர்பொருள்

ஒழுக்கம் தவறுவதால் ஏற்படும் தீமையை அறிந்த மனவலிமை கொண்டவர்கள், நல்லொழுக்கத்திலிருந்து ஒருபோதும் விலக மாட்டார்கள்.

பொருளுரை

மனவலிமை கொண்ட சான்றோர்கள், ஒழுக்க நெறியிலிருந்து தவறுவதால் தமக்கு எத்தகைய பெரும் பழியும் குடிப்பிறப்பிற்கு இழிவும் உண்டாகும் என்பதைத் தெளிவாக அறிந்திருப்பார்கள். இந்தத் தெளிவான அறிவின் காரணமாகவே, அவர்கள் ஒழுக்கத்தைக் கடைப்பிடிப்பதில் ஏற்படும் சிரமங்களைக் கண்டு ஒருபோதும் மனம் தளர்ந்து பின்வாங்க மாட்டார்கள். கொண்ட கொள்கையிலிருந்து வழுவாத உறுதியான உள்ளம் கொண்டவர்களே 'உரவோர்' எனப் போற்றப்படுகின்றனர். அன்றாட வாழ்வில், எவ்வளவு சோதனைகளும் தடைகளும் வந்தாலும், அவர்கள் தங்கள் நன்னெறியிலிருந்து சிறிதும் பிறழாமல் உறுதியுடன் நிற்பார்கள். ஒழுக்கத்திலிருந்து வழுவுவது ஒருவரின் தனிப்பட்ட புகழை மட்டும் சிதைப்பதில்லை, அது அவருடைய குலத்தின் பெருமையையும் சீர்குலைத்து, சமூகத்தில் பெரும் குற்றத்தையும் இழிவையும் உண்டாக்கும் என்பதை அவர்கள் உணர்ந்திருக்கிறார்கள். ஆகையால், ஒழுக்கத்தின்

அருமையையும், அதிலிருந்து பிறழ்வதால் ஏற்படும் கேட்டினையும் நன்கு அறிந்திருப்பதால், மனவலிமை உடையோர் ஒழுக்க வாழ்வில் நிலைத்து நிற்பர்.

குறள் 137

ஒழுக்கத்தின் எய்துவர் மேன்மை இழுக்கத்தின்
எய்துவர் எய்தாப் பழி

சொற்பொருள்

ஒழுக்கத்தின் = நல்ல நடத்தையால்; எய்துவர் = அடைவார்கள்.
மேன்மை = உயர்வை; இழுக்கத்தின் = தவறான நடத்தையால்.
எய்துவர் = அடைவார்கள்; எய்தாப் = அடையக்கூடாத; பழி = அவப்பெயரை.

நேர்பொருள்

நல்லொழுக்கத்தால் ஒருவர் உயர்வை அடைவார்; ஒழுக்கக் குறைவால் அவர் தகுதிக்கு மீறிய பெரும் பழியை அடைவார்.

பொருளுரை

ஒழுக்கமான வாழ்க்கை ஒருவருக்கு சமூகத்தில் உயர்வான இடத்தையும், பெரும் மதிப்பையும் பெற்றுத் தரும். நன்னடத்தையைக் கடைப்பிடிப்பவர்கள் இயல்பாகவே பெருமைக்குரியவர்களாகிறார்கள். இதற்கு நேர்மாறாக, ஒழுக்க நெறியிலிருந்து தவறுபவர்கள் பெரும் பழியைச் சுமக்க நேரிடும். இக்குறள் 'எய்தாப் பழி' என்ற ஒரு ஆழமான கருத்தைச் சொல்கிறது. இதன் பொருள், ஒழுக்கம் தவறிய ஒருவர், தாம் செய்யாத குற்றச்சாட்டுகளுக்குக் கூட ஆளாக நேரிடும் என்பதாகும். ஒருவரின் நடத்தை சரியில்லை என்றால், அவர் மீது சொல்லப்படும் எந்தப் பொய்யான பழியையும் சமூகம் எளிதில் நம்பிவிடும். உதாரணமாக, நேர்மையற்றவர் என்று பெயர் எடுத்த ஒருவர் மீது, அவர் செய்யாத ஒரு திருட்டுப் பழி சுமத்தப்பட்டால், அதை மற்றவர்கள் உண்மை என்றே கருதுவார்கள். இதுவே தகுதியில்லாமல் வந்து சேரும் பழி. ஆக, நல்லொழுக்கம் என்பது பெருமையைத் தருவது மட்டுமல்ல, தகுதியில்லாத அவதூறுகளில் இருந்து நம்மைக் காக்கும் ஒரு பாதுகாப்பு அரணும் ஆகும். எனவே, வாழ்வில் மேன்மை அடையவும், தேவையற்ற பழிகளைத் தவிர்க்கவும் ஒழுக்கத்துடன் வாழ்வது இன்றியமையாதது.

குறள் 138

நன்றிக்கு வித்தாகும் நல்லொழுக்கம்
தீயொழுக்கம்
என்றும் இடும்பை தரும்

சொற்பொருள்

நன்றிக்கு = நன்மைக்கு; வித்தாகும் = விதையாகும்.
நல்லொழுக்கம் = நல்ல நடத்தை; தீயொழுக்கம் = கெட்ட நடத்தை.
என்றும் = எப்போதும்; இடும்பை = துன்பத்தை; தரும் = கொடுக்கும்.

நேர்பொருள்

நல்ல நடத்தை நன்மைக்கு விதையாக அமையும்; தீய நடத்தை எப்போதுமே துன்பத்தைத் தரும்.

பொருளுரை

இந்தக் குறள் நல்ல நடத்தைக்கும் தீய நடத்தைக்கும் உள்ள விளைவுகளைத் தெளிவாக வேறுபடுத்திக் காட்டுகிறது. ஒருவருக்கு நல்லொழுக்கம் என்பது, எல்லா நன்மைகளும் விளைவதற்கான ஒரு 'விதை' போன்றது. ஒரு சிறிய விதை, பெரிய மரமாக வளர்ந்து பல கனிகளைக் கொடுப்பது போல, நல்ல பழக்கவழக்கங்கள் ஒருவரின் வாழ்வில் பெரும் நன்மைகளையும், இன்பத்தையும் கொண்டு வந்து சேர்க்கும். அதுவே அறத்தின் அடிப்படை. அந்த அறம் ஒருவருக்கு இந்த உலகிலும், இதற்குப் பிறகும் மகிழ்ச்சியைத் தரும். இதற்கு நேர்மாறாக, தீயொழுக்கம் இருக்கிறது. தீய நடத்தையும் பழக்கவழக்கங்களும் ஒருவருக்கு 'எப்போதுமே' துன்பத்தைத்தான் கொடுக்கும் என்று வள்ளுவர் உறுதியாகக் கூறுகிறார். தீய செயல்களின் விளைவு எப்போதும் வேதனையாகவும், கஷ்டமாகவும், துயரமாகவும் தான் இருக்கும். இதிலிருந்து தப்ப முடியாது. ஆக, வாழ்வில் இன்பத்தையும் வளர்ச்சியையும் விரும்பும் ஒருவர் நல்லொழுக்கத்தைப் பின்பற்ற வேண்டும். துன்பத்தைத் தவிர்க்க நினைப்பவர் தீயொழுக்கத்தை முற்றிலுமாக விலக்க வேண்டும் என்பதே இக்குறள் காட்டும் வாழ்க்கை நெறி.

குறள் 139

ஒழுக்க முடையவர்க்கு ஒல்லாவே தீய
வழுக்கியும் வாயாற் சொலல்

சொற்பொருள்

ஒழுக்கம் = நன்னடத்தை; உடையவர்க்கு = கொண்டிருப்பவர்களுக்கு.
ஒல்லாவே = இயலாத காரியம்; தீய = தீய சொற்களை.
வழுக்கியும் = தவறியும் கூட; வாயாற் = வாயினால்; சொலல் = சொல்வது.

நேர்பொருள்

ஒழுக்கத்துடன் வாழ்பவர்களால், தவறியும் கூட தங்கள் வாயால் தீய சொற்களைச் சொல்ல முடியாது.

பொருளுரை

ஒழுக்கம் என்பது ஒருவரின் செயல்களில் மட்டும் வெளிப்படுவதில்லை, அது அவர்களின் பேச்சிலும் ஆழமாகப் பதிந்திருக்கும். நன்னடத்தையைக் கடைப்பிடித்து வாழும் ஒருவரால், தீய அல்லது தகாத வார்த்தைகளைப் பேசவே முடியாது. இது வெறும் சுயக்கட்டுப்பாட்டால் மட்டும் வருவதில்லை, அது அவர்களின் இயல்பாகவே மாறிவிடுகிறது. 'தவறியும் கூட' என்று வள்ளுவர் குறிப்பிடுவது இதன் ஆழத்தை உணர்த்துகிறது. அதாவது, கோபம், கவனக்குறைவு அல்லது மறதி போன்ற சமயங்களில்கூட, அவர்களின் வாயிலிருந்து ஒரு தீய சொல் வராது. ஏனென்றால், அவர்களுடைய வாய் நல்ல சொற்களை மட்டுமே பேசிப் பழகியிருக்கிறது. அதனால், தீய சொற்களைப் பேசும் பழக்கமே அவர்களிடம் இருக்காது. ஒரு பாத்திரத்தில் நல்ல நீரையே ஊற்றி வைத்தால், அதிலிருந்து நல்ல நீர்தானே வரும்? அதுபோல, நல்ல எண்ணங்களாலும் நல்ல பழக்கங்களாலும் நிறைந்த ஒருவரின் வாயிலிருந்து நல்ல சொற்கள் மட்டுமே வெளிப்படும். தீய சொற்கள் என்பது பொய், புறம்பேசுதல், கடுஞ்சொல், பயனற்ற பேச்சு போன்ற அனைத்தையும் குறிக்கும். ஆக, உண்மையான ஒழுக்கம் என்பது ஒருவரின் பேச்சைக்கூட இயல்பாகவே பண்படுத்துகிறது என்பதே இக்குறளின் மையக் கருத்து.

குறள் 140

உலகத்தோடு ஒட்ட ஒழுகல் பலகற்றும்
கல்லார் அறிவிலா தார்

சொற்பொருள்

உலகத்தோடு = உலகத்துடன்; ஒட்ட = பொருந்திப் போக.
ஒழுகல் = வாழ; பலகற்றும் = பலவற்றைக் கற்றிருந்தாலும்.
கல்லார் = கற்றுக்கொள்ளாதவர்; அறிவிலா = அறிவில்லாத; தார் = அவர்கள்.

நேர்பொருள்

உலகத்தோடு ஒத்து வாழக் கற்றுக்கொள்ளாதவர்கள், பல நூல்களைப் படித்திருந்தாலும் அறிவில்லாதவர்களே ஆவார்கள்.

பொருளுரை

கல்வியின் உண்மையான நோக்கம், வெறும் புத்தக அறிவைச் சேர்ப்பது மட்டுமல்ல. சமூகத்தோடு இணக்கமாக வாழக் கற்றுக்கொள்வதே அதன் முக்கியப் பயனாகும். 'உலகத்தோடு ஒத்து வாழ்வது' என்பது, உயர்ந்த பண்புகளும் அறிவும் கொண்ட சான்றோர்கள் காட்டிய வழியில் நடப்பதாகும். கால மாற்றங்களுக்கு ஏற்ப, சமூகத்தின் நல்ல நடைமுறைகளைப் புரிந்துகொண்டு அதற்கேற்ப தன் நடத்தையை அமைத்துக்கொள்வதே உண்மையான அறிவு. ஒருவர் எத்தனை நூல்களைக் கற்றிருந்தாலும், எத்தனை பட்டங்களைப் பெற்றிருந்தாலும், அவரால் மற்றவர்களுடன் சுமுகமாகப் பழக முடியவில்லை என்றால், அல்லது சமூகத்தின் நல்லொழுக்க நெறிகளுக்கு எதிராக அவர் நடந்துகொண்டால், அவர் பெற்ற கல்வி பயனற்றது. அத்தகைய சூழலில், அவர் கற்றறிந்தவராக இருந்தாலும், நடைமுறை அறிவு இல்லாதவராகவே கருதப்படுவார். ஏனென்றால், அறிவின் இறுதி இலக்கு சிறந்த நடத்தையும், அந்த நடத்தை மூலம் சமூகத்தில் நல்லிணக்கத்துடன் வாழ்வதும்தான். இந்த நடைமுறை ஞானம் இல்லாத கல்வி, முழுமையடையாத ஒன்றாகும்.

அதிகாரம் 15: பிறனில் விழையாமை

பிறர் உரிமை மீது ஆசை கொள்வது தன்மரியாதையையும் சமூகநம்பிக்கையையும் அழிக்கும். மனத்தின் எல்லையை அறிந்து வாழ்வதே அறத்திற்குரிய தன்னடக்கம்.

குறள் 141

பிறன்பொருளாள் பெட்டொழுகும் பேதைமை ஞாலத்து
அறம்பொருள் கண்டார்கண் இல்

சொற்பொருள்

பிறன்பொருளாள் = அடுத்தவன் மனைவியை; பெட்டொழுகும் = விரும்பி நடக்கும்.
பேதைமை = அறியாமை; ஞாலத்து = இவ்வுலகில்.
அறம்பொருள் = அறத்தையும் பொருளையும்; கண்டார்கண் = அறிந்தவர்களிடம்; இல் = இல்லை.

நேர்பொருள்

அடுத்தவன் மனைவியை விரும்பி நடக்கும் அறியாமை, இவ்வுலகில் அறம் மற்றும் பொருள் நெறிகளை உணர்ந்தவர்களிடம் இருக்காது.

பொருளுரை

பிறர் மனைவியை விரும்பித் தவறான வழியில் நடப்பது என்பது ஒரு பெரிய அறியாமை அல்லது முட்டாள்தனம். இந்தத் தவறை யார் செய்ய மாட்டார்கள் என்றால், வாழ்க்கையின் இரண்டு முக்கிய அடிப்படைகளான அறத்தையும் பொருளையும் பற்றி நன்கு ஆராய்ந்து உணர்ந்தவர்கள் செய்ய மாட்டார்கள். அறம் என்பது நேர்மையாகவும், ஒழுக்கமாகவும் வாழ்வதைக் குறிக்கிறது. பொருள் என்பது சமூகத்தில் வளமாகவும், பயனுள்ள வகையிலும் வாழ்வதற்கான வழிகளைக் குறிக்கிறது. இந்த இரண்டு தத்துவங்களையும் ஆழமாகப் புரிந்துகொண்ட ஒருவருக்கு, பிறன்மனை நோக்குதல் எவ்வளவு பெரிய அழிவைத் தரும் என்பது தெளிவாகத் தெரியும். அது ஒருவரின் புகழைக் கெடுக்கும், மன அமைதியைச் சிதைக்கும், குடும்பத்தில் குழப்பத்தை உண்டாக்கும், சமூகத்தில் பெரும் பழியை ஏற்படுத்தும். எனவே, தற்காலிக சிற்றின்பத்திற்காக இவ்வளவு பெரிய இழப்புகளைச் சந்திக்க அவர்கள் தயாராக இருக்க மாட்டார்கள். ஆக, இந்தத் தீய எண்ணம், வாழ்க்கையின் அடிப்படைகளைப் புரிந்துகொள்ளாத ஒரு அறியாமை நிறைந்த மனிதனிடமே இருக்கும். அறிவுள்ள, தெளிந்த சிந்தனை கொண்ட மனிதன் இந்தத் தவறை ஒருபோதும் செய்ய மாட்டான் என்பதை இக்குறள் வலியுறுத்துகிறது.

குறள் 142

அறன்கடை நின்றாருள் எல்லாம் பிறன்கடை நின்றாரின் பேதையார் இல்

சொற்பொருள்

அறன்கடை = அறநெறியிலிருந்து விலகி; நின்றாருள் = நிற்பவர்களில்.
எல்லாம் = எல்லோரையும் விட; பிறன்கடை = பிறன் வீட்டு வாசலில்.
நின்றாரின் = நிற்பவனைப் போல; பேதையார் = முட்டாள்கள்; இல் = இல்லை.

நேர்பொருள்

அறநெறியிலிருந்து விலகிய எல்லோரிலும், அடுத்தவன் மனைவியை விரும்பி அவன் வீட்டு வாசலில் நிற்பவனைப் போலப் பெரிய முட்டாள் யாருமில்லை.

பொருளுரை

தவறான வழிகளில் இன்பம் தேடுபவர்கள் பலர். அவர்கள் அனைவருமே அறநெறியிலிருந்து விலகியவர்கள்தான். சிலர் விலைமாதர் பின் செல்கிறார்கள், வேறு சிலர் தவறான தொடர்புகளில் ஈடுபடுகிறார்கள். இவர்கள் தங்கள் அறத்தையும், பொருளையும் இழக்கிறார்கள். ஆனால், இவர்களையெல்லாம் விட ஒருவன் மிகப்பெரிய முட்டாளாகக் கருதப்படுகிறான். அவன் தான், அடுத்தவன் மனைவியை விரும்பி, அவளை அடைவதற்காக அவளது வீட்டு வாசலில் காத்து நிற்பவன். மற்றவர்கள் அறத்தையும் பொருளையும் மட்டுமே இழக்கக்கூடும். ஆனால் இவனோ, அறம், பொருள், புகழ் ஆகிய எல்லாவற்றையும் இழப்பதோடு, எந்நேரமும் பிடிபட்டுவிடுவோமோ என்ற அச்சத்திலேயே வாழ்கிறான். இந்த பயத்தின் காரணமாக, அவன் எந்த இன்பத்தை அடைய நினைக்கிறானோ, அந்த இன்பத்தைக் கூட அவனால் முழுமையாக அனுபவிக்க முடிவதில்லை. ஆக, அறம், பொருள், இன்பம் என அனைத்தையும் ஒருசேர இழந்து, பயத்திலேயே உழல்வதால், பிறன்மனை நோக்குபவனை விடப் பெரிய முட்டாள் உலகில் யாரும் இருக்க முடியாது என்பதே இக்குறளின் மையக் கருத்து.

குறள் 143

விளிந்தாரின் வேறல்லர் மன்ற தெளிந்தாரில் தீமை புரிந்து ஒழுகு வார்

சொற்பொருள்

விளிந்தாரின் = இறந்தவரை விட; வேறல்லர் = வேறுபட்டவர் அல்லர்.
மன்ற = நிச்சயமாக; தெளிந்தாரில் = நம்பியவர் வீட்டில்.
தீமை = தவறு; புரிந்து = செய்து; ஒழுகுவார் = நடப்பவர்.

நேர்பொருள்

தன்னை நம்பியவரின் மனைவியிடம் தவறாக நடந்துகொள்பவர், உயிரோடு இருந்தாலும் இறந்தவருக்கு ஒப்பானவரே.

பொருளுரை

ஒருவர் தன் மீது எந்த சந்தேகமும் கொள்ளாமல் முழுமையாக நம்பும் ஒருவரின் இல்லத்தில், அதாவது அவருடைய மனைவியிடம், தவறான

நோக்குடன் பழகினால், அவர் உயிரோடு இருந்தாலும் இறந்தவருக்குச் சமமானவர் என்று இக்குறள் உறுதியாகக் கூறுகிறது. ஏன் அப்படிச் சொல்லப்படுகிறது என்றால், மனித வாழ்வின் நோக்கம் அறம், பொருள், இன்பம் ஆகிய நன்மைகளைப் பெற்று வாழ்வதுதான். ஆனால், இந்தத் தீய செயலில் ஈடுபடுவதன் மூலம், ஒருவர் அறநெறியை முற்றிலுமாக இழக்கிறார். இந்த நம்பிக்கை துரோகம் சமூகத்தில் அவருடைய மதிப்பையும் மரியாதையையும் அழித்துவிடுகிறது. இதனால் அவரால் நேர்மையாகப் பொருள் ஈட்ட முடியாது. அவர் தேடும் இன்பம், குற்றவுணர்வும் பயமும் நிறைந்த ஒரு தற்காலிக மயக்கமே தவிர, உண்மையான மகிழ்ச்சி அல்ல. இப்படி வாழ்க்கையின் அடிப்படைப் பயன்கள் எதையும் அடைய முடியாத ஒருவருடைய இருப்பு, இல்லாததற்குச் சமம். அவருடைய உடல் இயங்கினாலும், அவருடைய ஆன்மாவும் சமூக வாழ்வும் செத்துவிடுகிறது. எனவே, பிறன்மனை நயப்பது என்பது தன்னைத்தானே அழித்துக்கொள்ளும் ஒரு செயல் என்பதை இக்குறள் ஆணித்தரமாக உணர்த்துகிறது.

குறள் 144

எனைத்துணையர் ஆயினும் என்னாம் தினைத்துணையும் தேரான் பிறனில் புகல்

சொற்பொருள்

எனைத்துணையர் = எவ்வளவு பெரியவராக; ஆயினும் = இருந்தாலும்.
என்னாம் = என்ன பயன்; தினைத்துணையும் = சிறிதளவும்.
தேரான் = ஆராய்ந்து பார்க்காமல்; பிறனில் = பிறருடைய மனைவியிடம்; புகல் = செல்வது.

நேர்பொருள்

ஒருவர் எவ்வளவு பெரியவராக இருந்தாலும், தன் செயலின் விளைவை சிறிதும் யோசிக்காமல் அடுத்தவர் மனைவியிடம் செல்வதால், அந்தப் பெருமையால் எந்தப் பயனும் இல்லை.

பொருளுரை

ஒருவர் எவ்வளவுதான் புகழ், அதிகாரம், செல்வம், செல்வாக்கு என எல்லா வகையிலும் பெரியவராக இருந்தாலும், அதனால் எந்தப் பயனும் இல்லாமல் போய்விடும். எப்போது? அவர் தன் செயலின் விளைவுகளைப் பற்றி சிறிதளவுகூட யோசிக்காமல், காம மயக்கத்தால் அடுத்தவரின் மனைவியிடம் தவறான நோக்கத்தில் நுழையும்போது. இந்தச் செயல், அவர் அதுவரை சேர்த்த அத்தனை பெருமைகளையும் அழித்துவிடும். 'என்னாம்?' என்ற கேள்வி, 'எல்லாம் வீண், ஒன்றுக்கும் உதவாது' என்ற பதிலை அழுத்தமாக உணர்த்துகிறது. ஒரு சிறிய தவறு, அதுவும் ஒழுக்கம் சார்ந்த தவறு, ஒருவரின் வாழ்க்கையில் அவர் கட்டியெழுப்பிய அனைத்தையும் சரித்துவிடும். இந்தத் தவறு தனிப்பட்ட ஒழுக்கக்கேடு மட்டுமல்ல, அது ஒரு குடும்பத்தின் அமைதியையும், சமூகத்தின் நம்பிக்கையையும் குலைக்கும் செயல். எனவே, ஒருவரின் உண்மையான பெருமை என்பது அவரின் பதவியிலோ, செல்வத்திலோ இல்லை, அவரின் ஒழுக்கமான நடத்தையில்தான் இருக்கிறது. கணநேர இன்பத்திற்காக அடுத்தவர் வாழ்க்கையில் நுழைவது, தன் பெருமை, மரியாதை, எதிர்காலம் என அனைத்தையும் இழக்கச் செய்யும் ஒரு முட்டாள்தனமான செயல் என்று இக்குறள் எச்சரிக்கிறது.

குறள் 145

எளிதென இல்லிறப்பான் எய்துமெஞ் ஞான்றும்
விளியாது நிற்கும் பழி

சொற்பொருள்
எளிதென = சுலபம் என்று; இல்லிறப்பான் = பிறன் மனைவியிடம் முறை தவறுபவன்.
எய்தும் = அடைவான்; எஞ்ஞான்றும் = எல்லாக் காலத்திலும்.
விளியாது = அழியாமல்; நிற்கும் = நிலைத்து நிற்கும்; பழி = பழிச்சொல்லை.

நேர்பொருள்
பிறன் மனைவியிடம் தவறான உறவு கொள்வது எளிது என நினைப்பவன், ஒருபோதும் அழியாமல் நிலைத்து நிற்கும் பெரும் பழியை அடைவான்.

பொருளுரை
பிறருடைய மனைவியுடன் உறவு கொள்வதை ஒரு சிலர் எளிதான செயலாகக் கருதலாம். யாருக்கும் தெரியாமல் செய்துவிடலாம் என்றோ, அதனால் பெரிய பாதிப்பு வராது என்றோ நினைக்கலாம். ஆனால், இந்தத் திருக்குறள் அத்தகைய எண்ணம் எவ்வளவு தவறானது என்பதைத் தெளிவாக உணர்த்துகிறது. இந்தத் தவறான செயலில் ஈடுபடுபவர், ஒருபோதும் அழியாத, என்றென்றும் நிலைத்து நிற்கக்கூடிய பழியைச் சுமக்க நேரிடும் என்று எச்சரிக்கிறது. அந்தப் பழி, அவர் உயிருடன் இருக்கும்போது மட்டுமல்ல, அவர் இறந்த பிறகும் அவருடைய பெயரோடு நிலைத்துவிடும். அதுமட்டுமின்றி, அந்த அவமானம் அவரையும் கடந்து அவருடைய குடும்பத்தையும், சந்ததியையும் பாதிக்கும். ஒரு கண நேர இன்பத்திற்காக அல்லது தவறான ஆசைக்காக ஒருவர் செய்யும் இந்தச் செயல், அவருடைய வாழ்க்கையில் நீங்காத கறையை ஏற்படுத்திவிடும். அந்தப் பழியிலிருந்து தப்பிக்கவே முடியாது. காலம் கடந்தாலும், அந்தத் தவறு மறக்கப்படாமல், அவரைப் பற்றிய ஒரு அவப்பெயராகவே நிலைத்துவிடும். எனவே, ஒரு செயலைச் செய்வதற்கு முன், அதன் பின்விளைவுகளைப் பற்றி ஆழமாகச் சிந்திக்க வேண்டும் என்பதை இக்குறள் வலியுறுத்துகிறது. குறிப்பாக, பிறன்மனை நயத்தல் போன்ற அறமற்ற செயல்கள் ஏற்படுத்தும் அவமானம் தலைமுறைகளைக் கடந்தும் தொடரும் என்பதை மனதில் கொள்ள வேண்டும்.

குறள் 146

பகைபாவம் அச்சம் பழியென நான்கும்
இகவாவாம் இல்லிறப்பான் கண்

சொற்பொருள்
பகைபாவம் = பகை மற்றும் பாவம்; அச்சம் = பயம்.
பழியென = பழிச்சொல் என்று; நான்கும் = இந்த நான்கும்.
இகவாவாம் = நீங்காமல் இருக்கும்; இல்லிறப்பான் = பிறன் மனைவியிடம் முறை தவறி நடப்பவனிடம்; கண் = அவனிடத்தில்.

நேர்பொருள்

பிறன் மனைவியிடம் முறை தவறி நடப்பவனிடம் இருந்து பகை, பாவம், பயம், பழி ஆகிய நான்கும் ஒருபோதும் நீங்காது.

பொருளுரை

பிறருடைய மனைவியிடம் முறையற்ற உறவு வைத்துக்கொள்பவன், நான்கு விதமான தீய விளைவுகளைத் தவிர்க்கவே முடியாது. அவை அவனை வாழ்நாள் முழுவதும் பின்தொடரும். முதலாவது 'பகை'. இந்தத் தவறான உறவால் பாதிக்கப்பட்ட கணவன் மற்றும் அவனது குடும்பத்தினரின் பகையை அவன் சம்பாதித்துக்கொள்கிறான். இது அவனது உயிருக்கும் பாதுகாப்புக்கும் அச்சுறுத்தலாக அமையும். இரண்டாவது 'பாவம்'. அறநெறிக்கு முற்றிலும் எதிரான இந்தச் செயல், ஒரு பெரும் பாவமாகக் கருதப்படுகிறது. இது மனசாட்சியை உறுத்தி, நிம்மதியைக் கெடுக்கும். மூன்றாவது 'அச்சம்'. எப்போது இந்தத் தகாத உறவு வெளிப்பட்டுவிடுமோ, அதனால் என்னென்ன அவமானங்களும் தண்டனைகளும் கிடைக்குமோ என்ற பயம் அவனை எப்போதும் சூழ்ந்திருக்கும். இந்த நிலையான பதற்றம் அவனது மன அமைதியை முற்றிலுமாகச் சிதைத்துவிடும். நான்காவது 'பழி'. இந்த விஷயம் வெளியே தெரியவரும்போது, அவனுக்கும் அவனது குடும்பத்துக்கும் சமூகத்தில் நீங்காத பழிச்சொல் ஏற்படும். அவனது நற்பெயர் அழிந்து, அவன் தலைகுனிய நேரிடும். இந்த நான்கு தீமைகளும் பிறன்மனை நாடுபவனை விட்டு ஒருபோதும் விலகாது என்று இக்குறள் உறுதியாக எச்சரிக்கிறது.

குறள் 147

அறனியலான் இல்வாழ்வான் என்பான்
பிறனியலாள்
பெண்மை நயவா தவன்

சொற்பொருள்

அறனியலான் = அறத்தின் இயல்புடன்; இல்வாழ்வான் = இல்லறத்தில் வாழ்பவன். என்பான் = என்று சொல்லப்படுபவன்; பிறனியலாள் = பிறனுக்கு உரியவளின். பெண்மை = பெண்மையை; நயவா = விரும்பாத; தவன் = அவன்.

நேர்பொருள்

பிறனுக்கு உரியவளான ஒரு பெண்ணின் பெண்மையை விரும்பாதவனே, அறவழியில் வாழும் இல்லறத்தான் என்று அழைக்கப்படுவான்.

பொருளுரை

இல்லற வாழ்வில் ஒருவன் அறநெறியோடு வாழ்கிறான் என்பதற்குச் சிறந்த அடையாளம் எது என்பதை இந்தக் குறள் தெளிவுபடுத்துகிறது. குடும்ப வாழ்வில் இருப்பவன் 'இல்வாழ்வான்' என்று அழைக்கப்படுகிறான். ஆனால், அறத்தின் இயல்புகளோடு பொருந்தி வாழ்பவன் யார்? பிறனுக்கு உரிமையான ஒரு பெண்ணின் மீது, அதாவது மற்றவனின் மனைவி மீது, ஆசை கொள்ளாமல் இருப்பவன்தான் உண்மையான அறவழியைக் கடைப்பிடிக்கும் இல்லறத்தான் ஆவான். ஒருவன் மற்ற நல்லறங்களைச் செய்தாலும், பிறன் மனைவியை விரும்பும் தீய எண்ணம் அவனிடம் இருந்தால், அவன் அறநெறியில் வாழ்பவனாகக் கருதப்பட மாட்டான். இல்லறத்தின் அடிப்படை ஒழுக்கமே இதுதான். திருமண உறவின் புனிதத்தையும், அடுத்தவரின் குடும்பத்தையும் மதித்து நடப்பதே இல்லற தர்மத்தின் முதல் படி. இந்த மனக்கட்டுப்பாடும் ஒழுக்கமும்தான்

ஒருவனைச் சிறந்த இல்லறத்தானாக அடையாளப்படுத்துகிறது. மற்றவரின் உரிமையை மதிக்கும் இந்த உயரிய பண்பு இல்லாமல், ஒருவன் தன்னை அறவழியில் செல்பவன் என்று சொல்லிக்கொள்ள முடியாது. எனவே, பிறன்மனை நோக்காமை என்னும் பண்பே, ஒருவனை அறநெறியில் வாழும் தகுதியுள்ளவனாக மாற்றுகிறது.

குறள் 148

பிறன்மனை நோக்காத பேராண்மை சான்றோர்க்கு
அறனொன்றோ ஆன்ற வொழுக்கு

சொற்பொருள்

பிறன்மனை = பிறருடைய மனைவியை; நோக்காத = தவறான எண்ணத்துடன் பார்க்காத.
பேராண்மை = மிகப்பெரிய ஆண்மை; சான்றோர்க்கு = நற்பண்புடையோருக்கு.
அறனொன்றோ = அறம் மட்டுமல்ல; ஆன்ற = நிறைந்த; வொழுக்கு = ஒழுக்கமும் ஆகும்.

நேர்பொருள்

பிறருடைய மனைவியை விரும்பாத பேராண்மை, சான்றோர்களுக்கு அறம் மட்டுமல்ல, அதுவே மிகச்சிறந்த ஒழுக்கமும் ஆகும்.

பொருளுரை

ஒருவர் மற்றவரின் மனைவியை தவறான எண்ணத்துடன் பார்க்காமல் இருப்பது 'பேராண்மை' என்று இக்குறள் வரையறுக்கிறது. இங்கு 'ஆண்மை' என்பது உடல் வலிமையைக் குறிக்கவில்லை; மாறாக, மனதின் வலிமையையும், சுயக்கட்டுப்பாட்டையும் குறிக்கிறது. வெளி எதிரிகளை வெல்வதை விட, மனதிற்குள் எழும் ஆசைகளை அடக்குவது மிகவும் கடினமான செயல். அத்தகைய கடினமான செயலைச் செய்து, தன் ஆசைகளை அடக்கி ஆளும் மன உறுதியே உண்மையான, மிகப்பெரிய ஆண்மை. நற்பண்புகள் நிறைந்த சான்றோர்களுக்கு, இந்த ஒரு குணம் என்பது வெறும் ஒரு நல்ல செயலோ அல்லது அறமோ மட்டுமல்ல. அதுவே அறமாகவும், அதுவே நிறைவான ஒழுக்கமாகவும் விளங்குகிறது. அதாவது, இந்த ஒரு பண்பைக் கடைப்பிடிப்பது, அறவழியிலும் ஒழுக்க நெறியிலும் வாழ்வதற்குச் சமம். பிறருடைய உறவுகளுக்கு மதிப்பளிக்கும் இந்த மனக்கட்டுப்பாடு, ஒருவரின் தனிப்பட்ட நேர்மையின் உச்சபட்ச வெளிப்பாடாகவும், மற்ற எல்லா நற்பண்புகளுக்கும் அடித்தளமாகவும் அமைகிறது. இந்த ஒரு ஒழுக்கத்தைக் கடைப்பிடிப்பதே ஒருவரை முழுமையான சான்றோராக மாற்றிவிடும்.

குறள் 149

நலக்குரியார் யாரெனின் நாமநீர் வைப்பின்
பிறர்க்குரியாள் தோள்தோயா தார்

சொற்பொருள்

நலக்குரியார் = நன்மைக்குத் தகுதியானவர்; யாரெனின் = யார் என்றால்.
நாமநீர் = அச்சமூட்டும் கடல் சூழ்ந்த; வைப்பின் = இவ்வுலகில்.
பிறர்க்குரியாள் = மற்றவருக்கு உரியவளின்; தோள்தோயா = தோள்களைத் தீண்டாத; தார் = அவர்.

நேர்பொருள்

கடல் சூழ்ந்த இவ்வுலகில் எல்லா நன்மைகளையும் பெறத் தகுதியானவர், பிறர் மனைவியிடம் தவறாக நடக்காதவரே.

பொருளுரை

இவ்வுலகில் எல்லாவிதமான நன்மைகளையும் அடைவதற்குத் தகுதியானவர் யார் என்ற கேள்வியை எழுப்பி, இந்தக் குறள் அதற்குத் தெளிவான பதிலை அளிக்கிறது. அச்சம் தரும் கடல் சூழ்ந்த இந்த பரந்த உலகில், ஒருவன் எல்லா நலன்களையும் பெற வேண்டுமென்றால், அவன் கடைப்பிடிக்க வேண்டிய மிக முக்கியமான ஒழுக்க நெறி ஒன்று உள்ளது. அது, பிறருக்கு உரிமையான ஒரு பெண்ணிடம், அதாவது மற்றவரின் மனைவியிடம், தவறான நோக்குடன் பழகாமல் இருப்பதாகும். 'தோளைத் தீண்டாதவர்' என்பது வெறும் உடல்ரீதியான தொடர்பை மட்டும் குறிக்கவில்லை; அது தகாத உறவு கொள்வதற்கான எந்தவொரு முயற்சியையும், எண்ணத்தையும் கூட நிராகரிப்பதைக் குறிக்கிறது. இந்த ஒழுக்கத்தைக் கடைப்பிடிப்பவர் மிகுந்த மனக்கட்டுப்பாடும், சுயமரியாதையும், அற உணர்வும் கொண்டவராகக் கருதப்படுகிறார். இத்தகைய உயர்ந்த பண்பு ஒருவரிடம் இருந்தால், அதுவே மற்ற எல்லா நன்மைகளும் அவரை வந்தடைவதற்கான தகுதியை உருவாக்கிவிடும். சமூகத்தின் அடித்தளமான குடும்ப அமைப்பைக் காக்கும் இந்தப் பண்பு, ஒரு மனிதனின் குணநலன்களில் மிக முக்கியமானது. எனவே, பிறன்மனை நோக்காத அறத்தைக் கடைப்பிடிப்பவர், இவ்வுலகிலும் சரி, மறுமையிலும் சரி, எல்லா நலன்களையும் பெற்று வாழத் தகுதியானவராகிறார்.

குறள் 150

அறன்வரையான் அல்ல செயினும்
பிறன்வரையாள்
பெண்மை நயவாமை நன்று

சொற்பொருள்

அறன்வரையான் = அறநெறியைப் பின்பற்றாதவன்; அல்ல = தீயவற்றை.
செயினும் = செய்தாலும்; பிறன்வரையாள் = அடுத்தவன் மனைவி.
பெண்மை = அவளது பெண்மையை; நயவாமை = விரும்பாமல் இருப்பது; நன்று = நல்லது.

நேர்பொருள்

ஒருவன் அறவழியில் நடக்காமல் தீய செயல்களைச் செய்தாலும், அடுத்தவன் மனைவியை விரும்பாமல் இருப்பது நல்லது.

பொருளுரை

பிறர் மனைவியை விரும்பாமல் இருப்பது எவ்வளவு முக்கியமான ஒழுக்கம் என்பதை இந்தக் குறள் அழுத்தமாகச் சொல்கிறது. ஒருவன் அறநெறியைப் பின்பற்றாமல், பாவமான காரியங்களைச் செய்பவனாகவே இருந்தாலும், அவனிடம் ஒரே ஒரு நல்ல குணம் இருக்குமானால் அதுவே அவனுக்குப் பெருநன்மை தரும். அந்த ஒற்றைக் குணம், அடுத்தவன் மனைவியை ஆசையோடு பார்க்காமல் இருப்பதுதான். ஒரு மனிதனின் வாழ்க்கையில் மற்ற தவறுகள் இருந்தாலும், இந்த ஒரு விஷயத்தில் அவன் ஒழுக்கமாக இருந்தால், அந்த ஒழுக்கம் மற்ற தீமைகளைவிட மேலோங்கி நின்று அவனுக்கு நன்மையைத் தரும். தனிமனித ஒழுக்கங்களில் இது மிக அடிப்படையானது மற்றும் முதன்மையானது என்பதை வள்ளுவர் இதன் மூலம் உணர்த்துகிறார். அதாவது, ஒருவன் வேறு எந்த நல்ல காரியமும் செய்யாவிட்டாலும், பிறன்மனை நோக்காமை என்ற இந்த ஒரு பண்பு மட்டும் அவனிடம் இருந்தால், அதுவே அவனை ஒரு படி மேலே உயர்த்தும். இது திருமண உறவின் புனிதத்தையும், அடுத்தவர் வாழ்க்கையில் ஆசையின் பெயரால் குறுக்கிடுவது எவ்வளவு பெரிய தவறு என்பதையும் காட்டுகிறது.

அதிகாரம் 16: பொறையுடைமை

துன்பத்தையும் இகழ்ச்சியையும் தாங்கும் மனம் நிலத்தைப் போன்ற பெருந்தன்மை உடையது. பழியால் பதிலளிக்காமல் பொறுமையால் வெல்வதே உயர்ந்தோர் வழி.

குறள் 151

அகழ்வாரைத் தாங்கும் நிலம்போலத் தம்மை
இகழ்வார்ப் பொறுத்தல் தலை

சொற்பொருள்

அகழ்வாரைத் = தோண்டுபவர்களை; தாங்கும் = தாங்குகின்ற.
நிலம்போலத் = பூமியைப் போல; தம்மை = தங்களை.
இகழ்வார்ப் = அவமதிப்பவர்களை; பொறுத்தல் = பொறுத்துக்கொள்வது; தலை = முதன்மையானது.

நேர்பொருள்

தன்னைத் தோண்டுபவரையும் தாங்கும் நிலத்தைப் போல, தம்மை அவமதிப்பவரைப் பொறுத்துக்கொள்வதே முதன்மையான அறமாகும்.

பொருளுரை

பொறுமை என்னும் பண்பின் முக்கியத்துவத்தை இந்த குறள் ஒரு அழகான உவமையுடன் விளக்குகிறது. பூமி, தன்னை ஆழமாகத் தோண்டி காயப்படுத்துபவர்களையும் கோபப்படாமல் தாங்கிக்கொள்கிறது. அதுபோல, நம்மை அவமதிப்பவர்கள், தரக்குறைவாகப் பேசுபவர்கள் அல்லது தீங்கு செய்பவர்களின் செயல்களை நாம் பொறுத்துக்கொள்ள வேண்டும். இதுவே மனிதப் பண்புகளில் மிக உயர்ந்தது, அதாவது 'தலையாய அறம்' என்று வள்ளுவர் குறிப்பிடுகிறார். பிறர் நம்மை இகழும்போது, பதிலுக்குக் கோபப்படுவதோ அல்லது பழிவாங்க நினைப்பதோ எளிது. ஆனால், அந்த உணர்ச்சிகளைக் கட்டுப்படுத்தி, அமைதியுடன் பொறுத்துக்கொள்வதற்கு மிகுந்த மன வலிமையும் பக்குவமும் தேவை. இந்தப் பொறுமை என்பது ஒரு பலவீனம் அல்ல, மாறாக அது ஒருவரின் ஆன்ம பலத்தின் அடையாளம். பிறர் செய்யும் தவறுகளை மன்னித்துப் பொறுத்துக்கொள்வதன் மூலம், நாம் நம்முடைய மன அமைதியைக் காத்துக்கொள்வதோடு, நம்முடைய குணத்தையும் உயர்த்திக்கொள்கிறோம். இந்த நற்பண்பு தனிப்பட்ட வளர்ச்சிக்கு மட்டுமல்லாமல், சமூகத்தில் நல்லிணக்கமும் அமைதியும் நிலவவும் உதவுகிறது. எனவே, இகழ்ச்சியைப் பொறுக்கும் குணம் அனைத்து நற்குணங்களுக்கும் தலையானதாகக் கருதப்படுகிறது.

குறள் 152

பொறுத்தல் இறப்பினை என்றும் அதனை
மறத்தல் அதனினும் நன்று

சொற்பொருள்
பொறுத்தல் = பொறுத்துக்கொள்வது; இறப்பினை = வரம்பு மீறிய செயலை.
என்றும் = எப்போதும்; அதனை = அதை.
மறத்தல் = மறந்துவிடுவது; அதனினும் = அதைவிடவும்; நன்று = நல்லது.

நேர்பொருள்
பிறர் செய்யும் தவறுகளைப் பொறுத்துக்கொள்வது எப்போதும் நல்லது; ஆனால், அவற்றை முற்றிலும் மறந்துவிடுவது அதைவிடவும் சிறந்தது.

பொருளுரை
பிறர் நமக்கு எதிராகச் செய்யும் வரம்பு மீறிய செயல்களையும், அதனால் ஏற்படும் துன்பங்களையும் பொறுத்துக்கொள்வது ஒரு சிறந்த பண்பாகும். பழிவாங்கும் எண்ணம் கொள்ளாமல், கோபத்தை அடக்கி, நிதானத்துடன் இருப்பது மனவலிமையின் அடையாளம். இதுவே 'பொறுமை' என்னும் அறத்தின் அடிப்படை. ஆனால், திருவள்ளுவர் அதனினும் ஒரு படி மேலே சென்று ஒரு சிறந்த வழியைக் காட்டுகிறார். ஒரு தீங்கை நாம் பொறுத்துக்கொண்டாலும், அதன் நினைவு நம் மனதில் தங்கியிருக்க வாய்ப்புள்ளது. அந்த கசப்பான நினைவு அவ்வப்போது நமக்கு வலியைத் தரலாம் அல்லது அந்த நபருடனான உறவில் ஒருவித இடைவெளியை வைத்திருக்கலாம். எனவே, பொறுத்துக்கொள்வதை விடச் சிறந்தது, நடந்த தீங்கை முழுவதுமாக மனதிலிருந்து அகற்றி, அதை அறவே மறந்துவிடுவதுதான். மறக்கும்போதுதான், அந்த நிகழ்வின் தாக்கம் நம்மிடமிருந்து முழுமையாக நீங்குகிறது. மனம் எந்தவிதமான பாரமும் இன்றி இலகுவாகிறது. இது நமக்கு உண்மையான மன அமைதியைத் தருகிறது. ஆக, மன்னிப்பது சிறந்த குணம் என்றால், மறப்பது அதனினும் உயர்ந்த நிலை. அது நம்மை மனதளவில் விடுவித்து, வாழ்க்கையை முன்னோக்கி நகர்த்த உதவுகிறது.

குறள் 153

இன்நம்யுள் இன்மை விருந்தொரால்
வன்மையுள்
வன்மை மடவார்ப் பொறை

சொற்பொருள்
இன்மையுள் = வறுமைகளில்; இன்மை = கொடிய வறுமை.
விருந்தொரால் = விருந்தினரை ஏற்காதது; வன்மையுள் = வலிமைகளில்.
வன்மை = மிகுந்த வலிமை; மடவார்ப் = அறிவற்றோரை; பொறை = பொறுத்துக்கொள்வது.

நேர்பொருள்
வறுமையிலும் கொடிய வறுமை விருந்தினரை வரவேற்காமல் இருப்பது; வலிமையிலும் சிறந்த வலிமை அறிவில்லாதவர் செயலைப் பொறுத்துக்கொள்வது.

பொருளுரை

வறுமைகளுள் எல்லாம் கொடிய வறுமை, தம் இல்லம் தேடி வந்த விருந்தினரை உபசரிக்க இயலாமல் திருப்பி அனுப்புவதாகும். அதுபோல, வலிமைகளுள் எல்லாம் சிறந்த வலிமையானது, அறிவில்லாதவர் தமக்குச் செய்யும் தீங்கைப் பொறுத்துக்கொள்வதே ஆகும். அறிவில்லாதவர்கள் நம்மிடம் வரம்பு மீறிப் பேசும்போதும் செயல்படும்போதும், அதை அவர்களின் அறியாமையின் வெளிப்பாடாகக் கருதிப் பொறுத்துக்கொள்வதே ஆற்றல்களுள் சிறந்த ஆற்றலாகும். எப்படிப் பொருளின்மையைக் காட்டிலும் விருந்தினரை வரவேற்காத பண்பின்மையே கொடிய வறுமையோ, அதுபோலப் பிறர் விருந்தினரை வரவேற்கத் தவறுவது, பொருட்செல்வம் இல்லாத வறுமையை விடவும் கொடிய அறவறுமையாகும். அவ்வாறே, அறிவற்றோரின் இழிசெயல்களைப் பொறுத்துக்கொள்வது மென்மையாகத் தோன்றினாலும், அதுவே ஒருவரின் உண்மையான ஆற்றலையும் மனவுறுதியையும் பறைசாற்றும் வலிமையாகும். விருந்தோம்பலில் வெளிப்படும் அறப்பண்பும், தீங்கைப் பொறுத்தலில் வெளிப்படும் மனத்திண்மையுமே ஒருவரின் உண்மையான செல்வமும் வலிமையுமாகும்.

குறள் 154

நிறையுடைமை நீங்காமை வேண்டின்
பொறையுடைமை
போற்றி யொழுகப் படும்

சொற்பொருள்

நிறையுடைமை = நற்பண்புகள் நிறைந்த நிலை; நீங்காமை = விலகாமல் இருக்க.
வேண்டின் = விரும்பினால்; பொறையுடைமை = பொறுமை குணம்.
போற்றி = பாதுகாத்து; ஒழுகப் = கடைப்பிடித்து வாழ; படும் = வேண்டும்.

நேர்பொருள்

நற்பண்புகள் நிறைந்த குணம் நம்மை விட்டு நீங்காமல் இருக்க விரும்பினால், பொறுமையைப் போற்றிக் கடைப்பிடிக்க வேண்டும்.

பொருளுரை

ஒரு மனிதரிடம் இருக்க வேண்டிய மிக உயர்ந்த பண்புகளில் ஒன்று 'நிறையுடைமை'. இது சான்றாண்மை அல்லது குணநலன்களால் நிறைந்திருக்கும் ஒரு மேலான நிலையைக் குறிக்கிறது. இந்த உயர்ந்த குணம் ஒருவரை விட்டு விலகிச் செல்லாமல் எப்போதும் நிலைத்திருக்க வேண்டும் என்று ஒருவர் விரும்பினால், அதற்கான வழியை இக்குறள் சொல்கிறது. அந்த வழி, 'பொறுமை'யைக் கடைப்பிடிப்பதுதான். பிறர் நமக்குத் தவறு செய்யும்போது அல்லது நம்மைத் துன்புறுத்தும்போது, கோபமோ பழிவாங்கும் எண்ணமோ கொள்வது இயல்பு. ஆனால், அந்த உணர்ச்சிகளுக்கு இடம் கொடுத்தால், நம்மிடம் இருக்கும் நல்ல குணங்கள் ஒவ்வொன்றாக அழியத் தொடங்கும். நமது மேன்மை குறையும். மாறாக, அந்தத் துன்பங்களைத் தாங்கிக்கொண்டு, தவறு செய்தவர்களை மன்னிக்கும் மனப்பக்குவம்தான் பொறுமை. இந்தப் பொறுமையைக் கவசம் போல அணிந்து, அதைப் போற்றிப் பாதுகாத்து வாழ்ந்தால், ஒருவரின் சான்றாண்மை என்ற குணம் ஒருபோதும் அவரை விட்டு நீங்காது. ஆக, பொறுமை என்பது மற்ற எல்லா நல்ல குணங்களையும் தாங்கிப் பிடிக்கும் அடித்தளம் போன்றது. அந்த அடித்தளம் வலிமையாக இருந்தால் மட்டுமே, குணங்களால் நிறைந்த வாழ்க்கை என்ற கட்டிடம் நிலைத்து நிற்கும்.

குறள் 155

ஒறுத்தாரை ஒன்றாக வையாரே வைப்பர்
பொறுத்தாரைப் பொன்போற் பொதிந்து

சொற்பொருள்

ஒறுத்தாரை = தண்டித்தவரை; ஒன்றாக = ஒரு பொருட்டாக.
வையாரே = மதிக்க மாட்டார்கள்; வைப்பர் = மதிப்பார்கள்.
பொறுத்தாரைப் = பொறுத்துக்கொண்டவரை; பொன்போற் = தங்கம் போல; பொதிந்து = பாதுகாத்து.

நேர்பொருள்

தவறு செய்தவரைத் தண்டிப்பவர்களைப் பெரியோர்கள் மதிக்க மாட்டார்கள்; ஆனால், பொறுத்துக்கொள்பவர்களைத் தங்கம் போலப் போற்றிப் பாதுகாப்பார்கள்.

பொருளுரை

ஒருவர் நமக்குத் தீங்கு செய்யும்போது, அதற்கு இரண்டு விதமான எதிர்வினைகள் சாத்தியம்: தண்டிப்பது அல்லது பொறுத்துக்கொள்வது. இந்தக் குறள் இந்த இரண்டையும் ஒப்பிட்டு, பொறுமையின் சிறப்பை விளக்குகிறது. தவறு செய்தவரைத் திருப்பித் தண்டிக்கும்போது, நாமும் தவறு செய்தவரின் நிலைக்கு இறங்கிவிடுகிறோம். அதனால், அறிவுடைய மக்கள் பழிவாங்கும் குணத்தை ஒரு பெரிய விஷயமாகக் கருதுவதில்லை. அப்படிப்பட்டவர்களை அவர்கள் மதிப்பதில்லை. மாறாக, பிறர் செய்த தீமையைப் பொறுத்துக்கொண்டு, அவர்களை மன்னிக்கும் குணம் கொண்டவர்களை உயர்ந்தவர்களாகக் கருதுவார்கள். தங்கம் எப்படி மதிப்புமிக்கதோ, அதுபோல பொறுமைசாலிகளான அவர்களைப் போற்றி, தங்கள் நெஞ்சில் வைத்துப் பாதுகாப்பார்கள். 'பொன்போல் பொதிந்து' என்ற சொற்றொடர், பொறுமையாளர்களின் குணத்தை உலகம் எவ்வளவு உயர்வாக மதிக்கும் என்பதைக் காட்டுகிறது. உண்மையான பெருமையும் வலிமையும் பழிவாங்குவதில் இல்லை, மன்னிக்கும் பெருந்தன்மையில்தான் இருக்கிறது. எனவே, பழிவாங்கும் உணர்ச்சியைத் தவிர்த்து, பொறுமையைக் கடைப்பிடிப்பதே ஒருவரைச் சமூகத்தில் மதிப்புக்குரியவராக மாற்றும்.

குறள் 156

ஒறுத்தார்க்கு ஒருநாளை இன்பம்
பொறுத்தார்க்குப்
பொன்றுந் துணையும் புகழ்

சொற்பொருள்

ஒறுத்தார்க்கு = தண்டித்தவர்களுக்கு; ஒருநாளை = ஒரே ஒரு நாள்.
இன்பம் = மகிழ்ச்சி; பொறுத்தார்க்குப் = பொறுத்துக்கொண்டவர்களுக்கு.
பொன்றுந் = அழியும்; துணையும் = வரையிலும்; புகழ் = புகழ்.

நேர்பொருள்

தண்டிப்பவர்களுக்குக் கிடைக்கும் மகிழ்ச்சி ஒரு நாள் மட்டுமே; ஆனால் பொறுத்துக்கொள்பவர்களுக்கு உலகம் அழியும் வரை புகழ் நிலைத்திருக்கும்.

பொருளுரை

ஒருவர் நமக்குத் தீங்கு செய்யும்போது, அவரைத் தண்டிப்பதன் மூலம் அல்லது பழிவாங்குவதன் மூலம் நமக்கு ஒருவித திருப்தி கிடைக்கலாம். ஆனால், அந்த மகிழ்ச்சி மிகவும் தற்காலிகமானது. 'நான் பழிதீர்த்துவிட்டேன்' என்ற அந்த எண்ணம் ஒரு நாள் மட்டுமே நீடிக்கும். மறுநாள், அது ஒரு சாதாரண நிகழ்வாகிவிடும். ஆனால், அந்தத் தீங்கைப் பொறுத்துக்கொண்டு, மன்னிக்கும் குணம் கொண்டவர்களுக்குக் கிடைக்கும் பலன் முற்றிலும் வேறானது. அவர்களின் இந்தப் பெருந்தன்மை, அவர்களுக்கு நீடித்த புகழைத் தேடித் தரும். அந்தப் புகழ், இந்த உலகம் அழியும் காலம் வரை நிலைத்திருக்கும் என்று வள்ளுவர் கூறுகிறார். இதன் மூலம், பொறுமையின் வலிமையை அவர் மிகைப்படுத்திக் காட்டுகிறார். பழிவாங்குவது எளிதான, உடனடி எதிர்வினை. ஆனால், பொறுத்துக்கொள்வது என்பது மிகுந்த மன உறுதியும், உயர்ந்த பண்பும் தேவைப்படும் ஒரு செயல். அப்படிப்பட்ட உயர்ந்த குணத்தைக் கொண்டவர்களை உலகம் எப்போதும் போற்றும். எனவே, ஒருநாள் இன்பத்திற்காகப் பழிவாங்குவதை விட, என்றும் நிலைக்கும் புகழைத் தரும் பொறுமையைக் கடைப்பிடிப்பதே சிறந்தது என்பது இந்தக் குறளின் மையக் கருத்து.

குறள் 157

திறனல்ல தற்பிறர் செய்யினும் நோநொந்து
அறனல்ல செய்யாமை நன்று

சொற்பொருள்

திறனல்ல = தகாத செயல்களை; தற்பிறர் = தனக்கு மற்றவர்கள்.
செய்யினும் = செய்தாலும்; நோநொந்து = மனம் வருந்தி.
அறனல்ல = அறம் அல்லாதவற்றை; செய்யாமை = செய்யாமல் இருப்பது; நன்று = நல்லது.

நேர்பொருள்

பிறர் நமக்குத் தகாத தீங்குகளைச் செய்தாலும், அதற்காக வருந்தி நாம் பதிலுக்கு அறமற்ற செயல்களைச் செய்யாமல் இருப்பது நல்லது.

பொருளுரை

ஒருவர் நமக்குத் தாங்க முடியாத அளவுக்குத் தீமைகளைச் செய்யும்போது, கோபப்பட்டுப் பழிவாங்குவது மனித இயல்பு. ஆனால், இந்த குறள் ஒரு உயர்ந்த நெறியை முன்வைக்கிறது. நமக்குத் தீங்கு செய்தவர்களுக்காக நாம் வருந்த வேண்டும். ஏன் வருந்த வேண்டும்? ஏனென்றால், அவர்கள் செய்த தீய செயல்களின் விளைவாக அவர்கள் எதிர்காலத்தில் துன்பப்படுவார்கள் என்பதை உணர்ந்து, அவர்கள் மீது இரக்கம் கொள்ள வேண்டும். அப்படி இரக்கப்பட்டு, பதிலுக்கு நாமும் ஒரு தீய செயலைச் செய்யாமல், அறத்தின் வழியில் உறுதியாக நிற்பதே சிறந்தது. இது வெறும் பொறுமை மட்டுமல்ல, தீமை செய்தவர் மீதும் காட்டப்படும் கருணை. பழிவாங்கும் எண்ணம் நம் மன அமைதியைக் கெடுத்து, நம்மை அறவழியிலிருந்து விலக்கிவிடும். ஆனால், தீமை செய்தவரின் நிலையை எண்ணி வருந்தும்போது, நாம் பழிவாங்கும் உணர்ச்சியிலிருந்து விடுபடுகிறோம். நம்முடைய தர்மத்தையும் குணத்தையும் நாம் பாதுகாத்துக் கொள்கிறோம். ஒரு தீமையை இன்னொரு தீமையால் எதிர்கொள்ளாமல், அதை அறத்தாலும் கருணையாலும் வெல்வதே உண்மையான பெருந்தன்மை. இது நம்மை ஆன்ம அளவில் உயர்த்தி, தீமைகளின் தொடர் சங்கிலியை உடைக்க உதவுகிறது.

குறள் 158

மிகுதியான் மிக்கவை செய்தாரைத் தாந்தம்
தகுதியான் வென்று விடல்

சொற்பொருள்
மிகுதியான் = ஆணவத்தால்; மிக்கவை = வரம்பு மீறிய தீமைகளை.
செய்தாரை = செய்தவர்களை; தாந்தம் = நாம் நமது.
தகுதியான் = பொறுமையால்; வென்று = வெற்றி கொண்டு; விடல் = விட வேண்டும்.

நேர்பொருள்
ஆணவத்தால் நமக்குத் தீமை செய்தவர்களை, நாம் நமது பொறுமை என்னும் பண்பால் வென்றுவிட வேண்டும்.

பொருளுரை
மனச்செருக்கினாலும், அதிகார பலத்தினாலும் வரம்பு மீறி நமக்குத் தீமைகளைச் செய்பவர்களை, நம்முடைய பொறுமை என்னும் மேலான குணத்தால் வென்றுவிட வேண்டும். அவர்கள் செய்த தீமைக்கு ஈடாக நாமும் தீய செயல்களில் ஈடுபட்டால், நமக்கும் அவர்களுக்கும் வேறுபாடு இல்லாமல் போய்விடும் என்பதோடு, அது உண்மையான வெற்றியும் ஆகாது. ஆகவே, அத்தகைய இழிவான நிலைக்குச் செல்லாமல், நம்முடைய தகுதியாலும், பண்பாலும் அவர்களைப் புறக்கணித்து, நம் பொறுமையால் அவர்களை வெல்ல வேண்டும். பழிக்குப் பழி வாங்குவது ஒரு தற்காலிக உணர்ச்சிவசப்பட்ட செயலாகுமே தவிர, அது நம்மை அவர்களின் நிலைக்குத் தாழ்த்திவிடும். மாறாக, தீமை செய்தாரையும் பொறுத்துக் கொள்ளும் மேன்மை, நம்மை அவர்களிலும் உயர்ந்தவராகக் காட்டுவதோடு, நமக்கு நீடித்தப் புகழையும் பெற்றுத் தரும். எனவே, உண்மையான வெற்றி என்பது எதிரியைத் தண்டிப்பதில் இல்லை, மாறாக நம்முடைய நற்பண்புகளால் அவரை வென்று.

குறள் 159

துறந்தாரின் தூய்மை உடையர் இறந்தார்வாய்
இன்னாச்சொல் நோற்கிற் பவர்

சொற்பொருள்
துறந்தாரின் = துறவிகளை விட; தூய்மை = தூய்மை.
உடையர் = உடையவர்கள்; இறந்தார்வாய் = வரம்பு மீறியவர் வாயின்.
இன்னாச்சொல் = கடுமையான சொல்லை; நோற்கிற் = பொறுத்துக் கொள்ளும்; பவர் = திறனுடையவர்.

நேர்பொருள்
வரம்பு மீறிப் பேசுபவரின் தீய சொற்களைப் பொறுத்துக்கொள்பவர், துறவிகளைப் போலத் தூய்மையானவர் ஆவார்.

பொருளுரை
உலக ஆசைகளைத் துறந்து, பற்றற்ற வாழ்க்கை வாழும் துறவிகள் மனத்தூய்மை பெற்றவர்களாகக் கருதப்படுகிறார்கள். அது மிகவும் கடினமான ஒரு நிலை. ஆனால், இல்லற வாழ்க்கையில் இருந்துகொண்டே ஒருவர் அந்தத் தூய்மையை அடைய முடியும் என்று இக்குறள் ஒரு வழியைச்

சொல்கிறது. நம் வாழ்வில், சிலர் நாகரிக வரம்புகளை மீறி, நம்மைக் காயப்படுத்தும் விதமாக மிகக் கடுமையான, இழிவான சொற்களைப் பேசுவார்கள். அத்தகைய சூழலில், கோபப்படுவது அல்லது பதிலுக்குக் கடுமையாகப் பேசுவது இயல்பு. ஆனால், அப்படிச் செய்யாமல், அந்தத் தீய சொற்களைப் பொறுமையுடன் சகித்துக்கொள்பவர்கள் இருக்கிறார்களே, அவர்கள் துறவிகளுக்கு ஒப்பான மனத்தூய்மை உடையவர்கள். ஏனெனில், இந்தப் பொறுமை என்பது கோபம், பழிவாங்கும் உணர்ச்சி போன்ற தீய குணங்களைத் மனதில் இருந்து அகற்றிவிடுகிறது. இதன் மூலம், சமூகத்தில் வாழ்ந்துகொண்டே ஒருவரால் துறவிகள் அடையும் மனத் தூய்மையை அடைய முடிகிறது. ஆக, வெளிப்புறத் துறவறத்தை விட, அகத்தில் உருவாகும் இந்தப் பொறுமையே ஒருவரை ஆன்மீக வழியில் உயர்த்தும் ஒரு சிறந்த பண்பு என்பதை இக்குறள் உணர்த்துகிறது.

குறள் 160

உண்ணாது நோற்பார் பெரியர் பிறர்சொல்லும் இன்னாச்சொல் நோற்பாரின் பின்

சொற்பொருள்

உண்ணாது = உணவு உண்ணாமல்; நோற்பார் = தவம் செய்பவர்.
பெரியர் = பெரியவர்களே; பிறர்சொல்லும் = மற்றவர்கள் சொல்லும்.
இன்னாச்சொல் = கடுமையான சொற்களை; நோற்பாரின் = பொறுப்பவர்களுக்கு; பின் = அடுத்துத்தான்.

நேர்பொருள்

உணவைத் தவிர்த்து நோன்பு இருப்பவர்களை விட, மற்றவர்கள் பேசும் கடும் சொற்களைப் பொறுத்துக்கொள்பவர்களே மிகவும் உயர்ந்தவர்கள்.

பொருளுரை

இந்தக் குறள் இரண்டு வகையான பொறுமையையும் தவத்தையும் ஒப்பிடுகிறது. ஒன்று, உடலை வருத்தி உணவு உண்ணாமல் நோன்பு இருப்பது. இது ஒரு கடினமான தவம். இதைச் செய்பவர்கள் பெரியவர்கள் என்று மதிக்கப்படுகிறார்கள். ஆனால், திருவள்ளுவர் இதைவிட உயர்ந்த ஒரு தவத்தைச் சுட்டிக்காட்டுகிறார். அதுதான் மற்றவர்கள் நம்மைப் பற்றிப் பேசும் காயப்படுத்தும், தரம் தாழ்ந்த, கடுமையான சொற்களைப் பொறுத்துக்கொள்வது. பசியின் வலியைப் பொறுப்பதை விட, அவமானத்தையும் மன வலியையும் தரும் சொற்களைப் பொறுத்துக்கொள்வது மிகக் கடினம். உண்ணாவிரதம் என்பது நாமாகவே தேர்ந்தெடுக்கும் ஒரு கட்டுப்பாடு. ஆனால், பிறரின் கடும் சொற்கள் நாம் எதிர்பாராத நேரத்தில் நம் மன அமைதியைக் குலைக்க வரும் தாக்குதல். அந்தச் சூழலிலும் அமைதி காத்து, கோபப்படாமல் இருப்பவருக்கு மிக உயர்ந்த மனவலிமை தேவை. எனவே, உணவு இல்லாமல் தவம் செய்பவர்கள் பெரியவர்கள்தான் என்றாலும், அவர்கள் பிறரின் தீய சொற்களைப் பொறுத்துக்கொள்பவர்களுக்கு அடுத்த நிலையில்தான் இருக்கிறார்கள். இதன் மூலம், உண்மையான மேன்மை என்பது உடலை வருத்துவதில் இல்லை, பிறர் தரும் மனக்கஷ்டங்களைப் பொறுத்துக்கொள்வதில்தான் இருக்கிறது என்று வள்ளுவர் தெளிவுபடுத்துகிறார்.

அதிகாரம் 17: அழுக்காறாமை

பொறாமை பிறரின் செல்வத்தைப் பார்த்து எரியும் தீ அல்ல; தன்னுள்ளே எரியும் நாசகாரச் சுடர். அதை விலக்கினால்தான் மன அமைதியும் நெறிப்பட்ட வாழ்வும் காக்கப்படும்.

குறள் 161

ஒழுக்காறாக் கொள்க ஒருவன்தன் நெஞ்சத்து
அழுக்காறு இலாத இயல்பு

சொற்பொருள்
ஒழுக்காறாக் = ஒழுக்க வழியாக; கொள்க = ஏற்றுக்கொள்ள வேண்டும்.
ஒருவன்தன் = ஒருவனுடைய; நெஞ்சத்து = மனதில்.
அழுக்காறு = பொறாமை; இலாத = இல்லாத; இயல்பு = தன்மையை.

நேர்பொருள்
ஒருவன் தன் மனதில் பொறாமை இல்லாத குணத்தை, தனக்கான சிறந்த ஒழுக்க நெறியாகக் கொள்ள வேண்டும்.

பொருளுரை
ஒரு மனிதன் பின்பற்ற வேண்டிய மிக உயர்ந்த ஒழுக்க நெறி, தன் மனதில் பொறாமை என்ற உணர்வுக்குச் சிறிதும் இடம் கொடுக்காமல் இருப்பதே ஆகும். ஒழுக்கம் என்பது வெறும் வெளிப்படையான நடத்தைகளில் மட்டும் அடங்கியதல்ல; அது நம்முடைய எண்ணங்களில், குறிப்பாக மனதின் தூய்மையில் தொடங்குகிறது. மற்றவர்களின் வளர்ச்சி, வெற்றி அல்லது மகிழ்ச்சியைக் கண்டு மனம் புழுங்குவதே பொறாமை. இந்தத் தீய குணம் ஒருமுறை மனதில் குடியேறிவிட்டால், அது ஒருவரின் நிம்மதியைப் பறித்து, சிந்தனையை நஞ்சாக்கி, நல்ல உறவுகளைச் சிதைத்துவிடும். மேலும், அது ஒருவரைத் தவறான செயல்களைச் செய்யத் தூண்டும். எனவே, வள்ளுவர் பொறாமை இல்லாத இயல்பை ஒருவன் தனக்குரிய வாழ்வியல் நெறியாக, அதாவது ஒரு கொள்கையாகவே வரித்துக்கொள்ள வேண்டும் என்கிறார். மற்ற எல்லா நல்லொழுக்கங்களையும் விட இதுவே முதன்மையானது. பொறாமையற்ற மனமே மற்ற அறங்கள் தழைப்பதற்கான நிலம். அந்த இயல்பை ஒருவன் தன் உயிரை விட மேலாகக் கருதிப் போற்றிக் காக்க வேண்டும். அப்படிச் செய்வதன் மூலம், அவன் தனக்கும் சமூகத்திற்கும் பெரும் நன்மையைச் செய்கிறான். இது மகிழ்ச்சியான, அர்த்தமுள்ள வாழ்க்கைக்கு அவசியமான ஒரு உளவியல் பண்பு.

குறள் 162

விழுப்பேற்றின் அஃதொப்பது இல்லையார் மாட்டும்
அழுக்காற்றின் அன்மை பெறின்

சொற்பொருள்
விழுப்பேற்றின் = சிறந்த செல்வத்தைவிட; அஃதொப்பது = அதற்கு நிகரானது.
இல்லை = இல்லை; யார்மாட்டும் = யாரிடத்திலும்.
அழுக்காற்றின் = பொறாமையிலிருந்து; அன்மை = விடுபடுவதை; பெறின் = ஒருவர் பெற்றால்.

நேர்பொருள்
யாரிடமும் பொறாமை கொள்ளாமல் இருக்கும் குணத்தைப் பெற்றால், அதைவிடச் சிறந்த பேறு வேறு எதுவும் இல்லை.

பொருளுரை
ஒரு மனிதன் தன் வாழ்வில் அடையக்கூடிய மிக உயர்ந்த செல்வம் அல்லது பேறு எதுவென்றால், அது யாரிடமும் பொறாமை கொள்ளாமல் இருக்கும் மனநிலைதான். இந்த உலகில் நாம் அடையும் மற்ற வெற்றிகள், செல்வங்கள், பதவிகள் எல்லாவற்றையும் விட இது மேலானது. பொறாமை என்பது ஒரு நெருப்பைப் போன்றது; அது முதலில் இருப்பவர் மனதைத்தான் எரித்து அழிக்கும். மற்றவர்களின் வளர்ச்சியையும், மகிழ்ச்சியையும் கண்டு வருந்தாமல், அவர்களுக்காக மகிழும் பக்குவத்தை அடைவது எளிதல்ல. ஆனால், அந்த நிலையை ஒருவர் அடைந்துவிட்டால், அவருக்குக் கிடைக்கும் மன அமைதிக்கு ஈடு இணை இல்லை. 'யார் மாட்டும்' என்று வள்ளுவர் குறிப்பிடுவது, நண்பர், உறவினர், போட்டியாளர், ஏன் பகைவர் என யாரிடமும் இந்த உணர்ச்சி இருக்கக்கூடாது என்பதை வலியுறுத்துகிறது. இந்தப் பொதுவான அறப்பண்பு, ஒருவரின் ஆன்மாவைத் தூய்மைப்படுத்தி, அவரை உயர்ந்த நிலைக்குக் கொண்டு செல்லும். எனவே, பொருள் செல்வங்களைத் தேடுவதை விட, பொறாமையற்ற இந்த மனச்செல்வத்தை அடைவதே ஒரு மனிதன் பெறக்கூடிய மிகச்சிறந்த பேறாகும்.

குறள் 163

அறன்ஆக்கம் வேண்டாதான் என்பான் பிறனாக்கம்
பேணாது அழுக்கறுப் பான்

சொற்பொருள்
அறன்ஆக்கம் = அறமும் செல்வமும்; வேண்டாதான் = விரும்பாதவன்.
என்பான் = என்று சொல்லப்படுபவன்; பிறன் = மற்றவனுடைய.
ஆக்கம் = வளர்ச்சியை; பேணாது = விரும்பாமல்; அழுக்கறுப்பான் = பொறாமை கொள்பவன்.

நேர்பொருள்
மற்றவர்களின் வளர்ச்சியைக் கண்டு பொறாமைப்படுபவன், தனக்கு அறமும் செல்வமும் வேண்டாம் என்று மறுப்பவன் ஆவான்.

பொருளுரை

பிறருடைய செல்வ வளர்ச்சியையும் புகழையும் கண்டு மகிழ்ந்து பாராட்டாமல், உள்ளுக்குள் பொறாமை கொள்ளும் ஒருவன், இம்மைக்குரிய செல்வத்தையும் மறுமைக்குரிய அறத்தையும் தனக்கு வேண்டாமென ஒதுக்குபவனாகவே கருதப்படுவான். ஏனெனில், பொறாமை எனும் கொடிய உணர்வு ஒருவரின் உள்ளத்தில் புகுந்துவிட்டால், அது அறச்செயல்களைச் செய்யும் எண்ணத்தையே அழித்து, நல்ல சிந்தனைகளை வேரோடு சாய்த்துவிடும். தன் உடன் இருப்பவரின் உயர்வைக்கண்டு அகமகிழ்ந்து வாழ்த்துவதற்குப் பதிலாக, உள்ளுக்குள் புழுங்குவதும் அவரைப் பற்றிப் புறங்கூறுவதும் பொறாமையின் வெளிப்பாடுகளே ஆகும். இத்தகைய தீய குணம் கொண்டவன், பிறர் நலனில் அக்கறை காட்டாததால், அவனுடைய சொந்த வளர்ச்சிக்கும் முன்னேற்றத்திற்கும் தேவையான நல்வாய்ப்புகளையும் நல்லுறவுகளையும் தானே இழந்துவிடுகிறான். பொறாமைப்படும் ஒவ்வொரு கணமும் அவன் தன் மன அமைதியை இழப்பதுடன், அறநெறியில் இருந்து விலகி, தனக்குத் தானே பெரும் தீங்கை விளைவித்துக் கொள்கிறான். ஆகவே, பொறாமை என்பது பிறர் மீது கொள்ளும் வெறுப்பு மட்டுமல்ல, அது ஒருவன் தனக்குரிய இம்மை மறுமைப் பேறுகள் இரண்டையும் ஒருசேர மறுதலிக்கும் ஒரு தற்கொலைக்கு ஒப்பான மனநிலையாகும்.

குறள் 164

அழுக்காற்றின் அல்லவை செய்யார்
இழுக்காற்றின்
ஏதம் படுபாக்கு அறிந்து

சொற்பொருள்

அழுக்காற்றின் = பொறாமையால்; அல்லவை = தீயவற்றை.
செய்யார் = செய்ய மாட்டார்கள்; இழுக்காற்றின் = தவறான வழியால்.
ஏதம் = துன்பம்; படுபாக்கு = ஏற்படுவதை; அறிந்து = உணர்ந்து.

நேர்பொருள்

பொறாமை என்ற தவறான வழியால் துன்பம் உண்டாகும் என்பதை அறிந்து, அறிவுடையோர் அறமற்ற செயல்களைச் செய்ய மாட்டார்கள்.

பொருளுரை

பொறாமை என்பது ஒருவரைத் தவறான பாதைக்கு இட்டுச்செல்லும் ஒரு மோசமான குணம். மற்றவர்கள் செல்வம், கல்வி, புகழ் போன்றவற்றில் சிறந்து விளங்கும்போது, சிலர் அவர்கள் மீது பொறாமை கொள்கிறார்கள். அந்த உணர்ச்சியின் காரணமாக, அவர்களுக்குத் தீங்கு நினைக்கிறார்கள், அவர்களைப் பற்றித் தவறாகப் பேசுகிறார்கள், அல்லது அவர்களுக்குக் கெடுதல் செய்ய முயற்சிக்கிறார்கள். ஆனால், அறிவுள்ளவர்கள் இப்படிச் செய்ய மாட்டார்கள். ஏனென்றால், பொறாமையால் தூண்டப்பட்டுச் செய்யும் தீய செயல்கள் இறுதியில் தமக்கே துன்பத்தைக் கொண்டுவரும் என்பதை அவர்கள் தெளிவாகப் புரிந்துகொள்கிறார்கள். இந்தத் தவறான வழியில் சென்றால், இம்மையிலும் மறுமையிலும் கேடு விளையும் என்பதை அவர்கள் அறிவார்கள். இந்தத் தெளிவான புரிதல் இருப்பதால், அவர்கள் பொறாமை உணர்ச்சிக்கு இடம் கொடாமல், அறநெறிக்கு மாறான செயல்களைச் செய்வதைத் தவிர்க்கிறார்கள். ஒரு செயலின் பின்விளைவுகளை

முன்கூட்டியே சிந்தித்து, அதற்கேற்ப நடப்பதே உண்மையான அறிவு என்பதை இக்குறள் உணர்த்துகிறது. துன்பத்தைத் தரும் வழியைத் தெரிந்துகொண்டு அதைத் தவிர்ப்பதே சிறந்த பாதுகாப்பு.

குறள் 165

அழுக்காறு உடையார்க்கு அதுசாலும் ஒன்னார்
வழுக்காயும் கேடீன் பது

சொற்பொருள்

அழுக்காறு = பொறாமை; உடையார்க்கு = கொண்டவர்களுக்கு.
அதுசாலும் = அதுவே போதும்; ஒன்னார் = பகைவர்கள்.
வழுக்காயும் = தவறினாலும்; கேடு = அழிவை; ஈன்பது = தருவது.

நேர்பொருள்

பொறாமை கொண்டவர்களுக்கு, பகைவர்கள் தவறினாலும் அழிவைத் தருவதற்கு அந்தப் பொறாமையே போதும்.

பொருளுரை

ஒரு மனிதனுக்கு அழிவை உண்டாக்க வெளிப்பகைவர்கள் தேவையில்லை. அவன் மனதில் இருக்கும் பொறாமை என்ற ஒரு குணம் மட்டுமே போதும். பகைவர்கள் ஒருவரை அழிக்க முயற்சி செய்து, அதில் அவர்கள் தோற்றுப் போகலாம் அல்லது சந்தர்ப்பம் கிடைக்காமல் போகலாம். ஆனால், பொறாமை அப்படிப்பட்டதல்ல. அது ஒருவரின் உள்ளுக்குள்ளேயே இருந்து, அவரை மெல்ல மெல்ல அரித்து அழித்துவிடும். பொறாமை கொண்ட மனம் நிம்மதியை இழக்கிறது, சரியான முடிவுகளை எடுக்கத் தவறுகிறது, உறவுகளைப் பாதிக்கிறது. இந்த உள்மனப் போராட்டமே இறுதியில் ஒருவரின் வீழ்ச்சிக்குக் காரணமாகிவிடுகிறது. எனவே, பொறாமை குணம் கொண்ட ஒருவருக்கு வேறு எதிரிகளே வேண்டாம்; அவரைக் கெடுப்பதற்கு அந்த ஒரு குணமே போதுமானது என்று இக்குறள் தெளிவாக எச்சரிக்கிறது. அது ஒருவரைத் தானாகவே அழிவுக்கு இட்டுச்செல்லும் மிக நம்பகமான வழி. ஆக, நாம் மற்ற எதிரிகளை விட, நமக்குள்ளே எழும் இந்த பொறாமை எனும் கொடிய எதிரியிடமிருந்தே நம்மைக் காத்துக்கொள்ள வேண்டும். அதுவே நம்மை நாமே பாதுகாத்துக் கொள்வதற்கான சிறந்த வழியாகும்.

குறள் 166

கொடுப்பது அழுக்கறுப்பான் சுற்றம்
உடுப்பதூஉம்
உண்பதூஉம் இன்றிக் கெடும்

சொற்பொருள்

கொடுப்பது = பிறர் கொடுப்பதைக் கண்டு; அழுக்கறுப்பான் = பொறாமைப்படுபவனுடைய.
சுற்றம் = குடும்பமும் உறவினர்களும்; உடுப்பதூஉம் = உடுக்க உடையும்.
உண்பதூஉம் = உண்ண உணவும்; இன்றிக் = இல்லாமல்; கெடும் = அழிந்துபோகும்.

நேர்பொருள்

பிறர் கொடுப்பதைக் கண்டு பொறாமைப்படுபவனுடைய குடும்பம், உடுக்க உடையும் உண்ண உணவும் இல்லாமல் அழிந்துபோகும்.

பொருளுரை

பிறர் செய்யும் தான தர்மங்களைக் கண்டு பொறாமை கொள்ளும் கொடிய குணம், அந்தத் தீய எண்ணம் கொண்டவரை மட்டுமல்லாது, அவரைச் சார்ந்த சுற்றத்தாரையும் சேர்த்து அழித்துவிடும். அந்தப் பொறாமைத் தீயானது, அவர்களுடைய செல்வத்தை அழிப்பதோடு மட்டுமல்லாமல், வாழ்க்கையின் அடிப்படைத் தேவைகளான உடுப்பதற்கு உடையும், உண்பதற்கு உணவும் கூட இல்லாமல் அவர்களை வறுமையில் தள்ளிவிடும். ஒருவர் மற்றவருக்கு உதவுவதைப் பார்க்கும்போது, அதைப் பாராட்ட மனமின்றி, ஏன் கொடுக்கிறான் என்று எரிச்சலடைவதே இவ்வழுக்காறாகும். இத்தகைய பொறாமை குணம் கொண்டவன், அறவழியில் வாழ விரும்பாதவனாகக் கருதப்படுவதால், அவனுடைய புண்ணியங்கள் அனைத்தும் அழிந்துவிடும். பிறருடைய கொடைத்தன்மையைப் பொறுக்காத குணம், தனக்குக் கேடு விளைவிப்பதை விட, தன் சுற்றத்தின் நலத்தையும் சேர்த்து அழிக்கும் ஆற்றல் வாய்ந்தது என்பதை வள்ளுவர் இதன் மூலம் தெளிவாக உணர்த்துகிறார்.

குறள் 167

அவ்வித்து அழுக்காறு உடையானைச் செய்யவள்
தவ்வையைக் காட்டி விடும்

சொற்பொருள்

அவ்வித்து = வெறுத்து; அழுக்காறு = பொறாமை.
உடையானைச் = கொண்டவனை; செய்யவள் = திருமகள்.
தவ்வையைக் = தன் மூத்த சகோதரியை; காட்டி = அடையாளம் காட்டி; விடும் = விட்டுவிடுவாள்.

நேர்பொருள்

பொறாமை குணம் கொண்டவனைப் பார்த்து வெறுப்படையும் திருமகள், அவனைத் தன் மூத்த சகோதரியான மூதேவிக்குக் காட்டிவிட்டு விலகிச் சென்றுவிடுவாள்.

பொருளுரை

பிறருடைய வளர்ச்சியையும், செல்வத்தையும், வெற்றியையும் கண்டு ஒருவர் பொறாமைப்பட்டால், அது அவரை எப்படிப் பாதிக்கும் என்பதை இக்குறள் அழகாக விளக்குகிறது. செல்வத்தின் தெய்வமாகக் கருதப்படும் திருமகள் (செய்யவள்), பொறாமை குணம் கொண்ட ஒருவரைக் கண்டால், அவர் மீது வெறுப்படைவாள். அவள் வெறுப்படைவதோடு மட்டும் நின்றுவிடுவதில்லை. அவள், தன் மூத்த சகோதரியான மூதேவிக்கு (தவ்வை) அந்தப் பொறாமைக்காரரை அடையாளம் காட்டிவிட்டு, அங்கிருந்து சென்றுவிடுவாள். மூதேவி வறுமைக்கும், துன்பத்திற்கும், கெட்டழிற்கும் அடையாளமாகக் கருதப்படுபவள். இதன் பொருள் என்னவென்றால், பொறாமைப்படுபவரிடம் இருந்து செல்வம் விலகிச் செல்வது மட்டுமல்லாமல், வறுமையும் துன்பமும் அவரைத் தேடி வந்து சேரும். திருமகள் 'கைவிட்டுச் செல்வது' என்பது செழிப்பை இழப்பது. அவளே தன் தமக்கைக்கு 'அடையாளம் காட்டுவது' என்பது, வறுமையை வலிய வரவழைப்பதாகும். ஆக, பொறாமை என்பது ஒருவரை முன்னேற விடாமல் தடுக்கும் ஒரு தீய குணம். அது ஒருவரின் செல்வத்தை அழித்து,

அவரை வறுமையிலும் துன்பத்திலும் தள்ளிவிடும் என்பதை இக்குறள் உருவகமாக எச்சரிக்கிறது.

குறள் 168

அழுக்காறு எனஒரு பாவி திருச்செற்றுத்
தீயுழி உய்த்து விடும்

சொற்பொருள்

அழுக்காறு = பொறாமை; என = என்கிற.
ஒரு = ஒரு; பாவி = பாவச்செயல் செய்பவன்.
திருச்செற்றுத் = செல்வத்தை அழித்து; தீயுழி = தீய வழியில்; உய்த்து விடும் = கொண்டுபோய் சேர்த்துவிடும்.

நேர்பொருள்

பொறாமை என்கிற ஒரு பாவி, ஒருவனுடைய செல்வத்தை அழித்து, அவனைத் தீய வழியில் கொண்டுபோய்ச் சேர்த்துவிடும்.

பொருளுரை

திருவள்ளுவர், பொறாமை எனும் தீய குணத்தை ஒரு பண்பாக மட்டும் பார்க்காமல், அதனை ஒப்பில்லாத ஒரு பெரும் பாவி என்றே உருவகிக்கிறார். ஒரு பண்பிற்கு உருவம் இல்லை என்றாலும், அது தன்னை உடையவனையே இவ்வுலகிலும் மறுவுலகிலும் ஒருசேரக் கெடுக்கும் கொடுமையினால், வள்ளுவர் அதனைப் 'பாவி' என்று குறிப்பிடுகிறார். அந்தப் பொறாமை என்னும் பாவி, ஒருவனிடம் குடிகொண்டால், முதலில் அவனிடமுள்ள செல்வத்தை அழித்து, திருமகளை அவனை விட்டு நீங்கச் செய்து, அவனை வறுமையில் தள்ளுகிறது. நடைமுறை வாழ்வில், பிறர் வளர்ச்சியைக் கண்டு பொறாமைப்படுபவன் தன் முன்னேற்றத்தில் கவனம் செலுத்தத் தவறுவதோடு, தீய செயல்களில் ஈடுபட்டுத் தனக்குத்தானே அழிவைத் தேடிக்கொள்கிறான். இவ்வுலக வாழ்வில் வறுமையையும் துன்பத்தையும் தருவதோடு அந்தப் பாவம் நின்றுவிடுவதில்லை; அது அவனை மறுமை வாழ்விலும் கொடிய நரகத்தில் செலுத்தி, பெரும் துயரத்தில் ஆழ்த்திவிடும். ஆக, பொறாமை ஒருவனுக்கு இம்மைப் பயனாகிய செல்வத்தையும் மறுமைப் பயனாகிய நல்வழியையும் ஒருங்கே சிதைத்துவிடும் ஆற்றல் வாய்ந்த பெரும் பகையாகும்.

குறள் 169

அவ்விய நெஞ்சத்தான் ஆக்கமும் செவ்வியான்
கேடும் நினைக்கப் படும்

சொற்பொருள்

அவ்விய = பொறாமை கொண்ட; நெஞ்சத்தான் = மனம் உடையவனின்.
ஆக்கமும் = செல்வமும்; செவ்வியான் = நேர்மையானவனின்.
கேடும் = வறுமையும்; நினைக்கப் = சிந்திக்க; படும் = படும்.

நேர்பொருள்

பொறாமை கொண்டவனின் செல்வமும், நேர்மையானவனின் வறுமையும் முரண்பாடாகத் தோன்றும். அறிவுடையோர் இந்த ஆக்கக் கேடுகளின் அறிவுடையோர் இந்த ஆக்கக் கேடுகளின் உண்மையை எண்ணிப் பார்க்க வேண்டும்.

பொருளுரை

பொறாமை குணம் கொண்ட ஒருவன் செல்வச் செழிப்போடு வாழ்வதையும், நேர்மையும் செம்மையும் கொண்ட ஒரு நல்ல மனிதர் வறுமையாலும் துன்பங்களாலும் வாடுவதையும் காணும்போது, அது அறிவார்ந்த சமூகத்தில் தீவிரமான சிந்தனைக்கு உள்ளாக்கப்படும். ஏனெனில், தீய குணம் கொண்டவருக்கு நன்மையும், நல்ல குணம் கொண்டவருக்குத் தீமையும் ஏற்படுவது என்பது தர்க்கத்திற்கும் இயல்புக்கும் மாறானது. இந்த முரண்பாட்டைக் காணும் அறிவுடையவர்கள், இதற்கான உண்மைக் காரணத்தை ஆராய்வார்கள்; ஒருவரின் தற்போதைய குணத்திற்கும் அவரின் நிலைக்கும் தொடர்பு இல்லாதபோது, இதன் பின்னணியில் முற்பிறவியில் செய்த நல்வினை மற்றும் தீவினைகளின் விளைவுகளே காரணமாக இருக்க வேண்டும் என்று கருதுவார்கள். அதாவது, பொறாமைக்காரனின் தற்போதைய செல்வம், அவன் முற்பிறவியில் செய்த நன்மையின் பயனாகவும், நேர்மையானவரின் தற்போதைய வறுமை, அவர் அறியாமல் செய்த தீவினையின் பயனாகவும் இருக்கலாம் என்று சிந்திப்பார்கள். ஆக, ஒருவரின் வாழ்வில் நடக்கும் நன்மை தீமைகளுக்குக் கண்ணுக்குத் தெரியாத இறைவனின் நியதியோ அல்லது பழவினையின் தாக்கமோ காரணமாக இருக்கலாம் என்பதை இந்த நிகழ்வுகள் நமக்கு உணர்த்துகின்றன.

குறள் 170

அழுக்கற்று அகன்றாரும் இல்லை
அஃதுஇல்லார்
பெருக்கத்தில் தீர்ந்தாரும் இல்

சொற்பொருள்

அழுக்கற்று = பொறாமைப்பட்டு; அகன்றாரும் = உயர்ந்தவரும்.
இல்லை = இல்லை; அஃதுஇல்லார் = அது (பொறாமை) இல்லாதவர்.
பெருக்கத்தில் = செல்வச் செழிப்பிலிருந்து; தீர்ந்தாரும் = நீங்கியவரும்; இல் = இல்லை.

நேர்பொருள்

பொறாமைப்பட்டு உயர்ந்தவர்கள் யாரும் இல்லை; பொறாமை இல்லாதவர்கள் தங்கள் செல்வச் செழிப்பிலிருந்து நீங்கியதும் இல்லை.

பொருளுரை

பொறாமை என்ற குணத்தின் விளைவுகளைப் பற்றி இந்தக் குறள் ஒரு திட்டவட்டமான விதியைக் கூறுகிறது. வரலாற்றிலும் சரி, நம் அன்றாட வாழ்விலும் சரி, பிறருடைய வளர்ச்சியைக் கண்டு பொறாமைப்பட்டு உயர்ந்த நிலையை அடைந்தவர்கள் யாருமே இல்லை. பொறாமை ஒருவரின் சிந்தனையை மழுங்கடித்து, ஆக்கப்பூர்வமான செயல்களில் ஈடுபடவிடாமல் தடுக்கிறது. அது உறவுகளைச் சிதைத்து, மன அமைதியைக் குலைத்து, இறுதியில் வீழ்ச்சிக்கே வழிவகுக்கும். இதற்கு நேர்மாறாக, யார் ஒருவர் மனத்தில் பொறாமை இல்லாமல் இருக்கிறாரோ, அவர் தன்னுடைய செல்வத்தையோ, புகழையோ, நிலையான வளர்ச்சியையோ ஒருபோதும் இழந்ததில்லை. பொறாமை இல்லாத தெளிந்த மனம், ஒருவரை நேர்மையான வழிகளில் உழைக்கவும், வாய்ப்புகளைச் சரியாகப் பயன்படுத்தவும் தூண்டுகிறது. அவர்களின் நேர்மறை ஆற்றல், அவர்களிடம் உள்ள வளங்களைப் பாதுகாத்து மேலும் பெருகச் செய்கிறது.

எனவே, பொறாமை கொள்வது அழிவுக்கு ஒரு நிச்சயமான வழி வழி என்றும், பொறாமை இல்லாமல் இருப்பது உயர்வுக்கு ஒரு பாதுகாப்பான வழி என்றும் வள்ளுவர் உறுதியாகக் கூறுகிறார். இது ஒரு தார்மீக அறிவுரை மட்டுமல்ல, வாழ்வின் வெற்றிக்கும் செழிப்புக்குமான ஒரு நடைமுறை சூத்திரம்.

அதிகாரம் 18: வெஃகாமை

பிறருடையதை அநியாயமாக விரும்புவது வீழ்ச்சியின் தொடக்கம். தக்க முறையில் ஈட்டியதே நிலையான செல்வமும் மனநிறைவும் தரும்.

குறள் 171

நடுவின்றி நன்பொருள் வெ:ஃகின் குடிபொன்றிக்
குற்றமும் ஆங்கே தரும்

சொற்பொருள்
நடுவின்றி = நேர்மை இல்லாமல்; நன்பொருள் = நல்ல பொருட்களை.
வெஃகின் = விரும்பினால்; குடிபொன்றிக் = குடும்பம் அழிந்து.
குற்றமும் = குற்றங்களையும்; ஆங்கே = அப்போதே; தரும் = கொண்டுவரும்.

நேர்பொருள்
நேர்மை இல்லாமல் அடுத்தவரின் நல்ல பொருட்களை விரும்பினால், அது குடும்பத்தை அழித்து, அப்போதே பல குற்றங்களையும் கொண்டு வந்து சேர்க்கும்.

பொருளுரை
நடுநிலைமை தவறி, பிறருக்குரிய நல்ல பொருளைக் கவர்ந்துகொள்ள வேண்டும் என்ற பேராசை ஒருவருக்கு ஏற்படுமானால், அந்தத் தீய எண்ணமே கொடிய விளைவுகளை ஏற்படுத்தும். அந்தப் பேராசையானது, ஒருவருடைய குடியையும் அதன் புகழையும் அடியோடு அழித்துவிடும். அதுமட்டுமின்றி, அந்த ஆசை மனதில் தோன்றிய அந்த நொடியிலேயே, அது தொடர்புடைய பல குற்றங்களையும் பழிகளையும் ஒருவருக்கு உண்டாக்கிவிடும். நடைமுறையில், பிறர் பொருளை விரும்பும் ஒருவன், அதை அடைவதற்காகப் பொய் சொல்லுதல், வஞ்சித்தல், திருடுதல் போன்ற பல தீய செயல்களில் ஈடுபடத் தொடங்கிவிடுகிறான். இதனால், அவனது மன அமைதி கெடுவதுடன், அறவழியிலிருந்து விலகியதன் குற்ற உணர்வும் அவனைத் தொடர்ந்து வாட்டும். ஆக, வெஃகுதல் என்ற ஒரு தீய எண்ணம், ஒருவரின் தற்கால நல்வாழ்வையும் எதிர்கால சந்ததியினரின் வளர்ச்சியையும் ஒருசேரச் சிதைத்துவிடும் ஆற்றல் கொண்டது.

குறள் 172

படுபயன் வெ:ஃகிப் பழிப்படுவ செய்யார்
நடுவன்மை நாணு பவர்

சொற்பொருள்
படுபயன் = கிடைக்கும் பயனை; வெஃகிப் = விரும்பி.
பழிப்படுவ = பழிக்குரிய செயல்களை; செய்யார் = செய்ய மாட்டார்கள்.
நடுவன்மை = நடுநிலை தவறுவதை; நாணு = வெட்கப்படும்; பவர் = தன்மையுடையவர்.

நேர்பொருள்
நடுநிலை தவறுவதற்கு வெட்கப்படுபவர்கள், பிறர் பொருளைக் கவர்வதால் வரும் பயனை விரும்பி, பழி தரும் செயல்களைச் செய்ய மாட்டார்கள்.

பொருளுரை

ஒரு செயலைச் செய்வதற்கு முன், அது சரியா தவறா என்று சிந்திக்கும் மனப்பான்மை கொண்டவர்கள் இருக்கிறார்கள். குறிப்பாக, 'நடுநிலைமை' என்பதை மிக முக்கியமான பண்பாகக் கருதுபவர்கள், அதிலிருந்து சிறிதும் விலக வெட்கப்படுவார்கள். அவர்களுக்கு, நேர்மையற்ற முறையில் நடப்பது என்பது பெரும் அவமானத்தைத் தரும் விஷயம். அத்தகைய குணம் கொண்டவர்கள், பிறருடைய பொருளை அபகரித்தால் தங்களுக்கு ஒரு பெரிய நன்மை கிடைக்கும் என்று தெரிந்தாலும், அந்த ஆசைக்கு அடிபணிய மாட்டார்கள். ஏனென்றால், அந்தச் செயல் பழிக்குரியது, நேர்மையற்றது என்பதை அவர்கள் ஆழமாக உணர்ந்திருக்கிறார்கள். அந்தப் பழியைச் சுமப்பதை விட, கிடைக்கும் லாபத்தை இழப்பதே மேல் என்று கருதுவார்கள். ஆக, ஒருவரின் மனசாட்சியும், தவறு செய்யக் கூசும் குணமும்தான் பேராசைக்கு எதிராகப் போடப்பட்டிருக்கும் மிகப்பெரிய தடை. எந்தவொரு தற்காலிக ஆதாயத்திற்காகவும் தங்கள் நேர்மையையும் சுயமரியாதையையும் விட்டுக்கொடுக்காத உத்தமர்களின் இயல்பை இக்குறள் அழகாக விளக்குகிறது. அவர்களின் நேர்மை உணர்வே, அவர்களைத் தவறான வழியில் செல்லவிடாமல் காக்கிறது.

குறள் 173

சிற்றின்பம் வெஃகி அறனல்ல செய்யாரே
மற்றின்பம் வேண்டு பவர்

சொற்பொருள்
சிற்றின்பம் = சிறிய இன்பத்தை; வெஃகி = விரும்பி.
அறனல்ல = அறம் இல்லாதவற்றை; செய்யாரே = செய்ய மாட்டார்கள்.
மற்றின்பம் = உண்மையான இன்பத்தை; வேண்டு = விரும்புகின்ற; பவர் = அவர்கள்.

நேர்பொருள்
உண்மையான, நிலையான இன்பத்தை விரும்புபவர்கள், அற்பமான இன்பங்களுக்காக அறமற்ற செயல்களைச் செய்ய மாட்டார்கள்.

பொருளுரை
இந்தக் குறள் இரண்டு வகையான இன்பங்களைப் பற்றிப் பேசுகிறது: ஒன்று, தற்காலிகமானது; மற்றொன்று, நிலையானது. பிறர் பொருளைக் கவர்வது போன்ற தவறான வழிகளில் கிடைக்கும் இன்பம் 'சிற்றின்பம்' என்று அழைக்கப்படுகிறது. அது கிடைத்தவுடன் மறைந்துவிடக்கூடிய அற்பமான மகிழ்ச்சி. அது மன உளைச்சலையும், குற்ற உணர்ச்சியையும் மட்டுமே இறுதியில் தரும். இதற்கு மாறாக, அறத்தின் வழியில், நேர்மையாக வாழ்வதால் கிடைக்கும் இன்பம் நிலையானது. அது மன அமைதியையும், உண்மையான மகிழ்ச்சியையும், மனநிறைவையும் தருகிறது. எனவே, உண்மையான, நீடித்த இன்பத்தின் மதிப்பை உணர்ந்தவர்கள், அற்பமான, தற்காலிக சுகங்களுக்காக ஆசைப்பட்டு அறத்துக்குப் புறம்பான செயல்களில் ஒருபோதும் ஈடுபட மாட்டார்கள். அவர்களின் பார்வை உயர்ந்த குறிக்கோளை நோக்கியே இருக்கும். குறுகிய கால ஆதாயங்களுக்காகத் தங்கள் மனசாட்சியையும், நீண்டகால மகிழ்ச்சியையும் அவர்கள் விட்டுக்கொடுக்க மாட்டார்கள். இந்த மனப்பான்மையே ஒருவரை உயர்ந்த மனிதராக ஆக்குகிறது. ஆக, நிலையான பேரின்பத்தை விரும்புவோர், சிற்றின்ப ஆசைகளைத் துறந்து அறவழியில் வாழ வேண்டும் என்பதே இக்குறளின் மையக் கருத்து.

குறள் 174

இலமென்று வெஃகுதல் செய்யார் புலம்வென்ற புன்மையில் காட்சி யவர்

சொற்பொருள்

இலமென்று = வறுமையில் இருக்கிறோம் என்று; வெஃகுதல் = பேராசைப்படுவதை. செய்யார் = செய்ய மாட்டார்கள்; புலம்வென்ற = ஐம்புலன்களையும் வென்ற. புன்மையில் = குற்றமற்ற; காட்சி = அறிவுடைய; யவர் = அவர்கள்.

நேர்பொருள்

ஐம்புலன்களையும் அடக்கி ஆளும் தெளிந்த அறிவுடையவர்கள், தம்மிடம் பொருள் இல்லை என்பதற்காகப் பிறர் பொருளை விரும்ப மாட்டார்கள்.

பொருளுரை

மனக்கட்டுப்பாட்டின் முக்கியத்துவத்தை இந்தக் குறள் விளக்குகிறது. ஐம்புலன்களையும் (பார்வை, கேள்வி, சுவை, வாசனை, தொடு உணர்வு) தங்கள் கட்டுப்பாட்டில் வைத்திருப்பவர்கள், உயர்ந்த மனநிலையை அடைந்தவர்கள். அவர்கள் தங்கள் ஆசைகளால் வழிநடத்தப்படுவதில்லை. இந்த சுயக்கட்டுப்பாடு அவர்களுக்கு வாழ்க்கையைப் பற்றிய ஒரு தெளிவான, குற்றமற்ற பார்வையைத் தருகிறது. இதன் காரணமாக, அவர்கள் பொருள் வசதி குறைவாக இருந்தாலும், தங்களை ஏழைகளாகக் கருதுவதில்லை. உண்மையான வறுமை என்பது பொருளில் அல்ல, மனதில்தான் இருக்கிறது என்பதை அவர்கள் உணர்ந்திருக்கிறார்கள். எனவே, 'என்னிடம் பொருள் இல்லை' என்ற காரணத்திற்காகப் பிறருடைய பொருளைப் பார்த்து ஆசைப்படும் எண்ணம் அவர்களுக்கு ஒருபோதும் வராது. புலன்களை வென்றவர்களுக்கு மனநிறைவு இயல்பாகவே இருக்கும். அந்த மனநிறைவு, பேராசை என்ற தீய குணத்தை அடியோடு நீக்கிவிடுகிறது. ஆக, சுயக்கட்டுப்பாடு கொண்ட ஒருவருக்குப் பேராசை இருக்காது என்பதே இக்குறள் கூறும் செய்தி. அவர்களின் செல்வம் என்பது அவர்களின் மன அமைதியும், தெளிந்த அறிவுமே ஆகும்.

குறள் 175

அஃகி அகன்ற அறிவென்னாம் யார்மாட்டும் வெஃகி வெறிய செயின்

சொற்பொருள்

அஃகி = கூர்மையாகி; அகன்ற = விரிவடைந்த. அறிவென்னாம் = அறிவால் என்ன பயன்?; யார்மாட்டும் = யாரிடத்திலும். வெஃகி = பேராசைப்பட்டு; வெறிய = அறிவற்ற செயல்களை; செயின் = செய்தால்.

நேர்பொருள்

பேராசையால் யாரிடமும் அறிவற்ற செயல்களைச் செய்தால், ஒருவருக்கு இருக்கும் கூர்மையான மற்றும் பரந்த அறிவால் என்ன பயன்?

பொருளுரை

ஒருவர் எவ்வளவுதான் படித்து, கூர்மையான மற்றும் பரந்த அறிவைப் பெற்றிருந்தாலும், அதன் உண்மையான பயன் அவரது நடத்தையில்தான் வெளிப்பட வேண்டும். அறிவின் நோக்கம், நம்மைச் சரியான பாதையில்

வழிநடத்துவதே. ஆனால், ஒருவர் பிறர் பொருளின் மீது பேராசை கொண்டு, அதை அடைய விரும்பினால், அவரது பகுத்தறிவு மங்கிவிடுகிறது. அந்தப் பேராசையின் உந்துதலால், அவர் யாரிடம் பழகுகிறோம், என்ன செய்கிறோம் என்ற பாகுபாடு இல்லாமல், அறிவுக்குப் பொருந்தாத, வெறித்தனமான செயல்களில் ஈடுபடுவார். தகுந்தவர், தகாதவர் என்ற வேறுபாடு பார்க்காமல், இழிவான காரியங்களைச் செய்யத் துணிவார். அப்படிப்பட்ட நிலையில், அவர் கற்ற கல்வியும், பெற்ற அறிவும் இருந்தும் என்ன பயன்? அவை முற்றிலும் பயனற்றதாகிவிடுகின்றன. ஏனென்றால், எந்த அறிவு ஒருவரைக் கட்டுப்பாடின்றி, நெறிதவறி நடக்கத் தூண்டுகிறதோ, அது உண்மையான அறிவே அல்ல. அறிவின் உண்மையான வெற்றி என்பது பேராசையைக் கட்டுப்படுத்தி, ஒழுக்கத்துடன் வாழ்வதில்தான் இருக்கிறது. அறிவார்ந்த செயல்களே ஒருவரின் கல்விக்கு உண்மையான மதிப்பைத் தரும்.

குறள் 176

அருள்வெ◌ஃகி ஆற்றின்கண் நின்றான்
பொருள்வெ◌ஃகிப்
பொல்லாத சூழக் கெடும்

சொற்பொருள்

அருள்வெஃகி = அருளை விரும்பி; ஆற்றின்கண் = நல்வழியில்.
நின்றான் = நிற்பவன் கூட; பொருள்வெஃகிப் = பிறர் பொருளை விரும்பி.
பொல்லாத = தீய வழிகளை; சூழக் = நினைத்தாலே; கெடும் = அழிந்து போவான்.

நேர்பொருள்

அருள் வழியில் வாழும் ஒருவன் கூட, பிறர் பொருளுக்கு ஆசைப்பட்டு தீய வழிகளை நினைத்தாலே அழிந்து போவான்.

பொருளுரை

பிறர் பொருளை அபகரிக்க வேண்டும் என்ற பேராசை எவ்வளவு அழிவுகரமானது என்பதை இக்குறள் விளக்குகிறது. ஒருவன் கருணையை விரும்பி, அறவழியில் உறுதியாக நிற்பவனாக இருக்கலாம். அவன் தன் வாழ்வில் நேர்மையையும், இரக்கத்தையும் கடைப்பிடித்து வாழ்பவனாக இருக்கலாம். அப்படிப்பட்ட உயர்ந்த நிலையில் இருப்பவன் கூட, பிறருடைய பொருளின் மீது ஆசை வைத்தால், அவனது வாழ்க்கை அழிந்துவிடும். அந்தப் பொருளை அடைவதற்காகத் தீய வழிகளைப் பற்றி அவன் திட்டமிடத் தொடங்கினாலே போதும், அவனது வீழ்ச்சி உறுதியாகிவிடும். அவன் அந்தத் தீய செயலைச் செய்ய வேண்டிய அவசியமில்லை; அதைச் செய்ய வேண்டும் என்று மனதில் சிந்திப்பதே ('சூழக்') அவனது அழிவுக்குக் காரணமாகிவிடும். இதன் மூலம், அவன் அதுவரை கடைப்பிடித்த அறநெறியையும், அதன் பயனாகிய நல்வாழ்வையும் ஒருசேர இழந்துவிடுவான். பேராசை என்பது ஒருவரின் மனதில் தோன்றும்போதே, அது அவருடைய நற்பண்புகள் அனைத்தையும் அழித்து, அவரைத் தீய பாதைக்கு இட்டுச் சென்றுவிடும். எனவே, எவ்வளவு நல்லவராக இருந்தாலும், பிறர் பொருள் மீதான ஆசை என்ற எண்ணம் மனதில் நுழையாமல் பார்த்துக்கொள்வது மிக அவசியம்.

குறள் 177

வேண்டற்க வெ ஃகியாம் ஆக்கம் விளைவயின் மாண்டற் கரிதாம் பயன்

சொற்பொருள்
வேண்டற்க = விரும்பாதே; வெஃகியாம் = பேராசைப்பட்டு அடையும்.
ஆக்கம் = செல்வத்தை; விளைவயின் = விளைவு வரும்போது.
மாண்டற் = சிறந்ததாக இருப்பதற்கு; கரிதாம் = அரிதாகிவிடும்; பயன் = அதன் பலன்.

நேர்பொருள்
பேராசைப்பட்டுப் பிறர் பொருளைக் கவர்வதால் வரும் செல்வத்தை விரும்பாதே; ஏனெனில், அதன் விளைவால் வரும் பயன் ஒருபோதும் சிறந்ததாக இருக்காது.

பொருளுரை
பிறருடைய பொருளின் மீது பேராசை கொண்டு, அதை அபகரித்துச் சேர்க்கும் செல்வத்தை ஒருபோதும் விரும்பக்கூடாது என்று இக்குறள் அறிவுறுத்துகிறது. ஒருவேளை அப்படிப்பட்ட செல்வம் கிடைத்துவிட்டாலும், ஆரம்பத்தில் அது இன்பம் தருவது போல் தோன்றலாம். ஆனால், பிற்காலத்தில் அதன் விளைவுகளை அனுபவிக்கும்போது, அதனால் கிடைக்கும் பலன் ஒருபோதும் நல்லதாகவோ, பெருமைக்குரியதாகவோ இருக்காது. நேர்மையற்ற வழியில் சேர்க்கப்பட்ட செல்வம் மன அமைதியைக் கெடுத்துவிடும். பிடிபட்டுவிடுவோமோ என்ற பயம், குற்ற உணர்ச்சி, சமூகத்தில் அவப்பெயர் போன்ற துன்பங்கள் தொடரும். மேலும், அந்தச் செல்வம் நிலையானதாக இருக்காது. அது வந்த வழியைப் போலவே தவறான வழிகளில் செலவாகிவிடும் அல்லது சட்டச் சிக்கல்களில் கொண்டுபோய் விடும். இறுதியில், அந்தச் செல்வத்தால் மகிழ்ச்சியைவிடத் துயரமே அதிகமாக இருக்கும். எனவே, பேராசையால் கிடைக்கும் தற்காலிக ஆதாயத்தைவிட, நேர்மையான வழியில் வரும் சிறிய வருமானமே உண்மையான மற்றும் நீடித்த நன்மையைத் தரும். ஒரு செயலின் தொடக்கத்தை மட்டும் பார்க்காமல், அதன் இறுதி விளைவையும் சிந்தித்துச் செயல்பட வேண்டும் என்பதே இக்குறளின் மையக் கருத்து.

குறள் 178

அ ஃகாமை செல்வத்திற்கு யாதெனின் வெ ஃகாமை வேண்டும் பிறன்கைப் பொருள்

சொற்பொருள்
அஃகாமை = குறையாமல் இருத்தல்; செல்வத்திற்கு = செல்வத்திற்கு.
யாதெனின் = என்னவென்றால்; வெஃகாமை = பேராசை கொள்ளாதிருத்தல்.
வேண்டும் = விரும்பப்படுகிற; பிறன்கைப் = மற்றவர் கையில் உள்ள; பொருள் = பொருளை.

நேர்பொருள்
ஒருவருடைய செல்வம் குறையாமல் இருப்பதற்கான வழி என்னவென்றால், மற்றவர் கையில் உள்ள பொருளின் மீது ஆசைப்படாமல் இருப்பதே ஆகும்.

பொருளுரை

ஒருவரின் செல்வம் குறையாமல், நிலையாக இருக்க வேண்டும் என்றால் அதற்கான சிறந்த வழி என்ன? மற்றவர்களுக்குச் சொந்தமான, அவர்கள் விரும்பும் ஒரு பொருளின் மீது ஆசை கொள்ளாமல் இருப்பதே அந்த வழி. பேராசை என்பது ஒருவரின் மன அமைதியைக் கெடுப்பது மட்டுமல்லாமல், அவரிடம் உள்ள செல்வத்தையும் அழித்துவிடும் தன்மை கொண்டது. அடுத்தவர் பொருளைக் கண்டதும் ஏற்படும் பொறாமையும், அதை அடைய வேண்டும் என்ற தீய எண்ணமும் ஒருவரை நேர்மையற்ற வழிகளில் சிந்திக்கவும் செயல்படவும் தூண்டும். அப்படிப்பட்ட செயல்கள் இறுதியில் தோல்வியிலும், அவமானத்திலும், செல்வ இழப்பிலுமே முடியும். எனவே, ஒருவரின் செல்வம் பாதுகாக்கப்பட வேண்டுமானால், முதலில் அவரது மனம் பாதுகாக்கப்பட வேண்டும். மனதை பேராசையிலிருந்து பாதுகாப்பதே செல்வத்தைப் பாதுகாப்பதற்கான முதல் படி. இருப்பதைக்கொண்டு நிறைவாக வாழ்வதும், நேர்மையான வழியில் முன்னேற முயற்சிப்பதும் செல்வத்தை வளர்க்குமே தவிர, அடுத்தவர் பொருளைப் பார்த்து ஏங்குவது நம்மிடம் இருப்பதையும் கரைத்துவிடும். ஆக, பேராசையின்மை என்பது ஒரு தார்மீகப் பண்பு மட்டுமல்ல, அது ஒரு நடைமுறைக்கு உகந்த பொருளாதாரப் பாதுகாப்பு உத்தியும் கூட.

குறள் 179

அறனறிந்து வெஃகா அறிவுடையார்ச் சேரும்
திறன்அறிந் தாங்கே திரு

சொற்பொருள்

அறனறிந்து = அறம் என்று உணர்ந்து; வெஃகா = பேராசை கொள்ளாத.
அறிவுடையார்ச் = அறிவுள்ளவரை; சேரும் = சென்றடையும்.
திறன்அறிந்து = சேரும் வழியறிந்து; ஆங்கே = அந்த வழியிலேயே; திரு = செல்வம்.

நேர்பொருள்

பிறர் பொருளுக்கு ஆசைப்படாத, அறம் அறிந்த அறிவுள்ளவரை, செல்வம் தானாகவே வழி கண்டுபிடித்துச் சென்றடையும்.

பொருளுரை

பிறர் பொருளைக் கண்டால் பேராசை கொள்ளக்கூடாது என்ற உயர்வான பண்பைப் பற்றி இந்தக் குறள் பேசுகிறது. எது அறம், எது நியாயம் என்பதைத் தெளிவாக உணர்ந்து, அதன்படி வாழும் அறிவுள்ள ஒருவரைச் செல்வம் தானாகவே தேடி வரும் என்று இது கூறுகிறது. இங்கு 'திரு' என்று குறிப்பிடப்படும் செல்வம், அறிவில்லாத ஒன்றல்ல; அதுவும் சிந்தித்துச் செயல்படுவது போல உருவகப்படுத்தப்படுகிறது. அதாவது, செல்வம் யாரிடம் போய்ச் சேர வேண்டும் என்ற தகுதியை ஆராய்ந்து, அவரை அடைவதற்கான சரியான வழியையும், நேரத்தையும், இடத்தையும் தானே கண்டறிந்து வந்து சேரும். இதன்மூலம், நேர்மையற்ற வழிகளில் செல்வத்தைத் தேடி அலைவதை விட, நல்ல குணங்களையும், அற உணர்வையும், பேராசையற்ற மனநிலையையும் வளர்த்துக்கொள்வதே முக்கியம் என்பது உணர்த்தப்படுகிறது. அப்படிப்பட்ட தகுதியான ஒருவரிடம், உண்மையான மற்றும் நிலையான செழிப்பு தானாகவே வந்து சேரும். இது, ஒருவரின் குணநலனே அவரின் வளமான வாழ்க்கைக்கு அடிப்படை என்ற ஆழமான உண்மையைப் புரியவைக்கிறது. செல்வத்தை விரட்டிச் செல்வதை விட, அது நம்மைத் தேடி வரும்படியான தகுதியை

வளர்த்துக்கொள்வதே சிறந்தது.

குறள் 180

இறலீனும் எண்ணாது வெஃகின் விறல்ஈனும்
வேண்டாமை என்னுஞ் செருக்கு

சொற்பொருள்

இறலீனும் = அழிவைத் தரும்; எண்ணாது = யோசிக்காமல்.
வெஃகின் = பேராசைப்பட்டால்; விறல்ஈனும் = வெற்றியைத் தரும்.
வேண்டாமை = ஆசைப்படாமை; என்னும் = என்கிற; செருக்கு = பெருமிதம்.

நேர்பொருள்

விளைவுகளை யோசிக்காமல் பிறர் பொருளுக்கு ஆசைப்பட்டால் அது அழிவைத் தரும்; ஆனால், ஆசைப்படாமை என்ற பெருமிதம் வெற்றியைத் தேடித் தரும்.

பொருளுரை

பிறருக்குச் சொந்தமான ஒரு பொருளின் மீது ஆசைப்படுவது எவ்வளவு பெரிய தவறு என்பதை இந்தக் குறள் தெளிவாக விளக்குகிறது. ஒருவன், பின்விளைவுகளைப் பற்றிச் சிறிதும் சிந்திக்காமல் அடுத்தவர் பொருளை அடைய விரும்பினால், அந்த ஆசையே அவனுக்கு அழிவைக் கொண்டு வந்து சேர்க்கும். ஏனெனில், பேராசை பகையையும் பாவத்தையும் வளர்க்கும். அது ஒருவரின் நிம்மதியைக் கெடுத்து, அவரைத் தவறான வழிகளில் செல்லத் தூண்டும். இறுதியில், அதுவே அவரின் வீழ்ச்சிக்குக் காரணமாகிவிடும். இதற்கு நேர்மாறாக, பிறர் பொருளை விரும்பாமல் இருக்கும் மனநிலை ஒருவருக்கு மிகப்பெரிய வெற்றியைத் தரும். 'வேண்டாமை' என்பது ஒருவிதமான பெருமிதம் அல்லது செல்வம் போன்றது. இந்த மனப்பான்மை கொண்டவர்கள், பொருளாசைக்காக அலைபவர்களை விட உயர்ந்தவர்களாகிறார்கள். அவர்கள் மன அமைதியுடனும், சுயமரியாதையுடனும் வாழ்கிறார்கள். இந்த மனக்கட்டுப்பாடே, வாழ்வில் உண்மையான வெற்றியையும் பெருமையையும் பெற்றுத் தருகிறது. ஆக, பேராசை அழிவையும், ஆசையின்மை வெற்றியையும் தரும் என்பது இக்குறளின் மையக் கருத்து.

அதிகாரம் 19: புறங்கூறாமை

ஒருவர் இல்லாதபோது அவரைக் குறைசொல்வது சொல்குற்றமும் சிந்தனைகுற்றமும் ஆகும். பிறரைப் பழிப்பதற்குப் பதிலாகத் தன் குறையைத் திருத்துவது மேன்மையான வாழ்க்கை நெறி.

குறள் 181

அறங்கூறான் அல்ல செயினும் ஒருவன்
புறங்கூறான் என்றல் இனிது

சொற்பொருள்

அறங்கூறான் = அறத்தைப் பற்றி பேசாமலும்; அல்ல = தீயவற்றை.
செயினும் = செய்தாலும்; ஒருவன் = ஒருவர்.
புறங்கூறான் = புறம் பேசமாட்டார்; என்றல் = என்று சொல்லப்படுவது; இனிது = நல்லது.

நேர்பொருள்

ஒருவர் அறத்தைப் பற்றிப் பேசாமல் தீய செயல்களைச் செய்தாலும், 'அவர் புறம் பேசமாட்டார்' என்று பெயர் எடுப்பது நல்லது.

பொருளுரை

ஒருவர் அறநெறிகளைப் பற்றிப் பேசாமலும், நல்ல செயல்களைச் செய்யாமலும் இருக்கலாம். ஒருவேளை அவர் தீய செயல்களில் ஈடுபடுபவராகக் கூட இருக்கலாம். ஆனாலும், அவரிடம் ஒரே ஒரு நல்ல குணம் இருக்குமானால், அதாவது மற்றவர்களைப் பற்றி அவர்கள் இல்லாதபோது தவறாகப் பேசும் பழக்கம் (புறங்கூறுதல்) அவரிடம் இல்லை என்றால், அதுவே அவருக்குப் பெரிய நன்மையைத் தரும். 'அவர் எப்படிப்பட்டவராக இருந்தாலும், ஒருபோதும் புறம் பேசமாட்டார்' என்று மற்றவர்கள் சொல்வது, அவருடைய மற்ற தவறுகளைக் கூட மறக்கச் செய்துவிடும். புறங்கூறாமை என்ற ஒரு பண்பு, மற்ற எல்லா தீய குணங்களையும் விட வலிமையானது. அது ஒருவருக்கு சமூகத்தில் நல்ல பெயரைப் பெற்றுத் தரும். ஒருவரின் குணத்தை மதிப்பிடும்போது, அவர் மற்றவர்களைப் பற்றி எப்படிப் பேசுகிறார் என்பது மிக முக்கியமான அளவுகோலாகிறது. தீய பழக்கங்கள் பல இருந்தாலும், புறம் பேசாத குணம் ஒருவரை உயர்ந்தவராகக் காட்டும். இது, ஒருவரின் தனிப்பட்ட ஒழுக்கத்திற்கும், நேர்மைக்கும் மிகச்சிறந்த சான்றாக அமைகிறது. எனவே, மற்ற நற்பண்புகளை வளர்ப்பதை விட, புறம் பேசாமல் இருப்பதை முதன்மையான அறமாகக் கடைப்பிடிக்க வேண்டும்.

குறள் 182

அறனழீஇ அல்லவை செய்தலின் தீதே
புறனழீஇப் பொய்த்து நகை

சொற்பொருள்

அறனழீஇ = அறத்தை அழித்து; அல்லவை = தீய செயல்களை.
செய்தலின் = செய்வதை விட; தீதே = கொடியது.
புறனழீஇப் = புறம் பேசி; பொய்த்து = பொய்யாக; நகை = சிரிப்பது.

நேர்பொருள்

ஒருவர் இல்லாதபோது அவரைப் பழித்து, நேரில் பொய்யாகச் சிரிப்பது, அறத்தை அழித்து பாவம் செய்வதை விடவும் கொடியது.

பொருளுரை

ஒருவர் இல்லாதபோது அவரைப் பற்றி இழிவாகப் பேசிவிட்டு, அவரை நேரில் சந்திக்கும்போது எதுவும் அறியாதவர்போல் அவருடன் நட்பாகச் சிரித்துப் பழகுவது மிகவும் கொடிய செயலாகும். அறம் அல்லது தர்மம் என்ற ஒன்றே இல்லை என்று கூறி, அதன் பிறகு தீய செயல்களில் ஈடுபடுவதை விட இந்த நயவஞ்சகமான நடத்தை மோசமானது என்று வள்ளுவர் குறிப்பிடுகிறார். ஏனென்றால், அறத்தையே மறுப்பவன் வெளிப்படையாகத் தீயவன். ஆனால், புறம் பேசிப் பொய்யாகச் சிரிப்பவன், நண்பனைப் போல் நடித்துத் துரோகம் செய்பவன். இந்த இரட்டை வேடம், மனித உறவுகளின் அடிப்படையான நம்பிக்கையை முற்றிலுமாகச் சிதைத்துவிடுகிறது. ஒருவரின் முகத்துக்கு நேராகப் புன்னகைத்து, அவர் இல்லாதபோது அவரைப் பற்றி அவதூறு பேசுவது, உறவுகளில் விஷத்தைக் கலப்பதற்குச் சமம். இந்தச் செயல், வெளிப்படையான பாவத்தை விட அதிக மன வலியையும் சமூகச் சீர்கேட்டையும் உண்டாக்குகிறது. எனவே, நட்பாக நடிக்கும் இந்த வஞ்சகத்தை மிகக் கொடிய தீமையாக இக்குறள் அடையாளப்படுத்துகிறது.

குறள் 183

புறங்கூறிப் பொய்த்துயிர் வாழ்தலின் சாதல்
அறங்கூற்றும் ஆக்கத் தரும்

சொற்பொருள்

புறங்கூறிப் = புறம் பேசி; பொய்த்துயிர் = பொய்யாகப் பழகி உயிர்.
வாழ்தலின் = வாழ்வதை விட; சாதல் = இறப்பது.
அறங்கூற்றும் = அறநூல்கள் சொல்லும்; ஆக்கத் = நன்மையை; தரும் = கொடுக்கும்.

நேர்பொருள்

ஒருவரைப் பற்றிப் புறம் பேசி, நேரில் பொய்யாகப் பழகி வாழ்வதை விட, இறந்துவிடுவது அறநூல்கள் சொல்லும் நன்மைகளைத் தரும்.

பொருளுரை

ஒருவரைப் பற்றி அவர் இல்லாத இடத்தில் இழிவாகப் பேசிவிட்டு, அவரை நேரில் காணும்போது மிகவும் இனிமையாகப் பழகுவது இரட்டை வேடமாகும். இப்படிப்பட்ட பொய்யான, நேர்மையற்ற வாழ்க்கையை

வாழ்வது மிகவும் இழிவானது. அத்தகைய வாழ்க்கையை வாழ்வதை விட, இறந்துபோவது எவ்வளவோ மேலானது என்று வள்ளுவர் கூறுகிறார். இத்துடன் அவர் நிறுத்தவில்லை. அப்படிப்பட்ட இழிசெயலைச் செய்யாமல் இறப்பது, ஒருவருக்கு அற நூல்கள் குறிப்பிடும் எல்லா நன்மைகளையும் உயர்வுகளையும் கொண்டு வந்து சேர்க்கும் என்கிறார். அதாவது, புறங்கூறும் பாவத்தைச் செய்யாமல் இருப்பதால், அந்த மரணம்கூட ஒருவருக்குப் புண்ணியமாக மாறி, அதன் விளைவாக கிடைக்கக்கூடிய நன்மைகளைத் தரும். இதன் மூலம், ஒருவரின் நேர்மைக்கும் உண்மைக்கும் உயிர்வாழ்வதை விட அதிக முக்கியத்துவம் கொடுக்கப்படுகிறது. தன்மானம் மற்றும் நேர்மை இல்லாத வாழ்க்கை, வாழ்வதற்குத் தகுதியற்றது என்பது இந்தக் குறளின் ஆழமான செய்தி. ஒரு பொய்யான வாழ்க்கையைத் தொடர்வதை விட, ஒரு நேர்மையான மரணம் சிறந்தது என்பதே இதன் உட்கருத்து.

குறள் 184

கண்ணின்று கண்ணறச் சொல்லினும் சொல்லற்க
முன்னின்று பின்நோக்காச் சொல்

சொற்பொருள்

கண்ணின்று = நேரில் நின்று; கண்ணறச் = இரக்கமில்லாமல்.
சொல்லினும் = சொன்னாலும் கூட; சொல்லற்க = சொல்லாதீர்கள்.
முன்னின்று = அவர் இல்லாதபோது; பின்நோக்காச் = பின்விளைவை யோசிக்காத; சொல் = சொல்லை.

நேர்பொருள்

ஒருவர் முகத்திற்கு நேராக இரக்கமின்றிப் பேசினாலும், அவர் இல்லாதபோது பின்விளைவுகளைப் பற்றி யோசிக்காமல் புறம் பேசாதீர்கள்.

பொருளுரை

ஒருவர் நம்மிடம் கடுமையாக நடந்துகொள்ளும்போது நாம் எப்படி நடந்துகொள்ள வேண்டும் என்பதை இந்தக் குறள் விளக்குகிறது. ஒருவர் நம் கண்முன்னே நின்று, சிறிதும் இரக்கமோ தாட்சண்யமோ இல்லாமல் நம்மை வருத்தப்படுத்தும் வகையில் பேசலாம். அது மிகவும் வேதனையான அனுபவமாக இருக்கலாம். ஆனாலும், அப்படிப்பட்ட சூழ்நிலையில்கூட நாம் செய்யக்கூடாத ஒரு காரியத்தை வள்ளுவர் வலியுறுத்துகிறார். அந்த நபர் இல்லாத இடத்தில், அவரைப் பற்றிப் புறம் பேசக்கூடாது என்கிறார். 'பின்விளைவுகளை யோசிக்காத சொல்' என்று அவர் குறிப்பிடுவது புறங்கூறுதலையே. ஏனெனில், முதுகுக்குப் பின்னால் பேசப்படும் சொற்கள் உறவுகளைச் சிதைக்கும், நம்பிக்கையைக் கெடுக்கும், மேலும் பல சிக்கல்களை உருவாக்கும். ஒருமுறை பேசிய பிறகு அதைத் திரும்பப் பெற முடியாது. நேருக்கு நேர் கடுமையாகப் பேசுவதை விட, ஒருவர் இல்லாதபோது அவரைப் பற்றிப் பேசுவது மிகவும் கீழான செயல். நேரில் பேசுவதில் ஒருவித நேர்மையாவது இருக்கிறது, ஆனால் புறங்கூறுவது கோழைத்தனத்தின் அடையாளம். எனவே, எவ்வளவு கோபமூட்டப்பட்டாலும், புறங்கூறும் தவறைச் செய்து நம்முடைய குணநலனை நாமே குறைத்துக்கொள்ளக் கூடாது என்பதே இக்குறளின் ஆழமான போதனை.

குறள் 185

அறஞ்சொல்லும் நெஞ்சத்தான் அன்மை
புறஞ்சொல்லும்
புன்மையாற் காணப் படும்

சொற்பொருள்
அறஞ்சொல்லும் = அறத்தைப் பற்றி பேசும்; நெஞ்சத்தான் = மனம் உடையவன்.
அன்மை = இல்லாத தன்மை; புறஞ்சொல்லும் = புறம் பேசுகின்ற.
புன்மையாற் = இழிவான குணத்தால்; காணப் = அறிய; படும் = முடியும்.

நேர்பொருள்
ஒருவர் அறநெறிகளைப் பற்றிப் பேசினாலும், அவர் உள்ளத்தில் அறம் இல்லை என்பது, அவர் புறம் பேசும் இழிசெயலால் எளிதில் தெரிந்துவிடும்.

பொருளுரை
ஒருவர் எவ்வளவு அழகாக அறநெறிகளைப் பற்றியும், நேர்மையைப் பற்றியும் பேசினாலும், அவருடைய உண்மையான குணத்தை அவருடைய சொற்களை வைத்து மட்டும் மதிப்பிட முடியாது. அந்த நபருக்குப் மற்றவர்களைப் பற்றி அவர்கள் இல்லாத இடத்தில் குறைபேசும் பழக்கம் இருந்தால், அதுவே அவருடைய தகுதியற்ற தன்மையைக் காட்டிவிடும். புறம்பேசுதல் என்பது மிகவும் இழிவான, நேர்மையற்ற ஒரு செயல். இந்த ஒரு தீய பழக்கம், அவர் பேசும் நல்ல வார்த்தைகள் எல்லாம் வெறும் வெளிவேஷம் என்பதையும், அவை அவருடைய இதயத்திலிருந்து வரவில்லை என்பதையும் அம்பலப்படுத்திவிடும். அவருடைய மனம் தூய்மையாக இல்லை என்பதற்குப் புறம்பேசும் குணமே சாட்சி. எனவே, ஒருவர் அறத்தைப் பற்றிப் பேசினாலும், அவர் மனதளவில் அறநெஞ்சினராக இல்லை என்பதை, அவர் புறம்பேசும் கீழ்த்தரமான செயலிலிருந்து தெளிவாக அறிந்துகொள்ளலாம். ஒருவரின் செயல்களே, குறிப்பாக அவர்களின் புறம்பேசும் பழக்கமே, அவர்களின் உண்மையான சுபாவத்தை வெளிப்படுத்தும் கண்ணாடி.

குறள் 186

பிறன்பழி கூறுவான் தன்பழி யுள்ளும்
திறன்தெரிந்து கூறப் படும்

சொற்பொருள்
பிறன்பழி = மற்றவரின் பழியை; கூறுவான் = சொல்பவன்.
தன்பழி = தன்னுடைய பழிகளில்; யுள்ளும் = இருப்பவற்றில்.
திறன்தெரிந்து = மிக மோசமானதைத் தேர்ந்தெடுத்து; கூறப் = சொல்ல; படும் = படுவான்.

நேர்பொருள்
மற்றவர்களின் பழியைப் பற்றிப் பேசுபவனின் பழிகளில், மிக மோசமானவை தேர்ந்தெடுக்கப்பட்டு அவனுக்கு எதிராகப் பேசப்படும்.

பொருளுரை
ஒருவர் மற்றவர்களைப் பற்றி அவர்கள் இல்லாத இடத்தில் பழி பேசும் பழக்கத்தைக் கொண்டிருந்தால், அதன் விளைவு அவருக்கே தீங்காக

முடியும். அவர் பழி பேசிய செய்தி, எப்படியாவது சம்பந்தப்பட்ட நபரைச் சென்றடையும். அதைக் கேட்டு கோபமும் வருத்தமும் அடையும் அந்த நபர், பழிக்குப் பழி வாங்க நினைப்பார். அப்போது, புறங்கூறியவரின் குறைகளை அவர் ஆராய்வார். அவருடைய குறைகள் பல இருக்கலாம். ஆனால், அவற்றில் எதைச் சொன்னால் அவருக்கு மிகுந்த வலியையும் அவமானத்தையும் ஏற்படுத்துமோ, அத்தகைய 'திறமையான' பழியைத் தேர்ந்தெடுத்து, அதை எல்லோருக்கும் தெரியும்படி அம்பலப்படுத்துவார். அதாவது, புறங்கூறுபவர் சாதாரணமாகப் பேசியிருக்கலாம், ஆனால் அவருக்குக் கிடைக்கும் பதில் மிகவும் கடுமையாகவும், திட்டமிட்டதாகவும் இருக்கும். நாம் அடுத்தவர் மீது சேற்றை வாரி இறைத்தால், பதிலுக்கு நம் மீது ஒரு பாறையே வந்து விழும் என்பதைப் போல, புறங்கூறுதலின் எதிர்வினை மிகக் கடுமையானதாக இருக்கும். எனவே, அடுத்தவரைப் பற்றிப் பழி பேசுவதற்கு முன், நம்முடைய குறைகளும் மிக மோசமான முறையில் வெளிச்சத்திற்கு வரக்கூடும் என்பதை நினைவில் கொண்டு, அந்தத் தீய பழக்கத்தை விட்டுவிட வேண்டும் என்று இக்குறள் அறிவுறுத்துகிறது.

குறள் 187

பகச்சொல்லிக் கேளிர்ப் பிரிப்பர் நகச்சொல்லி
நட்பாடல் தேற்றா தவர்

சொற்பொருள்

பகச்சொல்லிக் = பகை உண்டாக்கும்படி பேசி; கேளிர்ப் = உறவினரையும்.
பிரிப்பர் = பிரித்து விடுவார்கள்; நகச்சொல்லி = மகிழ்ச்சியாகப் பேசி.
நட்பாடல் = நட்பு கொள்வதை; தேற்றா = அறியாதவர்கள்; தவர் = அப்படிப்பட்டவர்.

நேர்பொருள்

இனிமையாகப் பேசி நட்பு பாராட்டத் தெரியாதவர்கள், பகை உண்டாக்கும் சொற்களைச் சொல்லித் தம் உறவினர்களையும் பிரித்துவிடுவார்கள்.

பொருளுரை

மனித உறவுகளின் அடித்தளமே நாம் பயன்படுத்தும் சொற்கள்தான். ஒருவருடன் பழகும்போது, மகிழ்ச்சி தரும்படியான இனிய சொற்களைப் பேசி நட்பை வளர்த்துக்கொள்ளும் கலையைச் சிலர் அறிந்திருப்பதில்லை. இத்தகையவர்களுக்குப் புதிய நண்பர்களை உருவாக்கத் தெரியாது. அதன் விளைவு அதோடு நின்றுவிடுவதில்லை. இவர்களது இயல்பே கடுமையான அல்லது பிரிவினையைத் தூண்டும் விதமான பேச்சாக மாறிவிடுகிறது. இதன் காரணமாக, மற்றவர்களுடன் இணக்கமாகப் பழக முடியாமல் போகிறது. இந்த குணத்தின் உச்சகட்ட விளைவு என்னவென்றால், இவர்கள் புதிய நண்பர்களை உருவாக்கத் தவறுவது மட்டுமல்ல, தங்களுக்கு ஏற்கனவே இருக்கும் நெருங்கிய உறவுகளையும் இழந்துவிடுவார்கள். தங்கள் நாவன்மையால், பகைமையை வளர்க்கும் விதத்தில் பேசி, உடன் இருக்கும் நண்பர்களையும் உறவினர்களையும்கூடப் பிரித்துவிடுவார்கள். ஆக, இனிய பேச்சு என்பது புதிய உறவுகளை உருவாக்குவதற்கு மட்டுமல்ல, இருக்கும் உறவுகளைத் தக்கவைத்துக் கொள்வதற்கும் இன்றியமையாதது. இல்லையென்றால், ஒருவரது பேச்சே அவருக்கு எதிரிகளை உருவாக்கி, அவரைத் தனிமைப்படுத்திவிடும்.

குறள் 188

துன்னியார் குற்றமும் தூற்றும் மரபினார்
என்னைகொல் ஏதிலார் மாட்டு

சொற்பொருள்
துன்னியார் = நெருக்கமானவர்களின்; குற்றமும் = தவறுகளையும்.
தூற்றும் = பழிபேசும்; மரபினார் = பழக்கமுள்ளவர்கள்.
என்னைகொல் = என்ன செய்வார்களோ; ஏதிலார் = அந்நியர்களிடம்; மாட்டு = விஷயத்தில்.

நேர்பொருள்
தம்முடன் நெருங்கிப் பழகும் நண்பர்களின் குற்றங்களையே பலரும் அறியும்படி தூற்றிப் பேசும் இயல்புடையவர்கள், தமக்கு அன்னியரானவர்களிடம் என்ன செய்வார்கள்?

பொருளுரை
ஒருவருடைய குணத்தை எடைபோட ஒரு சிறந்த வழி, அவர் தனது நண்பர்களைப் பற்றி எப்படிப் பேசுகிறார் என்பதைக் கவனிப்பதே. சிலர், தங்களோடு மிகவும் நெருக்கமாகப் பழகும் நண்பர்களின் குறைகளைக்கூட மற்றவர்களிடம் தயக்கமின்றிப் பரப்புவார்கள். இப்படிப்பட்ட குணம் கொண்டவர்கள், நண்பர்களிடமே விசுவாசமாக இல்லாதபோது, பழக்கமில்லாத மற்றவர்களிடம் எப்படி நடந்துகொள்வார்கள்? இதுவே இக்குறள் எழுப்பும் கேள்வி. நண்பர்களின் ரகசியங்களைக் காக்க வேண்டிய கடமையை மீறி, அவர்களின் தவறுகளைப் பொதுவில் பேசுபவர்கள், எந்தவிதமான உறவுக்கும் தகுதியற்றவர்கள். அந்நியர்கள் அல்லது அறிமுகமில்லாதவர்களின் விஷயத்தில், அவர்கள் இன்னும் மோசமாக நடந்துகொள்வார்கள் என்பதுதான் இதிலிருந்து நாம் புரிந்துகொள்ள வேண்டிய உண்மை. அவர்கள் இல்லாததையும் பொல்லாததையும் சேர்த்துப் பேசக்கூடும். எனவே, ஒருவர் தன் நண்பர்களைப் பற்றியே புறம் பேசுகிறார் என்றால், அவரிடம் நாம் மிகவும் எச்சரிக்கையாக இருக்க வேண்டும். ஏனெனில், அது அவர்களின் அடிப்படை குணம். அந்த நபரை நம்புவது ஆபத்தில் முடியும் என்பதை இக்குறள் மறைமுகமாக உணர்த்துகிறது. இது புறங்கூறுதலின் மிக மோசமான வடிவத்தைச் சுட்டிக்காட்டி, அத்தகைய நபர்களிடமிருந்து விலகி இருக்க அறிவுறுத்துகிறது.

குறள் 189

அறன்நோக்கி ஆற்றுங்கொல் வையம்
புறன்நோக்கிப்
புன்சொல் உரைப்பான் பொறை

சொற்பொருள்
அறன்நோக்கி = அறம் என்று கருதி; ஆற்றுங்கொல் = பொறுத்துக் கொள்கிறதோ.
வையம் = உலகம்; புறன்நோக்கிப் = ஒருவர் இல்லாதபோது.
புன்சொல் = இழிவான சொற்களை; உரைப்பான் = சொல்பவனின்; பொறை = பாரத்தை.

நேர்பொருள்

ஒருவர் இல்லாதபோது அவரைப் பழிப்பவரின் பாரத்தை, இந்த பூமி அறம் கருதித்தான் பொறுத்துக்கொள்கிறதோ?

பொருளுரை

புறங்கூறுதல் என்பது மிகவும் இழிவான ஒரு செயல். அதன் தீவிரத்தை உணர்த்த, இந்தக் குறள் ஒரு ஆழமான உவமையைப் பயன்படுத்துகிறது. இந்த பூமி எல்லாவற்றையும் பொறுத்துக்கொள்ளும் தன்மை வாய்ந்தது. மலைகள், கடல்கள், கோடிக்கணக்கான உயிர்கள் என அனைத்தின் பாரத்தையும் அது தாங்குகிறது. ஆனால், ஒருவர் இல்லாத நேரத்தில் அவரைப் பற்றிப் பழித்துப் பேசும் ஒருவரின் பாரத்தை இந்த பூமியால் கூடத் தாங்கிக்கொள்ள முடியவில்லையோ என்று கவிஞர் வியக்கிறார். ஒருவேளை, 'இப்படிப்பட்ட கொடியவரையும் தாங்குவதுதான் என் கடமை, என் அறம்' என்று தனக்குத்தானே சொல்லிக்கொண்டு, பூமி அந்தப் பாரத்தைச் சுமக்கிறதோ என்று கேட்கிறார். இதன் மூலம், புறங்கூறுபவர் இந்த பூமிக்கே ஒரு தேவையற்ற, தாங்க முடியாத சுமையாக இருக்கிறார் என்பது உணர்த்தப்படுகிறது. இந்தச் செயல் அறநெறிக்கு முற்றிலும் முரணானது. ஒருவரின் இல்லாத நேரத்தில் அவரைப் பற்றி இழிவாகப் பேசுவது, பேசுபவரின் குணத்தைத்தான் தாழ்த்துகிறது. அந்த நபர் சமூகத்திற்கும், ஏன், இந்த பூமிக்குமே ஒரு சுமை என்பதை இக்குறள் அழுத்தமாகச் சொல்கிறது. இது, நேர்மையாகவும் கண்ணியமாகவும் பேச வேண்டியதன் அவசியத்தை வலியுறுத்துகிறது.

குறள் 190

ஏதிலார் குற்றம்போல் தங்குற்றங்
காண்கிற்பின்
தீதுண்டோ மன்னும் உயிர்க்கு

சொற்பொருள்

ஏதிலார் = மற்றவர்களின்; குற்றம்போல் = குற்றத்தைப் போல.
தங்குற்றங் = தன் குற்றத்தை; காண்கிற்பின் = காண முடிந்தால்.
தீதுண்டோ = தீமை உண்டா?; மன்னும் = நிலைத்திருக்கும்; உயிர்க்கு = உயிருக்கு.

நேர்பொருள்

மற்றவர்களின் குற்றத்தைக் காண்பது போல, ஒருவர் தன் குற்றத்தையும் காண முடிந்தால், அவருடைய நிலைத்த உயிருக்கு எந்தத் தீங்கும் நேருமா?

பொருளுரை

மற்றவர்களின் குற்றங்களை நாம் எவ்வளவு எளிதாகக் கண்டுபிடித்துப் பேசுகிறோமோ, அதேபோன்ற ஒரு நடுநிலையான, கடுமையான பார்வையை நம்முடைய சொந்தச் செயல்கள் மீதும் செலுத்த வேண்டும். ஒருவர் பிறரைப் பற்றிப் புறங்கூறும்போது, அவர்களின் சிறு தவறுகளைக்கூடப் பெரிதுபடுத்திப் பார்ப்பது இயல்பு. ஆனால், புறங்கூறுதல் என்ற தனது பெரிய குற்றத்தை அவர் உணர்வதில்லை. இக்குறள் கூறுவது போல, அடுத்தவர் குற்றத்தைக் காண்பதுபோல் தன் குற்றத்தையும் ஒருவர் காணும் பக்குவத்தை அடைந்துவிட்டால், அவர் அந்தத் தீய பழக்கத்தை உடனடியாக நிறுத்திவிடுவார். இந்த சுயபரிசோதனையும், தன்னைத் திருத்திக்கொள்ளும் பண்பும் ஒருவரைப் பாவங்கள் செய்வதிலிருந்து காக்கிறது. இதன் விளைவாக, அவருடைய நிலைபேறுடைய ஆன்மாவுக்கு இந்த வாழ்க்கையிலோ அல்லது வரவிருக்கும் பிறவிகளிலோ எந்தத் தீங்கும்

துன்பமும் ஒருபோதும் அணுகாது. ஆக, தன்னைத்தானே நேர்மையாக ஆராய்ந்து குற்றங்களைக் களைபவரின் வாழ்வில் தீமைகளுக்கே இடமில்லை என்பது வள்ளுவரின் உறுதியான போதனையாகும்.

அதிகாரம் 20: பயனில சொல்லாமை

பயனற்ற சொல் நேரத்தையும் மரியாதையையும் வீணாக்குகிறது. சிந்தித்து பேசும் சொல் மட்டுமே அறிவுக்கும் நட்புக்கும் பலன் தரும்.

குறள் 191

பல்லார் முனியப் பயனில சொல்லுவான்
எல்லாரும் எள்ளப் படும்

சொற்பொருள்

பல்லார் = பலர்; முனியப் = வெறுக்கும்படி.
பயனில = பயனற்றவற்றை; சொல்லுவான் = சொல்பவன்.
எல்லாரும் = எல்லாராலும்; எள்ளப் = இகழப்பட்டு; படும் = ஒதுக்கப்படுவான்.

நேர்பொருள்

அறிவுடையோர் பலர் வெறுக்கும்படியான பயனற்ற சொற்களை ஒருவன் பேசினால், அவன் எல்லாராலும் இகழப்படுவான். ஒரு சபையில் பேசும்போது, கேட்போர்க்கு எந்தப் பயனும் தராத வீண் வார்த்தைகளைக் கூறுவது, பேசுபவரின் மதிப்பைக் குறைக்கும். அத்தகைய பேச்சைக் கேட்கும் சான்றோர் முதலில் வெறுப்படைவர். அதனைக் கண்டு, அவையில் உள்ள மற்றவர்களும் அவரை இகழ்ந்து பேசுவர். இதன் விளைவாக, அவர் அனைவரின் முன்பும் தன் மரியாதையை இழந்து அவமானப்பட நேரிடும்.

பொருளுரை

ஒரு சபையில் அல்லது மக்கள் கூடியிருக்கும் இடத்தில், பலரும் கேட்டு வெறுப்படையும்படியான பயனற்ற சொற்களை ஒருவன் பேசினால், அவன் அங்கிருக்கும் எல்லாராலும் இகழப்படுவான். பேச்சு என்பது பிறருக்குப் பயன்பட வேண்டும் அல்லது குறைந்தபட்சம் இனிமையாக இருக்க வேண்டும். இந்த இரண்டு தன்மைகளும் இல்லாமல், கேட்பவர்களின் நேரத்தை வீணாக்கும் விதமாகப் பேசுவது ஒரு சமூகக் குற்றம். ஆரம்பத்தில், அறிவுடையவர்கள் அந்தப் பேச்சைக் கேட்டு முகம் சுளிப்பார்கள். அவர்களின் வெறுப்பைப் பார்த்து, மற்றவர்களும் அந்தப் பேச்சாளரை ஒரு பொருட்டாக மதிக்க மாட்டார்கள். நாளடைவில், 'இவன் எப்போதுமே இப்படித்தான் பேசுவான்' என்ற எண்ணம் உருவாகி, ஒட்டுமொத்த சமூகமும் அவனை ஏளனமாகப் பார்க்கத் தொடங்கும். அவனுடைய மதிப்பு குறைந்து, அவன் சொல்லும் நல்ல கருத்துக்களுக்கும் மரியாதை இல்லாமல் போய்விடும். எனவே, பேசும் வார்த்தைகள் பயனுள்ளவையாக இருக்க வேண்டும் என்பதை இக்குறள் வலியுறுத்துகிறது. தேவையற்ற பேச்சுகள் ஒருவரின் சமூக மதிப்பைக் குறைத்து, அவரைத் தனிமைப்படுத்திவிடும் என்பதே இதன் மையக் கருத்து.

குறள் 192

பயனில பல்லார்முன் சொல்லல் நயனில
நட்டார்கண் செய்தலிற் றீது

சொற்பொருள்
பயனில = பயனற்றவற்றை; பல்லார்முன் = பலர் முன்னிலையில்.
சொல்லல் = சொல்வது; நயனில = விரும்பத்தகாதவற்றை.
நட்டார்கண் = நண்பர்களிடம்; செய்தலிற் = செய்வதை விட; றீது = தீமையானது.

நேர்பொருள்
பலர் முன்னிலையில் பயனற்ற சொற்களைப் பேசுவது, நண்பர்களுக்கு விரும்பத்தகாத செயல்களைச் செய்வதை விடவும் மோசமானது.

பொருளுரை
இந்தக் குறள் இரண்டு தவறான செயல்களை ஒப்பிட்டு, ஒன்றின் தீவிரத்தை மற்றொன்றை விட அதிகமாகக் காட்டுகிறது. ஒரு செயல், நம் நண்பர்களுக்குப் பிடிக்காத, அவர்களை வருத்தப்பட வைக்கும் காரியங்களைச் செய்வது. இது நட்பில் விரிசலை உண்டாக்கும் ஒரு தீய செயல்தான். மற்றொரு செயல், அறிவார்ந்த மக்கள் கூடியிருக்கும் ஒரு சபையில் எந்தப் பிரயோஜனமும் இல்லாத வீண் வார்த்தைகளைப் பேசுவது. ஆச்சரியமூட்டும் வகையில், இந்த இரண்டாவது செயலே மிகவும் கொடியது என்று வள்ளுவர் கூறுகிறார். ஏனென்றால், நண்பருக்குச் செய்யும் தீமை என்பது தனிப்பட்ட உறவைப் பாதிக்கும் ஒரு விஷயம். ஆனால், பொது அவையில் வீணான பேச்சுகளைப் பேசுவது, பேசுபவரின் அறிவின்மையையும், பொறுப்பற்ற தன்மையையும், மற்றவர்களின் நேரத்தின் மீதான அவமரியாதையையும் வெளிச்சம் போட்டுக் காட்டுகிறது. இது ஒருவரின் சமூக மதிப்பையும், நம்பகத்தன்மையையும் முற்றிலுமாகச் சிதைத்துவிடும். தனிப்பட்ட முறையில் செய்த தவறை நண்பர் மன்னிக்கக்கூடும். ஆனால், பொதுவெளியில் வெளிப்படுத்திய முட்டாள்தனம் ஒருவரின் அடையாளமாகவே மாறிவிடும். எனவே, தனிப்பட்ட உறவுகளில் தவறு செய்வதை விட, பொதுவெளியில் பேசும் வார்த்தைகளில் அதிக கவனம் தேவை என்பதை இக்குறள் ஆழமாக உணர்த்துகிறது.

குறள் 193

நயனிலன் என்பது சொல்லும் பயனில
பாரித் துரைக்கும் உரை

சொற்பொருள்
நயனிலன் = பண்பில்லாதவன்; என்பது = என்று.
சொல்லும் = சொல்லிவிடும்; பயனில = பயனற்றவற்றை.
பாரித்து = விரிவாகப்; உரைக்கும் = பேசுகின்ற; உரை = பேச்சு.

நேர்பொருள்
ஒருவர் பிரயோஜனமில்லாத விஷயங்களை விரிவாகப் பேசும் பேச்சே, அவர் நல்ல பண்பு இல்லாதவர் என்பதைத் தெளிவாகக் காட்டிவிடும்.

பொருளுரை

ஒருவர் எந்தப் பயனுமற்ற செய்திகளைப் பற்றி விரிவாகவும் ஆர்வமாகவும் பேசத் தொடங்கினால், அந்தப் பேச்சே அவர் ஒரு நல்ல பண்புகளும் நீதியும் இல்லாதவர் என்பதைப் பறைசாற்றும். அவருடைய சொற்களே அவருக்கு எதிராகச் சாட்சியம் கூறி, அவர் நன்னெறியும் பண்பும் அற்றவர் என்பதை உலகிற்கு அறிவித்துவிடும். ஆகவே, ஒருவரின் தகுதியையும் குணநலன்களையும் மதிப்பிடுவதற்கு அவருடைய பேச்சைக் கூர்ந்து கவனிப்பதே போதுமானது; வேறு புறச்சான்றுகள் தேவையில்லை. இத்தகைய பயனற்ற பேச்சால், அவர் தன்னைச் சுற்றியுள்ளவர்களின் மதிப்பையும் நம்பிக்கையையும் இழந்து, சமூகத்தில் இழிவாகக் கருதப்படுவார். பயனுள்ள சொற்களைப் பேசுபவர் சிந்தனையாளர் என்றும், வீண்வார்த்தைகளை விரிவாகப் பேசுபவர் அறிவும் பொறுப்பும் இல்லாதவர் என்றும் எளிதில் அறியலாம். எனவே, ஒருவரின் குணத்தை அறிய வேறு எந்த அளவுகோலும் தேவையில்லை; அவருடைய நாவிலிருந்து வரும் சொற்களே அவருடைய உண்மையான இயல்பைக் காட்டும் கண்ணாடி ஆகும்.

குறள் 194

நயன்சாரா நன்மையின் நீக்கும் பயன்சாராப்
பண்பில்சொல் பல்லா ரகத்து

சொற்பொருள்

நயன்சாரா = நீதிக்கு ஒவ்வாத; நன்மையின் = நற்குணங்களிலிருந்து.
நீக்கும் = அகற்றிவிடும்; பயன்சாராப் = பயனற்ற.
பண்பில்சொல் = பண்பற்ற சொற்கள்; பல்லார் = பலர்முன்; அகத்து = பேசினால்.

நேர்பொருள்

பலர் முன்னிலையில் பேசப்படும் பயனற்ற, பண்பற்ற சொற்கள், ஒருவரை நற்குணங்களிலிருந்து விலக்கிவிடும்.

பொருளுரை

ஒருவர் பலருக்கு மத்தியில் பேசும்போது, எந்தப் பயனும் தராத, பண்பற்ற சொற்களைப் பயன்படுத்தினால், அது அவருடைய குணநலன்களில் பெரும் பாதிப்பை ஏற்படுத்தும். இந்தச் செயல், அவரை நற்குணங்களிலிருந்து மெல்ல மெல்ல விலக்கிவிடும். 'பண்பற்ற சொல்' என்பது இனிமையற்ற, உண்மையற்ற, தேவையற்ற பேச்சைக் குறிக்கிறது. பொதுவெளியில் இப்படிப் பேசுவது, கேட்பவர்களுக்கு எரிச்சலைத் தருவதோடு மட்டுமல்லாமல், பேசுபவரின் மதிப்பையும் குறைத்துவிடும். முக்கியமாக, இந்தத் தீய பழக்கம் ஒருவரின் இயல்பான நல்ல குணங்களை அழித்து, அவரை நீதிக்கும் நேர்மைக்கும் எதிரானவராக மாற்றிவிடும். அதாவது, பயனற்ற பேச்சு என்பது வெறும் நேர விரயம் மட்டுமல்ல, அது ஒருவரின் ஆன்மாவையே சிதைக்கும் செயல். ஒருவரின் சொற்கள் அவருடைய குணத்தின் பிரதிபலிப்பு. எனவே, பொது இடங்களில் பேசும்போது மிகுந்த கவனத்துடனும், பொறுப்புடனும், பயனுள்ள வார்த்தைகளையே பேச வேண்டும். இல்லையெனில், ஒருவர் தன்னிடம் இருக்கும் நல்ல தன்மைகளை இழந்து, சமூகத்தில் தனது மரியாதையையும் இழக்க நேரிடும் என்று இக்குறள் எச்சரிக்கிறது.

குறள் 195

சீர்மை சிறப்பொடு நீங்கும் பயனில
நீர்மை யுடையார் சொலின்

சொற்பொருள்
சீர்மை = பெருமை; சிறப்பொடு = மரியாதையுடன்.
நீங்கும் = போய்விடும்; பயனில = பயனற்றவற்றை.
நீர்மை = நல்ல குணம்; யுடையார் = உடையவர்கள்; சொலின் = சொன்னால்.

நேர்பொருள்
நல்ல குணம் உடையவர்கள் கூட பயனற்ற சொற்களைப் பேசினால், அவர்களுடைய பெருமையும் மதிப்பும் அவர்களை விட்டு நீங்கிவிடும்.

பொருளுரை
ஒருவர் எவ்வளவு நல்ல குணம் கொண்டவராக, கருணையும் நேர்மையும் நிறைந்தவராக இருந்தாலும், அவர் பேசும் சொற்கள் அவரது மதிப்பைப் பாதிக்கும் என்பதை இக்குறள் விளக்குகிறது. 'நீர்மையுடையார்' என்பது இயல்பாகவே நல்ல பண்புகள் கொண்ட, அனைவராலும் மதிக்கப்படும் நபர்களைக் குறிக்கிறது. இத்தகைய உயர்ந்த நிலையில் உள்ளவர்கள், தங்கள் தகுதிக்குக் குறைவான, அதாவது எந்தப் பயனும் தராத வெற்றுப் பேச்சுகளையோ, வம்புகளையோ பேசினால், அது அவர்களின் ஆளுமைக்குக் களங்கத்தை உண்டாக்கும். அவர்களின் 'சீர்மை' எனப்படும் உள்ளார்ந்த பெருமையும், 'சிறப்பு' எனப்படும் சமூகத்தில் அவர்கள் பெற்றிருக்கும் மரியாதையும் அவர்களை விட்டு உடனடியாக விலகிவிடும். மக்கள் அவர்கள் மீது வைத்திருந்த நம்பிக்கை குறையத் தொடங்கும். அவர்களின் வார்த்தைகள் அதன் பிறகு முக்கியத்துவத்தை இழந்துவிடும் இழந்துவிடும். எனவே, ஒருவரின் மதிப்பு என்பது அவரது குணத்தால் மட்டும் வருவதில்லை, அவர் பயன்படுத்தும் சொற்களாலும் நிலைநிறுத்தப்படுகிறது. பயனற்ற பேச்சு, ஒருவரின் நீண்டகால நற்பெயரைக் கூட சிதைத்துவிடும் ஆற்றல் கொண்டது. ஆகையால், உயர்ந்த நிலையில் இருப்பவர்கள் உட்பட அனைவரும், தாங்கள் பேசும் வார்த்தைகளில் மிகுந்த கவனம் செலுத்த வேண்டும் என்பது இக்குறள் வலியுறுத்தும் முக்கியப் பாடம்.

குறள் 196

பயனில் சொல் பராட்டு வானை மகன்எனல்
மக்கட் பதடி யெனல்

சொற்பொருள்
பயனில் = பயனற்ற; சொல் = சொற்களை.
பராட்டுவானை = திரும்பத் திரும்பப் பேசுபவனை; மகன்எனல் = மனிதன் என்று சொல்லாதே.
மக்கட் = மக்களில்; பதடி = பதர் போன்றவன்; யெனல் = என்று சொல்.

நேர்பொருள்
பயனற்ற சொற்களைப் பேசி மகிழ்பவனை மனிதன் என்று சொல்லாதீர்கள்; அவனை மனிதர்களுக்குள் இருக்கும் பதர் என்று சொல்லுங்கள்.

பொருளுரை

ஒருவர் தொடர்ந்து அர்த்தமற்ற, எந்தப் பிரயோஜனமும் இல்லாத சொற்களைப் பேசிக்கொண்டே இருந்தால், அவரை ஒரு முழுமையான மனிதராகக் கருதக்கூடாது என்று இக்குறள் கடுமையாகச் சொல்கிறது. அவரை 'மனிதன்' என்று அழைப்பது கூடத் தவறு. மாறாக, அவரை 'மனிதர்களில் ஒரு பதர்' என்று அழைக்க வேண்டும். 'பதர்' என்பது, நெல் மணியைப் போலவே தோற்றமளிக்கும், ஆனால் உள்ளே அரிசி இல்லாத, வெறுமையான உமி. அது விவசாயிக்கு எந்தப் பயனும் தராது. அதேபோல, வீண் பேச்சு பேசும் மனிதர், பார்ப்பதற்கு மனிதரைப் போல இருந்தாலும், அவரிடம் அறிவு என்ற சத்து இல்லை. அவருடைய பேச்சால் யாருக்கும் எந்த நன்மையும் இல்லை. ஒருவரின் பேச்சு அவருடைய அறிவையும், பண்பையும் வெளிப்படுத்தும் கண்ணாடி. சிந்தித்து, தேவையான, பயனுள்ள வார்த்தைகளை மட்டுமே பேசுவது ஒரு சிறந்த மனிதரின் அடையாளம். நேரத்தையும், கேட்பவர்களின் கவனத்தையும் வீணாக்கும் பயனற்ற பேச்சுகள், பேசுபவரின் மதிப்பை முற்றிலுமாகக் குறைத்துவிடும். எனவே, இந்த பழக்கம் ஒருவரின் அறிவுசார் வளர்ச்சிக்குத் தடை என்பதை உணர்ந்து, அதைத் தவிர்க்க வேண்டும் என்பதே இக்குறளின் மையக் கருத்து.

குறள் 197

நயனில சொல்லினுஞ் சொல்லுக சான்றோர்
பயனில சொல்லாமை நன்று

சொற்பொருள்

நயனில = நன்மை இல்லாதவற்றை; சொல்லினும் = சொன்னாலும்கூட.
சொல்லுக = சொல்லலாம்; சான்றோர் = அறிவில் சிறந்தவர்கள்.
பயனில = பயனற்றவற்றை; சொல்லாமை = சொல்லாமல் இருப்பது; நன்று = மிகவும் நல்லது.

நேர்பொருள்

சான்றோர்கள் நன்மை தராத சொற்களைச் சொன்னாலும் பரவாயில்லை; ஆனால், அவர்கள் எந்தப் பயனும் தராத சொற்களைப் பேசாமல் இருப்பது மிகவும் நல்லது.

பொருளுரை

அறிவில் சிறந்த சான்றோர்கள் எப்படிப் பேச வேண்டும் என்பதற்கு இக்குறள் ஒரு உயர்ந்த இலக்கணத்தை வகுக்கிறது. ஒருவரிடம் இருந்து வரும் பேச்சுகளில் இரண்டு வகை தவறுகள் ஏற்படலாம். ஒன்று, நீதிக்கும் நேர்மைக்கும் புறம்பான பேச்சு. மற்றொன்று, எந்தப் பயனும் இல்லாத வீண் பேச்சு. இதில் எது மிகவும் மோசமானது என்று வள்ளுவர் ஆராய்கிறார். ஆச்சரியப்படும் விதமாக, அவர் பயனற்ற பேச்சையே மிகவும் கண்டிக்கத்தக்கதாகக் கருதுகிறார். சான்றோர்கள் சில சமயங்களில் நன்மை தராத அல்லது கடுமையான சொற்களைச் சொல்லிவிட்டால்கூட, அதை ஒரு பிழையாகக் கருதிப் பொறுத்துக்கொள்ளலாம். ஆனால், அவர்கள் பயனற்ற சொற்களைப் பேசுவதை ஒருபோதும் செய்யக்கூடாது. ஏனென்றால், பயனற்ற பேச்சு என்பது பேசுபவரின் நேரத்தையும் கேட்பவரின் நேரத்தையும் ஒருசேர வீணடிக்கிறது. அது ஒருவரின் அறிவையும் தகுதியையும் குறைத்து மதிப்பிடச் செய்துவிடும். மக்கள் சான்றோர்களிடம் இருந்து அறிவுரையையும் வழிகாட்டுதலையும் எதிர்பார்க்கிறார்கள். அந்த நிலையில், அவர்கள் அர்த்தமற்ற வெற்று வார்த்தைகளைப் பேசினால், அது அவர்கள் மீதுள்ள நம்பிக்கையைச் சிதைத்துவிடும். எனவே, ஒருவரின்

பேச்சில் அநீதி இருப்பதைவிட, பயன் இல்லாமல் இருப்பதே பெரிய குறைபாடு. ஆக, ஒவ்வொருவரும், குறிப்பாக அறிவில் சிறந்தவர்கள், வீண் பேச்சைத் தவிர்த்து, தங்கள் வார்த்தைகள் எப்போதும் ஒரு நோக்கத்துடன் இருப்பதை உறுதி செய்துகொள்ள வேண்டும்.

குறள் 198

அரும்பயன் ஆயும் அறிவினார் சொல்லார்
பெரும்பயன் இல்லாத சொல்

சொற்பொருள்

அரும்பயன் = அரிய நன்மைகளை; ஆயும் = ஆராய்ந்து அறியும்.
அறிவினார் = அறிவுடையவர்கள்; சொல்லார் = சொல்ல மாட்டார்கள்.
பெரும்பயன் = பெரிய நன்மை; இல்லாத = இல்லாத; சொல் = சொற்களை.

நேர்பொருள்

அரிய நன்மைகளை ஆராய்ந்து அறியும் அறிவுடையவர்கள், பெரிய பயன் தராத எந்தச் சொல்லையும் பேச மாட்டார்கள்.

பொருளுரை

அறிவுடையவர்கள் தங்கள் நேரத்தையும் ஆற்றலையும் மிகவும் மதிக்கிறார்கள். அவர்களின் மனம் எப்போதும் ஆழமான, பெறுவதற்கு அரிய நன்மைகளை ஆராய்வதில் ஈடுபட்டிருக்கும். இந்த அரிய நன்மைகள் என்பது வெறும் பொருள்சார்ந்த வெற்றிகள் மட்டுமல்ல, ஆன்மீக வளர்ச்சி, ஞானம், சமூகத்திற்குப் பயன்படும் செயல்கள் போன்ற உயர்ந்த குறிக்கோள்களையும் உள்ளடக்கியது. இத்தகைய உயர்ந்த இலக்குகளை நாடும்போது, அற்பமான விஷயங்களில் நேரத்தை வீணாக்குவதை அவர்கள் விரும்புவதில்லை. எனவே, அவர்கள் பேசும் ஒவ்வொரு சொல்லையும் கவனமாகத் தேர்ந்தெடுக்கிறார்கள். ஒரு சொல்லால் பெரிய நன்மை விளையாது என்று தெரிந்தால், அதை அவர்கள் பேசுவதே இல்லை. 'பெரிய பயன் இல்லாத சொல்' என்பது தீய சொற்களை மட்டுமல்ல, தேவையற்ற அரட்டை, வம்பு, பயனற்ற விவாதங்கள் என எந்தவிதமான ஆக்கப்பூர்வமான விளைவையும் ஏற்படுத்தாத அனைத்துப் பேச்சுகளையும் குறிக்கிறது. சிறிய நன்மை தரும் சொற்களைக் கூட அவர்கள் தவிர்ப்பார்கள், ஏனெனில் அவர்களின் தரம் உயர்ந்தது. இவ்வாறு பயனில்லாத சொற்களைத் தவிர்ப்பது என்பது, ஒருவரின் சிந்தனைத் தெளிவையும், மனக்கட்டுப்பாட்டையும், முதிர்ச்சியையும் காட்டுகிறது. ஞானத்தின் அடையாளம், என்ன பேச வேண்டும் என்பதை அறிவது மட்டுமல்ல, எதைப் பேசக்கூடாது என்பதை உணர்வதிலும்தான் இருக்கிறது.

குறள் 199

பொருள்தீர்ந்த பொச்சாந்துஞ் சொல்லார் மருள்தீர்ந்த
மாசறு காட்சி யவர்

சொற்பொருள்

பொருள் = பயன்; தீர்ந்த = இல்லாத.
பொச்சாந்தும் = மறந்தும் கூட; சொல்லார் = சொல்ல மாட்டார்கள்.
மருள்தீர்ந்த = மயக்கம் நீங்கிய; மாசறு = குற்றமற்ற; காட்சியவர் = அறிவுடையவர்கள்.

நேர்பொருள்

மயக்கம் நீங்கி, குற்றமற்ற தெளிந்த அறிவுடையவர்கள், பயனில்லாத சொற்களை மறந்தும் கூட சொல்ல மாட்டார்கள்.

பொருளுரை

ஒருவரின் பேச்சின் தரம், அவரின் மனத் தெளிவையும் அறிவின் ஆழத்தையும் காட்டுகிறது. இந்தக் குறள், தெளிவான மற்றும் குற்றமற்ற அறிவுடையவர்களின் இயல்பை விளக்குகிறது. அத்தகையவர்கள், எந்தவிதமான மனக் குழப்பங்களுக்கும் மயக்கங்களுக்கும் அப்பாற்பட்டவர்கள். அவர்கள் உண்மையை உள்ளது உள்ளபடி பார்க்கும் திறன் பெற்றவர்கள். இதன் காரணமாக, அவர்கள் தங்கள் நேரத்தையும் சக்தியையும் வீணடிக்கும் செயல்களில் ஈடுபட மாட்டார்கள். பயனற்ற சொற்களைப் பேசுவது அப்படிப்பட்ட ஒரு வீணான செயலாகும். அர்த்தமற்ற அரட்டை, வதந்திகள், தேவையற்ற விவாதங்கள் போன்றவை எந்த நன்மையையும் தருவதில்லை. எனவே, தெளிந்த அறிவுடையவர்கள் பயனில்லாத சொற்களைப் பேசுவதைத் தவிர்க்கிறார்கள். 'மறந்தும் கூட சொல்ல மாட்டார்கள்' என்ற சொற்றொடர், இந்த குணம் அவர்களின் இயல்பிலேயே ஆழமாகப் பதிந்துவிட்டதைக் காட்டுகிறது. இது அவர்கள் உணர்வுபூர்வமாக எடுக்கும் ஒரு முடிவு மட்டுமல்ல, அவர்களின் ஒழுக்கத்தின் ஒரு அங்கமாகவே மாறிவிட்டது. ஆக, ஒருவரின் பேச்சு அர்த்தமுள்ளதாகவும், பயனுள்ளதாகவும் இருந்தால், அது அவரின் உள்மனத் தெளிவையும், முதிர்ச்சியடைந்த ஞானத்தையும் குறிக்கிறது. தேவையற்ற பேச்சுகளைத் தவிர்ப்பது, அறிவார்ந்த வாழ்க்கையின் ஒரு முக்கிய அடையாளம்.

குறள் 200

சொல்லுக சொல்லிற் பயனுடைய சொல்லற்க
சொல்லிற் பயனிலாச் சொல்

சொற்பொருள்

சொல்லுக = சொல்லுங்கள்; சொல்லிற் = சொற்களில்.
பயனுடைய = பயன் உள்ளவற்றை; சொல்லற்க = சொல்லாதீர்கள்.
சொல்லிற் = சொற்களில்; பயனிலாச் = பயனற்ற; சொல் = சொற்களை.

நேர்பொருள்

பயன் தரும் சொற்களை மட்டுமே பேச வேண்டும், பயனில்லாத சொற்களைப் பேசுவதை முற்றிலும் தவிர்க்க வேண்டும்.

பொருளுரை

மனிதர்களுக்குக் கிடைத்திருக்கும் மிகப்பெரிய ஆற்றல்களில் ஒன்று, பேசும் திறன். இந்த ஆற்றலை எப்படிப் பயன்படுத்த வேண்டும் என்பதற்கு இந்தக் குறள் ஒரு தெளிவான வழிகாட்டுதலைத் தருகிறது. நாம் பேசும் சொற்களை இரண்டு வகையாகப் பிரிக்கலாம்: பயனுள்ளவை, பயனற்றவை. ஒருவருக்கு நன்மையைத் தரும், அறிவை வழங்கும், ஆறுதல் அளிக்கும், ஒரு சிக்கலுக்குத் தீர்வு சொல்லும் சொற்கள் எல்லாம் பயனுள்ளவை. இத்தகைய சொற்கள் நமக்கும், நம்மோடு பேசுபவர்களுக்கும் நன்மையை உருவாக்கும். மறுபுறம், எந்தப் பயனும் இல்லாத வெற்றுப் பேச்சு, வீண் அரட்டை, வதந்திகள், தற்பெருமை போன்றவை பயனற்ற சொற்கள். இவை நேரத்தையும் ஆற்றலையும் வீணடிப்பதுடன், சில சமயங்களில் உறவுகளில் சிக்கலையும் உண்டாக்கும். எனவே, பேசுவதற்கு முன் 'இந்தச் சொற்களால் யாருக்காவது நன்மை உண்டா?' என்று ஒரு கணம் யோசிக்க வேண்டும். அப்படி யோசித்துப் பேசும்போது, நமது பேச்சு மதிப்புமிக்கதாக மாறும். தேவையற்ற பேச்சுகளைத் தவிர்ப்பது, தெளிவான சிந்தனையின் அடையாளம். இன்றைய சமூக ஊடகங்கள் நிறைந்த உலகில், நாம் பகிரும் ஒவ்வொரு சொல்லும் பயனுள்ளதாக இருக்க வேண்டும் என்பதை இக்குறள் நமக்கு நினைவூட்டுகிறது. பொருளுள்ள உரையாடல்கள் மூலம் நம் வாழ்க்கையையும் சமூகத்தையும் மேம்படுத்த வேண்டும் என்பதே இதன் மையக் கருத்து.

அதிகாரம் 21: தீவினையச்சம்

தீமை செய்தல் தீய விளைவைத் தவிர வேறு பலன் தராது என்பதை நினைத்து மனமே அஞ்ச வேண்டும். பிறர்க்குத் துன்பம் தராதிருப்பதே தன்னைக் காக்கும் முதல் வழி.

குறள் 201

தீவினையார் அஞ்சார் விழுமியார் அஞ்சுவர்
தீவினை என்னும் செருக்கு

சொற்பொருள்
தீவினையார் = தீய செயல்களைச் செய்பவர்; அஞ்சார் = பயப்படமாட்டார்.
விழுமியார் = மேன்மையானவர்கள்; அஞ்சுவர் = பயப்படுவர்.
தீவினை = தீய செயலுக்கு; என்னும் = என்கிற; செருக்கு = மயக்கத்திற்கு.

நேர்பொருள்
தீய செயல்களைச் செய்பவர்கள் பாவம் செய்யப் பயப்பட மாட்டார்கள்; ஆனால், மேன்மையானவர்கள் தீய செயல் என்ற மயக்கத்திற்கே அஞ்சுவார்கள்.

பொருளுரை
ஒருவர் நல்லவரா அல்லது தீயவரா என்பதை, தீய செயல்களைக் கண்டு அவர்கள் கொள்ளும் பயத்தைக் கொண்டு அறியலாம். தீய செயல்களையே வழக்கமாகக் கொண்டவர்கள், பாவம் செய்வதற்கு அஞ்ச மாட்டார்கள். ஏனென்றால், மீண்டும் மீண்டும் தவறு செய்வதால், அது பெரிய பொருட்டாக அவர்களுக்குத் தெரிவதில்லை. வள்ளுவர் இந்த மனநிலையை 'செருக்கு' என்கிறார். இது ஒருவித அறநெறி சார்ந்த மயக்கம் அல்லது அறியாமை. ஆனால், மேன்மையான குணங்களைக் கொண்ட நல்லவர்கள், ஒரு தீய செயலைச் செய்வதை நினைத்துக்கூடப் பார்ப்பதற்கு அஞ்சுவார்கள். ஒரு சிறிய தவறு செய்தால்கூட, அதன் விளைவுகள் எவ்வளவு மோசமாக இருக்கும், அது மனசாட்சியை எப்படி உறுத்தும் என்பதை அவர்கள் அறிவார்கள். எனவே, தீய செயல் என்ற எண்ணமே அவர்களுக்குப் பெரும் அச்சத்தை உண்டாக்கும். ஆக, பாவம் செய்ய அஞ்சுவது கோழைத்தனம் அல்ல, அது ஒரு சிறந்த குணம். அந்தப் பயம்தான் ஒருவரைத் தவறான பாதையில் செல்லவிடாமல் காக்கும் ஒரு பாதுகாப்பு அரண். அந்தப் பயம் இல்லாதவர்கள் ஏற்கெனவே தீய வழியில் சென்றுவிட்டார்கள் என்பதே இக்குறளின் மையக் கருத்து.

குறள் 202

தீயவை தீய பயத்தலால் தீயவை
தீயினும் அஞ்சப் படும்

சொற்பொருள்

தீயவை = தீய செயல்கள்; தீய = தீமையையே.
பயத்தலால் = விளைவிப்பதால்; தீயவை = அந்தத் தீய செயல்கள்.
தீயினும் = நெருப்பை விடவும்; அஞ்சப் = பயப்பட; படும் = வேண்டும்.

நேர்பொருள்

தீய செயல்கள் தீய விளைவுகளையே தருவதால், அந்தத் தீய செயல்களுக்கு நெருப்பை விட அதிகமாக அஞ்ச வேண்டும்.

பொருளுரை

ஒருவர் தனக்கு இன்பம் கிடைக்கும் என்ற எண்ணத்தில் தீய செயல்களில் ஈடுபடலாம். ஆனால், தீய செயல்கள் எப்போதும் தீய விளைவுகளையே தரும். அவை இறுதியில் துன்பத்தையும் துயரத்தையும் மட்டுமே கொண்டு வந்து சேர்க்கும். நெருப்பைக் கண்டால் நாம் அஞ்சுகிறோம், ஏனென்றால் அது நம்மைச் சுட்டுவிடும் என்பது நமக்குத் தெரியும். ஆனால், நெருப்பின் பாதிப்பு அது இருக்கும் இடத்தில், அந்த நேரத்தில் மட்டுமே இருக்கும். நெருப்பை விட்டு விலகிவிட்டால், அதன் ஆபத்திலிருந்து தப்பித்துவிடலாம். ஆனால், தீய செயல்களால் ஏற்படும் விளைவுகள் அப்படிப்பட்டவை அல்ல. அவை காலம் கடந்தும், இடம் கடந்தும் நம்மைத் தொடர்ந்து வந்து துன்புறுத்தும். ஒருமுறை செய்த தவறு, பல காலத்திற்கு மன உளைச்சலையும், கெட்ட பெயரையும், மோசமான பின்விளைவுகளையும் ஏற்படுத்தக்கூடும். எனவே, வள்ளுவர் தீய செயல்களின் ஆபத்து நெருப்பை விடக் கொடியது என்கிறார். அதனால், நெருப்பைக் கண்டு அஞ்சுவதை விட, ஒரு தீய செயலைச் செய்வதற்கு நாம் அதிகமாக அஞ்ச வேண்டும். இந்த அச்சமே நம்மைத் தீமைகளிலிருந்து விலக்கி, நேர்மையான வழியில் வாழ வைக்கும்.

குறள் 203

அறிவினுள் எல்லாந் தலையென்ப தீய
செறுவார்க்கும் செய்யா விடல்

சொற்பொருள்

அறிவினுள் = அறிவுகளில்; எல்லாந் = எல்லாவற்றையும் விட.
தலையென்ப = முதன்மையானது என்பார்கள்; தீய = தீயவற்றை.
செறுவார்க்கும் = வெறுப்பவர்களுக்கும்; செய்யா = செய்யாமல்; விடல் = இருப்பது.

நேர்பொருள்

நமக்குத் தீங்கு செய்பவர்களுக்கும் பதிலுக்குத் தீமை செய்யாமல் இருப்பதே, எல்லா அறிவிலும் முதன்மையான அறிவு என்று கூறுவார்கள்.

பொருளுரை

அறிவு என்பது பல வகைப்படும். உலகியல் அறிவு, தொழில் அறிவு, ஆன்மிக அறிவு எனப் பல உள்ளன. ஆனால், இந்த எல்லா அறிவுகளுக்கும் மேலான, முதன்மையான அறிவு ஒன்று உண்டு. அது என்னவென்றால்,

நமக்குத் தீமை செய்பவர்களுக்கும், நம்மை வெறுப்பவர்களுக்கும் கூட நாம் எந்தத் தீங்கையும் செய்யாமல் இருப்பதுதான். பொதுவாக, யாராவது நமக்குக் கெடுதல் செய்தால், உடனே அவர்களைப் பழிவாங்க வேண்டும் என்ற எண்ணம் தோன்றும். ஆனால், அப்படிச் செய்வது அறிவின்மையின் அடையாளம். பழிக்குப் பழி வாங்குவது, பகைச் சங்கிலியை வளர்த்துக்கொண்டே போகும். அது நமக்கும் மற்றவர்களுக்கும் மேலும் துன்பத்தையே தரும். உண்மையான அறிவாளி, இந்தச் செயலின் பின்விளைவுகளை உணர்ந்திருப்பான். எனவே, கோபத்தையும் பழிவாங்கும் உணர்ச்சியையும் கட்டுப்படுத்தி, தீமை செய்தவருக்கும் நன்மை செய்யாவிட்டாலும், தீமை செய்யாமல் இருப்பான். இந்தச் செயல், வெறும் பலவீனம் அல்ல; அது மிகப்பெரிய மனக்கட்டுப்பாட்டையும், தொலைநோக்குப் பார்வையையும் காட்டுகிறது. ஆகையால், தனக்குக் கெடுதல் செய்தவருக்கும் கெடுதல் செய்ய நினைக்காத இந்த உயர்ந்த பண்பே, அறிவுகள் எல்லாவற்றிலும் தலையாய அறிவு என்று வள்ளுவர் கூறுகிறார்.

குறள் 204

மறந்தும் பிறன்கேடு சூழற்க சூழின்
அறஞ்சூழம் சூழ்ந்தவன் கேடு

சொற்பொருள்

மறந்தும் = மறந்தும்கூட; பிறன்கேடு = மற்றவர்களுக்குக் கெடுதல்.

சூழற்க = நினைக்காதே; சூழின் = நினைத்தால்.

அறஞ்சூழும் = அறமே திட்டமிடும்; சூழ்ந்தவன் = நினைத்தவனின்; கேடு = அழிவை.

நேர்பொருள்

மறந்தும்கூட மற்றவர்களுக்குக் கெடுதல் செய்ய நினைக்காதே; அப்படி நினைத்தால், அறமே உனக்குக் கெடுதலைத் திட்டமிட்டுவிடும்.

பொருளுரை

இக்குறளின் மையக் கருத்தானது, ஒருவர் பிறருக்குத் தீங்கு விளைவிக்கும் செயலை மறந்தும் கூட எண்ணிப் பார்க்கக்கூடாது என்பதாகும். ஏனெனில், ஒருவர் பிறருக்குக் கேடு செய்யத் திட்டமிடும் அந்த கணத்திலேயே, அறம் எனப்படும் தெய்வீக ஆற்றல், அந்தத் தீய எண்ணம் கொண்டவருக்கே அழிவைத் திட்டமிடத் தொடங்கிவிடுகிறது. தீய எண்ணம் கொண்டவரால் குறிவைக்கப்பட்டவர் பதிலடி கொடுப்பதற்கு முன்பாகவே, அறக்கடவுள் முந்திச் செயல்பட்டு, தீங்கிழைக்க நினைத்தவருக்கே கேட்டை விளைவிக்கும். ஆகவே, அன்றாட வாழ்வில் பிறர் மீது பொறாமை கொள்வதோ, பழிவாங்கும் எண்ணங்களை வளர்ப்பதோ, அல்லது அவர்களுக்குத் தீமை நேர வேண்டும் என்று மனதால் நினைப்பதோ கூடத் தவிர்க்கப்பட வேண்டும். தீய சிந்தனை ஒருவரின் மனதில் உதிக்கும்போதே, அறம் அவரை விட்டு நீங்கத் தொடங்குவதால், அவரின் வீழ்ச்சி அங்கிருந்தே ஆரம்பமாகிவிடுகிறது. சுருங்கக்கூறின், தீய எண்ணம் என்பது தனக்குத்தானே தேடிக்கொள்ளும் அழிவேயன்றி வேறில்லை என்பதை இக்குறள் திட்டவட்டமாக உணர்த்துகிறது.

குறள் 205

இலன் என்று தீயவை செய்யற்க செய்யின்
இலனாகும் மற்றும் பெயர்த்து

சொற்பொருள்

இலன் என்று = நான் ஏழை என்று; தீயவை = தீய செயல்களை.
செய்யற்க = செய்யாதே; செய்யின் = செய்தால்.
இலனாகும் = ஏழையாகிவிடுவாய்; மற்றும் = மீண்டும்; பெயர்த்து = திரும்பவும்.

நேர்பொருள்

'நான் ஏழை' என்று சொல்லி தீய செயல்களைச் செய்யாதே; அப்படிச் செய்தால், மீண்டும் ஏழையாகிவிடுவாய்.

பொருளுரை

வறுமையை ஒரு காரணமாகக் காட்டித் தீய செயல்களில் ஈடுபடக்கூடாது என்பது இக்குறளின் மையக் கருத்து. 'நான் ஏழையாக இருக்கிறேன், இந்த வறுமையைப் போக்கிக்கொள்ள வேறு வழியில்லை' என்று நினைத்து ஒருவர் திருடுவது, ஏமாற்றுவது போன்ற தவறான வழிகளைத் தேர்ந்தெடுக்கக் கூடாது. அப்படிச் செய்தால், அதன் விளைவாக அவர் மீண்டும் வறுமை நிலைக்குத் தள்ளப்படுவார் என்று வள்ளுவர் எச்சரிக்கிறார். தீய செயல்களால் கிடைக்கும் எந்தவொரு செல்வமும் தற்காலிகமானது. அது நிலைக்காது. மேலும், அந்தத் தீய செயல் ஒருவரை மீண்டும் மீண்டும் வறுமையிலும் துன்பத்திலும் ஆழ்த்திவிடும். இது ஒரு முடிவற்ற சுழற்சியை உருவாக்கிவிடும். பொருள் இல்லாமை மட்டுமே வறுமை அல்ல; தீய செயல்களில் ஈடுபடும்போது ஒருவரின் குணமும், நற்பெயரும், மன அமைதியும் கூட இல்லாமல் போய்விடும். ஆக, ஒருவன் குணத்தாலும் ஏழையாகிவிடுகிறான். எனவே, எவ்வளவு கடினமான சூழலிலும் நேர்மையையும் அறநெறியையும் கைவிடக்கூடாது. தீய வழிகள் ஒருபோதும் வறுமைக்கு நிரந்தரத் தீர்வாகாது, மாறாக அது வறுமையை இன்னும் அதிகமாக்கும் என்பதே இக்குறள் உணர்த்தும் பாடம்.

குறள் 206

தீப்பால தான்பிறர்கண் செய்யற்க நோய்ப்பால
தன்னை அடல்வேண்டா தான்

சொற்பொருள்

தீப்பால = தீமையானவற்றை; தான் = ஒருவர்.
பிறர்கண் = மற்றவர்களிடம்; செய்யற்க = செய்யக்கூடாது.
நோய்ப்பால = துன்பம் தருபவை; தன்னை = தன்னை; அடல்வேண்டாதான் = வருத்தக்கூடாது என நினைப்பவர்.

நேர்பொருள்

துன்பம் தன்னைத் தாக்கக் கூடாது என்று நினைப்பவர், தீய செயல்களை மற்றவர்களுக்குச் செய்யக்கூடாது.

பொருளுரை

இந்தக் குறள் 'வினைப்பயன்' என்ற ஆழமான தத்துவத்தை மிக எளிமையாக விளக்குகிறது. அதாவது, நாம் செய்யும் செயல்களுக்கான விளைவுகள்

நம்மையே வந்து சேரும். தனக்கு எந்தவிதமான துன்பமும், வலியும் ஏற்படக்கூடாது என்று ஒருவர் விரும்பினால், அதற்கான சிறந்த வழி, அவர் மற்றவர்களுக்கு எந்தத் தீங்கையும் செய்யாமல் இருப்பதுதான். நாம் பிறருக்குச் செய்யும் தீய செயல்கள், பிற்காலத்தில் நமக்கே துன்பங்களாக மாறித் திரும்ப வரும் என்பது ஒரு பிரபஞ்ச விதி. குறள் இதை ஒரு எச்சரிக்கையாகவும் வழிகாட்டுதலாகவும் முன்வைக்கிறது. 'தீப்பால' (தீயவை) என்று நாம் செய்வதே, 'நோய்ப்பால' (துன்பம் தருபவை) என நம்மை வந்து தாக்கும். எனவே, எதிர்காலத்தில் நாம் துன்பப்படாமல் இருக்க வேண்டும் என்றால், நிகழ்காலத்தில் நாம் பிறருக்குத் தீங்கு விளைவிக்காமல் இருக்க வேண்டும். இது உடல்ரீதியான துன்புறுத்தல் மட்டுமல்ல, மனரீதியான காயங்களையும் உள்ளடக்கியது. பிறரை நோகச் செய்யாத வாழ்க்கையே, தனக்கு நோவு வராமல் காத்துக்கொள்ளும் ஒரே வழி. இது ஒருவரின் தனிப்பட்ட அமைதிக்கும், சமூகத்தின் நல்லிணக்கத்திற்கும் அடிப்படையான ஒரு வாழ்க்கை நெறியாகும்.

குறள் 207

எனைப்பகை யுற்றாரும் உய்வர் வினைப்பகை
வீயாது பின்சென்று அடும்

சொற்பொருள்

எனைப்பகை = எவ்வளவு பெரிய பகை; யுற்றாரும் = கொண்டிருந்தாலும்.
உய்வர் = தப்பிப் பிழைப்பார்கள்; வினைப்பகை = தீய செயலால் வரும் பகை.
வீயாது = அழியாமல்; பின்சென்று = பின்தொடர்ந்து வந்து; அடும் = அழிக்கும்.

நேர்பொருள்

எவ்வளவு பெரிய பகைவர்களிடமிருந்தும் தப்பிவிடலாம், ஆனால் தீய செயலால் வரும் பகை அழியாமல் பின்தொடர்ந்து வந்து அழித்துவிடும்.

பொருளுரை

மனித வாழ்வில் நாம் சந்திக்கும் பகைகளில் இரண்டு வகை உண்டு. ஒன்று, மற்ற மனிதர்களால் நமக்கு ஏற்படும் பகை. மற்றொன்று, நம்முடைய தீய செயல்களால் நாமே உருவாக்கிக்கொள்ளும் பகை. இந்த குறள் இந்த இரண்டுக்கும் உள்ள மிக முக்கியமான வேறுபாட்டை விளக்குகிறது. எவ்வளவு வலிமையான எதிரிகளாக இருந்தாலும், அவர்களிடம் இருந்து தப்பித்துக்கொள்ள ஒரு வழி பிறக்கும். காலம் மாறலாம், சமாதானம் ஏற்படலாம், அல்லது நாம் அந்த இடத்தை விட்டு விலகிச் சென்று தப்பிப் பிழைக்கலாம். ஆக, வெளிப்பகையிலிருந்து தப்பிப்பது சாத்தியமே. ஆனால், ஒருவர் செய்யும் தீய செயல்களின் விளைவாகிய 'வினைப்பகை' அப்படியல்ல. அது ஒரு நிழல் போல, நம்மை விட்டு நீங்காது. அது ஒருபோதும் அழிந்து போகாது, நம்மை மறக்கவும் செய்யாது. நாம் எங்கு சென்றாலும், நம்மைப் பின்தொடர்ந்து வரும். சரியான தருணம் வரும்போது, அது நம்மைத் தாக்கி அழித்துவிடும். எனவே, வெளி எதிரிகளை விட நாம் அஞ்ச வேண்டியது, நம்முடைய தீய செயல்களின் விளைவுகளுக்குத்தான். அந்த விளைவுகள் மிகவும் ஆபத்தானவை, தப்பிக்க முடியாதவை. ஆகையால், எந்தச் சூழலிலும் தீய செயல்களில் ஈடுபடக்கூடாது என்பதே இக்குறள் வலியுறுத்தும் முக்கிய பாடம்.

குறள் 208

தீயவை செய்தார் கெடுதல் நிழல்தன்னை
வீயாது அடிஉறைந் தற்று

சொற்பொருள்

தீயவை = தீய செயல்களை; செய்தார் = செய்தவர்.
கெடுதல் = அழிவது; நிழல்தன்னை = ஒருவரின் நிழலைப்.
வீயாது = நீங்காமல்; அடிஉறைந்து = காலடியில் தங்கி; அற்று = போன்றது.

நேர்பொருள்

தீய செயல்களைச் செய்தவர் அழிவது, ஒருவருடைய நிழல் அவரை விட்டு நீங்காமல் காலடியிலேயே தங்கியிருப்பதைப் போன்றது.

பொருளுரை

ஒருவர் பிறருக்குத் தீய செயல்களைச் செய்தால், அதன் விளைவாக அவர் அழிவது நிச்சயம். இந்த அழிவு எப்படிப்பட்டது என்பதை வள்ளுவர் ஒரு அருமையான உவமையுடன் விளக்குகிறார். அது, ஒருவருடைய நிழல் அவரை விட்டுப் பிரியாமல் எப்போதும் அவருடைய காலடியிலேயே தங்கி இருப்பதைப் போன்றது. ஒரு மனிதனின் நிழல் அவனை விட்டுப் போவதே இல்லை. அவன் எங்கு சென்றாலும் அதுவும் கூடவே வரும். சில நேரங்களில் அது கண்ணுக்குத் தெரியாமல் இருக்கலாம், ஆனால் அது அவனை விட்டு விலகிவிடுவதில்லை. அதுபோலவே, ஒருவர் செய்யும் தீய செயல்களின் விளைவுகளும் அவரை விட்டு நீங்காது. தீமை செய்தவுடன் அதன் பலன் தெரியவில்லை என்று நினைக்கலாம். ஆனால், அந்தத் தீவினையின் தாக்கம், செய்தவரை நிழல் போலத் தொடர்ந்து கொண்டே இருக்கும். சரியான காலம் வரும்போது, அந்த விளைவுகள் வெளிப்பட்டு, அவரை அழித்துவிடும். ஆக, தீய செயல்களுக்கான தண்டனையிலிருந்து யாரும் தப்ப முடியாது. அது நிழலைப் போல ஒரு பிரிக்க முடியாத, தவிர்க்க முடியாத உண்மை என்பதை இக்குறள் உணர்த்துகிறது. இது தீய வழிகளில் செல்ல நினைப்பவர்களுக்கு ஒரு வலுவான எச்சரிக்கையாக அமைகிறது.

குறள் 209

தன்னைத்தான் காதல னாயின்
எனைத்தொன்றும்
துன்னற்க தீவினைப் பால்

சொற்பொருள்

தன்னைத்தான் = தனக்குத் தானே; காதல = விரும்புப.
னாயின் = ஆனால்; எனைத்தொன்றும் = சிறிதளவும்.
துன்னற்க = நெருங்காதே; தீவினைப் = தீய செயல்கள்; பால் = இடத்தில் (பக்கம்).

நேர்பொருள்

தன் மீது உண்மையான அன்பு கொண்டவராக இருந்தால், எவ்வளவு சிறிய தீய செயலையும் செய்ய நெருங்கக் கூடாது.

பொருளுரை

ஒருவர் தன் மீது உண்மையான அன்பு கொண்டிருந்தால், அவர் பிறருக்கு எந்த வகையிலும் தீமை செய்வதை முழுமையாகத் தவிர்க்க வேண்டும்.

செய்யப்படும் தீய செயல் எவ்வளவு சிறியதாக இருந்தாலும், அதன் பால் மனதைச் செலுத்தவே கூடாது. ஏனெனில், பிறருக்கு நாம் செய்யும் ஒவ்வொரு தீங்கும் பிற்காலத்தில் நமக்கே துன்பமாகத் திரும்பி வரும் என்பது இயற்கை நியதி. எனவே, எதிர்காலத் துன்பங்களிலிருந்து தன்னைக் காத்துக்கொள்வதே தன் மீது அன்பு செலுத்துவதன் சிறந்த வழியாகும். தீவினைகளைத் தவிர்ப்பது என்பது பிறருக்குச் செய்யும் ஒரு கடமை என்பதை விட, அது தனக்குத்தானே அமைத்துக்கொள்ளும் ஒரு பாதுகாப்பு அரணாகும். ஆக, உண்மையான சுய அன்பு என்பது தீய வழிகளை விடுத்து அறவழியில் நின்று தன் நலனைப் பேணுவதிலேயே அடங்கியுள்ளது.

குறள் 210

அருங்கேடன் என்பது அறிக மருங்கோடித்
தீவினை செய்யான் எனின்

சொற்பொருள்

அருங்கேடன் = கேடு இல்லாதவன்; என்பது = என்று.
அறிக = அறிந்துகொள்; மருங்கோடித் = நெறி தவறிச் சென்று.
தீவினை = தீய செயல்களை; செய்யான் = செய்யாமல் இருந்தால்; எனின் = என்றால்.

நேர்பொருள்

ஒருவன் தவறான வழியில் சென்று தீய செயல்களைச் செய்யாமல் இருந்தால், அவனுக்கு அழிவே இல்லை என்பதைத் தெரிந்துகொள்.

பொருளுரை

ஒருவர் வாழ்க்கையில் அழிவில்லாமல் இருக்க என்ன வழி என்பதை இந்தக் குறள் தெளிவாகக் கூறுகிறது. நேர்மையான பாதையை விட்டு விலகி, தவறான வழிகளில் சென்று மற்றவர்களுக்குத் தீங்கு செய்யும் செயல்களில் ஒருவர் ஈடுபடாமல் இருந்தால், அவருக்குக் கேடோ அல்லது அழிவோ வராது என்பதை உறுதியாக அறிந்துகொள்ள வேண்டும். இங்கு 'அருங்கேடன்' என்ற சொல், 'அழிவே இல்லாதவன்' அல்லது 'அழிவை சந்திப்பது மிகவும் அரிதானவன்' என்ற ஆழமான பொருளைத் தருகிறது. இது வெறும் தற்செயலான நிகழ்வு அல்ல, ஒரு வாழ்க்கை விதி. தீய செயல்கள், அவற்றைச் செய்பவரையே இறுதியில் அழித்துவிடும். அதுபோல, தீய செயல்களைச் செய்ய மறுப்பவர், தன்னைத்தானே அழிவிலிருந்து பாதுகாத்துக் கொள்கிறார். ஒருவரின் மனசாட்சிக்கு விரோதமாகவும், பிறருக்குத் துன்பம் தரும் வகையிலும் செயல்படாத வரை, அவருடைய வாழ்க்கை பாதுகாப்பாகவும் அமைதியாகவும் இருக்கும். சொத்து, அதிகாரம் போன்ற வெளிப் பாதுகாப்புகளை விட, தீமை செய்யாத குணம் என்பதே ஒருவருக்கு உண்மையான மற்றும் நிலையான பாதுகாப்பாக அமைகிறது. எனவே, அழிவில்லாத வாழ்வை விரும்புபவர்கள், எந்தச் சூழ்நிலையிலும் தீய செயல்களில் ஈடுபடுவதைத் தவிர்க்க வேண்டும் என்பதே இக்குறள் காட்டும் வழி.

அதிகாரம் 22: ஒப்புரவறிதல்

உலகநிலையை உணர்ந்து, தேவைப்படும் இடத்தில் உதவிசெய்வதே ஒப்புரவின் உயிர். பகிர்ந்த செல்வம் மட்டுமே சமூகத்தில் ஓடும் நீராகப் பலர்க்கும் பயன் தரும்.

குறள் 211

கைம்மாறு வேண்டா கடப்பாடு மாரிமாட்டு
என் ஆற்றுங் கொல்லோ உலகு

சொற்பொருள்
கைம்மாறு = பதிலுதவி; வேண்டா = எதிர்பாராத.
கடப்பாடு = கடமை; மாரிமாட்டு = மழைக்கு.
என் = என்ன; ஆற்றுங்கொல்லோ = செய்ய முடியுமோ?; உலகு = இந்த உலகம்.

நேர்பொருள்
மழைக்கு இந்த உலகம் என்ன கைம்மாறு செய்கிறது? அதுபோல, பிறருக்குச் செய்யும் உதவியும் கைம்மாறு கருதாத கடமையாகும்.

பொருளுரை
பிறருக்கு உதவுவது என்பது கைமாறுக் கணக்கு அல்ல, அது ஒரு கடமை. இதை விளக்க, வள்ளுவர் மழையை ஒரு சிறந்த உதாரணமாகக் காட்டுகிறார். மேகங்கள் இந்த உலகத்திற்குத் தேவையான மழையைக் கொடுக்கின்றன. அந்த மழையால் பயிர்கள் செழிக்கின்றன, உயிர்கள் வாழ்கின்றன. ஆனால், தனக்கு இவ்வளவு பெரிய நன்மை செய்யும் மேகங்களுக்கு இந்த உலகம் என்ன பதிலுதவி செய்கிறது? ஒன்றுமே இல்லை. மேகங்களும் யாரிடமிருந்தும் எதையும் எதிர்பார்ப்பதில்லை. மழையைப் பொழிவது அதன் இயல்பு. அதுபோலவே, தகுதியானவர்களுக்கு உதவி செய்வதும் ஒரு மனிதனின் இயல்பான கடமையாக இருக்க வேண்டும். 'நான் இந்த உதவியைச் செய்தால், எனக்கு என்ன கிடைக்கும்?' என்று கணக்குப் பார்த்துச் செய்வது உண்மையான உதவியே அல்ல. அது ஒரு சுயநலமான செயல். எந்தவிதமான பிரதிபலனையும் எதிர்பார்க்காமல், தேவையிலிருப்பவர்களுக்கு உதவுவதே ஒப்புரவு எனப்படும் சிறந்த பண்பாகும். அந்த உதவியே உயர்ந்தது. கைம்மாறு கருதா இந்தச் செயல்தான் சமூகத்தை அன்போடும் ஒற்றுமையோடும் பிணைக்கிறது. இதுவே இக்குறள் வலியுறுத்தும் முக்கியச் செய்தியாகும்.

குறள் 212

தாளாற்றித் தந்த பொருளெல்லாம் தக்கார்க்கு
வேளாண்மை செய்தற் பொருட்டு

சொற்பொருள்
தாளாற்றித் = முயற்சி செய்து; தந்த = சம்பாதித்த.
பொருளெல்லாம் = செல்வம் அனைத்தும்; தக்கார்க்கு = தகுதியானவர்களுக்கு.
வேளாண்மை = உதவி; செய்தற் = செய்வதன்; பொருட்டு = காரணமாகவே.

நேர்பொருள்

ஒருவர் கடினமாக முயற்சி செய்து ஈட்டிய செல்வம் எல்லாம், தகுதியானவர்களுக்கு உதவி செய்வதற்காகவே இருக்கிறது.

பொருளுரை

ஒருவர் தன் கடின உழைப்பால், விடாமுயற்சியால் சம்பாதித்த செல்வம் அனைத்துக்கும் ஒரு உயர்ந்த நோக்கம் இருக்கிறது. அந்த நோக்கம், அதைத் தகுதியானவர்களுக்கும், உதவி தேவைப்படுபவர்களுக்கும் கொடுத்து உதவுவதே ஆகும். செல்வம் என்பது சுயநலத்திற்காக மட்டும் சேர்த்து வைப்பதற்கோ அல்லது ஆடம்பரமாக வாழ்ந்து தீர்ப்பதற்கோ உரியதல்ல. மாறாக, அது சமூகத்திற்குப் பயன்பட வேண்டிய ஒரு கருவி. 'தாளாற்றித் தந்த பொருள்' என்பது நேர்மையாக, சொந்த முயற்சிகளால் ஈட்டிய செல்வத்தைக் குறிக்கிறது. அப்படிப்பட்ட செல்வத்தை பிறருக்குக் கொடுக்கும்போது அதன் மதிப்பு மேலும் உயர்கிறது. அதே சமயம், 'தக்கார்க்கு' என்று சொல்வதன் மூலம், யாருக்கு வேண்டுமானாலும் கண்மூடித்தனமாக உதவக்கூடாது என்பதையும் வள்ளுவர் தெளிவுபடுத்துகிறார். உண்மையாகவே உதவி தேவைப்படும், தகுதியுள்ள நபர்களைக் கண்டறிந்து அவர்களுக்கு உதவுவதே சிறந்த அறமாகும். ஆக, பொருள் ஈட்டுவதன் உண்மையான பயன், அதை மற்றவர்களுடன் பகிர்ந்துகொண்டு, சமூகத்திற்குப் பயனுள்ள வகையில் வாழ்வதில்தான் அடங்கியுள்ளது. இதுவே ஒருவரின் உழைப்புக்குக் கிடைக்கும் உண்மையான பெருமையும், மனநிறைவும் ஆகும்.

குறள் 213

புத்தே ளுலகத்தும் ஈண்டும் பெறலரிதே
ஒப்புரவின் நல்ல பிற

சொற்பொருள்

புத்தேள் = தேவர்; உலகத்தும் = உலகத்திலும்.
ஈண்டும் = இவ்வுலகத்திலும்; பெறலரிதே = பெறுவது அரிது.
ஒப்புரவின் = பிறருக்கு உதவும் பண்பைவிட; நல்ல = சிறந்த; பிற = வேறு செயல்கள்.

நேர்பொருள்

தேவர் உலகத்திலும் சரி, இந்த உலகத்திலும் சரி, பிறருக்கு உதவும் ஒப்புரவுப் பண்பை விடச் சிறந்த ஒன்றைப் பெறுவது மிகவும் அரிது.

பொருளுரை

ஒப்புரவு என்னும் உயரிய பண்பின் சிறப்பை இக்குறள் வலியுறுத்துகிறது. ஒப்புரவு என்பது, உலகத்தின் இயல்பை அறிந்து, சமூகத்தின் தேவைகளைப் பூர்த்தி செய்து, பிறருக்கு உதவிசெய்து வாழும் வாழ்க்கை நெறியாகும். இந்த ஒப்புரவை விடச் சிறந்த ஒரு நற்செயலை வேறு எங்கும் காண முடியாது என்று வள்ளுவர் கூறுகிறார். தேவர்கள் வாழும் விண்ணுலகத்தில்கூட இதைப் போன்ற ஒரு சிறந்த பண்பைக் காணமுடியாது. காரணம், அங்கே எல்லோரும் சமமான நிலையில், தேவைகளற்ற வாழ்க்கை வாழ்வதால், ஒருவருக்கு ஒருவர் உதவி செய்யும் சூழலே இல்லை. எனவே, அங்கே ஒப்புரவு என்ற கருத்துக்கே இடமில்லை. நாம் வாழும் இவ்வுலகில், உதவி செய்வதற்கான வாய்ப்புகள் ஏராளமாக இருந்தாலும், ஒப்புரவைப் போல அனைவருக்கும் நன்மை பயக்கும் ஒரு சிறப்பான செயல் வேறு எதுவும் இல்லை. மற்ற நல்ல செயல்களுக்கு வரம்புகள் இருக்கலாம், ஆனால் சமூகத்தோடு இணைந்து வாழும் இந்தப் பண்பு எல்லாவற்றையும் விட மேலானது. ஆகவே,

விண்ணுலகிலும் மண்ணுலகிலும் பெறுவதற்கு அரிதான, மிக உயர்ந்த குணம் ஒப்புரவே ஆகும். ஒரு மனிதன் அடையக்கூடிய உச்சபட்ச அறம் இதுவே.

குறள் 214

ஒத்த தறிவான் உயிர்வாழ்வான் மற்றையான்
செத்தாருள் வைக்கப் படும்

சொற்பொருள்

ஒத்த = பொருந்திய,; தறிவான் = உலகநடையை அறிந்தவன்.
உயிர்வாழ்வான் = உயிருடன் வாழ்பவன்; மற்றையான் = அவ்வறிவு இல்லாதவன்.
செத்தாருள் = இறந்தவர்களுக்கு; வைக்கப் = கருதப்படுவான்; படும் = கருதப்படுவான்.

நேர்பொருள்

உலகத்தோடு ஒத்துப் போகத் தெரிந்தவரே உயிர் வாழ்பவர்; மற்றவர் இறந்தவராகவே கருதப்படுவார்.

பொருளுரை

உலகத்தின் நடைமுறைகளைத் தெளிவாக உணர்ந்து, அதனோடு பொருந்தி வாழ்பவரே உயிர் வாழ்பவராகக் கருதப்படுவார். அவர் சமூகத்தின் எழுதப்படாத விதிகளையும், பண்பாட்டுக் கூறுகளையும் மதித்து, காலத்திற்கேற்ற மாற்றங்களுக்கு ஏற்பத் தன்னைத் தகவமைத்துக் கொள்வதன் மூலம் தனது தனிப்பட்ட மற்றும் பொது வாழ்வில் வெற்றியும் மதிப்பும் பெறுகிறார். இதற்கு மாறாக, உலகத்தோடு ஒத்துப்போகத் தெரியாமல் தன் போக்கில் பிடிவாதமாகச் செயல்படுபவர், சமூகத்தால் ஏற்றுக்கொள்ளப்படாமல் தனிமைப்படுத்தப்படுகிறார். உயிருள்ள ஒருவரிடம் இருக்க வேண்டிய உலகியல் அறிவும், அர்த்தமுள்ள செயலும் அவரிடம் காணப்படாததால், அவர் உயிருடன் இருந்தாலும் சமூகத்திற்குப் பயனற்றவராக, இறந்தவர்களுக்குச் சமமாகக் கருதப்படுவார். அத்தகையவரின் இருப்பு, யாருக்கும் எந்த நன்மையையும் விளைவிக்காததால், அவர் நடைப்பிணமாகவே மதிக்கப்படுவார். எனவே, உலக நடையை உணர்ந்து அதனோடு இணக்கமாக வாழ்வதே ஒருவரின் இருப்பை அர்த்தமுள்ளதாக்கி, அவரை உண்மையான உயிர்வாழ்தலுக்கு உரியவராக்குகிறது; மாறாகப் பிடிவாதம் கொள்வது அவரை சமூகத்திலிருந்து அந்நியப்படுத்தி, வாழ்ந்தும் வாழாத நிலைக்குத் தள்ளிவிடும்.

குறள் 215

ஊருணி நீர்நிறைந் தற்றே உலகவாம்
பேரறி வாளன் திரு

சொற்பொருள்

ஊருணி = ஊர் மக்கள் பயன்படுத்தும் குளம்; நீர் = தண்ணீர்.
நிறைந்து = நிரம்பி இருப்பது; அற்றே = போன்றது.
உலகவாம் = உலக நன்மை விரும்பும்; பேரறிவாளன் = சிறந்த அறிவுடையவரின்; திரு = செல்வம்.

நேர்பொருள்

உலக மக்களின் நன்மையை விரும்பும் பேரறிவாளரின் செல்வம், ஊர் மக்கள் அனைவருக்கும் பயன்படும் குளம் நீர் நிறைந்தது போலாகும்.

பொருளுரை

ஒரு சிறந்த அறிவாளி, சமுதாயத்தின் மீது அக்கறை கொண்டவராக இருப்பார். அவருடைய செல்வம், ஊரின் பொதுக் குளத்தில் நிரம்பியிருக்கும் தண்ணீரைப் போன்றது என்று இக்குறள் ஒரு அழகான உவமையுடன் விளக்குகிறது. ஒரு குளம் நிரம்பியிருந்தால், அதன் நீர் அந்த ஊரில் உள்ள மக்கள், விலங்குகள், பறவைகள் என அனைவருக்கும் பாகுபாடின்றிப் பயன்படும். அதுபோல, உலகத்தின் நலனை விரும்பும் பேரறிவு கொண்ட ஒருவரிடம் செல்வம் சேரும்போது, அதை அவர் தனக்கென மட்டும் வைத்துக்கொள்ள மாட்டார். தன் அறிவைப் பயன்படுத்தி, அந்தச் செல்வத்தை சமுதாயத்தின் வளர்ச்சிக்கும், மக்களின் துயர் துடைக்கவும் பயன்படுத்துவார். அவருடைய செல்வம் (பணம், அறிவு, பதவி போன்றவை) ஒரு தனிநபரின் சொத்தாக முடங்கிக்கிடக்காமல், ஒரு பொதுவான நீரூற்றைப் போல அனைவருக்கும் நன்மைகளை வழங்கும். இத்தகைய மனிதரின் செல்வத்தால் ஒட்டுமொத்த சமூகமும் பயனடையும். செல்வம் யாரிடம் இருக்க வேண்டும், அப்படி இருந்தால் அது எப்படிப்பட்ட தாக்கத்தை ஏற்படுத்தும் என்பதை இக்குறள் தெளிவாக உணர்த்துகிறது. அறிவும், பொதுநல சிந்தனையும் இணைந்த ஒருவரிடம் இருக்கும் செல்வமே உண்மையான பயனுடைய செல்வம்.

குறள் 216

பயன்மரம் உள்ளூர்ப் பழுத்தற்றால் செல்வம்
நயனுடை யான்கண் படின்

சொற்பொருள்

பயன்மரம் = பயன்தரும் மரம்; உள்ளூர்ப் = ஊரின் நடுவில்.
பழுத்தற்றால் = பழுத்தது போன்றது; செல்வம் = செல்வம்.
நயனுடை = நல்ல குணம் உடைய; யான்கண் = ஒருவரிடம்; படின் = சேர்ந்தால்.

நேர்பொருள்

பிறருக்கு உதவும் குணம் கொண்டவரிடம் செல்வம் சேர்வது, ஊரின் நடுவில் ஒரு பழமரம் பழுத்துக் குலுங்குவதைப் போன்றது.

பொருளுரை

பிறருக்கு உதவும் உயர்ந்த பண்பு கொண்ட ஒருவரிடம் செல்வம் சேர்வதை, ஊரின் நடுவில் இருக்கும் ஒரு பழமரம் பழுத்துக் குலுங்குவதோடு இந்தக் குறள் ஒப்பிடுகிறது. ஊர் நடுவில் உள்ள மரத்தின் பழங்கள் யாருக்கும் சொந்தமானவை அல்ல; அவை அனைவருக்கும் பொதுவானவை. பசியோடும் தேவையோடும் யார் வேண்டுமானாலும் எளிதாக வந்து அந்தப் பழங்களைப் பறித்து உண்ணலாம். அந்த மரம் பாகுபாடு பார்ப்பதில்லை. அதுபோலவே, தாராள மனமும், பிறருக்கு உதவும் எண்ணமும் கொண்ட ஒருவரிடம் செல்வம் சேரும்போது, அது அவருடைய தனிப்பட்ட சொத்தாக மட்டும் இருப்பதில்லை. அது சமுதாயத்தின் தேவைகளை நிறைவேற்றும் ஒரு பொதுவான வளமாக மாறுகிறது. தேவைப்படுபவர்கள் தயக்கமின்றி அவரை அணுகி உதவி பெற முடியும். அவருடைய செல்வம், ஊர் நடுவே உள்ள பழமரம் போல, பலரின் துயரங்களைப் போக்கி, சமூகத்திற்குப் பெரும் நன்மையை விளைவிக்கும். ஒரு கஞ்சனின் செல்வம், வேலியிடப்பட்ட தோட்டத்து மரத்தைப் போன்றது; அதன் பயன் அவனுக்கு மட்டுமே. ஆனால்,

ஒப்புரவாளனின் செல்வம் ஊருக்கே நிழலும் கனியும் தரும் ஆலமரம் போன்றது. செல்வத்தின் உண்மையான மதிப்பு, அது பகிரப்படும்போதுதான் வெளிப்படுகிறது என்பதை இக்குறள் அழகிய உவமையுடன் விளக்குகிறது.

குறள் 217

மருந்தாகித் தப்பா மரத்தற்றால் செல்வம்
பெருந்தகை யான்கண் படின்

சொற்பொருள்

மருந்தாகித் = மருந்தாக மாறி; தப்பா = தவறாத.
மரத்தற்றால் = மரத்தைப் போன்றது; செல்வம் = செல்வம்.
பெருந்தகை = உயர்ந்த குணம் கொண்டவரிடம்; யான்கண் = இடத்தில்; படின் = சேர்ந்தால்.

நேர்பொருள்

உயர்ந்த குணம் கொண்ட ஒருவரிடம் செல்வம் சேர்ந்தால், அது எல்லா வகையிலும் மருந்தாகப் பயன்படும் ஒரு மரத்தைப் போன்றது.

பொருளுரை

ஒரு மரத்தின் இலை, பட்டை, வேர், கனி, பூ என எல்லா உறுப்புகளும் மருந்தாகப் பயன்பட்டால், அது எவ்வளவு மதிப்புமிக்கது! அதுபோல, உயர்ந்த குணங்களும் தாராள மனப்பான்மையும் கொண்ட ஒருவரிடம் செல்வம் சேரும்போது, அந்தச் செல்வம் ஒரு தனிநபரின் சொத்தாக இல்லாமல், ஒரு சமூகத்தின் பொது மருந்தாக மாறிவிடுகிறது. அந்த மரம் எப்படித் தன்னை நாடி வருபவர்களுக்குப் பாகுபாடின்றிப் பயன்படுகிறதோ, அதுபோலவே பெருந்தன்மை கொண்டவரின் செல்வமும் தேவைப்படுபவர்களின் துயரங்களைத் தீர்க்கப் பயன்படுகிறது. அவர் தன் செல்வத்தைத் தனக்கெனச் சேர்த்து வைக்காமல், மற்றவர்களின் கஷ்டங்களைப் போக்குவதையே தன் கடமையாகக் கருதுவார். இதனால், அவருடைய செல்வம் ஒருபோதும் வீணாவதில்லை. அது எப்போதும் சமூகத்திற்குப் பயன்பட்டுக் கொண்டே இருக்கும். செல்வம் யாரிடம் இருக்கிறது என்பதைப் பொறுத்தே அதன் உண்மையான மதிப்பு நிர்ணயிக்கப்படுகிறது. ஒரு நல்ல மனிதரின் கையில் இருக்கும் செல்வம், பலரின் வாழ்க்கையை மேம்படுத்தும் ஒரு சக்திவாய்ந்த கருவியாகிறது. இதுவே செல்வத்தின் மிக உயர்ந்த பயனாகும்.

குறள் 218

இடனில் பருவத்தும் ஒப்புரவிற்கு ஒல்கார்
கடனறி காட்சி யவர்

சொற்பொருள்

இடனில் = வசதி இல்லாத; பருவத்தும் = காலத்திலும் கூட.
ஒப்புரவிற்கு = உதவும் கடமைக்கு; ஒல்கார் = தளர மாட்டார்கள்.
கடன் = கடமையை; அறி = அறிந்த; காட்சியவர் = அறிவுடையோர்.

நேர்பொருள்

தமது கடமையை உணர்ந்த அறிவுடையோர், வறுமையான காலத்திலும் பிறருக்கு உதவும் பண்பில் இருந்து சற்றும் தளர மாட்டார்கள்.

பொருளுரை

உதவி செய்வது என்பது ஒருவரின் செல்வ நிலையைப் பொறுத்தது அல்ல, அது அவரின் மனப்பான்மையையும் ஞானத்தையும் பொறுத்தது. சமூகத்திற்குச் செய்ய வேண்டிய கடமைகளைத் தெளிவாக உணர்ந்த அறிவுடையவர்கள், பிறருக்கு உதவுவதை தங்கள் இயல்பான பொறுப்பாகக் கருதுவார்கள். இந்த மனப்பான்மை 'ஒப்புரவு' எனப்படுகிறது. சாதாரண மனிதர்கள் தங்களுக்கு வசதி இருக்கும்போது மட்டும் உதவ முன்வரலாம். ஆனால், உண்மையான ஞானம் பெற்றவர்கள் அப்படியல்ல. அவர்களிடம் செல்வம் இல்லாதபோதும், அதாவது வறுமையில் வாடும் காலத்திலும்கூட, பிறருக்கு உதவும் கடமையிலிருந்து அவர்கள் பின்வாங்க மாட்டார்கள். பணத்தால் உதவ முடியாவிட்டாலும், தங்கள் உழைப்பாலோ, நேரத்தாலோ அல்லது தங்களால் இயன்ற வேறு வழிகளிலோ அவர்கள் தங்கள் உதவியைத் தொடர்வார்கள். ஏனென்றால், உதவுவது என்பது அவர்களிடம் செல்வம் அதிகமாக இருக்கும்போது செய்யும் செயல் அல்ல, அது அவர்களின் அடிப்படை குணம். எந்தச் சூழ்நிலையிலும் மாறாத இந்த உதவும் பண்பே, ஒருவரின் முதிர்ந்த அறிவிற்கும் சிறந்த குணத்திற்கும் அடையாளம் என்று இக்குறள் விளக்குகிறது.

குறள் 219

நயனுடையான் நல்கூர்ந்தா னாதல் செயும்நீர
செய்யாது அமைகலா வாறு

சொற்பொருள்

நயனுடையான் = உதவும் குணம் கொண்டவர்; நல்கூர்ந்தான் = வறுமையடைந்தது.

ஆதல் = என்பது; செயும்நீர = செய்ய வேண்டிய கடமைகளை.

செய்யாது = செய்ய முடியாமல்; அமைகலா = அமைதி கொள்ளாத; வாறு = தன்மையாகும்.

நேர்பொருள்

பிறருக்கு உதவும் குணம் கொண்டவருக்கு வறுமை என்பது, அவர் செய்ய வேண்டிய உதவிகளைச் செய்ய முடியாமல் தவிப்பதே ஆகும்.

பொருளுரை

ஒரு மனிதனுக்கு வறுமை என்றால் என்ன? பொதுவாக, தனக்குத் தேவையான உணவு, உடை, இருப்பிடம் இல்லாமல் கஷ்டப்படுவதுதான் வறுமை என்று நாம் நினைக்கிறோம். ஆனால், வள்ளுவர் இங்கே வறுமைக்கு ஒரு புதிய, ஆழமான விளக்கத்தைத் தருகிறார். பிறருக்கு உதவி செய்வதையே தன் இயல்பாகக் கொண்ட ஒரு நல்ல மனிதருக்கு, உண்மையான வறுமை என்பது எது? அது, தன்னால் மற்றவர்களுக்கு உதவ முடியாமல் போகும் நிலைதான். அவருக்குத் தன் சொந்தத் தேவைகள் பூர்த்தியாகாததை விட, பிறரின் துயரத்தைத் துடைக்க முடியவில்லையே என்ற மன வேதனைதான் பெரிதாக இருக்கும். கொடுப்பதில் இன்பம் காணும் அவருடைய இயல்பு, வறுமையால் தடைபடும்போது அவர் அமைதியை இழந்து தவிக்கிறார். இது வெறும் பணப் பற்றாக்குறை அல்ல; இது ஒருவரின் வாழ்வின் நோக்கமே சிதைந்து போவதைப் போன்ற ஒரு நிலை. ஆக, ஒரு தாராள மனப்பான்மை கொண்டவருக்கு, கொடுக்கும் வாய்ப்பை இழப்பதே மிகப்பெரிய வறுமை. இந்த குறள், ஒருவரின் குணநலனைப் பொறுத்து வறுமையின் அர்த்தம் எப்படி மாறுகிறது என்பதை அழகாக விளக்குகிறது.

இது, உதவி செய்யும் மனப்பான்மையின் உன்னத நிலையை நமக்குக் காட்டுகிறது.

குறள் 220

ஒப்புரவி னால்வரும் கேடெனின் அஃ்தொருவன்
விற்றுக்கோள் தக்க துடைத்து

சொற்பொருள்

ஒப்புரவினால் = பிறருக்கு உதவுவதால்; வரும் = வருகின்ற.
கேடெனின் = இழப்பு என்றால்; அஃதொருவன் = அந்த இழப்பை ஒருவன்.
விற்றுக்கோள் = தன்னை விற்றாவது வாங்கிக்கொள்ள; தக்கது = தகுதியானது; உடைத்து = ஆகும்.

நேர்பொருள்

பிறருக்கு உதவி செய்வதால் இழப்பு வந்தாலும், அந்த இழப்பு ஒருவன் தன்னை விற்றாவது வாங்கிக்கொள்ளும் அளவுக்கு மதிப்பு வாய்ந்தது.

பொருளுரை

சமூகத்திற்கு நன்மை செய்வதன் முக்கியத்துவத்தை இந்தக் குறள் மிக உயர்வாகப் பேசுகிறது. பொதுவாக, இழப்பு என்பது தவிர்க்கப்பட வேண்டிய ஒன்று. ஆனால், பிறருக்கு உதவி செய்வதால் ஒருவருக்குப் பொருள் இழப்பு ஏற்படுகிறது என்றால், அந்த இழப்பு சாதாரணமானதல்ல என்று வள்ளுவர் கூறுகிறார். அது மிகவும் மதிப்பு வாய்ந்தது. அதன் மதிப்பை விளக்க, அவர் ஒரு தீவிரமான உவமையைப் பயன்படுத்துகிறார். அந்த இழப்பை, ஒருவன் தன்னைத்தானே அடிமையாக விற்று கிடைக்கும் பணத்தைக் கொண்டு கூட வாங்கலாம் என்கிறார். தன்னை விற்பது என்பது ஒரு மனிதன் செய்யக்கூடிய உச்சபட்ச தியாகம். அப்படிப்பட்ட தியாகத்தைச் செய்தாவது அடைய வேண்டிய காரியம் என்றால், அதன் மதிப்பு எவ்வளவு உயர்வானதாக இருக்க வேண்டும்! இதன்மூலம், வள்ளுவர் சொல்ல வருவது என்னவென்றால், பிறர்நலனுக்காக ஏற்படும் பொருள் இழப்பு, உண்மையில் இழப்பே அல்ல. அது புகழையும், மனநிறைவையும், அறத்தையும் பெற்றுத் தரும் ஒரு முதலீடு. எனவே, பொருள் செலவாகுமே என்று எண்ணி, சமூகத்திற்கு ஆற்ற வேண்டிய கடமைகளில் இருந்து ஒருபோதும் பின்வாங்கக் கூடாது. அந்த 'இழப்பு' ஒருவரை கீழ்நிலைக்குக் கொண்டு செல்லாது, மாறாக அவரைப் புகழின் உச்சிக்குக் கொண்டு செல்லும் என்பதே இதன் ஆழமான கருத்து.

அதிகாரம் 23: ஈகை

இல்லாதவர்க்கு அளிப்பதே செல்வத்தின் உண்மைப் பயன். கை விடும் பொருள் குறையலாம்; ஆனால் அதனால் எழும் மனிதவெம்மை அழிவதில்லை.

குறள் 221

வறியார்க்கொன்று ஈவதே ஈகைமற் றெல்லாம்
குறியெதிர்ப்பை நீர துடைத்து

சொற்பொருள்

வறியார்க்கொன்று = ஏழைக்கு ஒன்றைக் கொடுப்பது; ஈவதே = கொடுப்பதே.
ஈகை = உதவி/கொடை; மற்றெல்லாம் = மற்றவை எல்லாம்.
குறியெதிர்ப்பை = பிரதிபலனை எதிர்பார்க்கும்; நீர = தன்மையை; துடைத்து = உடையது.

நேர்பொருள்

தேவையில் இருப்பவர்களுக்குக் கொடுப்பதே உண்மையான கொடை; மற்றவை எல்லாம் பிரதிபலனை எதிர்பார்க்கும் தன்மை கொண்டவை.

பொருளுரை

உண்மையான ஈகை என்பது, தமக்கென எதுவுமே இல்லாத வறியவர்களுக்கு அவர்கள் வேண்டியதைக் கொடுப்பதே ஆகும். மற்ற அனைத்துக் கொடைகளும் ஏதோ ஒரு பிரதிபலனை எதிர்பார்க்கும் தன்மையைக் கொண்டவை. உதாரணமாக, வசதி படைத்தவர்களுக்கோ அல்லது பிற்காலத்தில் நமக்கு உதவுவார்கள் என்ற நோக்கத்துடனோ ஒருவருக்குக் கொடுப்பது உண்மையான கொடையாகாது. ஏனெனில், அத்தகைய கொடைகள் ஒரு குறிப்பிட்ட பயனை எதிர்பார்த்து, கொடுத்ததை மீண்டும் அதே அளவில் திரும்பப் பெறும் ஒருவிதக் கடன் அல்லது முதலீட்டைப் போன்றதே ஆகும். பிரதிபலன் கருதா வறியவர்க்கு அளிப்பதே அறச்செயல்; பிறருக்குக் கொடுப்பதெல்லாம் ஒரு பயனைக் குறிவைத்துச் செய்யும் வணிக நோக்கம் கொண்ட செயல்களாகவே கருதப்படும். எனவே, எந்தச் சூழலிலும் யாரிடமிருந்தும் எதையும் திரும்பப் பெறலாம் என்ற எண்ணமின்றி, இல்லாதவரின் துயர் துடைக்க வழங்குவதே ஈகையின் இலக்கணமாகும்.

குறள் 222

நல்லாறு எனினும் கொளல்தீது மேலுலகம்
இல்லெனினும் ஈதலே நன்று

சொற்பொருள்

நல்லாறு = நல்ல வழி; எனினும் = என்றாலும்.
கொளல்தீது = பெறுவது தீமையானது; மேலுலகம் = சொர்க்கம்.
இல்லெனினும் = இல்லை என்றாலும்; ஈதலே = கொடுப்பதே; நன்று = சிறந்தது.

நேர்பொருள்

பிறரிடம் இருந்து ஒன்றைப் பெறுவது நல்ல வழி என்று கூறப்பட்டாலும் அது தீமையானதே; கொடுப்பதால் மேலுலகம் கிடைக்காது என்றாலும் கொடுப்பதே சிறந்தது.

பொருளுரை
பிறரிடமிருந்து ஒன்றைப் பெறுவது, அது சொர்க்கத்திற்கு வழிகாட்டும் நல்நெறி என்று கூறப்பட்டாலும் தீமையானதே. இதற்கு நேர்மாறாக, வறியவர்க்கு வழங்குவதால் மேலுலகப் பயன் இல்லை என்று வாதிட்டாலும், ஈதலே தலையாய அறமாகும். ஒரு செயலின் அறநெறி உயர்வு, அதனால் கிடைக்கும் மேலுலகம் போன்ற வெளிப்புறப் பலன்களைச் சார்ந்திருப்பதில்லை, மாறாக அதன் உள்ளார்ந்த தன்மையிலேயே அடங்கியுள்ளது என்பதை இக்குறள் தெளிவுபடுத்துகிறது. எனவே, அன்றாட வாழ்வில் நாம் பிறருக்கு உதவி செய்யும்போது, அதனால் நமக்கு என்ன நன்மை கிடைக்கும் என்று ஆராயாமல், கொடுப்பதையே ஒரு கடமையாகவும் மகிழ்ச்சியாகவும் கொள்ள வேண்டும். ஈகைக் குணம் ஒரு மனிதனின் மாண்பை உயர்த்தி, அவனைத் தன்னலமற்றவனாக ஆக்குகிறது; அதே சமயம், ஏற்கும் மனப்பான்மை சுயமரியாதையைக் குறைத்து, சார்பு நிலையை உருவாக்குகிறது. ஆக, கைம்மாறு கருதாத கொடையே அறங்களில் சிறந்தது என்பது வள்ளுவரின் அசைக்க முடியாத நிலைப்பாடாகும்.

குறள் 223

இலனென்னும் எவ்வம் உரையாமை ஈதல்
குலனுடையான் கண்ணே யுள

சொற்பொருள்
இலனென்னும் = 'என்னிடம் இல்லை' என்கிற; எவ்வம் = துன்பச் சொல்லை.
உரையாமை = சொல்லாமல் இருப்பதும்; ஈதல் = கொடுப்பதும்.
குலனுடையான் = நல்ல குடியில் பிறந்தவரிடம்; கண்ணே = மட்டுமே; யுள = உள்ளன.

நேர்பொருள்
'என்னிடம் இல்லை' என்ற துன்பமான சொல்லைத் தான் பிறரிடம் சொல்லாமலும், அப்படிச் சொல்பவர்களுக்குக் கொடுப்பதும் உயர்ந்த பண்புள்ளவரிடம் காணப்படும் இயல்புகளாகும்.

பொருளுரை
ஒரு சிறந்த பண்புள்ள மனிதரின் இரண்டு முக்கிய அடையாளங்களை இந்தக் குறள் விளக்குகிறது. முதலாவது, தன்மானம். எவ்வளவு வறுமையில் வாடினாலும், 'என்னிடம் எதுவும் இல்லை' என்று பிறரிடம் சென்று கையேந்தி, தன் நிலையைச் சொல்லிப் புலம்ப மாட்டார்கள். தன் துன்பத்தைத் தானே தாங்கிக்கொண்டு, கண்ணியத்தைக் காப்பார்கள். இரண்டாவது, ஈகை குணம். தன்னிடம் வந்து ஒருவர் 'நான் வறியவன்' என்று உதவி கேட்கும்போது, சிறிதும் தயங்காமல் அவருக்குக் கொடுப்பார்கள். உதவி கேட்பதன் வலியை அவர்கள் உணர்ந்திருப்பதால், கேட்பவரின் துயரத்தைப் போக்க முன்வருவார்கள். இந்த இரண்டு பண்புகளும் ஒரே குணத்தின் இரு பக்கங்கள். அதாவது, தன்மானத்தையும் பிறர் மானத்தையும் ஒருசேர மதிப்பதே உயர்ந்த குடிப்பிறப்பின் அடையாளம். தனக்கு வரக்கூடாத இழிவு பிறருக்கும் வரக்கூடாது என்று நினைப்பதே உண்மையான பெருந்தன்மை. ஆக, வறுமையிலும் செம்மையாக வாழ்வது என்பது, யாரிடமும் கேட்காமலும், கேட்பவர்களுக்குக் கொடுத்து உதவுவதும்தான். இந்த உயரிய பண்பு பாரம்பரியமாக நல்லொழுக்கத்தைப் பின்பற்றும் குடும்பத்தில் பிறந்தவர்களிடம் இயல்பாகவே அமைந்திருக்கும் என்று

வள்ளுவர் கூறுகிறார். இது பிறப்பால் வரும் உயர்வைக் குறிக்காமல், குணத்தால் வரும் உயர்வையே மையப்படுத்துகிறது.

குறள் 224

இன்னாது இரக்கப் படுதல் இரந்தவர்
இன்முகங் காணும் அளவு

சொற்பொருள்

இன்னாது = துன்பமானது; இரக்கப் = பிறர் கேட்க.
படுதல் = கொடுக்கும் நிலையில் இருப்பது; இரந்தவர் = கேட்டுப் பெற்றவரின்.
இன்முகம் = மகிழ்ச்சியான முகத்தை; காணும் = பார்க்கும்; அளவு = வரை.

நேர்பொருள்

உதவி பெற்றவரின் மகிழ்ச்சியான முகத்தைப் பார்க்கும் வரை, கொடுக்கும் நிலையில் இருப்பதும் ஒருவகைத் துன்பமே.

பொருளுரை

பிறருக்குக் கொடுப்பது ஒரு சிறந்த பண்பு. ஆனால், கொடுக்கும் செயல் தொடங்கும் போது அது முழுமையான மகிழ்ச்சியைத் தராது என்று இக்குறள் ஒரு நுட்பமான உளவியலை விளக்குகிறது. உதவி கேட்டு ஒருவர் நம்மிடம் வரும்போது, கொடுக்கும் நிலையில் உள்ள ஒருவருக்கு ஒருவிதமான மன உளைச்சல் ஏற்படுகிறது. 'அவர்கள் தேவையை நம்மால் பூர்த்தி செய்ய முடியுமா? நம்மிடம் போதுமான வளம் உள்ளதா?' போன்ற கவலைகள் எழும். இது ஒரு பொறுப்புள்ள, இரக்கமுள்ள மனிதரின் இயல்பான கவலை. இந்த மனநிலை ஒரு தற்காலிக 'துன்பமாக' கருதப்படுகிறது. ஆனால் இந்த சங்கடமான உணர்வு நீண்ட நேரம் நீடிக்காது. உதவி பெற்றவரின் முகத்தில் தெரியும் மகிழ்ச்சியையும், நிம்மதியையும் காணும் வரை மட்டுமே அது இருக்கும். உதவி பெற்றவரின் மலர்ந்த முகத்தைக் கண்டவுடன், கொடுப்பவரின் மனதிலிருந்த கவலைகள் அனைத்தும் மறைந்து, அவருக்கு ஆழ்ந்த மனநிறைவு உண்டாகிறது. ஆக, கொடுப்பதன் உண்மையான ஆனந்தம், கொடுக்கும் செயலில் மட்டுமல்ல, அதன் விளைவாக மற்றவர் வாழ்வில் ஏற்படும் மகிழ்ச்சியைக் காண்பதில் தான் உள்ளது. ஈகையின் இறுதி நோக்கம், பெறுபவரின் முகத்தில் மலரும் புன்னகைதான் என்பதை இக்குறள் உணர்த்துகிறது.

குறள் 225

ஆற்றுவார் ஆற்றல் பசிஆற்றல் அப்பசியை
மாற்றுவார் ஆற்றலின் பின்

சொற்பொருள்

ஆற்றுவார் = தவம் செய்பவரின்; ஆற்றல் = வலிமையானது.
பசிஆற்றல் = பசியைப் பொறுத்துக்கொள்வது; அப்பசியை = அந்தப் பசியை.
மாற்றுவார் = போக்குபவரின்; ஆற்றலின் = வலிமைக்கு; பின் = அடுத்த நிலையில் உள்ளது.

நேர்பொருள்

தவம் செய்பவரின் வலிமை பசியைப் பொறுப்பதே; அந்த வலிமை, பிறரின் பசியைப் போக்குபவரின் வலிமைக்கு அடுத்தபடியானதுதான்.

பொருளுரை

இந்தக் குறள் இரண்டு விதமான ஆற்றல்களை ஒப்பிட்டு, ஒன்றின் மேன்மையை விளக்குகிறது. முதலாவது, தவம் போன்ற கடுமையான நெறிகளைப் பின்பற்றுபவர்களின் ஆற்றல். அவர்களின் மிகப்பெரிய வலிமையாகக் கருதப்படுவது, தமக்கு ஏற்படும் பசியைப் பொறுத்துக்கொள்ளும் சக்தி. இது மிகுந்த மனக்கட்டுப்பாடும் உடல் உறுதியும் தேவைப்படும் ஒரு செயல். இரண்டாவது, பிறரின் பசியைப் போக்கும் வள்ளல்களின் ஆற்றல். பசியால் வாடும் ஒருவருக்கு உணவளித்து, அவரின் துன்பத்தை நீக்கும் சக்தி இது. திருவள்ளுவர் இந்த இரண்டு ஆற்றல்களில், பிறரின் பசியைப் போக்கும் ஈகையின் ஆற்றலையே உயர்ந்ததாகக் கூறுகிறார். ஒருவர் தன் பசியைத் தானே தாங்கிக்கொள்வது ஒரு தனிப்பட்ட சாதனை. ஆனால், அது தன்னை மட்டுமே மையப்படுத்திய ஒரு செயல். மாறாக, பசியால் வாடும் இன்னொருவருக்கு உதவுவது கருணையின் வெளிப்பாடு. அது சமூகத்திற்குப் பயனளிக்கும் செயல். எனவே, தனிப்பட்ட சாதனையை விட, பிறர் துயர் நீக்கும் பொதுநலப் பண்பே உயர்ந்தது. உண்மையான வலிமை என்பது துன்பத்தைத் தாங்குவதில் மட்டுமல்ல, பிறருடைய துன்பத்தைப் போக்கும் இரக்க குணத்திலும் செயலிலும்தான் இருக்கிறது என்பதை இக்குறள் உணர்த்துகிறது.

குறள் 226

அற்றார் அழிபசி தீர்த்தல் அஃதொருவன்
பெற்றான் பொருள்வைப் புழி

சொற்பொருள்

அற்றார் = ஏதுமற்ற வறியவரின்; அழிபசி = கொடிய பசியை.
தீர்த்தல் = போக்குவது; அஃதொருவன் = அது ஒருவன்.
பெற்றான் = பெற்ற; பொருள் = செல்வத்தை; வைப்புழி = சேமித்து வைக்கும் இடம்.

நேர்பொருள்

ஏதுமற்ற வறியவர்களின் கொடிய பசியைப் போக்குவது, செல்வம் பெற்ற ஒருவர் தன் பொருளைப் பாதுகாப்பாகச் சேமித்து வைக்கும் சிறந்த இடமாகும்.

பொருளுரை

ஒருவர் செல்வம் சம்பாதித்த பிறகு, அதை எங்கே பாதுகாப்பாக வைப்பது என்று யோசிப்பார். நிலத்திலோ, வங்கியிலோ வைத்தால் அது திருடு போகலாம் அல்லது அதன் மதிப்பு குறையலாம். ஆனால், இந்த குறள் ஒரு மிகச் சிறந்த சேமிப்பு முறையைச் சொல்கிறது. அதாவது, ஏழ்மையில் வாடும் ஒருவரின் உயிரைப் பறிக்கும் கொடிய பசியைப் போக்குவதுதான், ஒருவர் தன் செல்வத்தைச் சேமித்து வைப்பதற்கான மிகச் சிறந்த இடமாகும். இங்கே 'சேமிப்பு' என்பது பணத்தை அப்படியே பதுக்கி வைப்பதைக் குறிக்கவில்லை. மாறாக, சரியான வழியில் செலவு செய்வதையே ஒருவித முதலீடாகக் காட்டுகிறது. பசியால் வாடும் ஒருவருக்கு நாம் செய்யும் உதவி என்பது, அந்தப் பணத்தை நாம் நமக்காகவே ஒரு பாதுகாப்பான இடத்தில் வைப்பதற்குச் சமம். அந்தப் புண்ணியம், அந்த உதவியின் பலன், என்றாவது ஒருநாள் நமக்குத் திரும்பக் கிடைக்கும். அதுவே உண்மையான, என்றும் அழியாத சேமிப்பு. பொருளைச் சேர்த்து வைப்பதை விட, அதைக் கொண்டு பசித்தவரின் துயர் துடைப்பதே மிகச் சிறந்த நிதி மேலாண்மை மற்றும் பாதுகாப்பான முதலீடு என்பதை இக்குறள் அழகாக உணர்த்துகிறது. இது

செல்வத்தின் சமூகப் பொறுப்பை வலியுறுத்துகிறது.

குறள் 227

பாத்தூண் மரீஇ யவனைப் பசியென்னும்
தீப்பிணி தீண்டல் அரிது

சொற்பொருள்

பாத்தூண் = பகிர்ந்து உண்ணும்; மரீஇ = பழக்கமுடைய.
யவனைப் = அவனை; பசியென்னும் = பசி என்கிற.
தீப்பிணி = கொடிய நோய்; தீண்டல் = நெருங்குவது; அரிது = கடினம்/இல்லை.

நேர்பொருள்

தன்னிடம் உள்ளதை மற்றவர்களுடன் பகிர்ந்து உண்ணும் பழக்கமுடையவரை, பசி என்கிற கொடிய நோய் நெருங்குவது அரிது.

பொருளுரை

தன்னிடம் உள்ள உணவை மற்றவர்களுடன் பகிர்ந்து உண்ணும் பழக்கத்தை ஒருவர் வழக்கமாகக் கொண்டிருந்தால், அவரை பசி என்ற கொடுமையான நோய் ஒருபோதும் நெருங்காது என்று இக்குறள் கூறுகிறது. பசியை ஒரு 'கொடிய நோய்' என்று வள்ளுவர் குறிப்பிடுவது கவனிக்கத்தக்கது. ஏனெனில், பசி உடலை மட்டுமல்ல, மனதையும் பாதித்து, ஒருவரின் நல்ல சிந்தனைகளையும் செயல்களையும் முடக்கிவிடும் ஆற்றல் கொண்டது. பகிர்ந்து உண்ணும் பழக்கம் என்பது ஒருவரின் ஈகை குணத்தை மட்டும் காட்டவில்லை; அது ஒரு சமூகப் பாதுகாப்புக் கவசத்தையும் உருவாக்குகிறது. ஒருவர் தொடர்ந்து மற்றவர்களுக்கு உதவும்போது, அவர் ஒரு நல்லெண்ணச் சமுதாயத்தை உருவாக்குகிறார். அதனால், அவருக்கு எப்போதாவது தேவை ஏற்பட்டால், அவரால் உதவி பெற்றவர்கள் அவருக்கு உதவ முன்வருவார்கள். இதனால் அவர் பசியால் வாடும் நிலை ஏற்படாது. மேலும், கொடுக்கும் மனப்பான்மையே ஒருவரை தன்னிறைவு கொண்டவராக ஆக்குகிறது. இந்த மனநிலையே பசி குறித்த அச்சத்தை அவரிடமிருந்து நீக்கிவிடுகிறது. ஆக, பகிர்ந்து வாழும் பண்பு, பசி என்ற நோய்க்கு எதிரான சிறந்த மருந்தாகச் செயல்படுகிறது. இதுவே ஈகையின் உடனடிப் பலன்.

குறள் 228

ஈத்துவக்கும் இன்பம் அறியார்கொல் தாமுடைமை
வைத்திழக்கும் வன்க ணவர்

சொற்பொருள்

ஈத்துவக்கும் = கொடுத்து மகிழும்; இன்பம் = மகிழ்ச்சியை.
அறியார்கொல் = அறியமாட்டார்களோ?; தாமுடைமை = தம்முடைய செல்வத்தை.
வைத்து = சேர்த்து வைத்து; இழக்கும் = இழந்துவிடும்; வன்கணவர் = இரக்கமற்றவர்கள்.

நேர்பொருள்

தம்முடைய செல்வத்தைச் சேர்த்து வைத்துப் பின் இழந்துவிடும் இரக்கமற்றவர்கள், பிறருக்குக் கொடுத்து மகிழும் இன்பத்தை அறியமாட்டார்களோ?

பொருளுரை
சிலர் இரக்கமற்ற குணம் கொண்டவர்களாக இருக்கிறார்கள். அவர்கள் தங்கள் செல்வத்தை யாருக்கும் கொடுக்காமல், தங்களுக்கு மட்டுமே எனப் பூட்டி வைத்துப் பாதுகாக்கிறார்கள். ஆனால், செல்வம் நிலையானது அல்ல. அப்படிச் சேர்த்து வைக்கப்பட்ட செல்வம், ஒருநாள் அவர்களை விட்டுப் போய்விடுகிறது. இறுதியில், அவர்கள் கொடுத்தும் மகிழாமல், சேர்த்த செல்வத்தையும் இழந்து நிற்கிறார்கள். வள்ளுவர் இங்கே ஒரு முக்கியமான கேள்வியை எழுப்புகிறார்: இப்படிப்பட்டவர்கள், இல்லாதவர்களுக்குக் கொடுத்து உதவுவதால் ஏற்படும் ஒப்பற்ற மகிழ்ச்சியைப் பற்றி அறியாமல் இருக்கிறார்களா? ஒருவருக்குத் தேவையானதைக் கொடுக்கும்போது, அவர் முகத்தில் தெரியும் மகிழ்ச்சியைக் காண்பது கொடுப்பவருக்கு ஓர் ஆழமான மனநிறைவைத் தரும். இதுவே 'ஈத்துவக்கும் இன்பம்'. இந்த உண்மையான மகிழ்ச்சியை அவர்கள் உணர்ந்திருந்தால், செல்வத்தை இப்படிப் பூட்டி வைத்து வீணாக்க மாட்டார்கள். கொடுப்பதன் மூலம் கிடைக்கும் மகிழ்ச்சி என்பது ஒரு விலைமதிப்பற்ற அனுபவம். அதை உணராததால்தான், சிலர் கருமிகளைப் போல செல்வத்தைச் சேர்த்து, இறுதியில் அதை இழந்து துன்பப்படுகிறார்கள். இந்த குறள், சுயநலமாகச் சேமிப்பதை விட, தாராளமாகப் பகிர்வதில் தான் உண்மையான மகிழ்ச்சியும் பயனும் இருக்கிறது என்பதை வலியுறுத்துகிறது.

குறள் 229

இரத்தலின் இன்னாது மன்ற நிரப்பிய
தாமே தமியர் உணல்

சொற்பொருள்
இரத்தலின் = யாசிப்பதை விட; இன்னாது = கொடுமையானது.
மன்ற = நிச்சயமாக; நிரப்பிய = சேர்த்து வைத்ததை.
தாமே = தாங்களே; தமியர் = தனியாக; உணல் = உண்பது.

நேர்பொருள்
தேவைப்படுபவர்களுக்குக் கொடுக்காமல், சேர்த்து வைத்ததைத் தாமே தனியாக உண்பது, யாசிப்பதை விடக் கொடுமையானது.

பொருளுரை
பிறரிடம் கையேந்திப் பிச்சை கேட்பது மிகவும் இழிவான, வேதனையான செயல். ஆனால், அதைவிடக் கொடுமையான ஒரு செயல் இருக்கிறது என்கிறார் வள்ளுவர். அது, இல்லாதவர்களுக்குக் கொடுத்து உதவாமல், தன்னிடம் உள்ள செல்வத்தை யாருடனும் பகிர்ந்துகொள்ளாமல் தானே தனியாக அனுபவிப்பதுதான். ஒருவர் யாசகம் கேட்கும்போது ஏற்படும் அவமானம் தற்காலிகமானது. ஆனால், செல்வத்தைச் சேர்த்து வைத்துக்கொண்டு பிறருக்கு உதவாத கஞ்சத்தனம் நிரந்தரமான மன வறுமையையும் குற்றவுணர்வையும் தருகிறது. அப்படிப்பட்ட சுயநலமான வாழ்க்கை, மனிதனை சமூகத்திலிருந்து தனிமைப்படுத்தி, மன அமைதியைக் கெடுத்துவிடுகிறது. பொருளைச் சேர்த்து வைப்பதால் மட்டும் ஒருவர் செல்வந்தர் ஆகிவிட முடியாது. கொடுக்கும் குணமே உண்மையான செல்வமாகும். பகிர்ந்துகொள்ளாத இதயம் வறுமையின் உச்சமாகும். எனவே, யாசகம் பெறுவதை விட, பிறருக்குக் கொடுக்காமல் சுயநலமாக வாழ்வது அதிக வேதனையைத் தரும் என்பது இக்குறளின் மையக் கருத்து. இந்தச் செயல் ஒருவரின் மனிதத் தன்மையையே வறுமையாக்கிவிடும்.

குறள் 230

சாதலின் இன்னாத தில்லை இனிததூஉம்
ஈதல் இயையாக் கடை

சொற்பொருள்

சாதலின் = இறப்பதை விட; இன்னாத = துன்பமானது.
தில்லை = இல்லை; இனிததூஉம் = அதுவும் இனிமையானது.
ஈதல் = கொடுப்பது; இயையாக் = முடியாத; கடை = பொழுது.

நேர்பொருள்

மரணத்தை விடத் துன்பமானது வேறு இல்லை. ஆனால், இல்லாதவர்களுக்குக் கொடுக்க முடியாத நிலை ஏற்பட்டால், அந்த மரணம் கூட இனிமையானதே.

பொருளுரை

பொதுவாக, மனித வாழ்க்கையில் மரணத்தை விடத் துயரமானது வேறு எதுவும் இல்லை. எல்லோரும் மரணத்திற்கு அஞ்சுகிறார்கள். ஆனால், இந்த குறள் ஒரு ஆழமான பார்வையை முன்வைக்கிறது. ஒருவருக்கு மரணம் என்பது மிகவும் கொடுமையான அனுபவமாக இருந்தாலும், அதைவிடக் கொடுமையான ஒரு நிலை இருக்கிறது. அது, வறுமையில் வாடும் ஒருவருக்கு உதவி செய்ய முடியாத கையறு நிலை. ஒரு மனிதன் பிறருக்குக் கொடுத்து உதவும் பண்பை நிறைவேற்ற முடியாத சூழலில் வாழும்போது, அவனது வாழ்க்கை அர்த்தமற்றதாகிவிடுகிறது. பிறருக்குப் பயன்படாத அந்த வாழ்க்கை ஒரு சுமையாகவே கருதப்படுகிறது. அப்படிப்பட்ட சூழ்நிலையில், துன்பம் தரும் மரணம் கூட ஒரு இனிய விடுதலையாகத் தோன்றும். ஏனென்றால், பயனற்ற ஒரு உடலைச் சுமந்து வாழ்வதை விட, அந்த உடலை விட்டு நீங்குவது மேல். ஆக, ஈகை குணத்தின் முக்கியத்துவத்தை இந்த குறள் மிக உயர்வாகப் பேசுகிறது. கொடுக்க முடியாத வாழ்க்கை, மரணத்தை விடக் கொடியது என்பதே இதன் மையக் கருத்து.

அதிகாரம் 24: புகழ்

ஈகையும் அறச்செயலும் சேர்க்கும் புகழே மரணத்துக்குப் பின்னும் நிற்கும் செல்வம். வாழ்ந்ததற்கான சான்றாகப் புகழ் நிலைக்க, வாழ்க்கை பிறர்க்கு நன்மை தர வேண்டும்.

குறள் 231

ஈதல் இசைபட வாழ்தல் அதுவல்லது
ஊதியம் இல்லை உயிர்க்கு

சொற்பொருள்

ஈதல் = கொடுப்பது; இசைபட = புகழ் உண்டாகும்படி.
வாழ்தல் = வாழ்வது; அதுவல்லது = அதைத்தவிர.
ஊதியம் = பயன்; இல்லை = கிடையாது; உயிர்க்கு = உயிருக்கு.

நேர்பொருள்

தேவைப்படுபவர்களுக்குக் கொடுத்து, அதனால் வரும் புகழுடன் வாழ்வதைத் தவிர, மனித உயிருக்கு வேறு எந்தப் பயனும் இல்லை.

பொருளுரை

மனித வாழ்க்கையின் உண்மையான நோக்கம் என்ன? இந்தக் குறள் அதற்குத் தெளிவான பதிலைச் சொல்கிறது. இல்லாதவர்களுக்குக் கொடுத்து உதவுவதும், அதன் மூலம் கிடைக்கும் நல்ல புகழுடன் வாழ்வதும்தான் மனிதப் பிறவிக்குக் கிடைக்கக்கூடிய மிகப்பெரிய ஆதாயம். இதைத் தவிர வேறு எந்த லாபமும் உயிருக்கு இல்லை என்று வள்ளுவர் உறுதியாகக் கூறுகிறார். நாம் சம்பாதிக்கும் பணம், சொத்து, பதவி போன்றவை தற்காலிகமானவை. ஆனால், பிறருக்கு உதவி செய்வதால் கிடைக்கும் புகழ், நாம் இறந்த பிறகும் நிலைத்து நிற்கும். அதுவே நாம் வாழ்ந்ததற்கான உண்மையான அடையாளம். 'புகழ்' என்பது இங்கே தற்பெருமைக்காக அல்ல, ஒருவரின் நல்ல செயல்களுக்கு சமூகம் கொடுக்கும் அங்கீகாரம். கல்வி, வீரம் போன்ற பல வழிகளில் புகழ் பெறலாம் என்றாலும், பசியால் வாடுபவர்களுக்கு உதவுவதே மிகச் சிறந்த அறமாகக் கருதப்படுகிறது. ஏனென்றால், அது ஒருவரின் அடிப்படைத் தேவையைப் பூர்த்தி செய்கிறது. எனவே, சுயநலமாக வாழ்ந்து மறைவதை விட, பிறர்நலன் பேணி, ஈகையால் வரும் புகழோடு வாழ்வதே ஒரு பயனுள்ள வாழ்க்கை. அதுவே மனித உயிர் அடையக்கூடிய உச்சபட்சப் பயன். இந்த வழிகாட்டுதல், நம் வாழ்க்கையை அர்த்தமுள்ளதாக மாற்றுவதற்கான ஒரு திறவுகோல்.

குறள் 232

உரைப்பார் உரைப்பவை எல்லாம் இரப்பார்க்கொன்று ஈவார்மேல் நிற்கும் புகழ்

சொற்பொருள்

உரைப்பார் = சொல்பவர்கள்; உரைப்பவை = சொல்லும் விஷயங்கள்.
எல்லாம் = அனைத்தும்; இரப்பார்க்கொன்று = கேட்பவர்களுக்கு ஒன்றைக்.
ஈவார்மேல் = கொடுப்பவர் மீது; நிற்கும் = நிலைத்து நிற்கும்; புகழ் = பெருமை.

நேர்பொருள்

உலகில் பேசப்படும் புகழெல்லாம், வறுமையில் வாடி உதவி கேட்பவர்களுக்குக் கொடுப்பவர்கள் மீதே நிலைத்து நிற்கும்.

பொருளுரை

உலகில் மக்கள் பலரைப் பற்றியும் பலவற்றைப் பற்றியும் பேசுகிறார்கள். புலவர்கள் பாடுகிறார்கள், பேச்சாளர்கள் புகழ்கிறார்கள். ஆனால், இந்த எல்லா புகழுரைகளும் இறுதியில் யாரிடம் சென்று நிலைபெறுகின்றன? திருவள்ளுவர் இதற்குத் தெளிவான பதிலை அளிக்கிறார். வறுமையின் காரணமாக உதவி கேட்டு வருபவர்களுக்கு, அவர்கள் கேட்பதைக் கொடுக்கும் வள்ளல் குணம் கொண்டவர்கள் மீதே எல்லாப் புகழும் நிலைத்து நிற்கும் என்கிறார். மற்ற சாதனைகளால் வரும் புகழ் காலப்போக்கில் மறைந்துவிடக்கூடும். ஆனால், இல்லாத ஒருவருக்கு உதவி செய்வதால் கிடைக்கும் புகழ் காலத்தால் அழியாதது. அது கதைகளாகவும், பாடல்களாகவும், மக்களின் நினைவுகளாகவும் தலைமுறை தலைமுறையாக நிலைத்திருக்கும். ஏனென்றால், ஈகை என்பது மனித நேயத்தின் உச்சம். அதுவே ஒருவரை என்றென்றும் மக்கள் மனதில் வாழ வைக்கும். எனவே, உலகில் சொல்லப்படும் எல்லா புகழ்ச்சொற்களுக்கும் உண்மையான, நிரந்தரமான உரிமையாளர், தேவைப்படுபவர்களுக்குக் கொடுப்பவரே. உண்மையான பெருமை என்பது செல்வத்தாலோ அதிகாரத்தாலோ வருவதில்லை, அது தன்னலமற்ற கொடை உள்ளத்தால் மட்டுமே வருகிறது என்பதை இக்குறள் உணர்த்துகிறது.

குறள் 233

ஒன்றா உலகத்து உயர்ந்த புகழல்லால் பொன்றாது நிற்பதொன் றில்

சொற்பொருள்

ஒன்றா = இணையற்ற; உலகத்து = இந்த உலகில்.
உயர்ந்த = மேலான; புகழல்லால் = புகழைத் தவிர.
பொன்றாது = அழியாமல்; நிற்பது = நிலைத்திருப்பது; ஒன்றில் = ஒன்றும் இல்லை.

நேர்பொருள்

இந்த உலகில், தனக்கு இணையில்லாத உயர்ந்த புகழைத் தவிர, அழிந்துபோகாமல் நிலைத்திருப்பது வேறு எதுவும் இல்லை.

பொருளுரை

மனித வாழ்க்கை நிலையில்லாதது. செல்வம், பதவி, உடல் என நாம் கொண்டிருக்கும் அனைத்தும் ஒருநாள் அழிந்துவிடும். ஆனால், இந்த அழிவுக்கு உட்படாத ஒன்று இருக்கிறது என்றால், அது ஒருவரின் ஒப்பற்ற புகழ்தான். இங்கு 'புகழ்' என்பது சாதாரணமான பெருமையைக் குறிக்கவில்லை. மற்றவர்களால் செய்ய முடியாத அரிய செயல்களைச் செய்வதன் மூலமும், பெரும் தியாகங்கள் புரிவதன் மூலமும் கிடைக்கும் மேலான புகழையே இது குறிப்பிடுகிறது. ஒரு மனிதர் இறந்த பிறகும், அவருடைய பெயர் சரித்திரத்தில் நிலைத்து நிற்பதற்குக் காரணம் அவர் சம்பாதித்த புகழ்தான். மற்ற உலகப் பொருட்கள் அனைத்தும் காலப்போக்கில் மறைந்துவிடும் அல்லது சிதைந்துவிடும். ஆனால், ஒருவரின் நற்செயல்களால் உருவான புகழ், தலைமுறைகள் தாண்டியும் மக்கள் மனதில் வாழ்ந்துகொண்டே இருக்கும். எனவே, இந்த குறள் ஒரு மனிதன் தன் வாழ்வில் அடைய வேண்டிய உண்மையான இலக்கு எது என்பதைத் தெளிவுபடுத்துகிறது. அழியக்கூடிய பொருட்களைத் தேடி அலைவதை விட, என்றும் அழியாத புகழைத் தேடி வாழ வேண்டும் என்பதே இதன் மையக் கருத்து. அதுவே ஒரு மனிதன் அடையும் உண்மையான அமரத்துவம்.

குறள் 234

நிலவரை நீள்புகழ் ஆற்றின் புலவரைப்
போற்றாது புத்தேள் உலகு

சொற்பொருள்

நிலவரை = இந்த உலகில்; நீள்புகழ் = நிலைத்த புகழை.
ஆற்றின் = ஒருவர் பெற்றால்; புலவரைப் = ஞானிகளைக்கூட.
போற்றாது = மதிக்காமல்; புத்தேள் = தேவர்களின்; உலகு = உலகம் (அவரை மதிக்கும்).

நேர்பொருள்

இந்த உலகில் அழியாத புகழை ஒருவர் பெற்றுவிட்டால், தேவர் உலகம்கூட அங்குள்ள ஞானிகளை விட, புகழ் பெற்ற அவரையே பெரிதும் மதிக்கும்.

பொருளுரை

ஒருவர் இவ்வுலகில் வாழும் காலத்தில், தனது நற்செயல்களால் பூமி உள்ளவரை நிலைத்து நிற்கும் பெரும் புகழைப் பெற்றால், தேவர் உலகம் கூட அவரைப் பெரிதும் கொண்டாடும். அங்கே ஞானத்திலும் தவத்திலும் சிறந்து விளங்கும் முனிவர்களைப் போற்றுவதை விடுத்து, பூமியில் புகழ் பெற்ற இவருக்கே தேவர்கள் முதன்மையான மரியாதையை வழங்குவார்கள். இதற்குக் காரணம், ஞானிகள் தங்கள் தவத்தால் தேவருலகை மட்டுமே அடைகிறார்கள்; ஆனால், அழியாப் புகழ் பெற்றவரோ, தனது புகழுடம்பால் இவ்வுலகிலும், புண்ணியத்தால் தேவருலகிலும் ஒரே நேரத்தில் போற்றப்படுகிறார். எனவே, நிலையற்ற இவ்வுலக வாழ்வில், பிறருக்குப் பயனளிக்கும் அறச்செயல்களில் ஈடுபட்டு, அழியாத புகழை ஈட்டுவதே ஒரு மனிதன் அடையக்கூடிய உச்சபட்ச இலட்சியமாகும். அத்தகையோரின் பெருமை, மரணத்தைக் கடந்து, தேவருலகின் ஞானிகளையும் விட உயர்ந்ததாக மதிக்கப்படும் என்பதே இக்குறள் உணர்த்தும் அறநெறியின் விளைவாகும். இத்தகைய இரட்டைச் சிறப்பை அடைவதால், புகழுடையோர் வானுலகிலும் தனிச்சிறப்புப் பெறுகிறார்கள்.

குறள் 235

நத்தம்போல் கேடும் உளதாகும் சாக்காடும்
வித்தகர்க் கல்லால் அரிது

சொற்பொருள்
நத்தம்போல் = வளர்ச்சி போன்ற; கேடும் = அழிவும்.
உளதாகும் = வாழ்வு தரும்; சாக்காடும் = மரணமும்.
வித்தகர்க்கு = ஞானிகளுக்கு; அல்லால் = தவிர; அரிது = கடினமானது.

நேர்பொருள்
புகழ் தரும் அழிவும், புகழுடம்பை உருவாக்கும் மரணமும், அறிவில் சிறந்த ஞானிகளைத் தவிர மற்றவர்களுக்குக் கிடைப்பது கடினம்.

பொருளுரை
புகழுடன் வாழ்வதில் இரண்டு சிறப்பான நிலைகள் உள்ளன. முதலாவது, வளர்ச்சிக்கு வழிவகுக்கும் அழிவு. அதாவது, ஒருவர் தன் செல்வத்தையோ, வசதிகளையோ இழப்பது வெளிப்பார்வைக்கு ஒரு இழப்பாகத் தோன்றலாம். ஆனால், அந்த இழப்பு ஒரு பெரும் புகழைப் பெற்றுத் தந்தால், அது அழிவு அல்ல, ஒருவிதமான வளர்ச்சிதான். உதாரணமாக, பொது நன்மைக்காகத் தன் சொத்துக்களை இழப்பவர் வறுமையை அடைந்தாலும், அழியாப் புகழை அடைகிறார். இரண்டாவது, வாழ்வைத் தரும் மரணம். ஒருவரின் உடல் மறைந்தாலும், அவருடைய பெயர் என்றும் நிலைத்திருக்கும்படியான ஒரு மரணம் அது. ஒரு உயர்ந்த இலட்சியத்திற்காக உயிரைக் கொடுக்கும்போது, அந்த மரணம் ஒரு முடிவல்ல, அது ஒரு புதிய தொடக்கம். அது புகழுடம்புக்கு வாழ்வளிக்கிறது. இந்த இரண்டு நிலைகளையும் அடைவது எல்லோராலும் முடியாது. நிலையான புகழுக்காக நிலையற்ற உடல், பொருள் போன்றவற்றைத் தியாகம் செய்யும் மனப்பக்குவமும், தொலைநோக்குப் பார்வையும் கொண்ட அறிவில் சிறந்த ஞானிகளால் மட்டுமே இது சாத்தியமாகும். சாதாரண மனிதர்கள் நிலையற்றவற்றின் மீது பற்று வைத்திருப்பதால், அவர்களால் இந்த உன்னத நிலையை அடைவது மிகவும் கடினம்.

குறள் 236

தோன்றின் புகழொடு தோன்றுக அஃதிலார்
தோன்றலின் தோன்றாமை நன்று

சொற்பொருள்
தோன்றின் = பிறந்தால்; புகழொடு = புகழுடன்.
தோன்றுக = பிறக்க வேண்டும்; அஃதிலார் = அது இல்லாதவர்கள்.
தோன்றலின் = பிறப்பதை விட; தோன்றாமை = பிறக்காமல் இருப்பது; நன்று = நல்லது.

நேர்பொருள்
பிறந்தால், புகழ் தரும் குணங்களோடு பிறக்க வேண்டும்; அக்குணங்கள் இல்லாதவர்கள் பிறப்பதை விட பிறக்காமல் இருப்பதே நல்லது.

பொருளுரை
இந்தக் குறள், அர்த்தமுள்ள ஒரு வாழ்க்கையை வாழ்வதன் முக்கியத்துவத்தை வலியுறுத்துகிறது. 'புகழோடு பிறக்க வேண்டும்' என்பது, பிறக்கும்போதே

புகழுடன் இருக்க வேண்டும் என்பதல்ல. மாறாக, வாழும் காலத்தில் மற்றவர்கள் போற்றும் வகையிலான சிறந்த குணங்களையும், சாதனைகளையும் வளர்த்துக்கொள்ள வேண்டும் என்பதாகும். நேர்மை, கருணை, திறமை, விடாமுயற்சி போன்ற நற்பண்புகளால் ஒருவர் சமூகத்தில் நற்பெயரைப் பெறுகிறார். அத்தகைய சிறப்புக்குரிய தகுதிகள் இல்லாமல், எந்த ஒரு தாக்கத்தையும் ஏற்படுத்தாமல் வாழ்வது ஒரு பயனற்ற வாழ்க்கை என்று வள்ளுவர் கருதுகிறார். 'பிறப்பதை விட பிறக்காமல் இருப்பதே நல்லது' என்ற கடுமையான சொற்கள், ஒரு நோக்கமற்ற வாழ்வின் சோகத்தை உணர்த்துவதற்காகப் பயன்படுத்தப்பட்ட ஒரு இலக்கிய உத்தியாகும். இது ஒரு எச்சரிக்கை. ஒவ்வொரு மனிதனும் தன் பிறப்பின் மதிப்பை உணர்ந்து, தனக்கும் சமூகத்திற்கும் பயனுள்ள ஒரு அடையாளத்தை விட்டுச் செல்ல வேண்டும் என்பதே இதன் மையக் கருத்து. வெறுமனே உயிர் வாழ்வதை விட, சிறப்புடன் வாழ்வதே உண்மையான வாழ்க்கை என்பதை இக்குறள் ஆழமாக உணர்த்துகிறது.

குறள் 237

புகழ்பட வாழாதார் தந்நோவார் தம்மை
இகழ்வாரை நோவது எவன்?

சொற்பொருள்

புகழ்பட = புகழ் உண்டாகும்படி; வாழாதார் = வாழத் தெரியாதவர்கள்.
தந்நோவார் = தங்களைக் குறை சொல்லிக்கொள்ளாமல்; தம்மை = தங்களை.
இகழ்வாரை = விமர்சிப்பவர்களை; நோவது = குறை சொல்வது; எவன்? = எதற்காக?.

நேர்பொருள்

புகழுடன் வாழத் தெரியாதவர்கள், தங்களைக் குறை சொல்லிக்கொள்ளாமல், தங்களை விமர்சிப்பவர்களைக் குறை சொல்வதில் என்ன பயன்?

பொருளுரை

ஒருவர் புகழுடன், அதாவது மற்றவர்கள் மதிக்கும்படியான ஒரு வாழ்க்கையை வாழத் தவறும்போது, அவர் இயல்பாகவே விமர்சனங்களைச் சந்திக்க நேரிடும். இந்தச் சூழலில், அந்த விமர்சனங்கள் ஏன் எழுந்தன என்று ஆராய்வதே அறிவுள்ள செயல். ஆனால், பலர் அப்படிச் செய்வதில்லை. மாறாக, தங்கள் மீதுள்ள குறையை எண்ணிப் பார்க்காமல், தங்களை விமர்சிப்பவர்கள் மீது கோபம் கொள்கிறார்கள்; அவர்களைக் குறை கூறுகிறார்கள். இந்தக் குறள் இந்த மனப்பான்மையின் பயனற்ற தன்மையைச் சுட்டிக்காட்டுகிறது. 'சிக்கலின் மூலம் உங்களிடமே இருக்கும்போது, அதன் விளைவுகளுக்காக மற்றவர்களைக் குறை சொல்வது ஏன்?' என்று கேட்கிறது. புகழத்தக்க வாழ்க்கை வாழாததுதான் உண்மையான தவறு. அந்தத் தவறை சரிசெய்யாமல், அதன் விளைவான விமர்சனங்களைச் செய்பவர்களை நொந்துகொள்வது, நோய்க்கான காரணத்தை விட்டுவிட்டு, அதன் அறிகுறிகளுக்கு மட்டும் சிகிச்சை அளிப்பதைப் போன்றது. எனவே, ஒருவர் தன்னைத்தானே முதலில் சுயபரிசோதனை செய்துகொள்ள வேண்டும். தன் தவறுகளை உணர்ந்து, தன்னைத் திருத்திக்கொள்ள முயற்சி செய்ய வேண்டும். அதை விடுத்து, பிறர் மீது பழி போடுவது எந்த வகையிலும் உதவாது. இது தனிப்பட்ட பொறுப்புணர்வின் முக்கியத்துவத்தை வலியுறுத்தும் ஒரு பாடம்.

குறள் 238

வசையென்ப வையத்தார்க் கெல்லாம் இசையென்னும் எச்சம் பெறாஅ விடின்

சொற்பொருள்
வசையென்ப = பழி என்று சொல்வார்கள்; வையத்தார்க்கு = உலகத்தாருக்கு.
எல்லாம் = முழுவதும்; இசையென்னும் = புகழ் என்கிற.
எச்சம் = விட்டுச்செல்லும் சொத்து; பெறாஅ = பெறாமல்; விடின் = போனால்.

நேர்பொருள்
புகழ் என்கிற அழியாத சொத்தை ஒருவர் பெறாமல் இவ்வுலகை விட்டுப் போனால், அதுவே அவருக்குப் பெரிய பழி என்று அறிஞர்கள் சொல்வார்கள்.

பொருளுரை
இவ்வுலகில் வாழும் மக்கள் தமக்குப் பின் நிலைத்து நிற்கும் புகழைப் பெறாமல் வாழ்ந்தால், அதுவே அவர்களுக்குப் பெரும் பழியாகவும் வசையாகவும் அமைந்துவிடும். ஒரு மனிதன் மறைந்த பிறகும் அவனைப் பற்றிப் பேசப்படும் நற்பெயரே புகழ் எனப்படும்; அதுவே அவன் இவ்வுலகில் விட்டுச்செல்லும் அழியாத சொத்தாகிய 'எச்சம்' ஆகும். பணம், பதவி, சொத்து போன்ற மற்ற செல்வங்கள் யாவும் நிலையற்றவை, ஆனால் நற்செயல்களால் ஈட்டப்பட்ட புகழ் ஒருபோதும் அழிவதில்லை. எனவே, ஒவ்வொருவரும் தம் வாழ்நாளில் பிறருக்குப் பயன்படும் வகையிலும், உலகம் போற்றும் வண்ணமும் நற்செயல்களைச் செய்து அழியாப் புகழை ஈட்ட முயல வேண்டும். அவ்வாறு புகழைப் பெறத் தவறுவது, வேறு எந்தக் குற்றமும் செய்யாவிட்டாலும், அதுவே ஒருவருக்கு இகழ்ச்சியையும் அவமானத்தையும் தேடித்தரும். புகழற்ற வாழ்க்கை, உயிர் இருந்தும் பிணத்திற்கு ஒப்பானதாகவே கருதப்படும் என்பதே வள்ளுவரின் தெளிவான எச்சரிக்கையாகும்.

குறள் 239

வசையிலா வண்பயன் குன்றும் இசையிலா யாக்கை பொறுத்த நிலம்

சொற்பொருள்
வசையிலா = குற்றமில்லாத; வண்பயன் = செழிப்பான விளைச்சல்.
குன்றும் = குறைந்துவிடும்; இசையிலா = புகழ் இல்லாத.
யாக்கை = உடலை; பொறுத்த = சுமந்த; நிலம் = நிலத்தில்.

நேர்பொருள்
புகழ் இல்லாத ஒருவரின் உடலைச் சுமக்கும் நிலத்தில், குறைவில்லாத செழிப்பான விளைச்சல்கூடக் குறைந்துவிடும்.

பொருளுரை
புகழுடன் வாழாத ஒருவரின் வாழ்க்கை எவ்வளவு பயனற்றது என்பதை இக்குறள் ஒரு சக்திவாய்ந்த உருவகத்தின் மூலம் விளக்குகிறது. ஒருவர் எந்தப் புகழும் பெறாமல், சமூகத்திற்குப் பயன்படாமல் வாழ்ந்தால்,

அவருடைய இருப்பு இந்த பூமிக்கே ஒரு சுமையாகும். திருவள்ளுவர் இன்னும் ஒரு படி மேலே சென்று, அப்படிப்பட்டவரைச் சுமக்கும் நிலம் தனது வளத்தைக் கூட இழந்துவிடும் என்கிறார். அதாவது, ஒரு நிலம் இயல்பாகவே எந்தக் குறையும் இல்லாமல் நல்ல விளைச்சலைத் தரக்கூடியதாக இருந்தாலும், புகழ் இல்லாத ஒருவரின் பாரத்தைத் தாங்குவதால் அதன் செழிப்பு குறைந்துவிடும். இது ஒரு நேரடியான விவசாயக் கருத்து அல்ல. மாறாக, ஒருவரின் பயனற்ற வாழ்க்கை அவரைச் சுற்றியுள்ள சூழலில்கூட எதிர்மறையான தாக்கத்தை உருவாக்கும் என்பதைக் காட்டும் ஒரு குறியீடாகும். புகழ் இல்லாத ஒருவரின் உடல் உயிருடன் இருந்தாலும், அது வெறும் 'யாக்கை' (உடல்) என்று குறிப்பிடப்படுகிறது. ஏனெனில், அதனால் எந்தப் பயனும் இல்லை. அந்தப் பயனற்ற உடலைச் சுமப்பது நிலத்திற்கு வெறுப்பைத் தருவதால், அதன் விளைச்சல் குன்றுகிறது. எனவே, ஒவ்வொருவரும் பிறர் போற்றும் வகையில் பயனுள்ள வாழ்க்கை வாழ வேண்டும் என்பதே இக்குறளின் ஆழமான போதனை.

குறள் 240

வசையொழிய வாழ்வாரே வாழ்வார்
இசையொழிய
வாழ்வாரே வாழா தவர்

சொற்பொருள்

வசையொழிய = பழிச்சொல் இல்லாமல்; வாழ்வாரே = வாழ்பவர்களே.
வாழ்வார் = உண்மையில் வாழ்பவர்; இசையொழிய = புகழ் இல்லாமல்.
வாழ்வாரே = வாழ்பவர்களே; வாழா = வாழாத; தவர் = அவர்கள்.

நேர்பொருள்

பழிச்சொல் இல்லாமல் வாழ்பவர்களே உண்மையில் வாழ்பவர்கள்; புகழ் இல்லாமல் வாழ்பவர்கள், வாழ்ந்தும் வாழாதவர்கள் ஆவார்கள்.

பொருளுரை

ஒருவர் வாழ்வதன் உண்மையான அர்த்தம் என்ன என்பதை இந்தக் குறள் தெளிவாக விளக்குகிறது. யார் ஒருவர் தன் மீது எந்தப் பழிச்சொல்லும் வராதபடி, நேர்மையாகவும் ஒழுக்கமாகவும் வாழ்கிறாரோ, அவரே உண்மையில் வாழ்பவர் என்று கருதப்படுகிறார். அத்தகைய வாழ்வே அர்த்தமுள்ளது. இதற்கு நேர்மாறாக, யார் ஒருவர் தன் வாழ்வில் எந்தப் புகழையும் சம்பாதிக்கவில்லையோ, அதாவது நல்ல செயல்களால் பிறர் பாராட்டும்படி வாழவில்லையோ, அவர் உயிரோடு இருந்தாலும் வாழாதவருக்குச் சமம். புகழற்ற வாழ்க்கை, வெறும் உடலியல் சார்ந்த இருப்பு மட்டுமே; அது உண்மையான வாழ்க்கை ஆகாது. பழி இல்லாமல் வாழ்வது ஒரு வாழ்வின் அடிப்படைத் தகுதி. ஆனால், புகழுடன் வாழ்வது அந்த வாழ்வை உன்னத நிலைக்கு உயர்த்துகிறது. ஒரு மனிதன் இறந்த பிறகும் அவனது புகழ் நிலைத்திருக்க வேண்டும். அப்படிப்பட்ட புகழை ஈட்டாத வாழ்க்கை, பயனற்றது. எனவே, பழி நீங்கிப் புகழுடன் வாழ்வதே ஒரு மனிதனின் தலையாய கடமை. புகழற்ற வாழ்வு, உயிரற்ற உடலுக்குச் சமம் என்பதே இக்குறளின் மையக் கருத்து. இது ஒருவரின் சமூகப் பங்களிப்பையும், அவர் விட்டுச்செல்லும் நற்பெயரின் முக்கியத்துவத்தையும் வலியுறுத்துகிறது.

அதிகாரம் 25: அருளுடைமை

அனைத்து உயிர்களையும் இரக்கத்தோடு நோக்கும் மனமே அருள். பொருள் இல்லாதவன் வறியவனாகலாம்; அருள் இல்லாதவன் மனிதநேயத்தில் வறியவன்.

குறள் 241

அருட்செல்வம் செல்வத்துள் செல்வம் பொருட்செல்வம்
பூரியார் கண்ணும் உள

சொற்பொருள்

அருட்செல்வம் = கருணை எனும் செல்வம்; செல்வத்துள் = செல்வங்களுக்குள். செல்வம் = சிறந்த செல்வம்; பொருட்செல்வம் = பணம், சொத்து போன்ற செல்வம். பூரியார் = இழிந்த குணமுள்ளவர்களிடமும்; கண்ணும் = கூட; உள = இருக்கின்றன.

நேர்பொருள்

செல்வங்களிலேயே மிகச் சிறந்த செல்வம் கருணைதான்; ஏனென்றால், பொருட்செல்வம் தகுதியற்ற கீழ்மக்களிடம்கூட இருக்கும்.

பொருளுரை

உலகில் இரண்டு வகையான செல்வங்கள் இருக்கின்றன. ஒன்று, மற்ற உயிர்களிடம் காட்டும் கருணை அல்லது இரக்கம். மற்றொன்று, பணம், சொத்து போன்ற பொருட்செல்வம். திருவள்ளுவர் இந்த இரண்டையும் ஒப்பிட்டு, எது உண்மையான செல்வம் என்பதைத் தெளிவுபடுத்துகிறார். இருக்கும் செல்வங்களிலேயே மிக உயர்ந்ததும், முதன்மையானதும் கருணை என்னும் செல்வம்தான் என்கிறார். ஏனென்றால், அது எல்லோரிடமும் எளிதாகக் காணப்படுவதில்லை. உயர்ந்த பண்பும், நல்ல மனமும் கொண்டவர்களிடம் மட்டுமே அது இருக்கும். ஆனால், பொருட்செல்வம் அப்படியல்ல. அது நல்லவர்களிடம் இருப்பது போலவே, எந்தவிதமான நல்ல குணங்களும் இல்லாத, இரக்கமற்ற, கீழ்மையான மனிதர்களிடமும் இருக்கலாம். ஒருவரிடம் பணம் அதிகமாக இருப்பதால் மட்டுமே அவர் உயர்ந்தவர் ஆகிவிடமாட்டார். எனவே, நாம் சேர்க்க வேண்டிய உண்மையான செல்வம், அழியாத புகழைத் தரும் கருணைதான். பொருட்செல்வத்தைவிட கருணை என்ற குணத்திற்கே அதிக முக்கியத்துவம் கொடுக்க வேண்டும் என்பதுதான் இந்தக் குறளின் மையக் கருத்து. உண்மையான மதிப்பு என்பது ஒருவரின் குணத்தில் இருக்கிறது, அவரிடம் உள்ள பொருளில் அல்ல.

குறள் 242

நல்லாற்றாள் நாடி அருளாள்க பல்லாற்றால்
தேரினும் அஃதே துணை

சொற்பொருள்

நல்லாற்றால் = நல்ல வழியில்; நாடி = ஆராய்ந்து.
அருளாள்க = கருணையை கடைப்பிடி; பல்லாற்றால் = பல வழிகளிலும்.
தேரினும் = ஆராய்ந்து பார்த்தாலும்; அஃதே = அதுவே; துணை = உதவி.

நேர்பொருள்

நல்ல வழியில் ஆராய்ந்து கருணையைக் கடைப்பிடி; பல வழிகளில் ஆராய்ந்து பார்த்தாலும், அதுவே உண்மையான துணையாக இருக்கும்.

பொருளுரை

வாழ்க்கையில் நமக்கு உண்மையான பாதுகாப்பு எது என்று நல்ல முறையில் சிந்தித்து ஆராய்ந்து, கருணை என்னும் குணத்தை நாம் கைக்கொள்ள வேண்டும். உலகில் எத்தனையோ மதங்கள், தத்துவங்கள், கொள்கைகள் உள்ளன. அவை ஒவ்வொன்றும் வாழ்க்கையைப் பற்றியும், அறத்தைப் பற்றியும் வெவ்வேறு கருத்துக்களைச் சொல்கின்றன. இவை எல்லாவற்றையும் நாம் ஆராய்ந்து பார்த்தாலும், ஒரு பொதுவான உண்மையைக் கண்டறியலாம். அது என்னவென்றால், 'கருணை' தான் மனிதனுக்கு மிகச்சிறந்த துணை என்பதாகும். மற்ற எல்லா விஷயங்களிலும் இந்த தத்துவங்கள் ஒன்றுக்கொன்று முரண்படலாம், ஆனால் கருணையின் முக்கியத்துவத்தில் அனைத்தும் ஒன்றுபடுகின்றன. ஒருவருக்கு இம்மையிலும் மறுமையிலும் உதவக்கூடிய, அவரை ஒருபோதும் கைவிடாத உண்மையான துணை கருணை மட்டுமே. எனவே, பலவிதமான வழிகளை ஆராய்ந்து குழம்புவதை விட, கருணையுடன் வாழும் எளிய வழியைப் பின்பற்றுவதே சிறந்தது. அதுவே நம் வாழ்வின் எல்லா நிலைகளிலும் நமக்கு உறுதுணையாக நின்று நம்மைக் காக்கும்.

குறள் 243

அருள்சேர்ந்த நெஞ்சினார்க் கில்லை
இருள்சேர்ந்த
இன்னா உலகம் புகல்

சொற்பொருள்

அருள்சேர்ந்த = கருணை நிறைந்த; நெஞ்சினார்க்கு = இதயம் கொண்டவர்களுக்கு.
இல்லை = இல்லை; இருள்சேர்ந்த = இருள் சூழ்ந்த.
இன்னா = துன்ப; உலகம் = உலகில்; புகல் = நுழையும் நிலை.

நேர்பொருள்

கருணை நிறைந்த இதயம் கொண்டவர்களுக்கு, இருள் சூழ்ந்த துன்ப உலகில் நுழையும் நிலை இல்லை.

பொருளுரை

பிற உயிர்களின் துன்பத்தைக் கண்டு மனம் உருகும் அருள் நிறைந்த உள்ளம் கொண்டவர்களுக்கு, அடர்த்தியான இருளும் தீராத வேதனைகளும் நிறைந்த நரகமென்னும் கொடிய துன்ப உலகத்தில் நுழையும் நிலை ஒருபோதும்

ஏற்படாது. ஏனெனில், கருணை நிறைந்த அத்தகைய நெஞ்சங்களில் தீய எண்ணங்களுக்கோ, பிறருக்குத் தீங்கு விளைவிக்கும் வன்செயல்களுக்கோ சிறிதும் இடமிருக்காது. அவர்களின் அன்றாடச் செயல்கள் அனைத்தும் பிறருக்கு உதவும் நோக்கத்துடனும், அன்பை வெளிப்படுத்தும் விதமாகவும் அமையும். அவர்கள் இயல்பாகவே அறவழியில் வாழ்வதால், தீவினைகள் அவர்களை அண்டுவதில்லை. ஆகவே, துன்பம் மட்டுமே நிறைந்ததும், இருள் சூழ்ந்ததுமான கீழ் உலகத்திற்குச் செல்லும் வழி அவர்களுக்கு முற்றிலுமாக அடைக்கப்படுகிறது. சுருங்கக்கூறின், இவ்வுலகில் அருளுடன் வாழ்பவர்கள், மறுமையில் துன்ப உலகை நிச்சயம் தவிர்க்கிறார்கள் என்பதே இக்குறளின் தெளிவான செய்தி.

குறள் 244

மன்னுயிர் ஓம்பி அருளாள்வார்க் கு இல்லென்ப தன்னுயிர் அஞ்சும் வினை

சொற்பொருள்

மன்னுயிர் = மற்ற உயிர்களை; ஓம்பி = பாதுகாத்து.
அருளாள்வார்க்கு = கருணையுடன் வாழ்பவருக்கு; இல்லென்ப = இல்லை என்பார்கள்.
தன்னுயிர் = தனது உயிருக்கு; அஞ்சும் = அச்சம் தரும்; வினை = தீய செயல்.

நேர்பொருள்

மற்ற உயிர்களைப் பாதுகாத்து, கருணையுடன் வாழ்பவருக்கு, தன் உயிருக்கே அச்சம் தரும் தீய செயல்கள் எதுவும் ஏற்படாது.

பொருளுரை

அருளுடைமை என்பது ஒரு பாதுகாப்பு கவசம் போன்றது. ஒருவர் மற்ற உயிர்கள் மீது கருணை கொண்டு, அவற்றை அன்புடன் பாதுகாத்து வாழ்ந்தால், அவருக்கு எந்தத் தீங்கும் நேராது. ஏனென்றால், கருணை உள்ளம் கொண்டவர் இயல்பாகவே பிறருக்குத் தீங்கு விளைவிக்கும் செயல்களான கொலை, களவு, துன்புறுத்தல் போன்றவற்றைச் செய்ய மாட்டார். இத்தகைய தீய செயல்கள்தான் ஒருவருக்குப் பழிவாங்குதல், சட்டப்படி தண்டனை, மன உளைச்சல் போன்ற துன்பங்களைக் கொண்டு வந்து சேர்க்கின்றன. இந்தத் துன்பங்களைக் கண்டுதான் ஒருவருடைய உயிர் அஞ்சுகிறது. ஒருவர் கருணையுடன் வாழும்போது, இந்தத் தீய செயல்களையே அவர் செய்வதில்லை. அதனால், அந்தச் செயல்களால் ஏற்படும் எதிர்விளைவுகளுக்கும் அவர் ஆளாகமாட்டார். இதன்மூலம், அவர் தனக்குத் தானே ஒரு பாதுகாப்பை உருவாக்கிக் கொள்கிறார். பிற உயிர்களிடம் நாம் காட்டும் இரக்கமே, நம்முடைய உயிருக்கு அச்சம் வராமல் தடுக்கும் சிறந்த வழியாகும். ஆக, அச்சமற்ற, அமைதியான வாழ்வை விரும்புபவர்கள் அனைத்து உயிர்களிடத்தும் கருணையுடன் நடந்துகொள்ள வேண்டும் என்பதே இக்குறளின் மையக் கருத்து.

குறள் 245

அல்லல் அருளாள்வார்க்கு இல்லை வளிவழங்கும்
மல்லன்மா ஞாலங் கரி

சொற்பொருள்

அல்லல் = துன்பம்; அருளாள்வார்க்கு = கருணை உள்ளம் கொண்டவர்களுக்கு.
இல்லை = கிடையாது; வளிவழங்கும் = காற்று வீசுகின்ற.
மல்லன்மா = வளமும் பெருமையும் வாய்ந்த; ஞாலம் = உலகம்; கரி = சாட்சி.

நேர்பொருள்

கருணை உள்ளம் கொண்டவர்களுக்குத் துன்பம் வராது என்பதற்கு, காற்று உலாவும் இந்த வளமான பெரிய உலகமே சாட்சியாக இருக்கிறது.

பொருளுரை

கருணை உள்ளத்தோடு வாழ்பவர்களுக்கு எந்தத் துன்பமும் வராது என்று இக்குறள் உறுதியாகக் கூறுகிறது. இது வெறும் நம்பிக்கை அல்ல, கண்கூடான உண்மை என்பதற்கு இந்த உலகமே சாட்சி என்று குறிப்பிடுகிறது. 'காற்று வீசும் இந்த வளமான பெரிய உலகம் சாட்சி' என்பது, இந்த உலகில் வாழும் எந்த மனிதராலும் கருணையுள்ள ஒருவர் துன்பப்படுவதைக் கண்டதில்லை என்பதைச் சுட்டிக்காட்டுகிறது. ஒரு நிகழ்விற்கு ஆதாரம் இல்லாததே, அந்த நிகழ்வு நடக்கவில்லை என்பதற்குப் பெரிய சான்றாகும். அதுபோல, கருணையால் ஒருவர் துன்பப்பட்டார் என்பதற்கு சரித்திரத்திலோ, நிகழ் காலத்திலோ எந்த சாட்சியும் இல்லை. எனவே, இந்த உலகமே அதற்குச் சாட்சியாக நிற்கிறது. கருணை என்பது ஒரு மனிதனுக்கு இயற்கையான பாதுகாப்புக் கவசம் போன்றது. அது அவனைத் தேவையற்ற பகையிலிருந்தும், அதனால் வரும் துன்பங்களிலிருந்தும் காக்கிறது. பிற உயிர்களிடம் அன்பு காட்டுபவர்களுக்கு மன அமைதி கிடைக்கிறது. அவர்கள் செய்யும் நற்செயல்கள், அவர்களுக்கு நன்மையையே திரும்பத் தருகின்றன. ஆக, கருணை உள்ளம் கொண்டால், இந்த வாழ்க்கையிலேயே துன்பமின்றி வாழலாம் என்பதே இக்குறள் தரும் தெளிவான செய்தி. இந்த பேருண்மையை இந்த பரந்த உலகமே மெய்ப்பிக்கிறது.

குறள் 246

பொருள்நீங்கிப் பொச்சாந்தார் என்பர் அருள்நீங்கி
அல்லவை செய்தொழுகு வார்

சொற்பொருள்

பொருள்நீங்கிப் = உண்மையான நோக்கத்தை இழந்தவர்; பொச்சாந்தார் = மறந்தவர்கள்.
என்பர் = என்று சொல்வார்கள்; அருள்நீங்கி = இரக்கத்தை விட்டுவிட்டு.
அல்லவை = தீய செயல்களை; செய்து = செய்து; ஒழுகுவார் = வாழ்பவர்களை.

நேர்பொருள்

இரக்கத்தை விட்டுவிட்டு தீய செயல்களைச் செய்து வாழ்பவர்களை வாழ்க்கையின் உண்மையான நோக்கத்தை மறந்துவிட்டவர்கள் என்று அறிஞர்கள் சொல்வார்கள்.

பொருளுரை
இந்தக் குறள், இரக்கமற்ற செயல்களுக்கும் வாழ்க்கையின் நோக்கத்தை மறப்பதற்கும் உள்ள ஆழமான தொடர்பை விளக்குகிறது. மற்ற உயிர்களிடம் கருணை காட்டாமல், அவர்களுக்குத் தீங்கு விளைவிக்கும் செயல்களைச் செய்து வாழ்பவர்கள் இருக்கிறார்கள். அவர்களைப் பற்றி அறிஞர்கள் என்ன சொல்கிறார்கள் என்றால், அவர்கள் தங்கள் வாழ்க்கையின் உண்மையான அர்த்தத்தையும் நோக்கத்தையும் முற்றிலும் மறந்துவிட்டவர்கள். இங்கு 'பொருள்' என்பது வெறும் செல்வம் அல்ல, அது அறவழியில் வாழ்வது என்ற உயர்ந்த குறிக்கோளைக் குறிக்கிறது. ஒருவர் இந்த குறிக்கோளை மனதில் வைத்திருந்தால், அவரால் மற்ற உயிர்களுக்குத் துன்பம் தர முடியாது. ஏனென்றால், பிறருக்குச் செய்யும் தீமை இறுதியில் தனக்கே துன்பமாக வந்து சேரும் என்பதை அவர் உணர்ந்திருப்பார். இந்த அடிப்படை உண்மையை மறக்கும்போது, ஒருவித கவனக்குறைவும், மறதியும் ஏற்படுகிறது. அந்த நிலையில், மனிதன் கொடூரமாக நடந்துகொள்கிறான். எனவே, இரக்கமின்மை என்பது ஒரு குணக்குறைபாடு மட்டுமல்ல, அது ஒருவரின் உள்ளார்ந்த அறநெறி மறதியின் வெளிப்பாடு. வாழ்க்கையின் நோக்கத்தை நினைவில் கொள்வதே கருணையுடன் வாழ்வதற்கான முதல் படி என்பதை இக்குறள் உணர்த்துகிறது.

குறள் 247

அருளில்லார்க்கு அவ்வுலகம் இல்லை
பொருளில்லார்க்கு
இவ்வுலகம் இல்லாகி யாங்கு

சொற்பொருள்
அருளில்லார்க்கு = இரக்கம் இல்லாதவர்களுக்கு; அவ்வுலகம் = அந்த உலகம் (மேலுலகம்).
இல்லை = கிடையாது; பொருளில்லார்க்கு = செல்வம் இல்லாதவர்களுக்கு.
இவ்வுலகம் = இந்த உலக வாழ்க்கை; இல்லாகி = இல்லாமல் போவது; யாங்கு = போல.

நேர்பொருள்
பொருள் இல்லாதவர்களுக்கு இவ்வுலக வாழ்க்கை இல்லாதது போல, அருள் இல்லாதவர்களுக்கு மேலுலக வாழ்க்கை இல்லை.

பொருளுரை
இந்த உலகில் நன்றாக வாழ்வதற்குப் பொருள் அல்லது செல்வம் அவசியம் என்று கருதப்படுகிறது. பணம் இல்லாதவர்களுக்கு, இவ்வுலகத்தின் பல வசதிகளும் இன்பங்களும் கிடைப்பதில்லை. அவர்களின் வாழ்க்கை ஒரு போராட்டமாகவே அமைந்துவிடும். இந்த யதார்த்தமான உலகியல் உண்மையை ஒரு உவமையாகப் பயன்படுத்தி, திருவள்ளுவர் ஒரு உயர்ந்த அறக்கருத்தை விளக்குகிறார். எப்படி இவ்வுலக வாழ்க்கைக்குப் பொருள் அவசியமோ, அதேபோல மேலுலக இன்பத்திற்கு அருள் அல்லது கருணை அவசியம் என்கிறார். மற்ற உயிர்களிடம் கருணை இல்லாத ஒருவரால், மேலுலகத்தில் கிடைக்கும் பேரின்பத்தை அடைய முடியாது. இரக்கமற்ற இதயம் கொண்டவர்களுக்கு மேலுலக இன்பத்திற்கான வாயில்கள் மூடப்பட்டுவிடும். ஆக, இந்த குறள் கருணையை ஒரு நல்ல குணமாக மட்டும் பார்க்கவில்லை, அது மேலுலகை அடைவதற்கான அடிப்படைத் தகுதி என்று வலியுறுத்துகிறது. இவ்வுலகில் பணம் எப்படியோ, அவ்வுலகிற்கு

அருள் அப்படி. எனவே, செல்வத்தைச் சேர்ப்பதை விட, கருணை நிறைந்த இதயத்தை வளர்ப்பது மிகவும் முக்கியம். இந்த ஒப்பீடு, ஆழமான ஆன்மிகக் கருத்தை எல்லோருக்கும் புரியும் உலகியல் அனுபவத்தோடு இணைத்துக் காட்டுகிறது.

குறள் 248

பொருளற்றார் பூப்பர் ஒருகால் அருளற்றார்
அற்றார்மற் றாதல் அரிது

சொற்பொருள்

பொருளற்றார் = செல்வம் இல்லாதவர்; பூப்பர் = மீண்டும் செழிப்பார்கள்.
ஒருகால் = ஒரு காலத்தில்; அருளற்றார் = இரக்கம் இல்லாதவர்.
அற்றார் = முற்றிலும் அழிந்தவர்; மற்று ஆதல் = மீண்டும் உயர்வது; அரிது = கடினம்.

நேர்பொருள்

செல்வத்தை இழந்தவர்கள்கூட ஒருநாள் மீண்டும் செழிப்பார்கள்; ஆனால் இரக்கத்தை இழந்தவர்கள் அழிந்தவரே, அவர்கள் மீண்டும் உயர்வது அரிது.

பொருளுரை

வாழ்க்கையில் ஒருவருக்கு ஏற்படும் இழப்புகளில் எது பெரியது என்பதை இந்தக் குறள் தெளிவாக விளக்குகிறது. ஒருவர் தன்னுடைய செல்வம், சொத்து போன்றவற்றை இழந்தால், அது ஒரு தற்காலிகமான பின்னடைவுதான். காலம் மாறும்போது, கடின உழைப்பு அல்லது நல்ல வாய்ப்புகள் மூலம் அவர் மீண்டும் செல்வத்தைச் சேர்த்து, பழைய நிலையை அடைய முடியும். வறுமை என்பது நிரந்தரமான அழிவு அல்ல. ஆனால், ஒருவர் தன் மனதில் இருந்து இரக்கம், கருணை போன்ற குணங்களை இழந்துவிட்டால், அதுவே உண்மையான, நிரந்தரமான அழிவு. இரக்கமற்ற இதயம் கொண்டவர், மனிதத் தன்மையையே இழந்துவிடுகிறார். இந்த இழப்பு, செல்வ இழப்பை விடப் பன்மடங்கு மோசமானது. ஏனென்றால், இழந்த செல்வத்தை மீண்டும் சம்பாதிக்க வழிகள் உண்டு. ஆனால், மனிதாபிமானத்தை இழந்து, கல்நெஞ்சம் கொண்ட ஒருவர் மீண்டும் நல்லவராக மாறுவதும், வாழ்க்கையில் உயர்வதும் ஏறக்குறைய சாத்தியமற்றது. அவருடைய மனிதத் தன்மையே அழிந்துவிட்டதாகவே கருதப்படும். எனவே, பொருள் இழப்பைப் பற்றிக் கவலைப்படுவதை விட, அருள் என்னும் குணத்தை இழந்துவிடாமல் இருப்பதிலேயே நாம் கவனமாக இருக்க வேண்டும் என்பதே இக்குறளின் மையக் கருத்து.

குறள் 249

தெருளாதான் மெய்ப்பொருள் கண்டற்றால் தேரின்
அருளாதான் செய்யும் அறம்

சொற்பொருள்

தெருளாதான் = தெளிவில்லாதவன்; மெய்ப்பொருள் = உண்மைப் பொருளை.
கண்டற்றால் = கண்டது போல; தேரின் = ஆராய்ந்தால்.
அருளாதான் = இரக்கமில்லாதவன்; செய்யும் = செய்கின்ற; அறம் = அறச்செயல்.

நேர்பொருள்

இரக்கமில்லாதவர் செய்யும் அறச்செயலை ஆராய்ந்தால், அது ஞானமில்லாதவர் உண்மைப் பொருளைக் கண்டறிவதைப் போன்றது.

பொருளுரை

ஒருவர் செய்யும் அறச் செயல்களின் உண்மையான மதிப்பை இந்த குறள் விளக்குகிறது. மற்ற உயிர்களிடம் கருணை அல்லது இரக்கம் இல்லாத ஒருவர் ஒரு நல்ல காரியத்தைச் செய்தால், அந்த செயல் எந்தப் பயனையும் தராது. இதை ஒரு உவமையுடன் வள்ளுவர் தெளிவுபடுத்துகிறார். தெளிவான ஞானம் இல்லாத ஒருவர், தற்செயலாக பிரபஞ்சத்தின் அடிப்படை உண்மையைக் கண்டுபிடிப்பதைப் போன்றது இது. அவரிடம் அந்த உண்மையைத் தக்கவைத்துக்கொள்ளும் ஞானம் இல்லாததால், அந்த உண்மை அவரிடமிருந்து உடனே மறைந்துவிடும். அதுபோலவே, இரக்கமற்ற ஒருவர் செய்யும் அறச்செயலும் நிலையற்றது. அது உண்மையான அன்பிலிருந்து பிறக்காததால், அதன் பலன் நிலைக்காது. அந்தச் செயல் ஒருவேளை புகழுக்காகவோ அல்லது வேறு சுயநல நோக்கங்களுக்காகவோ செய்யப்பட்டிருக்கலாம். எனவே, அது உண்மையான அறமாகாது. எல்லா அறச் செயல்களுக்கும் அடித்தளமாக இருக்க வேண்டியது உயிர்கள் மீது கொள்ளும் கருணைதான். அந்த அடிப்படைப் பண்பு இல்லாமல் செய்யப்படும் எந்த அறச்செயலும், வேர் இல்லாத மரம் போலப் பயனற்றுப் போகும். செயலை விட, செயலுக்குப் பின்னால் இருக்கும் இரக்க குணமே முக்கியம் என்பதை இக்குறள் ஆழமாக உணர்த்துகிறது.

குறள் 250

வலியார்முன் தன்னை நினைக்க தான் தன்னின்
மெலியார்மேல் செல்லு மிடத்து

சொற்பொருள்

வலியார்முன் = பலமானவர் முன்பு; தன்னை = தன்னைத்தானே.
நினைக்க = நினைத்துப் பார்க்க வேண்டும்; தான் = ஒருவன்.
தன்னின் = தன்னைவிட; மெலியார்மேல் = பலவீனமானவர் மீது; செல்லுமிடத்து = துன்புறுத்தச் செல்லும்போது.

நேர்பொருள்

தன்னைவிட பலவீனமானவர்களைத் துன்புறுத்தச் செல்லும்போது, தன்னைவிட பலமானவர்கள் முன் தான் நிற்கும் நிலையை நினைத்துப் பார்க்க வேண்டும்.

பொருளுரை

இரக்க குணத்தை வளர்த்துக்கொள்வதற்கான ஒரு மிகச் சிறந்த உளவியல் வழியை இந்தக் குறள் கற்றுத்தருகிறது. ஒருவர், தனது அதிகாரத்தாலோ அல்லது உடல் வலிமையாலோ தன்னைவிட பலவீனமான ஒருவரைத் துன்புறுத்த நினைக்கலாம். அந்த நேரத்தில், அவர் ஒரு கணம் நின்று யோசிக்க வேண்டும். அதாவது, தன்னைவிட மிகவும் பலம் வாய்ந்த ஒருவர் முன் தான் நிற்க நேர்ந்தால் எப்படி இருக்கும் என்று கற்பனை செய்து பார்க்க வேண்டும். அப்போது, தனக்கு ஏற்படும் அச்சம், கையறுநிலை, வலி போன்ற உணர்வுகளை அவரால் உணர முடியும். அந்த பலமானவர் தனக்கு இரக்கம் காட்ட மாட்டாரா என்று மனம் ஏங்கும். இந்த எண்ணம்

தோன்றிய மறுகணமே, தன்முன் நிற்கும் அந்த பலவீனமான உயிரும் இதே போன்ற பயத்தையும் வலியையும்தான் அனுபவிக்கிறது என்ற உண்மை புரியும். இந்த புரிதல், கொடுமை செய்யும் எண்ணத்தைத் தடுத்து, மனதில் கருணையைச் சுரக்க வைக்கும். இது 'பிறர் நிலையில் தன்னை வைத்துப் பார்க்கும்' ஒரு உன்னதமான பண்பு. இந்த மனப்பயிற்சி, மனிதர்கள் முதல் மற்ற உயிரினங்கள் வரை யாரிடமும் வன்முறையாக நடக்காமல் நம்மைத் தடுக்கும். அகந்தையை அழித்து, அருளுடைமையை வளர்க்கும் ஒரு நடைமுறை வழிகாட்டி இது.

அதிகாரம் 26: புலான்மறுத்தல்

பிற உயிரின் துயரத்தின் மேல் தன் இன்பத்தை அமைக்காதிருப்பதே அருளின் இயல்பான விரிவாகும். உயிரை மதிக்கும் உணவுக் கட்டுப்பாடு, கருணையை வாழ்வின் நடைமுறையாக மாற்றுகிறது.

குறள் 251

தன்னூன் பெருக்கற்குத் தான்பிறிது ஊனுண்பான்
எங்ஙனம் ஆளும் அருள்?

சொற்பொருள்

தன்னூன் = தன் உடம்பை; பெருக்கற்குத் = பருக்கச் செய்வதற்காக.
தான்பிறிது = தான் மற்றொன்றின்; ஊனுண்பான் = இறைச்சியை உண்பவன்.
எங்ஙனம் = எப்படி; ஆளும் = கடைப்பிடிப்பான்; அருள்? = கருணையை?.

நேர்பொருள்

தன் உடலை வளர்ப்பதற்காக மற்றோர் உயிரின் இறைச்சியை உண்பவனிடம் எப்படி கருணை இருக்கும்?

பொருளுரை

தன் உடலை வளர்த்துப் பருக்கச் செய்ய வேண்டும் என்ற சுயநல நோக்கத்திற்காக, இன்னொரு உயிரின் உடலை, அதாவது அதன் இறைச்சியை, உணவாகக் கொள்பவனிடம் கருணை என்ற உயர்ந்த குணம் எப்படி இருக்க முடியும்? என்று இந்தக் குறள் ஒரு வலுவான கேள்வியை எழுப்புகிறது. கருணை அல்லது அருள் என்பது, பிற உயிர்களின் துன்பத்தைக் கண்டு மனம் வருந்தி, அந்தத் துன்பத்தைப் போக்க நினைக்கும் இரக்க குணம். ஆனால், புலால் உண்பதோ, தன் உடல் வளர்ச்சி என்ற ஒரு பயனற்ற குறிக்கோளுக்காக, பிறிதொரு உயிருக்குத் துன்பத்தையும், மரணத்தையும் விளைவிக்கும் ஒரு செயலாகும். இந்த இரண்டு குணங்களும் முற்றிலும் எதிரானவை. ஒரு உயிரைக் கொன்று அதன் உடலை உண்பதில் மகிழ்ச்சி காணும் ஒருவரால், மற்ற உயிர்களின் துன்பத்தைக் கண்டு எப்படி இரக்கம் கொள்ள முடியும்? அது ஒரு முரண்பாடான நிலை. எனவே, தன் உடலை வளர்க்கும் நோக்கத்துடன் புலால் உண்பவரிடத்தில், அருள் குணம் தங்குவதற்குச் சிறிதும் வாய்ப்பில்லை. இரக்க குணத்தின் முதல் படியே, பிற உயிர்களுக்குத் தீங்கு செய்யாமல் இருப்பதுதான் என்பதை இக்குறள் உணர்த்துகிறது. புலால் உண்ணும் செயல், கருணை என்ற பண்பிற்கு முற்றிலும் எதிரானது என்பதே இதன் மையக் கருத்து.

குறள் 252

பொருளாட்சி போற்றாதார்க்கு இல்லை அருளாட்சி
ஆங்கில்லை ஊன்தின் பவர்க்கு

சொற்பொருள்

பொருளாட்சி = செல்வத்தை ஆளுதல்; போற்றாதார்க்கு = பாதுகாக்காதவர்களுக்கு.
இல்லை = கிடைக்காது; அருளாட்சி = அருள் என்னும் ஆட்சி.
ஆங்கில்லை = அங்கே இல்லை; ஊன்தின் = மாமிசத்தை உண்ணும்; பவர்க்கு = உண்பவர்களுக்கு.

நேர்பொருள்

செல்வத்தைப் பாதுகாக்காதவர்களுக்கு அதன் பயன் இல்லை; அதுபோல, மாமிசம் உண்பவர்களுக்கு கருணையின் பயன் கிடைக்காது.

பொருளுரை

தம்மிடம் உள்ள செல்வத்தைப் பேணிப் பாதுகாக்கத் தெரியாதவர்களுக்கு அந்தச் செல்வத்தால் எந்தப் பயனும் இல்லை; அதுபோலவே, பிற உயிர்களின் உடலை உணவாகக் கொள்பவர்களிடம் அருளின் ஆட்சி இருக்காது. ஒருவன் எவ்வளவுதான் செல்வம் சேர்த்தாலும், அதைப் பாதுகாக்கத் தவறினால், அந்தச் செல்வம் அழிந்து பயனற்றுப் போகும். இதேபோன்று, பிற உயிர்களின் துன்பத்தைக் கண்டு இரங்காமல், அவற்றின் ஊனை உண்பவரின் உள்ளத்தில் கருணை ஒருபோதும் நிலைபெறாது. அருளுடைமை என்பது அனைத்து உயிர்களிடத்தும் இரக்கம் காட்டி அவற்றின் துன்பத்தைப் போக்குவதாகும்; ஆனால், ஊன் உண்பது என்பது பிற உயிர்களுக்குத் துன்பம் விளைவித்து அவற்றின் உயிரைப் பறிக்கும் செயலாகும். எனவே, ஊன் உண்ணும் பழக்கம் ஒருவரிடம் இருக்கும் வரை, அவரிடம் அருளுடைமை என்ற உயரிய பண்பு குடிகொள்ள வாய்ப்பே இல்லை. பொருளைக் காக்காதவன் அதன் பயனை இழப்பது போல, ஊன் உண்பவன் அருளின் பயனான அறவாழ்வை இழந்துவிடுகிறான்.

குறள் 253

படைகொண்டார் நெஞ்சம்போல் நன்றூக்காது ஒன்றன்
உடல்சுவை உண்டார் மனம்

சொற்பொருள்

படைகொண்டார் = ஆயுதம் ஏந்தியவரின்; நெஞ்சம்போல் = மனதைப்போல.
நன்றூக்காது = நன்மையை நோக்காது; ஒன்றன் = ஓர் உயிரின்.
உடல்சுவை = உடல் சதையின் சுவையை; உண்டார் = உண்டவரின்; மனம் = மனம்.

நேர்பொருள்

ஆயுதம் ஏந்தியவரின் மனம் போல, ஓர் உயிரின் உடலைச் சுவைத்து உண்டவரின் மனமும் நல்லதை நினைக்காது.

பொருளுரை

இந்தக் குறள், புலால் உண்பவரின் மனநிலையை ஒரு சக்திவாய்ந்த உவமையுடன் விளக்குகிறது. கையில் கொலைக்கருவியை ஏந்தியிருப்பவரின்

மனம் எப்படி இருக்குமோ, அதைப்போலவே புலால் உண்பவரின் மனமும் இருக்கும் என்கிறார் வள்ளுவர். ஆயுதம் வைத்திருப்பவரின் எண்ணங்கள், அதனால் செய்யக்கூடிய வன்முறையைச் சுற்றியே இருக்கும்; கருணையோ இரக்கமோ அங்கே இருக்காது. அதேபோல, ஓர் உயிரின் உடலைச் சுவைத்து உண்ணும் பழக்கம் கொண்டவரின் மனமும், அந்த ஊனின் சுவையிலேயே மூழ்கியிருக்கும். அதனால், அவருடைய மனதில் நல்ல எண்ணங்களோ, பிற உயிர்கள் மீதான இரக்கமோ உருவாகாது. புலால் உண்ணும் செயல், ஒருவரின் மனதை மெல்ல மெல்லக் கடினமாக்கி, அருளுடைமை என்ற உயர்ந்த பண்பை அவரிடமிருந்து அகற்றிவிடுகிறது. சுவைக்காக ஓர் உயிரைக் கொன்று தின்பது, மனதளவில் ஒரு வன்முறைச் செயல்தான். அந்த வன்முறைக்கு மனம் பழகிவிடும்போது, அது நல்லவற்றையும், இரக்க சிந்தனைகளையும் இயல்பாகவே நினைக்காது. எனவே, கருணை உள்ளம் கொண்டிருக்க விரும்புபவர்கள், புலால் உண்ணும் பழக்கத்தை முற்றிலுமாக விட்டுவிட வேண்டும் என்பது இதன் மையக் கருத்து.

குறள் 254

அருளல்லது யாதெனில் கொல்லாமை கோறல்
பொருளல்லது அவ்வூன் தினல்

சொற்பொருள்

அருளல்லது = கருணையற்றது; யாதெனில் = எதுவென்றால்.
கொல்லாமை = கொல்லாதிருத்தலை; கோறல் = அழிப்பது.
பொருளல்லது = அறமற்றது; அவ்வூன் = அந்த மாமிசத்தை; தினல் = உண்பது.

நேர்பொருள்

கொல்லாமை என்ற அறத்தை அழிப்பதே கருணையற்ற செயல்; அவ்வாறு கொன்ற உயிரின் ஊனை உண்பது அறமற்ற செயல்.

பொருளுரை

அருள் அல்லது கருணை என்பதன் உண்மையான பொருள் யாதெனில், எந்தவொரு உயிருக்கும் தீங்கு செய்யாமல், அவற்றைக் கொல்லாமல் இருப்பதுவேயாகும். இதற்கு நேர்மாறாக, அருளற்ற கொடுஞ்செயல் என்பது ஓர் உயிரைக் கொல்வதே ஆகும். கொல்லுதல் என்னும் பாவச்செயலின் தொடர்ச்சியாகவே, அக்கொலையால் வந்த ஊனை உண்ணும் செயல் அமைகிறது. ஆதலால், ஊன் உண்பதை அறமற்ற, பொருளற்ற செயலாக வள்ளுவர் கருதுகிறார், ஏனெனில் அது வன்முறையையும் கொல்லுதல் என்ற பாவத்தையும் ஆதரிப்பதாகிறது. எனவே, நடைமுறையில் அருளைப் பின்பற்ற விரும்பும் ஒருவர், கொல்லாமையை ஒரு கொள்கையாகக் கொள்வதோடு, அக்கொடுஞ்செயலால் பெறப்பட்ட ஊனைத் தன் நாவின் சுவைக்காக உண்ணாமலும் இருக்க வேண்டும். ஓர் உயிரின் அழிவிலிருந்து பெறப்படும் எந்தவொரு பொருளும், அது உணவாக இருந்தாலும், அறத்தின் பாற்பட்டதாக இருக்காது என்பதே இக்குறளின் தெளிவான செய்தியாகும்.

குறள் 255

உண்ணாமை உள்ளது உயிர்நிலை ஊனுண்ண
அண்ணாத்தல் செய்யாது அளறு

சொற்பொருள்

உண்ணாமை = புலால் உண்ணாமல் இருப்பது; உள்ளது = அடிப்படையாக உள்ளது.
உயிர்நிலை = உயிர்கள் வாழ்வதற்கு; ஊனுண்ண = மாமிசம் உண்டால்.
அண்ணாத்தல் = வாயைத் திறந்து வெளியேற்றுதல்; செய்யாது = செய்யாது; அளறு = நரகம்.

நேர்பொருள்

மாமிசம் உண்ணாமல் இருப்பதே உயிர்கள் வாழ்வதற்கான அடிப்படை; அதை உண்டால், நரகம் உண்டவரை வெளியேற்ற வாயைத் திறக்காது.

பொருளுரை

இந்தக் குறள், புலால் உண்ணாமையின் முக்கியத்துவத்தையும், அதை மீறுவதால் ஏற்படும் கடுமையான விளைவுகளையும் விளக்குகிறது. முதல் பகுதி, 'உண்ணாமை உள்ளது உயிர்நிலை', அதாவது மற்ற உயிர்களின் உடலை உண்ணாமல் இருப்பதுதான் உயிர்கள் உலகில் நிலைத்து வாழ்வதற்கான அடிப்படை அறம் என்று கூறுகிறது. நாம் பிற உயிர்களைக் கொல்லாமலும் உண்ணாமலும் இருக்கும்போது, அவையும் வாழ்வதற்கு வாய்ப்பளிக்கிறோம். இதுவே உயிர் நேயத்தின் வெளிப்பாடு. மறுபுறம், இரண்டாவது பகுதி, 'ஊனுண்ண அண்ணாத்தல் செய்யாது அளறு', புலால் உண்பவர்களுக்குக் கிடைக்கும் தண்டனையை ஒரு கொடூரமான உருவகத்தின் மூலம் எச்சரிக்கிறது. மாமிசம் உண்பவரை நரகம் விழுங்கிவிடும் என்றும், விழுங்கிய பிறகு அவரை வெளியே உமிழ்வதற்காக அது தன் வாயைத் திறக்கவே திறக்காது என்றும் கூறுகிறது. இதன் பொருள், புலால் உண்ணும் பாவத்தைச் செய்பவர்கள் நரகத்தில் நிரந்தரமாக, மீளமுடியாத துன்பத்தில் உழல்வார்கள் என்பதாகும். கொன்றவருக்கு மட்டுமல்ல, உண்பவருக்கும் பாவம் உண்டு என்பதை இக்குறள் ஆணித்தரமாக நிறுவுகிறது. எனவே, உயிர்களை மதித்து வாழ்தலே சிறந்தது, அதை மீறுவது முடிவில்லாத துன்பத்திற்கே வழிவகுக்கும் என்பது இதன் மையக் கருத்து.

குறள் 256

தினற்பொருட்டால் கொல்லாது உலகெனின் யாரும்
விலைப்பொருட்டால் ஊன்றருவா ரில்

சொற்பொருள்

தினற்பொருட்டால் = சாப்பிடுவதற்காக; கொல்லாது = கொல்லாமல்.
உலகு = உலக மக்கள்; எனின் = இருந்தால்.
யாரும் = எவரும்; விலைப்பொருட்டால் = பணத்திற்காக; ஊன்றருவார் இல் = இறைச்சி விற்பவர் இருக்கமாட்டார்.

நேர்பொருள்

சாப்பிடுவதற்காக மக்கள் உயிர்களைக் கொல்லாமல் இருந்தால், பணத்திற்காக இறைச்சி விற்பவர்கள் யாரும் இருக்க மாட்டார்கள்.

பொருளுரை

உண்பதற்காக ஓர் உயிரைக் கொல்லும் வழக்கம் உலகில் இல்லையென்றால், பணத்திற்காக இறைச்சியை விற்கும் தொழிலும் இருக்காது என்பதே இக்குறளின் தெளிவான பொருளாகும். மக்கள் புலால் உண்ணும் பழக்கத்தைக் கைவிட்டால், இறைச்சிக்குத் தேவை இல்லாது போகும். இதன் விளைவாக, விலையின் பொருட்டு உயிர்களைக் கொன்று ஊன் விற்கும் தொழிலைச் செய்பவர் எவரும் இருக்க மாட்டார்கள்; ஏனெனில் வாங்குவோர் இல்லாத ஒரு பொருளை விற்பவர் இருக்க முடியாது. இறைச்சி உண்பவர்களின் நாவின் சுவைக்கு அடிபணிந்து, அவர்கள் அதை விலைகொடுத்து வாங்குவதால்தான், உயிர்களைக் கொன்று விற்பவர்கள் உருவாகிறார்கள். எனவே, 'நான் கொல்லவில்லை, காசு கொடுத்து வாங்கினேன்' என்று கூறி ஒருவர் தம்மைத் தாமே சமாதானம் செய்துகொள்ள முடியாது; ஏனெனில் வாங்குபவரே கொலையின் மூல காரணமாகிறார். இச்செயல் அருளற்றது என்பது மட்டுமல்லாமல், கொலைப் பாவத்தில் உண்பவருக்கும் மறைமுகப் பங்குண்டு என்பதை வள்ளுவர் இதன் மூலம் உறுதியாக நிலைநாட்டுகிறார்.

குறள் 257

உண்ணாமை வேண்டும் புலாஅல்
பிறிதொன்றன்
புண்ணது உணர்வார்ப் பெறின்

சொற்பொருள்

உண்ணாமை = சாப்பிடாமல் இருப்பது; வேண்டும் = அவசியம்.
புலாஅல் = மாமிசம்; பிறிதொன்றன் = வேறொரு உயிரின்.
புண்ணது = புண் என்பதை; உணர்வார்ப் = உணரும் அறிவைப்; பெறின் = பெற்றால்.

நேர்பொருள்

மாமிசம் என்பது வேறொரு உயிரின் புண் என்பதை உணரும் அறிவைப் பெற்றால், அதைச் சாப்பிடாமல் இருப்பது அவசியம்.

பொருளுரை

மாமிசம் உண்பது குறித்த ஒரு ஆழமான பார்வையை இந்தக் குறள் முன்வைக்கிறது. நாம் 'உணவு' என்று நினைக்கும் மாமிசம், உண்மையில் வேறொரு உயிரினத்தின் உடலிலிருந்து வந்த ஒரு பகுதி என்பதை நினைவூட்டுகிறது. அதை வெறும் இறைச்சி என்று சொல்லாமல், 'புண்' என்று வள்ளுவர் குறிப்பிடுவது மிகவும் முக்கியமானது. புண் என்பது வலி, காயம் மற்றும் வேதனையின் அடையாளம். அது அருவருப்பையும் இரக்கத்தையும் ஒருசேரத் தூண்டக்கூடியது. அப்படிப்பட்ட ஒரு புண்ணை, ஒருவர் எப்படி உணவாகக் கொள்ள முடியும் என்ற கேள்வியை இது எழுப்புகிறது. இந்த உண்மையை ஒருவர் சிந்தித்து உணர்ந்துவிட்டால், அவரால் மாமிசத்தை உண்ண முடியாது. அந்தப் புரிதலும், பக்குவமும் வந்துவிட்டால், புலால் உண்ணும் பழக்கத்தை இயல்பாகவே கைவிட்டுவிடுவார்கள். ஆக, மாமிசம் உண்பவர்கள் அதன் உண்மையான, அருவருப்பான தன்மையை உணராமல் இருக்கிறார்கள் என்பதே இதன் உட்கருத்து. ஒரு பொருளின் உண்மை இயல்பை அறிந்தால், அதன் மீதான நமது பார்வை மாறிவிடும்.

இந்த அறிவுப்பூர்வமான புரிதல் ஏற்பட்டால், புலால் உண்ணாமை என்ற அறநெறி தானாகவே பிறக்கும் என்று வள்ளுவர் விளக்குகிறார். இது இரக்க உணர்வின் அடிப்படையில் எழும் ஒரு அறநெறிச் முடிவாகும்.

குறள் 258

செயிரின் தலைப்பிரிந்த காட்சியார் உண்ணார்
உயிரின் தலைப்பிரிந்த ஊன்

சொற்பொருள்

செயிரின் = குற்றத்திலிருந்து; தலைப்பிரிந்த = விடுபட்ட.

காட்சியார் = தெளிந்த பார்வை கொண்டவர்கள்; உண்ணார் = சாப்பிட மாட்டார்கள்.

உயிரின் = உயிரிலிருந்து; தலைப்பிரிந்த = பிரிந்து வந்த; ஊன் = இறைச்சியை.

நேர்பொருள்

குற்றம் நீங்கிய தெளிந்த அறிவுடையவர்கள், ஓர் உயிரிலிருந்து பிரிந்து வந்த இறைச்சியை உண்ண மாட்டார்கள்.

பொருளுரை

இந்தக் குறள், உண்மையான அறிவிற்கும் புலால் உண்ணாமைக்கும் உள்ள ஆழமான தொடர்பை விளக்குகிறது. 'செயிர்' என்பது இங்கே மயக்கம் அல்லது அறியாமை என்கிற குற்றத்தைக் குறிக்கிறது. அத்தகைய குற்றங்களிலிருந்து முற்றிலும் விடுபட்ட தெளிந்த அறிவுடையவர்களே 'காட்சியார்' எனப்படுகிறார்கள். அவர்கள், ஒரு பொருளை அதன் உண்மையான இயல்பில் பார்க்கக்கூடியவர்கள். இறைச்சி என்பது என்ன? அது ஒரு காலத்தில் உயிருடன் இருந்த ஒரு ஜீவனின் உடல். உயிர் போன பிறகு, அது வெறும் பிணம். இந்த உண்மையை, தெளிந்த அறிவுடையவர்கள் நேரடியாக உணர்வார்கள். அவர்கள் இறைச்சியை வெறும் உணவுப் பொருளாகப் பார்ப்பதில்லை. மாறாக, ஒரு உயிர் பிரிக்கப்பட்ட உடலாகவே பார்க்கிறார்கள். இந்தத் தெளிவான பார்வை இருப்பதால், அவர்களால் அந்த இறைச்சியை உண்ண முடிவதில்லை. எனவே, புலால் உண்பது என்பது, ஒருவரின் பார்வை இன்னும் முழுமையாகத் தெளியவில்லை என்பதன் அறிகுறியாகக் கருதப்படுகிறது. உண்மையான ஞானம் என்பது அனைத்து உயிர்களிடத்தும் கருணை காட்டுவதிலும், அவற்றின் துன்பத்தை உணர்வதிலும் அடங்கியுள்ளது. அந்த ஞானம் வந்துவிட்டால், புலால் உண்ணும் பழக்கம் தானாகவே மறைந்துவிடும் என்பதே இக்குறளின் மையக் கருத்து.

குறள் 259

அவிசொரிந் தாயிரம் வேட்டலின் ஒன்றன்
உயிர்செகுத் துண்ணாமை நன்று

சொற்பொருள்

அவிசொரிந் = நெய் போன்ற பொருட்களைப் போட்டு; தாயிரம் = ஆயிரம் முறை.

வேட்டலின் = யாகங்கள் செய்வதை விட; ஒன்றன் = ஓர் உயிரின்.

உயிர்செகுத் = உயிரைக் கொன்று; துண்ணாமை = சாப்பிடாமல் இருப்பது; நன்று = மிகவும் நல்லது.

நேர்பொருள்

நெருப்பில் நெய் ஊற்றி ஆயிரம் யாகங்கள் செய்வதை விட, ஓர் உயிரைக் கொன்று அதன் உடலை உண்ணாமல் இருப்பது மிகவும் சிறந்தது.

பொருளுரை

நெய் போன்ற பொருட்களைத் தீயில் சொரிந்து செய்யப்படும் ஆயிரம் வேள்விகளை விட, ஓர் உயிரைக் கொன்று அதன் உடலை உண்ணாமல் இருப்பது ஒப்பற்ற அறமாகும். வேள்விகளால் கிடைக்கும் நன்மைகளை விட, கொல்லாமை என்னும் விரதத்தால் விளையும் பயனே மிகப் பெரியது என்று வள்ளுவர் வலியுறுத்துகிறார். எனவே, ஒருவன் தன் பசிக்காகவோ அல்லது சுவைக்காகவோ மற்றொரு உயிரின் வாழ்க்கையைப் பறித்து அதன் ஊனை உண்பதைத் தவிர்ப்பது, அவன் செய்யும் எந்தவொரு சமயச் சடங்கையும் விட உயர்ந்த செயலாகக் கருதப்படுகிறது. இத்தகைய செயல், ஒரு மனிதனின் உள்ளத்தை உயர்த்தி, அவனை வெறும் சடங்குகளைச் செய்பவனாக இல்லாமல், அனைத்து உயிர்களிடத்தும் கருணை கொண்ட மேலான மனிதனாக மாற்றுகிறது. ஆக, சடங்குகளின் மூலம் பெறப்படும் புண்ணியத்தை விட, ஓர் உயிருக்குத் தீங்கு செய்யாமல் இருப்பது என்ற அடிப்படையான அறமே முதன்மையானது என்பது இக்குறளின் தெளிவான செய்தியாகும்.

குறள் 260

கொல்லான் புலாலை மறுத்தானைக் கைகூப்பி
எல்லா உயிருந் தொழும்

சொற்பொருள்

கொல்லான் = கொல்லாதவன்; புலாலை = மாமிசத்தை.
மறுத்தானை = உண்ண மறுத்தவனை; கைகூப்பி = கைகளைக் குவித்து.
எல்லா = எல்லாவிதமான; உயிரும் = உயிர்களும்; தொழும் = வணங்கும்.

நேர்பொருள்

எந்த உயிரையும் கொல்லாமலும், அதன் இறைச்சியை உண்ணாமலும் இருப்பவரை எல்லா உயிர்களும் கைகூப்பி வணங்கும்.

பொருளுரை

ஓர் உயிரைக் கொல்லாமல் இருப்பது ஒரு சிறந்த அறம். அந்த உயிரின் உடலை, அதாவது மாமிசத்தை, உண்ணாமல் இருப்பது மற்றொரு சிறந்த அறம். இந்த இரண்டு அறங்களையும் ஒருசேரக் கடைப்பிடிப்பவரே முழுமையான கருணை கொண்டவர். குறள் இந்த இரண்டு செயல்களையும் இணைத்து, 'கொல்லாததோடு, மாமிசத்தையும் மறுத்தவரை' முன்னிறுத்துகிறது. அப்படிப்பட்ட உயர்ந்த மனிதரை, உலகில் உள்ள எல்லா உயிர்களும் கைகூப்பி வணங்கும் என்று கூறுகிறது. இது ஒரு உருவகமான கூற்றும். அதாவது, அந்த நபரின் அறநெறி நிலை மிகவும் உயர்ந்தது; அதனால் அவர் வணக்கத்திற்குரியவர் எனக் கருதப்படுகிறார். எல்லா உயிர்களும் அவரை மதித்து போற்றும். விலங்குகளைக் கொன்று உண்பது வன்முறையின் ஒரு வடிவம். அந்த வன்முறையைத் தவிர்த்து, எல்லா உயிர்களிடத்தும் அன்பு காட்டும் ஒருவரின் ஆன்மா தூய்மையானது. அந்தத் தூய்மையும் கருணையும் அவரை வணக்கத்திற்குரியவராக மாற்றுகிறது. ஆக, கொல்லாமையையும் புலால் உண்ணாமையையும் ஒருங்கே பின்பற்றுவது ஒருவரை மனித நிலையிலிருந்து தெய்வீக நிலைக்கு உயர்த்தும் செயல் என்பதே இக்குறளின் மையக் கருத்து.

அதிகாரம் 27: தவம்

தன்னை ஒழுங்குபடுத்தி, பிற உயிர்க்குத் தீங்கு செய்யாமல் நிற்கும் மனப்பயிற்சியே உண்மையான தவம். உடம்பை வருத்துவது மட்டும் அல்ல, ஆசையை அடக்கி உள்ளத்தைத் தெளிவாக்குவதே அதன் பயன்.

குறள் 261

உற்றநோய் நோன்றல் உயிர்க்குறுகண் செய்யாமை
அற்றே தவத்திற் குரு

சொற்பொருள்

உற்றநோய் = ஏற்பட்ட துன்பத்தை; நோன்றல் = பொறுத்துக்கொள்ளுதல்.
உயிர்க்குறுகண் = உயிர்களுக்குத் துன்பம்; செய்யாமை = செய்யாமல் இருத்தல்.
அற்றே = அதுவே; தவத்திற் = தவத்திற்கு; குரு = வடிவம்.

நேர்பொருள்

தனக்கு வரும் துன்பத்தைப் பொறுத்துக்கொண்டு, பிற உயிர்களுக்குத் துன்பம் செய்யாமல் இருப்பதே தவத்தின் உண்மையான வடிவம் ஆகும்.

பொருளுரை

தவம் என்றால் என்ன என்பதை இந்தக் குறள் மிகத் தெளிவாக வரையறுக்கிறது. பொதுவாக தவம் என்பது உடலை வருத்திக்கொள்ளும் கடுமையான செயல்கள் என்று கருதப்படுகிறது. ஆனால் திருவள்ளுவர் அதன் உண்மையான அர்த்தத்தை இரண்டு முக்கியக் கொள்கைகளின் மூலம் விளக்குகிறார். முதலாவது, தனக்கு ஏற்படும் துன்பங்களைப் பொறுத்துக்கொள்ளும் மனப்பக்குவம். இது விரதம் இருப்பது, எளிய வாழ்க்கை வாழ்வது போன்ற சுயகட்டுப்பாட்டு முயற்சிகளால் வரும் சிரமங்களைத் தாங்கிக்கொள்வதைக் குறிக்கிறது. இது ஒருவரின் மன உறுதியையும், குணநலனையும் மேம்படுத்தும் ஒரு உள்முகப் பயிற்சி. இரண்டாவது, எந்த உயிருக்கும் தீங்கு செய்யாமல் இருப்பது. இது 'கொல்லாமை' என்ற உயர்ந்த கொள்கையாகும். இந்த இரண்டு கூறுகளும் சேர்ந்ததுதான் உண்மையான தவம். ஒன்று மட்டும் இருந்து மற்றொன்று இல்லையென்றால் அது முழுமையான தவம் ஆகாது. உதாரணமாக, ஒருவர் தன்னை எவ்வளவுதான் கட்டுப்படுத்திக்கொண்டாலும், பிற உயிர்களிடத்தில் இரக்கமும், அன்பும் இல்லையென்றால் அது பயனற்றது. எனவே, தவம் என்பது வெறும் சுய ஒழுக்கம் மட்டுமல்ல, அது பிற உயிர்கள் மீதான கருணையையும் உள்ளடக்கிய ஒரு முழுமையான நெறி. இது தவத்தின் இலக்கணத்தை சுயநலத்திலிருந்து மாற்றி, சமூகப் பொறுப்புணர்வுள்ள ஒரு செயலாக முன்வைக்கிறது.

குறள் 262

தவமும் தவமுடையார்க்கு ஆகும் அதனை அஃதிலார் மேற்கொள் வது

சொற்பொருள்

தவமும் = தவம் செய்வதும்; தவமுடையார்க்கு = முன் தவம் செய்தவர்களுக்கே. ஆகும் = கைகூடும்; அதனை = அந்தத் தவத்தை. அஃதிலார் = அந்தப் பேறு இல்லாதவர்கள்; மேற்கொள்வது = முயற்சிப்பது; அவம் = வீணானது.

நேர்பொருள்

முன் தவம் செய்தவர்களுக்கே தவம் செய்வது கைகூடும்; அந்தப் பேறு இல்லாதவர்கள் தவம் செய்ய முயல்வது வீணான செயலாகும்.

பொருளுரை

தவம் என்பது கடுமையான மனக்கட்டுப்பாட்டையும், புலனடக்கத்தையும் பின்பற்றி ஆன்மீக உயர்வை அடையும் ஒரு நெறி. இந்த ஆற்றல் எல்லோருக்கும் எளிதில் வந்துவிடுவதில்லை என்று இக்குறள் கூறுகிறது. ஒருவரால் தவம் செய்ய முடிகிறது என்றால், அது அவர் முற்பிறவிகளிலோ அல்லது கடந்த காலத்திலோ செய்த நற்செயல்களின் விளைவாக கிடைத்த ஒரு பேறு ஆகும். அந்த 'முன்செய்த நல்வினைப் பேறு' அல்லது உள்ளார்ந்த அடித்தளம் உள்ளவர்களுக்கே தவம் செய்யும் மன உறுதியும், ஆற்றலும் இயல்பாக அமையும். அவர்களது முயற்சி வெற்றி பெறும். மாறாக, அத்தகைய ஆன்மீகப் பின்புலம் இல்லாதவர்கள், ஆசையின் காரணமாகவோ அல்லது மற்றவர்களைப் பார்த்தோ தவம் செய்ய முயன்றால், அவர்களால் அந்த கடினமான பாதையில் நிலைத்து நிற்க முடியாது. அவர்களின் முயற்சி தோல்வியடைந்து, நேரமும் சக்தியும் வீணாகும். இது, முறையான பயிற்சி இல்லாமல் ஒரு கடினமான கலையைக் கற்க முயற்சிப்பதைப் போன்றது. ஆக, தவம் செய்வதற்குக்கூட ஒரு தகுதி தேவை. அந்தத் தகுதியை வளர்த்துக்கொள்வதே முதல் படி. ஒருவருக்கு ஒரு செயல் சித்திப்பது, அதைச் செய்வதற்கான அவரது உள்ளார்ந்த தகுதியைப் பொறுத்தே அமைகிறது என்பதே இக்குறளின் மையக் கருத்து.

குறள் 263

துறந்தார்க்குத் துப்புரவு வேண்டி மறந்தார்கொல் மற்றை யவர்கள் தவம்

சொற்பொருள்

துறந்தார்க்குத் = துறவிகளுக்கு; துப்புரவு = தேவையான உதவிகளை. வேண்டி = செய்ய விரும்பி; மறந்தார்கொல் = மறந்துவிட்டார்களோ. மற்றை = மற்ற; யவர்கள் = இல்லறத்தார்; தவம் = தவத்தை.

நேர்பொருள்

துறவிகளுக்குத் தேவையான உதவிகளைச் செய்ய விரும்பி, மற்ற இல்லறத்தார் தங்கள் தவத்தைச் செய்ய மறந்துவிட்டார்களோ?

பொருளுரை

இல்லற வாழ்வில் இருப்பவர்கள், உலகைத் துறந்த துறவிகளுக்கு உணவு, உடை, இருப்பிடம் போன்ற அத்தியாவசியத் தேவைகளை வழங்கிப் பாதுகாப்பது ஒரு முக்கியக் கடமையாகும். இது ஒரு சிறந்த அறச்செயல். ஆனால், இந்தக் குறள் ஒரு ஆழமான கேள்வியை எழுப்புகிறது. துறவிகளுக்குச் சேவை செய்வதில் இல்லறத்தார் மிகுந்த ஆர்வம் காட்டுவதால், அவர்கள் தங்களுக்குரிய உள்ளுயர்வுக்கான தவத்தைச் செய்ய மறந்துவிட்டார்களோ? என்று கேட்கிறது. இதன் மூலம், தானம் செய்வதை விட தவம் செய்வது உயர்ந்தது என்பதை வள்ளுவர் நுட்பமாக உணர்த்துகிறார். பிறருக்கு உதவுவது சிறந்தது என்றாலும், ஒருவரின் சொந்த ஆன்மீக வளர்ச்சி அதனினும் முக்கியமானது. துறவிகளுக்குச் செய்யும் சேவையே போதும் என்று எண்ணி, சுய ஒழுக்கத்தையும் மனக்கட்டுப்பாட்டையும் வளர்க்கும் தவத்தை ஒருவர் புறக்கணித்துவிடக் கூடாது. ஒவ்வொருவரும் தங்கள் நிலையில் இருந்து செய்யக்கூடிய தவத்தை மேற்கொள்வதே முதன்மையானது. பிறருக்குச் செய்யும் தானம் அதன் அடுத்த நிலையில் தான் வருகிறது. ஆக, சுயமுன்னேற்றமே பிறருக்குச் செய்யும் சேவையை விட உயர்ந்தது என்பது இதன் உட்கருத்து.

குறள் 264

ஒன்னார்த் தெறலும் உவந்தாரை ஆக்கலும்
எண்ணின் தவத்தான் வரும்

சொற்பொருள்

ஒன்னார்த் = பகைவர்களை; தெறலும் = அழிப்பதும்.
உவந்தாரை = விரும்பியவர்களை; ஆக்கலும் = உயர்த்துவதும்.
எண்ணின் = நினைத்தால்; தவத்தான் = தவத்தின் வலிமையால்; வரும் = கைகூடும்.

நேர்பொருள்

பகைவர்களை அழிப்பதும், விரும்பியவர்களை உயர்த்துவதும், தவம் செய்பவர் நினைத்தால் அவருடைய தவத்தின் வலிமையால் கைகூடும்.

பொருளுரை

தவம் செய்வதால் ஒருவருக்கு அளவற்ற ஆற்றல் கிடைக்கிறது. அந்த ஆற்றல் எவ்வளவு பெரியது என்றால், தவம் செய்பவர் ஒன்றை மனதால் நினைத்தாலே போதும், அது நடந்துவிடும். உதாரணமாக, அவர்கள் தங்கள் எதிரிகளை அழிக்கவும், தங்களுக்கு வேண்டியவர்களை அல்லது நல்லவர்களை உயர்த்தவும் முடியும். பொதுவாக, உண்மையான துறவிகளுக்கு விருப்பு, வெறுப்பு போன்ற தனிப்பட்ட உணர்வுகள் இருக்காது. அதனால் அவர்கள் இந்த சக்தியைத் தங்களுடைய சொந்த நலனுக்காகப் பயன்படுத்த மாட்டார்கள். 'நினைத்தால்' என்ற சொல், இது அவர்களிடம் இருக்கும் ஒரு ஆற்றல் என்பதையும், அதை அவர்கள் பொதுவாகப் பயன்படுத்துவதில்லை என்பதையும் காட்டுகிறது. இந்த குறளின் நோக்கம், தவம் அல்லது கடுமையான ஆன்மீகப் பயிற்சியின் மூலம் கிடைக்கும் சக்தியின் மகத்துவத்தை விளக்குவதே. சுயக்கட்டுப்பாடும் மன ஒருமைப்பாடும் ஒருவருக்கு எத்தகைய வலிமையைத் தரும் என்பதற்கு இது ஒரு சான்று. ஒரு தவசியின் எண்ணம், தீயவர்களை அழிக்கவும், நல்லவர்களை வாழவைக்கவும் வல்லது. ஆனால், அந்த ஆற்றலை தனிப்பட்ட காரணங்களுக்காகப் பயன்படுத்தாமல் இருப்பதுதான் துறவின் உண்மையான பண்பு. தவம் என்பது உலகியல்

அதிகாரத்தைப் பெறுவதற்காக அல்ல, மாறாக வீடுபேறு அடைவதற்காகவே செய்யப்படுகிறது.

குறள் 265

வேண்டிய வேண்டியாங் கெய்தலால்
செய்தவம்
ஈண்டு முயலப் படும்

சொற்பொருள்

வேண்டிய = விரும்பியவற்றை; வேண்டியாங்கு = விரும்பியபடியே.
எய்தலால் = அடைய முடிவதால்; செய்தவம் = செய்யும் தவம்.
ஈண்டு = இப்பிறவியிலேயே; முயலப் = முயற்சி செய்ய; படும் = வேண்டும்.

நேர்பொருள்

விரும்பியவற்றை விரும்பியபடியே அடைய முடிவதால், செய்யக்கூடிய தவத்தை இப்பிறவியிலேயே முயற்சி செய்து மேற்கொள்ள வேண்டும்.

பொருளுரை

தவம் அல்லது கடுமையான ஆன்மீகப் பயிற்சிக்கு ஒரு தனித்துவமான ஆற்றல் உண்டு. அதன் மூலம், ஒருவர் தான் விரும்பிய எந்தப் பயனையும், அவர் எப்படி விரும்புகிறாரோ அப்படியே அடைய முடியும். இது வெறும் உலகியல் ஆசைகளை மட்டுமல்ல, உயர்ந்த ஆன்மீக இலக்குகளையும் குறிக்கிறது. இத்தகைய பெரும் ஆற்றல் கொண்ட தவத்தை, இந்த மனிதப் பிறவியிலேயே முயற்சி செய்து மேற்கொள்ள வேண்டும் என்று இக்குறள் வலியுறுத்துகிறது. 'இப்பிறவியிலேயே' என்று குறிப்பிடுவதன் மூலம், இதைத் தள்ளிப் போடக்கூடாது என்ற அவசரத்தையும் உணர்த்துகிறது. ஏனெனில், இந்த மனிதப் பிறவிதான் ஆன்மீக சாதனைகளைச் செய்வதற்கு கிடைத்திருக்கும் அரிய வாய்ப்பு. இந்த வாய்ப்பைப் பயன்படுத்தி தவம் செய்தால், அதன் பலனை மறுமையிலும் பெறலாம். சொர்க்கம் அல்லது வீடுபேறு போன்ற உயர்ந்த நிலைகளைத் தவத்தால் மட்டுமே அடைய முடியும், வேறு எந்த வழியாலும் அவற்றை அடைய முடியாது. எனவே, அறிவில் சிறந்தவர்கள் தவத்தின் மகிமையை உணர்ந்து, காலத்தை வீணாக்காமல், இந்த வாழ்க்கையிலேயே அதைச் செய்ய முனைவார்கள். இது, உயர்ந்த குறிக்கோள்களை அடைய விரும்புபவர்களுக்கு ஒரு வழிகாட்டுதலாக அமைகிறது.

குறள் 266

தவஞ் செய்வார் தங்கருமஞ் செய்வார்மற்
றல்லார்
அவஞ்செய்வார் ஆசையுட் பட்டு

சொற்பொருள்

தவஞ்செய்வார் = தவம் செய்பவர்கள்; தங்கருமஞ் = தங்கள் கடமையை.
செய்வார் = செய்கிறார்கள்; மற்றல்லார் = மற்றவர்கள்.
அவஞ்செய்வார் = வீணானதைச் செய்கிறார்கள்; ஆசையுள் = ஆசைக்குள்; பட்டு = சிக்கிக்கொண்டு.

நேர்பொருள்

தவம் செய்பவர்களே தங்கள் உண்மையான கடமையைச் செய்கிறார்கள்; மற்றவர்கள் ஆசை வலையில் சிக்கி வீணான செயல்களைச் செய்கிறார்கள்.

பொருளுரை

தங்களது உண்மையான பிறவிக் கடமையாகிய ஆன்ம விடுதலையை அடைவதற்கான செயல்களைச் செய்பவர்கள், பற்றுகளைத் துறந்து தவம் புரிபவர்களே ஆவர். மற்றவர்களோ, நிலையற்ற உலகியல் பொருள் மற்றும் சிற்றின்பங்களின் மீதான ஆசைகள் என்னும் வலையில் சிக்கிக்கொண்டு, தங்களுக்குத் தாமே கேடு விளைவிக்கும் பயனற்ற செயல்களில் ஈடுபடுகின்றனர். இத்தகைய ஆசை வயப்பட்ட செயல்கள், பல பிறவிகளிலும் துன்பத்தைத் தந்து, ஆன்மாவை மேலும் பந்தப்படுத்தும். மாறாக, தவத்தினால் வரும் துன்பங்களைப் பொறுத்துக்கொள்வது, நெருப்பில் இட்ட தங்கம் தூய்மையாவது போல, ஆன்மாவின் வினைகளை நீக்கி, அதனை ஒளிபெறச் செய்கிறது. எனவே, ஒருவரது வாழ்வின் உண்மையான நோக்கம் பிறவித் துன்பங்களிலிருந்து விடுபடுவதே என்பதை உணர்ந்து, நிலையான ஞானத்தை அடையும் தவநெறியைப் பின்பற்றுவதே அறிவுடைமையாகும். தவம் செய்வது ஒருவரின் ஆன்மாவிற்கான கடமை; மற்றவை அனைத்தும் வீணான செயல்களே.

குறள் 267

சுடச்சுடரும் பொன்போல் ஒளிவிடும் துன்பஞ்
சுடச்சுட நோற்கிற் பவர்க்கு

சொற்பொருள்

சுடச்சுடரும் = சூடாக்க சூடாக்க பிரகாசிக்கும்; பொன்போல் = தங்கத்தைப் போல.
ஒளிவிடும் = ஒளி வீசும்; துன்பம் = துன்பமானது.
சுடச்சுட = வருத்த வருத்த; நோற்கிற் = தவம் செய்கின்ற; பவர்க்கு = ஒருவருக்கு.

நேர்பொருள்

நெருப்பில் சுடச்சுட தங்கம் பிரகாசிப்பது போல, தவம் செய்பவர்களுக்குத் துன்பம் வர வர ஞானம் ஒளிவிடும்.

பொருளுரை

ஒரு தங்கத்தை நெருப்பில் இட்டு சூடாக்கும்போது, அது அழிந்து போவதில்லை. மாறாக, அதிலுள்ள மாசுகள், அதாவது அசுத்தங்கள், எரிந்துபோய் தங்கம் மேலும் தூய்மையாகி பிரகாசிக்கிறது. நெருப்பின் வெப்பம் தங்கத்தைப் புடம்போட்டு அதன் தரத்தை உயர்த்துகிறது. இதேபோல, தவம் அல்லது கடுமையான சுய ஒழுக்கத்தைக் கடைப்பிடிக்கும் ஒருவருக்குப் பல துன்பங்களும் சோதனைகளும் வரலாம். இந்தத் துன்பங்கள் அவரை அழிப்பதற்காக வருவதில்லை. அவை நெருப்பைப் போல செயல்பட்டு, அவரிடம் இருக்கும் தீய குணங்கள், அறியாமை, பழைய பாவ வினைகள் போன்ற மாசுகளை நீக்குகின்றன. துன்பத்தை எதிர்கொண்டு தாங்கிக்கொள்ளும் ஒவ்வொரு முறையும், அவரது ஆன்மா தூய்மை அடைகிறது. இதன் விளைவாக, அவரது அறிவு, அதாவது ஞானம், பிரகாசமாக ஒளி வீசத் தொடங்குகிறது. ஆக, துன்பங்களைக் கண்டு துவண்டுவிடாமல், அவற்றை ஆன்மாவைத் தூய்மைப்படுத்தி, அறிவை வளர்க்கும் ஒரு வாய்ப்பாகக் கருத வேண்டும். எந்த அளவுக்குத் துன்பத்தைச் சகித்துக்கொள்கிறோமோ, அந்த அளவுக்கு ஞானம் பெருகி ஒளிமயமாகத் திகழலாம் என்பதே இக்குறளின் மையக் கருத்து.

குறள் 268

தன்னுயிர் தான்அறப் பெற்றானை ஏனைய
மன்னுயி ரெல்லாந் தொழும்

சொற்பொருள்
தன்னுயிர் = தன்னுடைய உயிரை; தான் = தனக்குரியதாக.
அறப் = முழுமையாக; பெற்றானை = அடைந்த ஒருவரை.
ஏனைய = மற்ற; மன்னுயிர் எல்லாம் = உலக உயிர்கள் அனைத்தும்; தொழும் = வணங்கும்.

நேர்பொருள்
தன்னுடைய ஆன்மாவை முழுமையாக உணர்ந்து தனக்குரியதாக ஆக்கிக்கொண்ட ஒருவரை, உலகில் உள்ள மற்ற உயிர்கள் எல்லாம் வணங்கும்.

பொருளுரை
ஒருவர் தன்னுடைய ஆன்மாவை முழுமையாக உணர்ந்து, அதைத் தன் கட்டுப்பாட்டில் கொண்டுவரும்போது, அவர் மிக உயர்ந்த நிலையை அடைகிறார். 'ஆன்மாவை அடைதல்' என்பது, உலக ஆசைகளில் இருந்தும், பந்தங்களில் இருந்தும் தன்னை விடுவித்துக்கொள்வதைக் குறிக்கிறது. இது தவம் மற்றும் கடுமையான ஆன்மீகப் பயிற்சிகளால் மட்டுமே சாத்தியமாகும். இப்படிப்பட்ட அரிய நிலையை அடைவது மனித வாழ்வில் பெறக்கூடிய பெரும் பேறாகும். இந்த நிலையை அடையாத, ஆசைகளுக்கும் துன்பங்களுக்கும் உட்பட்ட மற்ற உயிர்கள், அந்த உயர்ந்த மனிதரின் ஆன்மீக சக்தியை உணர்ந்து அவரை வணங்கும். அந்த நபருக்கு ஆசிர்வதிக்கும் ஆற்றலும், தேவைப்பட்டால் தண்டிக்கும் ஆற்றலும் இருப்பதால், மற்றவர்கள் அவரிடம் மிகுந்த மரியாதை காட்டுவார்கள். இது வெறும் பயத்தால் வரும் வணக்கம் அல்ல; மாறாக, ஒருவரின் ஆன்மீக சாதனைக்குக் கிடைக்கும் இயல்பான அங்கீகாரம். உலகியல் பொருட்களைக் கொண்டு பெற முடியாத மரியாதையை, ஆன்மாவை வென்ற ஒருவர் எளிதாகப் பெறுகிறார். ஆக, உண்மையான வணக்கமும் மரியாதையும் ஒருவரின் ஆன்மீக முதிர்ச்சிக்குத்தான் கிடைக்கிறது என்பதே இக்குறளின் மையக் கருத்து.

குறள் 269

கூற்றம் குதித்தலும் கைகூடும் நோற்றலின்
ஆற்றல் தலைப்பட் டவர்க்கு

சொற்பொருள்
கூற்றம் = எமனை; குதித்தலும் = வெல்வதும் கூட.
கைகூடும் = சாத்தியமாகும்; நோற்றலின் = தவத்தின் மூலம் கிடைக்கும்.
ஆற்றல் = வலிமையை; தலைப்பட்ட = அடைந்த; வர்க்கு = அவர்களுக்கு.

நேர்பொருள்
தவத்தின் மூலம் பெற்ற ஆற்றல் உடையவர்களுக்கு, மரணத்தையே வெல்வது கூட சாத்தியமாகும்.

பொருளுரை

தவத்தின் உச்சகட்ட ஆற்றலை இக்குறள் விளக்குகிறது. 'தவம்' என்பது வெறும் உடலை வருத்திக்கொள்வது அல்ல. அது புலன்களை அடக்கி, மனதை ஒருமுகப்படுத்தி, ஆன்மாவை மேம்படுத்தும் ஒரு கடுமையான பயிற்சி. இப்படிப்பட்ட தவத்தின் மூலம் ஒருவருக்கு அளவற்ற ஆற்றல் கிடைக்கிறது. அந்த ஆற்றல் எவ்வளவு பெரியது என்றால், எல்லா உயிர்களுக்கும் இறுதியானதும் தவிர்க்க முடியாததுமான மரணத்தைக் கூட அவர்களால் வெல்ல முடியும் என்று வள்ளுவர் கூறுகிறார். 'எமனை வெல்வது' என்பது ஒரு மிகைப்படுத்தப்பட்ட கூற்றாகத் தோன்றினாலும், அதன் உண்மையான அர்த்தம் ஆழமானது. தவத்தின் ஆற்றல் இயற்கையின் விதிகளையும் கடந்து செயல்படும் சக்தி வாய்ந்தது என்பதை இது காட்டுகிறது. சாதாரண மனித சக்திக்கு அப்பாற்பட்ட செயல்களைச் செய்யும் வல்லமையை தவம் தரும். இது, ஒருவரின் மன உறுதியும், சுயக்கட்டுப்பாடும் எந்த அளவுக்கு வலிமையானதாக இருக்க முடியும் என்பதற்கான ஒரு குறியீடு. ஆக, தவம் மேற்கொள்பவர்கள், தங்கள் ஆன்ம பலத்தால் வாழ்வின் மிகபெரிய தடையான மரணத்தையும் தாண்டி நிற்கும் நிலையை அடைய முடியும் என்பதே இக்குறளின் மையக் கருத்து.

குறள் 270

இலர்பல ராகிய காரணம் நோற்பார்
சிலர்பலர் நோலா தவர்

சொற்பொருள்

இலர்பலர் = இல்லாதவர் பலராக; ஆகிய = இருப்பதன்.
காரணம் = காரணம்; நோற்பார் = தவம் செய்பவர்.
சிலர் = சிலராகவும்; பலர் = பலரும்; நோலாதவர் = தவம் செய்யாதவராகவும் இருப்பதே.

நேர்பொருள்

உலகில் இல்லாதவர்கள் பலராக இருப்பதற்குக் காரணம், தவம் செய்பவர்கள் சிலராகவும், செய்யாதவர்கள் பலராகவும் இருப்பதே.

பொருளுரை

உலகில் ஏன் ஏழைகள் அதிகமாகவும், செல்வந்தர்கள் குறைவாகவும் இருக்கிறார்கள் என்ற கேள்விக்கு இக்குறள் ஒரு ஆழமான பதிலைக் கொடுக்கிறது. இதற்குக் காரணம், 'தவம்' செய்பவர்கள் சிலராகவும், அதைச் செய்யாதவர்கள் பலராகவும் இருப்பதுதான். இங்கு 'தவம்' என்பது வெறும் உடலை வருத்திக்கொள்ளும் செயல் அல்ல. அது சுயகட்டுப்பாட்டுடன், ஒழுக்க நெறிகளுடன், மனதை ஒருமுகப்படுத்தி வாழும் ஒரு வாழ்க்கை முறை. இப்படிப்பட்ட கடினமான ஆனால் மேன்மையான வழியைப் பின்பற்றுபவர்கள் மிகச் சிலரே. அவர்கள் அறிவாலும், பொருளாலும், மன அமைதியாலும் உண்மையான செல்வந்தர்களாக உயர்கிறார்கள். மறுபுறம், பெரும்பாலான மக்கள் எளிதான வழியைத் தேர்ந்தெடுத்து, உடனடி இன்பங்களை நாடி, சுயகட்டுப்பாடு இல்லாமல் வாழ்கிறார்கள். இதன் விளைவாக, அவர்கள் பொருள் மற்றும் அறிவு ஆகிய இரண்டிலுமே பின்தங்கி, வறுமையில் வாடுகிறார்கள். ஆக, ஒருவரின் வறுமைக்கோ அல்லது செழுமைக்கோ அவரவர் தேர்ந்தெடுக்கும் வாழ்க்கை முறையே காரணம். உண்மையான செல்வம் என்பது ஒழுக்கமான வாழ்வின் மூலமே கிடைக்கிறது என்பதை இக்குறள் உணர்த்துகிறது.

அதிகாரம் 28: கூடாவொழுக்கம்

உள்ளம் வேறாக இருந்து புறத்தில் ஒழுக்கவானாக நடிப்பது மிகக் கொடிய பொய்மை. தோற்றத்தின் மேல் அல்ல, உள்ளத்தின் சுத்தத்தின் மேல் தான் நெறி மதிக்கப்படுகிறது.

குறள் 271

வஞ்ச மனத்தான் படிற்றொழுக்கம் பூதங்கள்
ஐந்தும் அகத்தே நகும்

சொற்பொருள்

வஞ்ச = வஞ்சகமான; மனத்தான் = மனம் கொண்டவனின்.
படிற்றொழுக்கம் = போலியான நடத்தையை; பூதங்கள் = ஐந்து பூதங்கள்.
ஐந்தும் = ஐந்தும்; அகத்தே = உள்ளுக்குள்ளே; நகும் = சிரிக்கும்.

நேர்பொருள்

வஞ்சக மனம் கொண்டவனின் போலியான நடத்தையை, அவனது உடம்பில் உள்ள ஐந்து பூதங்களும் தங்களுக்குள் ஏளனமாகச் சிரிக்கும்.

பொருளுரை

ஒருவர் மனதளவில் வஞ்சக எண்ணங்களை வைத்துக்கொண்டு, வெளியில் தன்னை ஒரு நல்லவர் போல அல்லது துறவி போல காட்டிக்கொள்ளலாம். மற்றவர்கள் பார்க்காதபோது, அவர் தவறான, ஒழுக்கமற்ற செயல்களில் ஈடுபடலாம். இந்த இரட்டை வேடத்தை, அதாவது போலியான நடத்தையை, அவர் மற்றவர்களிடமிருந்து வெற்றிகரமாக மறைத்துவிட்டதாக நினைக்கலாம். ஆனால், இந்த குறள் ஒரு முக்கியமான உண்மையை உணர்த்துகிறது. ஒரு மனிதனின் உடலானது நிலம், நீர், நெருப்பு, காற்று, ஆகாயம் ஆகிய ஐந்து அடிப்படை கூறுகளால் ஆனது. இந்த ஐம்பூதங்களும் அவனுடனே எப்போதும் இருக்கின்றன. அவன் செய்யும் ஒவ்வொரு செயலையும், குறிப்பாக அவன் மறைக்க நினைக்கும் தவறுகளையும், அவை அமைதியாகக் கவனிக்கின்றன. அவனது வெளிவேடத்தையும் உள்நோக்கத்தையும் கண்டு, அந்தப் பூதங்கள் அவனுக்குத் தெரியாமல் தங்களுக்குள்ளேயே ஏளனமாகச் சிரிக்கும். இந்த 'சிரிப்பு' என்பது ஒரு உருவகம். இதன் பொருள், ஒருவன் உலகை ஏமாற்றினாலும், தன் மனசாட்சியை ஏமாற்ற முடியாது. அவனது உடலே அவனது செயல்களுக்கு முதல் சாட்சியாக இருக்கிறது. எனவே, நேர்மையற்ற, போலியான வாழ்க்கை வாழ்வது என்பது தன்னைத்தானே ஏமாற்றிக்கொள்ளும் ஒரு பயனற்ற செயல். உண்மையான ஒழுக்கம் என்பது உள்ளும் புறமும் ஒன்றாக இருப்பதே.

குறள் 272

வானுயர் தோற்றம் எவன்செய்யும் தன்னெஞ்சம் தான்அறி குற்றப் படின்

சொற்பொருள்

வானுயர் = வானம் போல உயர்ந்த; தோற்றம் = வெளித்தோற்றம்.
எவன்செய்யும் = என்ன பயன் தரும்; தன்னெஞ்சம் = ஒருவருடைய மனமே.
தான் = தானே; அறி = அறிந்த; குற்றப்படின் = குற்றத்தில் ஈடுபட்டால்.

நேர்பொருள்

ஒருவர் மனமறிய தவறு செய்தால், அவருடைய வானம் போன்ற உயர்ந்த வெளித்தோற்றத்தால் என்ன பயன்?

பொருளுரை

ஒருவர் வானளாவ உயர்ந்தவராக, எல்லோராலும் மதிக்கப்படும் தோற்றத்தைக் கொண்டிருக்கலாம். உதாரணமாக, ஒரு மாபெரும் துறவியைப் போன்ற தோற்றம். ஆனால், அவருடைய மனசாட்சிக்கே 'இது தவறு' என்று தெரிந்த ஒரு செயலில் அவர் ஈடுபட்டால், அந்த உயர்ந்த வெளித்தோற்றத்தால் எந்தப் பயனும் இல்லை. இந்த உலகில் மற்றவர்களை ஏமாற்றிவிடலாம். ஆனால், ஒருவரால் தன்னைத்தானே ஏமாற்றிக்கொள்ள முடியாது. தவறு என்று தெரிந்தே ஒரு செயலைச் செய்யும்போது, ஒருவரின் மனமே அவரைக் குற்றவாளியாக அடையாளப்படுத்தும். அந்த உள்மனக் குற்ற உணர்ச்சி இருக்கும் வரை, வெளியே காட்டப்படும் எந்தவொரு புனிதமான தோற்றமும் போலியானது, அர்த்தமற்றது. அது வெறும் வெளிவேடமே தவிர வேறில்லை. அறியாமல் செய்யும் தவறுகளை விட, அறிந்து செய்யும் தவறுகள் மன்னிக்க முடியாதவை. அவை மனதை நிரந்தரமாகக் கறைப்படுத்திவிடும். எனவே, ஒருவரின் உண்மையான மதிப்பு என்பது அவருடைய வெளித்தோற்றத்தில் இல்லை, மனதின் தூய்மையிலும் நேர்மையிலும்தான் இருக்கிறது. மனசாட்சிக்கு விரோதமாக நடப்பவரின் உயர்ந்த தோற்றம் ஒரு பயனற்ற அலங்காரம் மட்டுமே.

குறள் 273

வலியில் நிலைமையான் வல்லுருவம் பெற்றம் புலியின்தோல் போர்த்துமேய்ந் தற்று

சொற்பொருள்

வலியில் = மன உறுதி இல்லாத; நிலைமையான் = தன்மையுடையவன்.
வல்லுருவம் = வலிமையான தவவேடம்; பெற்றம் = பசு.
புலியின்தோல் = புலியின் தோலை; போர்த்துமேய்ந் = போர்த்திக்கொண்டு மேய்வது; தற்று = போன்றது.

நேர்பொருள்

மன உறுதி இல்லாதவர் வலிமையான தவக்கோலம் பூணுவது, ஒரு பசு புலித்தோலைப் போர்த்திக்கொண்டு பயிரை மேய்வதைப் போன்றது.

பொருளுரை

மனதைக் கட்டுப்படுத்தும் ஆற்றல் இல்லாத ஒருவர், தன்னை வலிமையானவர் போலக் காட்டிக்கொள்ளும் தவக்கோலத்தை மேற்கொள்வது ஒரு ஏமாற்றுச் செயலாகும். இக்குறள் இதை ஒரு உவமையுடன் விளக்குகிறது. ஒரு பசு, புலியின் தோலைப் போர்த்திக்கொண்டு பயிரை மேய்வதைப் போன்றது இந்தச் செயல். பொதுவாக, பசு பயிரை மேய்ந்தால் காவலர்கள் அதை விரட்டி விடுவார்கள். ஆனால், அதுவே புலி வேடத்தில் இருந்தால், 'புலி புல்லைத் தின்னாது' என்ற எண்ணத்திலும், புலியின் மீதான அச்சத்தாலும் யாரும் அதன் அருகில் செல்ல மாட்டார்கள். இந்தச் சந்தர்ப்பத்தைப் பயன்படுத்திக்கொண்டு, அந்தப் பசு தனக்கு உரிமையில்லாத பயிரை நிம்மதியாக மேய்கிறது. அதுபோலவே, மன அடக்கம் இல்லாத ஒருவர், துறவி போன்ற புனிதமான வேடத்தை அணிகிறார். அந்த வெளித்தோற்றத்தைக் கண்டு மக்கள் அவரை நம்புகிறார்கள்; சந்தேகப்படுவதில்லை. இந்த நம்பிக்கையைத் தனக்குச் சாதகமாகப் பயன்படுத்திக்கொண்டு, அவர் தனது தீய ஆசைகளை மறைமுகமாக நிறைவேற்றிக்கொள்கிறார். உண்மையான வலிமை என்பது மனக்கட்டுப்பாட்டில் உள்ளதே தவிர, வெளி வேடத்தில் இல்லை என்பதை இக்குறள் தெளிவாக உணர்த்துகிறது. புனிதமான தோற்றத்தை ஒரு போர்வையாகப் பயன்படுத்தித் தவறிழைக்கும் போலித்தனத்தை இது கண்டிக்கிறது.

குறள் 274

தவமறைந்து அல்லவை செய்தல் புதல்மறைந்து வேட்டுவன் புள்சிமிழ்த் தற்று

சொற்பொருள்

தவமறைந்து = துறவி வேடத்தில் மறைந்து; அல்லவை = தகாத செயல்களை.
செய்தல் = செய்வது; புதல்மறைந்து = புதரில் மறைந்து.
வேட்டுவன் = வேடன்; புள்சிமிழ்த் = பறவைகளைப் பிடிப்பது; தற்று = போன்றது.

நேர்பொருள்

துறவி வேடத்தில் மறைந்துகொண்டு தகாத செயல்களைச் செய்வது, புதரில் மறைந்து நின்று வேடன் பறவைகளைப் பிடிப்பதைப் போன்றது.

பொருளுரை

தவக்கோலத்தில் தங்களை மறைத்துக்கொண்டு தீய செயல்களில் ஈடுபடுவது, ஒரு வேடன் புதருக்குப் பின்னால் ஒளிந்திருந்து பறவைகளைப் பிடிக்கும் சூழ்ச்சிக்கு ஒப்பானது. வேடன் தன் கொடிய நோக்கத்தை மறைக்க புதரைப் பயன்படுத்துவது போல, வஞ்சகர்கள் தங்கள் தீய எண்ணங்களையும் தகாத செயல்களையும் மறைக்கப் புனிதமான தவக்கோலத்தைப் பயன்படுத்துகிறார்கள். புனிதமான தோற்றத்தைக் கண்டு மக்கள் ஏமாந்து அவர்களை நம்பிவிடுவதால், இத்தகையோர் தங்கள் சுரண்டல் நோக்கங்களை எளிதில் நிறைவேற்றிக்கொள்கின்றனர். புதரின் பசுமை பறவைகளைக் கவர்ந்து அவற்றை வீழ்த்துவது போல, இவர்களின் வெளித்தோற்றம் பொதுமக்களைக் கவர்ந்து, அவர்களை எளிதில் வஞ்சித்து விடுகிறது. இத்தகைய இரட்டை வேடம், அறத்திற்கே பெரும் களங்கத்தை விளைவிப்பதுடன், இறுதியில் அவர்களின் வஞ்சகத்தையும் வெளிப்படுத்தி அவர்களை இழிநிலைக்குத் தள்ளிவிடும். எனவே,

வெளித்தோற்றத்தைக் கொண்டு ஒருவரை எடைபோடாமல், அவர்களின் செயல்களின் அடிப்படையிலேயே குணத்தை அறிய வேண்டும் என்பதை இக்குறள் உணர்த்துகிறது.

குறள் 275

பற்றற்றேம் என்பார் படிற்றொழுக்கம் எற்றெற்றென்று ஏதம் பலவுந் தரும்

சொற்பொருள்

பற்றற்றேம் = ஆசைகளை விட்டுவிட்டோம்; என்பார் = என்று சொல்பவரின்.
படிற்றொழுக்கம் = வஞ்சகமான நடத்தை; எற்றெற்றென்று = 'என்ன செய்துவிட்டோம்' என்று வருந்தும்படி.
ஏதம் = துன்பத்தை; பலவும் = பலவிதமான; தரும் = கொடுக்கும்.

நேர்பொருள்

'பற்றுகளை விட்டுவிட்டோம்' என்று பொய் சொல்லி வஞ்சகமாக வாழ்பவரின் வாழ்க்கை, பிற்காலத்தில் 'என்ன செய்துவிட்டோம்' என்று வருந்தும்படி பல துன்பங்களைத் தரும்.

பொருளுரை

உலக ஆசைகள் அனைத்தையும் துறந்துவிட்டதாக வெளியே சொல்லிக்கொண்டு, உள்ளுக்குள் வஞ்சக எண்ணங்களுடன் தவறான வழியில் வாழ்பவர்கள் இருக்கிறார்கள். இவர்கள் தங்களை எல்லோரும் மதிக்க வேண்டும் என்பதற்காக இப்படி ஒரு போலி வேடம் போடுகிறார்கள். இந்த இரட்டை வாழ்க்கை ஆரம்பத்தில் அவர்களுக்குச் சாதகமாக இருப்பது போலத் தோன்றலாம். ஆனால், காலம் செல்லச் செல்ல, அவர்களுடைய வஞ்சகச் செயல்களின் விளைவுகள் வெளிப்படத் தொடங்கும். அப்போது, அவர்கள் தாங்கள் செய்த தவறுகளை நினைத்து, 'ஐயோ, என்ன காரியம் செய்துவிட்டோமே!' என்று மீண்டும் மீண்டும் புலம்பி வருந்தும் நிலை ஏற்படும். அவர்களுடைய தவறான நடத்தை, அவர்களுக்கு ஒன்றல்ல, பலவிதமான துன்பங்களையும் துயரங்களையும் கொண்டு வந்து சேர்க்கும். ஆக, நேர்மையற்ற, போலித்தனமான வாழ்க்கை இறுதியில் பெரும் வருத்தத்தையும் வேதனையையும் மட்டுமே பரிசாகத் தரும். உண்மையான அமைதி என்பது சொல்லுக்கும் செயலுக்கும் முரண்பாடு இல்லாத நேர்மையான வாழ்க்கையில்தான் இருக்கிறது, போலியான வேடத்தில் இல்லை என்பதே இக்குறள் உணர்த்தும் பாடம்.

குறள் 276

நெஞ்சில் துறவார் துறந்தார்போல் வஞ்சித்து வாழ்வாரின் வன்கணார் இல்

சொற்பொருள்
நெஞ்சில் = மனத்தில்; துறவார் = பற்றுகளை விடாதவர்.
துறந்தார்போல் = துறவிகளைப் போல; வஞ்சித்து = ஏமாற்றி.
வாழ்வாரின் = வாழ்பவர்களை விட; வன்கணார் = கொடியவர்கள்; இல் = இல்லை.

நேர்பொருள்
மனதளவில் பற்றுகளை விட்டுவிடாமல், துறவிகளைப் போல நடித்து ஏமாற்றி வாழ்பவர்களை விடக் கொடியவர்கள் யாரும் இல்லை.

பொருளுரை
மனதளவில் உலகப் பற்றுகளைத் துறக்காமல், துறந்தவர் போல வேடமிட்டுப் பிறரை ஏமாற்றி வாழ்பவரை விடக் கொடியவர்கள் இவ்வுலகில் யாரும் இல்லை. இவர்கள் தங்கள் வெளித்தோற்றத்தைக் காட்டி, பற்றற்ற ஞானிகள் என்று மக்களை நம்ப வைக்கிறார்கள். நடைமுறையில், மறுமையில் புண்ணியம் கிடைக்கும் என்ற பெரும் நம்பிக்கையில் தானம் அளிக்கும் மக்களின் நல்லெண்ணத்தை இவர்கள் தங்களுக்குச் சாதகமாகப் பயன்படுத்திக் கொள்கிறார்கள். இத்தகைய தகுதியற்றவர்களுக்கு அளிக்கப்பட்ட தானத்தின் பயனாய், தானம் கொடுத்தவர்களே புண்ணியத்திற்குப் பதிலாகத் தீய பிறப்பை அடையும் நிலைக்குத் தள்ளப்படுகிறார்கள். தங்களுக்கு நன்மை செய்ய நினைத்தவர்களுக்கே பெரும் தீங்கை விளைவிப்பதால், இத்தகைய போலித் துறவிகளை விட வன்கண்மை உடையவர்கள் வேறு யாரும் இருக்க முடியாது என்று வள்ளுவர் அறுதியிட்டுக் கூறுகிறார். ஆக, ஒருவரின் அகத் தூய்மையே துறவின் உண்மையான அளவுகோல், வெறும் புற வேடம் அல்ல.

குறள் 277

புறங்குன்றி கண்டனைய ரேனும் அகங்குன்றி மூக்கிற் கரியார் உடைத்து

சொற்பொருள்
புறங்குன்றி = வெளித்தோற்றத்தில் குன்றிமணி போல; கண்டனைய = காணப்பட்டாலும்.
ரேனும் = ஆயினும்; அகங்குன்றி = அகத்தில் குன்றிமணி போல.
மூக்கிற் = மூக்கைப் போல; கரியார் = கருமை உடையவர்; உடைத்து = உள்ளனர்.

நேர்பொருள்
வெளித்தோற்றத்தில் குன்றிமணி போல செம்மையாகத் தெரிந்தாலும், உள்ளுக்குள் அதன் மூக்கு போல கருப்பான எண்ணம் கொண்டவர்கள் இவ்வுலகில் இருக்கிறார்கள்.

பொருளுரை
குன்றிமணியின் வெளிப்புறம் பளபளப்பான சிவப்பாகவும், அதன் மூக்குப்பகுதி கறுப்பாகவும் இருப்பது போல, இவ்வுலகில் சிலர் வெளித்தோற்றத்தில் நேர்மையானவர்களாகவும், துறவிகளைப் போன்ற

செம்மையான வேடம் பூண்டவர்களாகவும் காணப்படுவார்கள். ஆனால், அவர்களுடைய உள்மனமோ வஞ்சகம், பொறாமை, அறியாமை போன்ற தீய குணங்களால் அந்த குன்றிமணியின் மூக்கைப் போலக் கறுத்து இருண்டு கிடக்கும். இத்தகைய வெளிவேடத்திற்கும் உள்நோக்கத்திற்கும் இடையிலான முரண்பாட்டைக் கொண்ட வஞ்சகர்கள் இவ்வுலகில் நிறைந்துள்ளனர் என்பதே இக்குறளின் பொருளாகும். எனவே, ஒருவரின் வெளிப்புறத் தோற்றத்தையோ அல்லது பேச்சையோ மட்டும் நம்பி ஏமாந்துவிடாமல், அவர்களின் உண்மையான குணத்தை செயல்களின் மூலம் கவனமாக ஆராய்ந்து அறிவது அவசியமாகிறது. மனதில் தீமையை வைத்துக்கொண்டு வெளியில் நல்லவர் போல் நடிப்பவர்கள், உலகிலேயே மிகவும் கொடியவர்களாகக் கருதப்படுவார்கள், ஏனெனில் அவர்களின் வஞ்சனை சமூகத்தின் நம்பிக்கையைச் சிதைக்கிறது. உண்மையான நேர்மை என்பது உள்ளும் புறமும் ஒன்றாக இருப்பதேயன்றி, வேடத்தால் வருவதில்லை என்பதை வள்ளுவர் இதன்மூலம் உணர்த்துகிறார்.

குறள் 278

மனத்தது மாசாக மாண்டார் நீராடி
மறைந்தொழுகு மாந்தர் பலர்

சொற்பொருள்

மனத்தது = மனத்தில்; மாசாக = அழுக்கு இருக்க.
மாண்டார் = பெரியவர்கள் போல; நீராடி = புனித நீராடி.
மறைந்தொழுகு = மறைந்து வாழும்; மாந்தர் = மனிதர்கள்; பலர் = பலர் உள்ளனர்.

நேர்பொருள்

மனதில் அழுக்குடன், பெரியவர்கள் போல புனித நீராடி, தங்கள் தீய குணங்களை மறைத்து வாழும் மனிதர்கள் பலர் இருக்கிறார்கள்.

பொருளுரை

ஒருவரின் உண்மையான குணம் அவரது மனதில் உள்ள தூய்மையைப் பொறுத்தே அமைகிறது, வெளித்தோற்றத்தையோ சடங்குகளையோ பொறுத்து அல்ல. இந்த உலகில் பலர், தங்கள் மனதில் காமம், கோபம், பேராசை போன்ற தீய எண்ணங்களை வைத்துக்கொண்டு, வெளியே தங்களை மிகவும் ஒழுக்கமானவர்கள் அல்லது துறவிகள் போலக் காட்டிக்கொள்கிறார்கள். இவர்கள் புனித நீராடுவது போன்ற செயல்களைச் செய்து, மற்றவர்கள் தங்களைப் பெரியவர்கள் என மதிக்க வேண்டும் என்று விரும்புவார்கள். ஆனால், இந்த வெளிச் சடங்குகள் எல்லாம், அவர்களுடைய மன அழுக்கை மறைப்பதற்கான ஒரு முகமூடியே ஆகும். அவர்கள் செய்யும் இந்த தூய்மையான செயல்களையே, தங்கள் தூய்மையற்ற வாழ்வை மறைக்கும் கருவியாகப் பயன்படுத்துகிறார்கள். இப்படி இரட்டை வேடம் போட்டு, தங்கள் உண்மையான தீய குணங்களை மறைத்து வாழும் போலி மனிதர்கள் சமூகத்தில் நிறைய பேர் உள்ளனர். எனவே, ஒருவரின் வெளிப்படையான செயல்களை மட்டும் நம்பி ஏமாந்துவிடக் கூடாது. உண்மையான ஒழுக்கம் என்பது மனத்தூய்மையே அன்றி, வெளிவேடம் அல்ல என்பதை இக்குறள் உணர்த்துகிறது.

குறள் 279

கணைகொடிது யாழ்கோடு செவ்விதுஆங் கன்ன
வினைபடு பாலால் கொளல்

சொற்பொருள்
கணை = அம்பு; கொடிது = கொடியது.
யாழ்கோடு = வளைந்த யாழ்; செவ்விதுஆங்கன்ன = இனிமையானது; அதுபோல.
வினைபடு = செயல்களின்; பாலால் = தன்மையால்; கொளல் = அறிந்துகொள்ள வேண்டும்.

நேர்பொருள்
நேரான அம்பு கொடியது, வளைந்த யாழ் இனிமையானது; அதுபோல, ஒருவரைத் தோற்றத்தால் அல்ல, செயலால் எடைபோட வேண்டும்.

பொருளுரை
ஓர் அம்பு தனது வடிவத்தில் மிக நேராகவும் கூர்மையாகவும் இருந்தாலும், அதன் செயல்பாடு மிகவும் கொடியது, ஏனெனில் அது உயிர்களைக் கொல்லும் ஒரு கருவியாகப் பயன்படுகிறது. இதற்கு நேர்மாறாக, யாழ் என்னும் பழந்தமிழ் இசைக்கருவி தனது அமைப்பில் வளைந்து காணப்பட்டாலும், அதன் செயல்பாடு மிகவும் இனிமையானது; அது காதுக்கு இன்பம் தரும் இசையை உருவாக்கி, கேட்பவர்களின் மனதிற்கு மகிழ்ச்சியையும் அமைதியையும் தருகிறது. இந்த உவமையின் மூலம், மனிதர்களை அவர்களின் வெளித்தோற்றத்தை மட்டும் வைத்து ஒருபோதும் மதிப்பிடக்கூடாது என்பதை வள்ளுவர் மிகத் தெளிவாக விளக்குகிறார். ஒருவர் துறவி போலக் காட்சியளிப்பதாலோ அல்லது பார்ப்பதற்கு மிகவும் சாந்தமாகத் தெரிவதாலோ அவர் நல்லவர் என்றோ, ஒருவரின் தோற்றம் முரட்டுத்தனமாக இருப்பதால் அவர் தீயவர் என்றோ அவசரப்பட்டு முடிவு செய்வது பெரும் பிழையாகும். ஒருவரின் உண்மையான இயல்பையும் குணநலன்களையும் சரியாக அறிந்துகொள்ள, அவருடைய செயல்களையும் அந்தச் செயல்களால் சமூகத்திற்கு ஏற்படும் விளைவுகளையும் மட்டுமே உண்மையான அளவுகோலாகக் கொள்ள வேண்டும். ஒருவரின் செயல்கள் அறத்தின்பாற்பட்டு, பிறருக்கு நன்மை தருவதாக இருந்தால் அவர் நல்லவர்; மாறாக, அவரின் செயல்கள் தீயதாகவும், பிறருக்குத் துன்பம் விளைவிப்பதாகவும் இருந்தால், அவர் எவ்வளவுதான் சிறந்த தோற்றத்தில் இருந்தாலும் அவர் கொடியவரே ஆவார்.

குறள் 280

மழித்தலும் நீட்டலும் வேண்டா உலகம்
பழித்தது ஒழித்து விடின்

சொற்பொருள்
மழித்தலும் = தலையை மழிப்பதும்; நீட்டலும் = முடியை நீளமாக வளர்ப்பதும்.
வேண்டா = தேவையில்லை; உலகம் = உயர்ந்தோர்.
பழித்தது = குற்றம் என்று சொன்னதை; ஒழித்து = முற்றிலுமாக நீக்கி; விடின் = விட்டால்.

நேர்பொருள்

உலகத்தாரால் பழிக்கப்பட்ட தீய செயல்களை ஒருவன் முற்றிலுமாக விலக்கிவிட்டால், அவன் தலையை மழிப்பதோ சடைமுடி வளர்ப்பதோ தேவையில்லை.

பொருளுரை

ஒருவர் துறவறப் பாதையில் இருக்கிறார் என்பதை வெளிப்படுத்த, மொட்டை அடிப்பதோ அல்லது சடை முடி வளர்ப்பதோ போன்ற வெளி அடையாளங்கள் அவசியமில்லை என்று இந்தக் குறள் கூறுகிறது. உண்மையான துறவு என்பது வெளித்தோற்றத்தில் இல்லை, அது ஒருவரின் நடத்தையிலும் மனத்தூய்மையிலுமே இருக்கிறது. அறிவும் அனுபவமும் நிறைந்த சான்றோர்கள் எந்தெந்தச் செயல்களைத் தவறு என்றும், ஒழுக்கக்கேடானது என்றும் பழிக்கிறார்களோ, அந்தச் செயல்களை முழுமையாகக் கைவிடுவதே முதன்மையானது. அப்படிப்பட்ட பழிக்குரிய செயல்களை ஒருவர் தன் வாழ்க்கையிலிருந்து முற்றிலுமாக நீக்கிவிட்டால், பிறகு அவருக்குத் துறவிக்கான வெளி வேடங்கள் எதுவும் தேவையில்லை. அவருடைய தூய்மையான வாழ்க்கையே அவருடைய ஆன்மீக நிலைக்குச் சான்றாக அமையும். வெளி வேடங்களைப் பூண்டு கொண்டு, உள்ளுக்குள் தவறான செயல்களில் ஈடுபடும் போலித்தனத்தை இக்குறள் கண்டிக்கிறது. ஆக, ஒருவரின் உண்மையான தகுதி என்பது அவருடைய தோற்றத்தில் அல்ல, பழி பாவங்களுக்கு அஞ்சி வாழும் அவருடைய தூய நடத்தையிலேயே உள்ளது என்பதை இது தெளிவுபடுத்துகிறது.

அதிகாரம் 29: கள்ளாமை

களவு கையில் தொடங்குவதற்கு முன்பே மனதில் தொடங்குகிறது. பிறர் பொருளை ஏமாற்றி பெறும் எண்ணமே வாழ்வின் நம்பிக்கைக் கல்லை உடைக்கிறது.

குறள் 281

எள்ளாமை வேண்டுவான் என்பான் எனைத்தொன்றும்
கள்ளாமை காக்கதன் நெஞ்சு

சொற்பொருள்

எள்ளாமை = இகழ்ச்சி அடையாமல் இருக்க; வேண்டுவான் = விரும்புபவன்.

என்பான் = என்று சொல்லப்படுபவன்; எனைத்தொன்றும் = எந்த ஒரு பொருளையும்.

கள்ளாமை = திருடாமல்; காக்கதன் = தன் மனதைக் காக்க வேண்டும்; நெஞ்சு = மனதை.

நேர்பொருள்

பிறரால் இகழப்படாமல் வாழ விரும்புபவன், எந்த ஒரு பொருளையும் திருடும் எண்ணம் வராமல் தன் மனதைக் காத்துக்கொள்ள வேண்டும்.

பொருளுரை

பிறர் நம்மை இகழாமல், மரியாதையுடன் நடத்த வேண்டும் என்று விரும்புபவர்கள் முதலில் செய்ய வேண்டியது என்ன என்பதை இக்குறள் விளக்குகிறது. அந்த விருப்பம் நிறைவேற, ஒருவர் தன் மனதைக் கட்டுக்குள் வைத்திருக்க வேண்டும். குறிப்பாக, பிறருக்குச் சொந்தமான எந்தவொரு பொருளையும், அது எவ்வளவு சிறியதாக இருந்தாலும், அதைத் திருட வேண்டும் என்ற எண்ணம் மனதில் தோன்றாமலேயே பார்த்துக்கொள்ள வேண்டும். திருடுவது என்ற செயல் மட்டும் தவறு அல்ல, அந்தச் செயலைச் செய்யத் தூண்டும் எண்ணமே தவறு. எனவே, திருடும் எண்ணம் மனதில் நுழையாமல் தடுப்பதே உண்மையான ஒழுக்கம். மனதை இவ்வாறு தூய்மையாகக் காத்துக்கொள்வதுதான் நேர்மையான வாழ்வின் அடித்தளம். ஒருவன் தன் மனதை திருட்டு எண்ணங்களிலிருந்து பாதுகாக்கும்போது, அவன் இயல்பாகவே நேர்மையற்ற செயல்களிலிருந்து விலகி இருப்பான். இந்த அகத்தூய்மையே ஒருவருக்குச் சமூகத்தில் நற்பெயரையும் மரியாதையையும் பெற்றுத் தரும். ஆக, புற உலகில் இகழ்ச்சியைத் தவிர்க்க, முதலில் அக உலகில் உள்ள ஆசைகளைக் கட்டுப்படுத்த வேண்டும் என்பதே இக்குறளின் மையக் கருத்து.

குறள் 282

உள்ளத்தால் உள்ளலும் தீதே பிறன்பொருளைக்
கள்ளத்தால் கள்வேம் எனல்

சொற்பொருள்

உள்ளத்தால் = மனத்தால்; உள்ளலும் = நினைப்பது கூட.
தீதே = தீமையானதே; பிறன்பொருளைக் = அடுத்தவர் பொருளை.
கள்ளத்தால் = திருட்டுத்தனமாக; கள்வேம் = திருடுவோம்; எனல் = என்று நினைப்பது.

நேர்பொருள்

பிறருடைய பொருளை வஞ்சகமான வழியில் திருடுவோம் என்று மனதால் நினைப்பது கூட ஒரு தீய செயலாகும்.

பொருளுரை

ஒரு செயலைச் செய்வது மட்டுமல்ல, அந்தச் செயலைச் செய்ய வேண்டும் என்று மனதில் நினைப்பதே தவறு என்று இந்தக் குறள் ஒரு ஆழமான கருத்தை முன்வைக்கிறது. குறிப்பாக, அடுத்தவருக்குச் சொந்தமான ஒரு பொருளைத் திருட்டுத்தனமாக அபகரித்துவிடலாம் என்று மனதால் திட்டமிடுவது அல்லது ஆசைப்படுவது கூட ஒரு தீய செயலாகும். பொதுவாக, சட்டமும் சமூகமும் ஒரு குற்றத்தைச் செய்தால்தான் தண்டிக்கின்றன. ஆனால், வள்ளுவர் குற்றத்தின் மூலத்திற்கே செல்கிறார். எந்தவொரு தீய செயலுக்கும் தொடக்கப் புள்ளி தீய எண்ணம்தான். அந்த எண்ணம் மனதில் தோன்றும்போதே, ஒருவரின் நேர்மையும் மனத்தூய்மையும் களங்கப்பட்டுவிடுகிறது. மனதைச் சரியாக வைத்துக்கொள்ளாத எவரும் செயலில் சரியாக இருக்க முடியாது. திருட வேண்டும் என்ற எண்ணம், ஒருவருக்குத் தன்னிடம் இருப்பதில் திருப்தி இல்லை என்பதையும், குறுக்கு வழியில் செல்ல அவர் தயாராக இருக்கிறார் என்பதையும் காட்டுகிறது. எனவே, உண்மையான ஒழுக்கத்தைக் கடைப்பிடிக்க விரும்புபவர், தன் செயல்களை மட்டுமல்ல, தன் எண்ணங்களையும் கவனமாகக் கண்காணிக்க வேண்டும். தீய எண்ணங்கள் மனதில் வேர்விடாமல் தடுப்பதே, தீய செயல்களில் இருந்து விலகி இருப்பதற்கான முதல் மற்றும் மிக முக்கியமான படியாகும். இது மனத்தூய்மையின் முக்கியத்துவத்தை அழுத்தமாக உணர்த்துகிறது.

குறள் 283

களவினால் ஆகிய ஆக்கம் அளவிறந்து
ஆவது போலக் கெடும்

சொற்பொருள்

களவினால் = திருடுவதால்; ஆகிய = உண்டான.
ஆக்கம் = செல்வம்; அளவிறந்து = எல்லையை மீறி.
ஆவது = வளர்வது; போலக் = போலத் தோன்றி; கெடும் = அழிந்துவிடும்.

நேர்பொருள்

திருடுவதால் கிடைத்த செல்வம், வளர்வது போலத் தோன்றி, தன் எல்லையை மீறி முழுவதுமாக அழிந்துவிடும்.

பொருளுரை

பிறர் பொருளைத் திருடுவதன் மூலம் ஒருவர் சேர்க்கும் செல்வம், தொடக்கத்தில் பார்ப்பதற்குப் பெருகி வளர்வது போலத் தோன்றும். அந்த வளர்ச்சி ஒருவித மயக்கத்தைத் தந்து, இதுவே சரியான பாதை என்று எண்ண வைக்கும். ஆனால், அந்த வளர்ச்சி உண்மையானது அல்ல; அது ஒரு தற்காலிகத் தோற்றம் மட்டுமே. ஒரு குறிப்பிட்ட கட்டத்திற்குப் பிறகு, அந்தச் செல்வம் அழியத் தொடங்கும். அதன் அழிவு சாதாரணமாக இருக்காது. அது 'அளவு கடந்து' அழியும். அதாவது, திருடிய பொருளை மட்டும் அது எடுத்துச் செல்லாது. அதனுடன் சேர்த்து, நேர்மையாகச் சம்பாதித்த சொத்துக்களையும், குடும்பத்தின் நிம்மதியையும், சமூகத்தில் இருந்த நற்பெயரையும் சேர்த்தே அழித்துவிடும். மேலும், அந்தத் தீய செயலால் விளைந்த பாவத்தையும், பழியையும் வாழ்வில் நிரந்தரமாக நிலைநிறுத்திவிட்டுச் செல்லும். ஒருவர் அதுவரை செய்த நல்ல செயல்களின் புண்ணியத்தையும் அது கொண்டுபோய்விடும். ஆக, திருட்டினால் வரும் லாபம் என்பது ஒரு மாயை. அதன் முடிவில் ஏற்படும் இழப்பு, கிடைத்த லாபத்தை விடப் பன்மடங்கு அதிகமாகவும், பேரழிவாகவும் இருக்கும் என்பதே இக்குறள் உணர்த்தும் எச்சரிக்கை.

குறள் 284

களவின்கண் கன்றிய காதல் விளைவின்கண்
வீயா விழுமம் தரும்

சொற்பொருள்

களவின்கண் = திருடுவதில்; கன்றிய = தீவிரமான.
காதல் = ஆசை; விளைவின்கண் = அதன் விளைவாக.
வீயா = முடிவில்லாத; விழுமம் = துன்பத்தை; தரும் = கொடுக்கும்.

நேர்பொருள்

திருடுவதில் ஏற்படும் தீவிரமான ஆசை, அதன் விளைவாக முடிவில்லாத பெரும் துன்பத்தைக் கொடுக்கும்.

பொருளுரை

பிறர் பொருளைத் திருட வேண்டும் என்ற எண்ணம் ஒருவருக்குள் ஆழமாகப் பதிந்து, அது ஒரு தீவிரமான ஆசையாக மாறும் போது, தொடக்கத்தில் அது இன்பம் தருவது போல் தோன்றலாம். ஆனால், அந்தச் செயலின் விளைவுகள் வெளிப்படும் காலத்தில், அது ஒருபோதும் நீங்காத, முடிவில்லாத துன்பத்தைக் கொண்டு வந்து சேர்க்கும். திருடும்போது கிடைக்கும் தற்காலிக மகிழ்ச்சி அல்லது ஆதாயம் என்பது ஒரு மாயை. அதன் பின்விளைவாக வரும் துயரம் நிரந்தரமானது. பிடிபடுவோமோ என்ற பயம், சமூகத்தில் ஏற்படும் அவமானம், சட்டரீதியான தண்டனைகள், மனசாட்சியின் உறுத்தல் எனப் பல வடிவங்களில் அந்தத் துன்பம் தொடரும். 'கன்றிய காதல்' என்பது, அந்த ஆசை முதிர்ந்து ஒரு பழக்கமாகிவிடுவதைக் குறிக்கிறது. அப்படிப்பட்ட பழக்கம் ஒருவரை மீண்டும் மீண்டும் அதே தவறைச் செய்யத் தூண்டி, பாவத்தையும் பழியையும் தொடர்ந்து சேர்க்கிறது. எனவே, திருட்டின் மூலம் கிடைக்கும் அற்ப சந்தோஷத்திற்காக, முடிவே இல்லாத பெரும் துயரத்தை விலையாகக் கொடுக்க வேண்டாம் என்று இக்குறள் எச்சரிக்கிறது. திருட்டு என்ற எண்ணத்திற்கே மனதில் இடம் கொடுக்கக் கூடாது என்பதே இதன் முக்கியப் பாடம்.

குறள் 285

அருள்கருதி அன்புடைய ராதல் பொருள்கருதிப் பொச்சாப்புப் பார்ப்பார்கண் இல்

சொற்பொருள்

அருள்கருதி = கருணையை எண்ணி; அன்புடையர் = அன்பு கொண்டவராக.
ஆதல் = இருப்பது; பொருள்கருதிப் = பிறர் பொருளை அடைய நினைத்து.
பொச்சாப்புப் = அவர்களின் சோர்வை; பார்ப்பார்கண் = எதிர்பார்ப்பவர்களிடம்; இல் = இருக்காது.

நேர்பொருள்

பிறர் பொருளை அபகரிக்க அவர்களின் சோர்வை எதிர்பார்த்து இருப்பவர்களிடம், கருணையை எண்ணி அன்பு செலுத்தும் குணம் இருக்காது.

பொருளுரை

இந்தக் குறள் இரண்டு எதிரான மனநிலைகளை ஒப்பிடுகிறது: ஒன்று கருணையின் அடிப்படையில் அமைந்தது, மற்றொன்று பேராசையின் அடிப்படையில் அமைந்தது. கருணையின் மேன்மையை உணர்ந்து, எல்லா உயிர்களிடத்தும் அன்பு செலுத்தி வாழ்பவர்கள் ஒரு வகை. அவர்களின் செயல்கள் இரக்கத்தாலும் பிறர் நலன் நாடும் விருப்பத்தாலும் வழிநடத்தப்படுகின்றன. இதற்கு நேர்மாறாக, மற்றவர்களின் செல்வத்தின் மீது ஆசை கொண்டு, அதை நேர்மையற்ற வழிகளில் அடைய நினைப்பவர்கள் இன்னொரு வகை. மற்றவர்கள் எப்போது கவனக்குறைவாக இருப்பார்கள், எப்போது சோர்வடைவார்கள் என்று அவர்கள் காத்துக்கொண்டிருப்பார்கள். அந்தத் தருணத்தைப் பயன்படுத்தி அவர்களின் உடைமைகளைக் களவாடத் திட்டமிடுவார்கள். இந்த இரண்டு குணங்களும் ஒரே நபரிடம் ஒருபோதும் இருக்காது என்று வள்ளுவர் தெளிவாகக் கூறுகிறார். பிறரை ஏமாற்றிப் பொருள் சேர்க்க நினைக்கும் வஞ்சக உள்ளத்தில், கருணையும் அன்பும் ஒருபோதும் குடிகொள்ளாது. பேராசை என்பது இரக்கத்தை அழித்துவிடும். எனவே, ஒருவர் இரக்கமுள்ளவராக வாழ்வதா அல்லது பிறரைச் சுரண்டிப் பிழைப்பதா என்பதைத் தேர்ந்தெடுக்க வேண்டும். கருணையை அடிப்படையாகக் கொண்ட அறவாழ்வு, திருட்டு எண்ணம் கொண்ட வஞ்சகர்களிடம் ஒருபோதும் காணப்படாது.

குறள் 286

அளவின்கண் நின்றொழுகல் ஆற்றார் களவின்கண் கன்றிய காத லவர்

சொற்பொருள்

அளவின்கண் = வரம்புக்குள்; நின்று = நிலைத்து.
ஒழுகல் = வாழ்வதை; ஆற்றார் = செய்ய முடியாதவர்கள்.
களவின்கண் = திருடுவதில்; கன்றிய = தீவிரமான; காதலவர் = ஆசை கொண்டவர்கள்.

நேர்பொருள்

திருடுவதில் தீராத ஆசை கொண்டவர்களால், நேர்மையான வழியில் கட்டுப்பாட்டுடன் வாழ முடியாது.

பொருளுரை

ஒரு நேர்மையான மற்றும் ஒழுக்கமான வாழ்க்கை வாழ்வதற்கு, சுயக்கட்டுப்பாடும் சில அறநெறி வரம்புகளும் அவசியம். இந்த வரம்புகளை 'அளவு' என்று வள்ளுவர் குறிப்பிடுகிறார். அதாவது, ஒருவர் தனக்குரிய வழியில் உழைத்து, தனக்குரியதை மட்டும் எடுத்துக்கொண்டு வாழ வேண்டும். ஆனால், திருடுவதில் தீராத ஆசையும் நாட்டமும் கொண்ட ஒருவரால் இப்படிப்பட்ட கட்டுப்பாடான வாழ்க்கையை வாழவே முடியாது. அவர்களுடைய மனம் எப்போதும் அடுத்தவர் பொருளை எப்படி அபகரிக்கலாம் என்பதிலேயே மூழ்கியிருக்கும். இந்தத் திருட்டு ஆசை, ஒரு போதை போல அவர்களை ஆட்கொண்டுவிடும். அதனால், நேர்மையாக உழைப்பதோ, பொறுமையாக இருப்பதோ, சட்டதிட்டங்களுக்குக் கட்டுப்பட்டு நடப்பதோ அவர்களுக்கு இயலாத காரியமாகிவிடும். திருட்டின் மீதான இந்தத் தீவிரமான காதல், ஒருவரின் மனசாட்சியையும், நல்லொழுக்கத்தையும் முற்றிலுமாகச் சிதைத்துவிடுகிறது. எனவே, திருடும் எண்ணம் ஒருவரின் மனதில் ஆழமாக வேரூன்றிவிட்டால், அவர்களால் ஒருபோதும் நெறி தவறாமல், வரம்புகளுக்கு உட்பட்டு வாழும் திறனைப் பெற முடியாது. களவும் கட்டுப்பாடான வாழ்க்கையும் ஒன்றுக்கொன்று எதிரானவை.

குறள் 287

களவென்னும் காரறி வாண்மை அளவென்னும்
ஆற்றல் புரிந்தார்கண் இல்

சொற்பொருள்

களவென்னும் = களவு எனப்படும்; காரறி = இருண்ட.
வாண்மை = அறிவுடைமை; அளவென்னும் = அளவு என்னும்.
ஆற்றல் = ஆற்றலை; புரிந்தார்கண் = விரும்பியவர்களிடம்; இல் = இல்லை.

நேர்பொருள்

அளவு என்னும் ஆற்றலை விரும்பியவர்களிடம், களவு எனப்படும் இருண்ட அறிவுடைமை இல்லை.

பொருளுரை

திருடுதல் என்பதை ஒரு தந்திரமான செயல் என்று கருதுவது, உண்மையில் ஒரு இருண்ட, மயக்கமடைந்த மனநிலையின் வெளிப்பாடாகும். வள்ளுவர் இதை 'கார் அறிவு' என்று குறிப்பிடுகிறார், அதாவது இது ஒருவரை அறியாமை இருளில் ஆழ்த்தும் ஒரு தவறான அறிவு. பிறரின் உடைமைகளை ஏமாற்றி அபகரிக்க நினைக்கும் இந்த இழிவான குணம், ஆன்மீக வளர்ச்சிக்கு முற்றிலும் எதிரானது. இதற்கு நேர்மாறாக, உண்மையான ஞானிகள் மற்றும் துறவிகள் 'அளவு' என்னும் பெரும் ஆற்றலைப் பின்பற்றுவார்கள். இந்த 'அளவு' என்பது வெறும் எல்லைகளை அறிவது மட்டுமல்ல, உயிர், உலகம், இறைவன் ஆகியவற்றின் மெய்ப்பொருளை உணர்ந்து, அதற்கேற்ப வாழும் மனக்கட்டுப்பாட்டையும், ஒழுக்கத்தையும் குறிக்கிறது. இத்தகைய தெய்வீகப் புரிதலும், ஆற்றலும் கொண்டவர்களின் மனதில், திருட்டு என்ற அற்பமான, இருள் நிறைந்த எண்ணம் ஒருபோதும் தோன்றாது. ஒளியும் இருளும் ஒரே இடத்தில் இருக்க முடியாதது போல, இறைவனை அறியும் தெளிந்த ஞானமும், திருடும் தீய

எண்ணமும் ஒருவரிடம் ஒன்றாக இருக்க முடியாது என்பதே இக்குறள் உணர்த்தும் தெளிவான உண்மையாகும்.

குறள் 288

அளவறிந்தார் நெஞ்சத் தறம்போல நிற்கும்
களவறிந்தார் நெஞ்சில் கரவு

சொற்பொருள்

அளவறிந்தார் = அளவை அறிந்து வாழ்பவர்; நெஞ்சத்து = உள்ளத்தில்.
அறம்போல = அறநெறியைப் போல; நிற்கும் = நிலைத்து நிற்கும்.
களவறிந்தார் = திருடத் தெரிந்தவர்; நெஞ்சில் = மனத்தில்; கரவு = வஞ்சனை.

நேர்பொருள்

உண்மையை உணர்ந்தவர் நெஞ்சில் அறம் நிலைத்திருப்பது போல, திருடத் தெரிந்தவர் நெஞ்சில் வஞ்சனை நிலைத்திருக்கும்.

பொருளுரை

ஒரு செயலைத் தொடர்ந்து செய்யும்போது, அது எப்படி ஒருவரின் குணத்தின் நிரந்தரப் பகுதியாக மாறிவிடுகிறது என்பதை இக்குறள் விளக்குகிறது. இது இரண்டு விதமான மனிதர்களை ஒப்பிடுகிறது. ஒருபுறம், வாழ்க்கையின் உண்மையான இயல்பையும் அதன் அளவுகோல்களையும் உணர்ந்த ஞானிகள் இருக்கிறார்கள். அவர்களின் உள்ளத்தில் அறநெறி என்பது இயற்கையாகவும் உறுதியாகவும் நிலைபெற்றிருக்கும். அது அவர்களின் இயல்பாகவே மாறிவிடுகிறது. மறுபுறம், திருட்டைக் கற்றுக்கொண்டு அதையே தொழிலாகச் செய்பவர்கள் இருக்கிறார்கள். அவர்களின் உள்ளத்தில் வஞ்சகம் என்பது பிரிக்க முடியாதபடி நிலைத்துவிடும். திருடுவதற்கு மறைப்பது, பொய் சொல்வது, ஏமாற்றுவது போன்ற குணங்கள் தேவை. இந்த வஞ்சகச் செயல்களைத் திரும்பத் திரும்பச் செய்வதால், வஞ்சனை அவர்களின் மனதின் நிரந்தரக் குணமாகிவிடுகிறது. அறம் என்பது ஞானியின் அடையாளம் ஆவது போல, வஞ்சகம் என்பது திருடனின் அடையாளமாகிவிடும். எனவே, திருட்டு என்பது ஒரு பொருளை அபகரிக்கும் செயல் மட்டுமல்ல, அது ஒருவரின் ஆன்மாவையே சிதைத்து, வஞ்சகத்தை மனதில் நிரந்தரமாகக் குடியேற்றும் ஒரு தீய பழக்கம் என்று இக்குறள் எச்சரிக்கிறது.

குறள் 289

அளவல்ல செய்தாங்கே வீவர் களவல்ல
மற்றைய தேற்றா தவர்

சொற்பொருள்

அளவல்ல = தகாதவற்றை; செய்து = நினைத்ததாலேயே.
ஆங்கே = அப்போதே; வீவர் = அழிவார்கள்.
களவல்ல = திருட்டைத் தவிர; மற்றைய = பிற வழிகளை; தேற்றாதவர் = அறியாதவர்கள்.

நேர்பொருள்

திருட்டைத் தவிர வேறு நேர்மையான வழிகளை அறியாதவர்கள், தகாத செயல்களை நினைத்த மாத்திரத்திலேயே அழிந்து போவார்கள்.

பொருளுரை

பிறர் பொருளைத் திருடுவதைத் தவிர வேறு நேர்மையான வழிகளில் வாழத் தெரியாதவர்கள் இருக்கிறார்கள். அவர்கள் திருட்டைப் பற்றி நினைக்கத் தொடங்கும்போதே தங்கள் அழிவைத் தேடிக்கொள்கிறார்கள். இந்தக் குறளில் 'செய்து' என்ற சொல், திருடும் செயலை மட்டுமல்ல, அதைப் பற்றிய எண்ணத்தையே குறிக்கிறது. ஒரு பொருளை எப்படித் திருடுவது, திருடிய பின் அதை வைத்து எப்படி இன்பம் காண்பது போன்ற தகாத எண்ணங்கள் மனதில் உதிக்கும் கணமே, ஒருவரின் அறம் அழியத் தொடங்குகிறது. அந்த எண்ணமே ஒருவரைத் தீய வழியில் செலுத்தி, அவரது நற்பண்புகளை அழித்துவிடுகிறது. இதுவே 'ஆங்கே வீவர்' அதாவது 'அப்போதே அழிவார்கள்' என்பதன் பொருள். திருட்டைத் தவிர வேறு வழிகளை அறியாதவர்கள் அல்லது ஏற்றுக்கொள்ளாதவர்கள், நேர்மையாக உழைத்து வாழ்வதன் மதிப்பையோ, இருப்பதைக் கொண்டு நிறைவாக வாழ்வதன் அமைதியையோ உணராதவர்கள். அவர்களின் குறுகிய பார்வை, அவர்களைத் திருட்டு என்ற படுகுழியில் தள்ளுகிறது. ஆக, தீய எண்ணம் மனதில் தோன்றும்போதே அழிவு தொடங்கிவிடுகிறது என்பதே இக்குறள் உணர்த்தும் ஆழமான கருத்து.

குறள் 290

கள்வார்க்குத் தள்ளும் உயிர்நிலை
கள்ளார்க்குத்
தள்ளாது புத்தே ளுலகு

சொற்பொருள்

கள்வார்க்குத் = திருடுபவர்களுக்கு; தள்ளும் = நிலை தடுமாறும்.
உயிர்நிலை = உடலும் வாழ்க்கையும்; கள்ளார்க்குத் = திருடாதவர்களுக்கு.
தள்ளாது = தவறாது கிடைக்கும்; புத்தேள் = தேவர்களின்; உலகு = உலகம்.

நேர்பொருள்

திருடுபவர்களுக்கு அவர்களின் உடலும் வாழ்க்கையும் நிலை தடுமாறும்; திருடாதவர்களுக்கோ தேவர் உலகமும் தவறாமல் கிடைக்கும்.

பொருளுரை

இந்தக் குறள், திருடுவதால் ஏற்படும் உடனடி விளைவுகளையும், நேர்மையால் கிடைக்கும் பெரும் பயனையும் ஒப்பிட்டுக் காட்டுகிறது. திருடும் பழக்கம் கொண்டவர்களுக்கு, அவர்களின் 'உயிர்நிலை' கூட நிலை தடுமாறும் என்று வள்ளுவர் கூறுகிறார். 'உயிர்நிலை' என்பது உயிர் தங்கியிருக்கும் உடலையும், அதன் மூலம் அமையும் வாழ்க்கையையும் குறிக்கிறது. திருடன் எப்போதும் பிடிபடுவோமோ என்ற பயத்துடனும், மன உளைச்சலுடனும் வாழ்கிறான். இந்த நிலையற்ற மனநிலை அவனது உடல் நலத்தையும் பாதிக்கிறது. சமூகத்தில் அவமதிப்பு, சட்டப்படி தண்டனை எனப் பல சிக்கல்களை அவன் சந்திக்க நேரிடும். இதனால், அவனது இந்த உலக வாழ்க்கையே சீர்குலைந்து, நிலையற்றதாகிவிடும். இதற்கு நேர்மாறாக, திருடாமல் நேர்மையாக வாழ்பவர்களுக்கு, இந்த உலகில் மட்டுமல்ல, மறுமையிலும் உயர் நிலை உறுதி என்கிறார் வள்ளுவர். அவர்களுக்குத் தேவர்களுடைய உலகம் கூடத் தவறாமல் கிடைக்கும். அதாவது, நேர்மையான வாழ்க்கை மன அமைதியையும், சமூக மதிப்பையும் தருவதோடு, உள்ளார்ந்த நிலையிலும் ஒருவரை உயர்த்துகிறது. ஆக, திருட்டு என்பது ஒருவரின் தற்போதைய வாழ்க்கையின் அடித்தளத்தையே

அசைத்துவிடும் ஒரு செயல், ஆனால் நேர்மை இம்மைக்கும் மறுமைக்கும் நன்மை பயக்கும் என்பது இதன் உட்கருத்து.

அதிகாரம் 30: வாய்மை

தீங்கற்ற உண்மையைப் பேசுவதே வாய்மையின் அடிப்படை. மனம் அறிந்ததை மறைக்காத வாழ்வு, ஒருவரை எல்லோரின் நம்பிக்கைக்குரியவனாக உயர்த்துகிறது.

குறள் 291

வாய்மை எனப்படுவது யாதெனின்
யாதொன்றும்
தீமை இலாத சொலல்

சொற்பொருள்

வாய்மை = உண்மை பேசுதல்; எனப்படுவது = என்று சொல்லப்படுவது.
யாதெனின் = என்னவென்றால்; யாதொன்றும் = எந்த ஒரு.
தீமை = கெடுதலும்; இலாத = இல்லாத; சொலல் = சொற்களைச் சொல்வது.

நேர்பொருள்

வாய்மை என்று சொல்லப்படுவது என்னவென்றால், அது மற்றவர்களுக்கு எந்தவிதமான தீங்கும் விளைவிக்காத சொற்களைப் பேசுவதே ஆகும்.

பொருளுரை

வாய்மை அல்லது உண்மை பேசுதல் என்றால் என்ன? பொதுவாக, நடந்ததை நடந்தபடியே சொல்வதுதான் உண்மை என்று நாம் நினைக்கிறோம். ஆனால் திருவள்ளுவர் அதற்கு ஒரு ஆழமான, உயர்ந்த விளக்கத்தைத் தருகிறார். அவர் பார்வையில், வாய்மை என்பது வெறும் உண்மையைச் சொல்வது மட்டுமல்ல. ஒரு சொல், யாருக்கும் எந்த உயிருக்கும், மனதாலோ உடலாலோ சிறிதளவு தீங்கையும் ஏற்படுத்தாமல் இருக்க வேண்டும். அதுவே உண்மையான வாய்மை. ஒருவேளை, நாம் சொல்லும் ஒரு உண்மையால் பிறருக்குப் பெரிய கெடுதல் ஏற்படும் என்றால், அதைத் தவிர்ப்பதே மேல். ஏனென்றால், சொல்லின் நோக்கம் உண்மையை நிலைநாட்டுவதை விட, தீமையைத் தடுப்பதாக இருக்க வேண்டும். இந்தக் குறள், பேச்சில் கருணையும் அன்பும் இருக்க வேண்டியதன் அவசியத்தை வலியுறுத்துகிறது. நாம் பேசும் ஒவ்வொரு வார்த்தையும் மற்றவர்களை எப்படிப் பாதிக்கும் என்று யோசித்துப் பேச வேண்டும். பிறருக்குத் தீங்கு விளைவிக்காத, நன்மை மட்டுமே தருகின்ற சொற்களே மிக உயர்ந்த வாய்மை. இது, பேச்சில் அகிம்சையைக் கடைப்பிடிக்க வேண்டும் என்ற உன்னதமான கொள்கையை நமக்குக் கற்றுத்தருகிறது. எனவே, வாய்மையின் உண்மையான அளவுகோல், அது மற்றவர்களுக்கு ஏற்படுத்தும் பாதிப்புதான்.

குறள் 292

பொய்மையும் வாய்மை யிடத்த புரைதீர்ந்த நன்மை பயக்கும் எனின்

சொற்பொருள்

பொய்மையும் = பொய்யும் கூட; வாய்மை = உண்மையின்.
யிடத்த = இடத்தில் கருதப்படும்; புரைதீர்ந்த = குற்றம் இல்லாத.
நன்மை = நன்மையை; பயக்கும் = விளைவிக்குமானால்; எனின் = என்றால்.

நேர்பொருள்

ஒரு பொய், குற்றம் இல்லாத நன்மையை விளைவிக்குமானால், அந்தப் பொய்யும் உண்மையின் இடத்தில் வைத்து மதிக்கப்படும்.

பொருளுரை

உண்மை என்பது வெறும் நிகழ்வுகளை உள்ளது உள்ளபடி சொல்வது மட்டுமல்ல. அதன் உண்மையான மதிப்பு, அது உருவாக்கும் நன்மையைப் பொறுத்தது. இந்த குறள், வாய்மையின் இலக்கணத்தை மேலும் ஆழமாக விளக்குகிறது. ஒரு பொய், பிறருக்கு எந்தவிதமான குற்றமும் இல்லாத ஒரு பெரிய நன்மையை உண்டாக்குமானால், அந்தப் பொய்யும் உண்மையின் தகுதியைப் பெற்றுவிடும். இங்கு 'குற்றம் தீர்ந்த நன்மை' என்பது மிக முக்கியமானது. அதாவது, ஒருவருக்கு நன்மை செய்யப்போய் இன்னொருவருக்குத் தீங்கு விளைவிக்காத, அறவழியில் அமைந்த நன்மையாக அது இருக்க வேண்டும். உதாரணமாக, ஒரு நிரபராதியின் உயிரைக் காப்பாற்றுவதற்காக அல்லது ஒரு பெரிய தீங்கைத் தடுப்பதற்காகச் சொல்லப்படும் பொய், உண்மையைக் காட்டிலும் மேலானதாகக் கருதப்படுகிறது. ஒரு சொல்லின் அறநெறி மதிப்பு, அது உண்மையா பொய்யா என்பதை மட்டும் சார்ந்தது அல்ல; அதன் நோக்கத்தையும், விளைவையும் சார்ந்தது. தீய விளைவைத் தரும் உண்மையை விட, தூய நன்மையைத் தரும் பொய்யே சிறந்தது என்பது வள்ளுவரின் பார்வை. இதன் மூலம், மனித நேயத்தையும் சூழலுக்கு ஏற்ற அறத்தையும் முன்னிறுத்தி, வாய்மைக்கு ஒரு புதிய, உயர்ந்த நிலையை வள்ளுவர் அளிக்கிறார். ஆக, எந்தச் சொல் பிறருக்குக் குற்றமற்ற நன்மையைத் தருகிறதோ, அதுவே வாய்மை.

குறள் 293

தன்நெஞ் சறிவது பொய்யற்க பொய்த்தபின் தன்நெஞ்சே தன்னைச் சுடும்

சொற்பொருள்

தன்நெஞ்சு = தன் மனசாட்சிக்கு; அறிவது = தெரிந்ததை.
பொய்யற்க = பொய்யாகச் சொல்லாதே; பொய்த்தபின் = பொய் சொன்ன பிறகு.
தன்நெஞ்சே = தன் மனசாட்சியே; தன்னைச் = அவனையே; சுடும் = வருத்தும்.

நேர்பொருள்

தன் மனசாட்சிக்குத் தெரிந்த ஒன்றைப் பற்றிப் பொய் சொல்லக்கூடாது; மீறிச் சொன்னால், அந்த மனசாட்சியே ஒருவரைத் தண்டித்து வருத்தும்.

பொருளுரை

நம்முடைய செயல்களுக்கு எல்லாம் மிகப்பெரிய சாட்சி நம் மனசாட்சிதான். 'யாரும் பார்க்கவில்லை, யாருக்கும் தெரியாது' என்று நினைத்து நாம் ஒரு பொய்யைச் சொல்லிவிடலாம். ஆனால், அந்தப் பொய் நம் மனதிற்கு நன்றாகத் தெரியும். அப்படித் தெரிந்தே ஒரு பொய்யைச் சொல்லும்போது, அது நம் மனதிற்குள் ஒரு நெருடலை ஏற்படுத்துகிறது. அந்தப் பொய்யின் நினைவு, ஒரு நெருப்பைப் போல நம்மை உள்ளுக்குள் இருந்து சுட்டுக்கொண்டே இருக்கும். இது உடல்ரீதியான நெருப்பு அல்ல; மனரீதியான வேதனை. குற்ற உணர்ச்சி, பயம், நிம்மதியின்மை, சுயமரியாதை இழப்பு எனப் பல வடிவங்களில் இந்த வேதனை வெளிப்படும். வேறு யாரும் தண்டிப்பதற்கு முன்பே, நமக்கு நாமே கொடுத்துக்கொள்ளும் தண்டனை இது. இந்தத் தண்டனை மற்றவர்கள் கொடுக்கும் தண்டனையை விடக் கொடியது. ஏனென்றால், இதிலிருந்து தப்பிக்கவே முடியாது. எனவே, நாம் மற்றவர்களுக்காக மட்டுமல்ல, நம்முடைய சொந்த மன அமைதிக்காகவும், நிம்மதியான வாழ்க்கைக்காகவும் உண்மையைப் பேச வேண்டும். மனசாட்சிக்கு எதிராகச் செயல்படுவது, நம் நிம்மதியை நாமே அழித்துக்கொள்வதற்குச் சமம். இது ஒரு ஆழமான உள்ளுணர்வு உண்மையாகும்.

குறள் 294

உள்ளத்தாற் பொய்யா தொழுகின் உலகத்தார்
உள்ளத்து ளெல்லாம் உளன்

சொற்பொருள்

உள்ளத்தால் = மனசாட்சியுடன்; பொய்யாது = பொய் சொல்லாமல்.
ஒழுகின் = வாழ்ந்தால்; உலகத்தார் = உலகத்தாரின்.
உள்ளத்துள் = உள்ளங்களில்; எல்லாம் = எல்லாவற்றிலும்; உளன் = இருப்பான்.

நேர்பொருள்

ஒருவர் தன் மனசாட்சிக்கு விரோதமாகப் பொய் சொல்லாமல் வாழ்ந்தால், அவர் உயர்ந்தோரின் உள்ளங்களில் எல்லாம் நிறைந்திருப்பார்.

பொருளுரை

ஒருவர் தன் மனசாட்சிக்கு உண்மையாக, சிறிதும் பொய் கலக்காமல் வாழ்ந்தால், அவருக்குக் கிடைக்கும் பரிசு மிகவும் உயர்ந்தது. அது பொருள் அல்ல, பதவி அல்ல. மாறாக, இந்த உலகில் உள்ள சான்றோர்கள், நல்லவர்கள், உயர்ந்தவர்கள் அனைவரின் மனதிலும் அவருக்கு ஒரு நிரந்தரமான இடம் கிடைத்துவிடும். வாய்மையின் உச்சநிலை என்பது, நம் மனதிற்கேற்ப, அதாவது நம் மனசாட்சிக்கு விரோதமாக ஒருபோதும் பொய் பேசாமல் இருப்பதுதான். அப்படிப்பட்ட நேர்மையான ஒருவரின் அறத்தையும் ஒழுக்கத்தையும் கண்டு, உயர்ந்த உள்ளம் கொண்டவர்கள் அவரை எப்போதும் நினைவில் வைத்திருப்பார்கள். அவரைப் பற்றிப் பெருமையாகப் பேசுவார்கள். அவர்களின் மனதில் அந்த நேர்மையாளர் வாழ்ந்துகொண்டே இருப்பார். இதுவே ஒரு மனிதன் தன் வாழ்வில் பெறக்கூடிய மிகப்பெரிய கௌரவம். மற்றவர்களின் மனதில், குறிப்பாக நல்லவர்களின் மனதில் வாழ்வதை விட சிறந்த வெகுமதி வேறு என்ன இருக்க முடியும்? இந்த குறள், அகத்தூய்மையுடன் கூடிய வாய்மையே ஒருவருக்கு சமூகத்தில் அழியாத மரியாதையைப் பெற்றுத் தரும் என்பதை அழகாக விளக்குகிறது.

குறள் 295

மனத்தொடு வாய்மை மொழியின் தவத்தொடு
தானஞ்செய் வாரின் தலை

சொற்பொருள்

மனத்தொடு = மனதோடு ஒன்றி; வாய்மை = உண்மையை.
மொழியின் = பேசினால்; தவத்தொடு = தவத்துடன்.
தானம் = தானத்தையும்; செய்வாரின் = செய்பவர்களை விட; தலை = சிறந்தவர்.

நேர்பொருள்

ஒருவர் தன் மனசாட்சிக்கு ஏற்ப உண்மையை மட்டும் பேசினால், அவர் தவமும் தானமும் செய்பவர்களை விடச் சிறந்தவர் ஆவார்.

பொருளுரை

இந்தக் குறள், மனசாட்சியுடன் உண்மையைப் பேசுவதன் உன்னத நிலையை விளக்குகிறது. தவம் செய்வது, அதாவது உடலை வருத்தி நோன்பிருப்பது, ஒரு சிறந்த செயலாகக் கருதப்படுகிறது. அதேபோல், இல்லாதவர்களுக்குப் பொருள் கொடுத்து உதவுவதும் ஒரு மிக உயர்ந்த அறச்செயல். ஆனால், இந்த இரண்டு செயல்களையும் ஒருங்கே செய்பவர்களை விடவும் சிறந்தவர் யார் என்றால், தன் மனதிற்குப் பொய்யாகத் தோன்றாத, மனப்பூர்வமாக ஏற்றுக்கொள்ளப்பட்ட உண்மையை மட்டுமே பேசுபவர்தான். ஏனென்றால், தவம் மற்றும் தானம் போன்றவை சில சமயங்களில் பிறர் பார்க்க வேண்டும் என்பதற்காகவோ, புகழுக்காகவோ செய்யப்படும் வெளிப்புறச் செயல்களாக இருக்கலாம். ஆனால், ஒருவரின் மனமும் சொல்லும் முரண்படாமல் இருப்பது என்பது அகத்தூய்மையின் அடையாளம். அது ஒருவரின் நேர்மையையும் ஒழுக்கத்தின் உச்சத்தையும் காட்டுகிறது. உள்ளொன்று வைத்துப் புறமொன்று பேசாமல், தன் மனசாட்சிக்கு உண்மையாக இருப்பது என்பது மிகக் கடினமான, ஆனால் மிக உன்னதமான ஒரு பண்பு. எனவேதான், அத்தகைய நேர்மையாளரை, தவம் மற்றும் தானம் போன்ற பெரும் புண்ணியச் செயல்களைச் செய்பவர்களை விடவும் உயர்ந்தவராக வள்ளுவர் போற்றுகிறார். இது வெளிப்படையான சடங்குகளை விட, அகத்தூய்மைக்கே அதிக முக்கியத்துவம் கொடுக்க வேண்டும் என்பதை உணர்த்துகிறது.

குறள் 296

பொய்யாமை அன்ன புகழில்லை எய்யாமை
எல்லா அறமுந் தரும்

சொற்பொருள்

பொய்யாமை = பொய் சொல்லாதிருத்தல்; அன்ன = போன்ற.
புகழ் = நற்பெயர்; இல்லை = இல்லை.
எய்யாமை = வருந்தாமல்; எல்லா = எல்லாவிதமான; அறமுந்தரும் = நன்மைகளையும் தரும்.

நேர்பொருள்

பொய் பேசாமல் இருப்பதை விட சிறந்த புகழ் வேறு இல்லை; அது ஒருவருக்கு எந்த முயற்சியும் இல்லாமல் எல்லா அறங்களின் பயனையும் கொடுக்கும்.

பொருளுரை

இந்தக் குறள், உண்மை பேசுவதன் உயரிய மதிப்பை விளக்குகிறது. ஒரு மனிதனுக்கு, பொய் சொல்லாமல் இருப்பது போன்ற சிறந்த புகழைத் தரக்கூடியது வேறு எதுவும் இல்லை. இந்த உலகில், ஒருவரின் நேர்மை அவருக்கு ஈடு இணையற்ற மரியாதையையும் நற்பெயரையும் பெற்றுத் தருகிறது. இதுவே ஒருவருக்குக் கிடைக்கக்கூடிய மிக உயர்ந்த புகழாகும். மேலும், இந்த ஒரு நல்ல பழக்கம், வேறு எந்தவிதமான கடின முயற்சியும் இல்லாமல், எல்லா அறங்களின் பயனையும் ஒருவருக்குத் தானாகவே கொண்டு வந்து சேர்க்கும். பொதுவாக, தானம் செய்வது, தவம் இருப்பது போன்ற அறச்செயல்களைச் செய்ய மிகுந்த உடல் உழைப்பும் மன முயற்சியும் தேவை. ஆனால், ஒருவர் பொய் பேசாமல் உண்மையைக் கடைப்பிடித்தால் மட்டும் போதும், அந்த ஒரு செயலே மற்ற எல்லா அறங்களையும் செய்ததால் கிடைக்கும் நன்மைகளை அவருக்கு எளிதாகப் பெற்றுத் தந்துவிடும். அதாவது, மற்ற அறங்களைச் செய்யத் தேவைப்படும் கடின உழைப்பு இல்லாமல், அவற்றின் பலன்களை உண்மை பேசுதல் என்ற ஒரே குணம் தந்துவிடுகிறது. எனவே, உண்மை பேசுதல் என்பது இம்மைக்குப் புகழையும், மறுமைக்கு அறத்தின் பயனையும் ஒருங்கே தரும் ஒரு முதன்மையான பண்பாகும்.

குறள் 297

பொய்யாமை பொய்யாமை ஆற்றின் அறம்பிற
செய்யாமை செய்யாமை நன்று

சொற்பொருள்

பொய்யாமை = பொய் சொல்லாமையை; பொய்யாமை = இடைவிடாமல் உறுதியாக.

ஆற்றின் = கடைப்பிடிக்க முடிந்தால்; அறம்பிற = மற்ற அறங்களை.

செய்யாமை = செய்யாமல் இருப்பது; செய்யாமை = கூட; நன்று = நல்லது.

நேர்பொருள்

ஒருவர் பொய் பேசாமல் இருப்பதை மட்டும் உறுதியாகவும் இடைவிடாமலும் கடைப்பிடித்தால், மற்ற அறச்செயல்களைச் செய்யாவிட்டாலும் அதுவே நல்லது.

பொருளுரை

பொய் சொல்லாமல் இருப்பது என்ற ஒரு அறத்தை மட்டும் ஒருவரால் முழுமையாக, உறுதியாக, இடைவிடாமல் கடைப்பிடிக்க முடிந்தால், அதுவே போதும்; வேறு எந்த அறச் செயல்களையும் செய்யாவிட்டாலும் கூட அதுவே நல்லது என்று இக்குறள் ஒரு வியப்பான கருத்தை முன்வைக்கிறது. பொதுவாக தானம், தவம், உதவி செய்தல் போன்ற பல நல்ல செயல்களை அறம் என்கிறோம். ஆனால், பல அறங்களை ஒரே நேரத்தில் செய்ய முயற்சிக்கும்போது, சிலவற்றில் தவறுகள் நேர வாய்ப்புள்ளது. அப்படிச் செய்வதை விட, மிக அடிப்படையானதும், சக்தி வாய்ந்ததுமான 'பொய்யாமை' என்ற ஒன்றை மட்டும் தேர்ந்தெடுத்து, அதில் சிறிதும் வழுவாமல் வாழ்வது சிறந்தது. ஏனென்றால், பொய் சொல்லாமல் இருப்பது என்ற ஒரு பண்பு, மற்ற எல்லா அறங்களும் சேர்ந்து தரும் நன்மைகளை ஒருங்கே தந்துவிடும் ஆற்றல் கொண்டது. எனவே, பல அறங்களை அரைகுறையாகச் செய்வதை விட, இந்த ஒரு அறத்தை முழுமையாகச் செய்வது ஒருவரின் வாழ்க்கையை மேம்படுத்தப்

போதுமானது. குறளில் சொற்கள் இரண்டு முறை வருவது, இந்த ஒழுக்கத்தில் எவ்வளவு உறுதியாகவும், தொடர்ச்சியாகவும் இருக்க வேண்டும் என்பதை வலியுறுத்துகிறது.

குறள் 298

புறந்தூய்மை நீரான் அமையும் அகந்தூய்மை
வாய்மையால் காணப் படும்

சொற்பொருள்

புறந்தூய்மை = உடலின் தூய்மை; நீரான் = தண்ணீரால்.
அமையும் = உண்டாகும்; அகந்தூய்மை = மனதின் தூய்மை.
வாய்மையால் = உண்மையால்; காணப் = அறியப்; படும் = படும்.

நேர்பொருள்

உடலின் தூய்மை நீரால் உண்டாகும்; அதுபோல, மனதின் தூய்மை உண்மையால் வெளிப்படும்.

பொருளுரை

உடலின் தூய்மை நீரால் உண்டாகிறது; அதுபோலவே, மனதின் தூய்மை ஒருவர் பேசும் வாய்மொழியால் அறியப்படுகிறது. நாம் உடம்பில் உள்ள அழுக்குகளை நீக்கித் தூய்மையாக இருக்க நீரைப் பயன்படுத்துவது போல, உள்ளத்தில் உள்ள பொய், வஞ்சகம் போன்ற தீய எண்ணங்களாகிய மாசுகளை அகற்ற வாய்மை எனும் பண்பு உதவுகிறது. ஒருவர் புறத்தோற்றத்தில் எவ்வளவு தூய்மையாக இருந்தாலும், அவரது பேச்சில் உண்மை இல்லையெனில், அவரது அகம் தூய்மையற்றது என்பது தெளிவாகத் தெரிந்துவிடும். புறத்தூய்மைக்கு நீரைத் தவிர வேறு வழியில்லாதது போல, மனத்தூய்மைக்கு வாய்மையைத் தவிர வேறு சிறந்த வழி இல்லை. வாய்மையைப் பின்பற்றுபவர் செய்யும் மற்ற அறச்செயல்களும் சிறப்படையும்; வாய்மையற்றவரின் நற்செயல்கள் கூடப் பொருளற்றதாகிவிடும். எனவே, உண்மையான தூய்மை என்பது உடலையும் உள்ளத்தையும் ஒருசேரத் தூய்மையாக வைத்திருப்பதாகும், அதற்கு வாய்மையே அடித்தளம்.

குறள் 299

எல்லா விளக்கும் விளக்கல்ல சான்றோர்க்குப்
பொய்யா விளக்கே விளக்கு

சொற்பொருள்

எல்லா = எல்லாவிதமான; விளக்கும் = ஒளிகளும்.
விளக்கல்ல = உண்மையான ஒளி அல்ல; சான்றோர்க்குப் = அறிவுடைய பெரியோர்களுக்கு.
பொய்யா = பொய் பேசாத; விளக்கே = ஒளிதான்; விளக்கு = உண்மையான ஒளி.

நேர்பொருள்

சான்றோர்களுக்கு, உலகில் உள்ள மற்ற எல்லா விளக்குகளும் உண்மையான ஒளி அல்ல; பொய் பேசாமல் இருப்பதுதான் உண்மையான விளக்கு.

பொருளுரை

உலகில் பலவிதமான விளக்குகள் இருக்கின்றன. சூரியன், சந்திரன், நெருப்பு போன்றவை புறத்தில் உள்ள இருளை நீக்கி நமக்கு வழிகாட்டுகின்றன. ஆனால், இவை உண்மையான, முழுமையான விளக்குகள் அல்ல என்று வள்ளுவர் கூறுகிறார். குறிப்பாக, அறிவிலும் ஒழுக்கத்திலும் சிறந்த சான்றோர்களுக்கு, இந்த புறவுலக விளக்குகளை விட மேலான ஒரு விளக்கு இருக்கிறது. அதுதான் 'பொய்யாமை' என்னும் அக விளக்கு. அதாவது, ஒருபோதும் பொய் பேசாமல் இருப்பது. இந்த அக விளக்கு, மனதிற்குள் இருக்கும் அறியாமை, குழப்பம், தீய எண்ணங்கள் போன்ற இருளை நீக்குகிறது. புற இருளை நீக்கும் விளக்குகளால் இந்த மன இருளைப் போக்க முடியாது. எனவே, ஒரு மனிதனுக்கு உண்மையான வழிகாட்டியாகவும், அவனது வாழ்வை ஒளிமயமாக்குவதற்கும் உதவுவது, அவன் கடைப்பிடிக்கும் உண்மை பேசும் பண்பே ஆகும். மற்ற எல்லா ஒளிகளையும் விட, வாய்மையின் ஒளிதான் மிகச் சிறந்தது என்பது இக்குறளின் மையக் கருத்து.

குறள் 300

யாமெய்யாக் கண்டவற்றுள் இல்லை எனைத்தொன்றும் வாய்மையின் நல்ல பிற

சொற்பொருள்

யாமெய்யாக் = நாங்கள் உண்மையாக; கண்டவற்றுள் = ஆராய்ந்தறிந்தவற்றுள்.
இல்லை = இல்லை; எனைத்தொன்றும் = எந்த ஒன்றும்.
வாய்மையின் = உண்மையை விட; நல்ல = சிறந்ததான; பிற = வேறு எதுவும்.

நேர்பொருள்

நாங்கள் ஆராய்ந்து உண்மையாகக் கண்டறிந்த அறங்களுள், உண்மையை விடச் சிறந்ததாக வேறு எதுவும் இல்லை.

பொருளுரை

யாம் ஆராய்ந்து கண்டறிந்த உண்மைகளுள், எந்த வகையிலும் வாய்மையை விடச் சிறந்த அறம் வேறொன்றும் இல்லை என்று வள்ளுவர் அறுதியிட்டுக் கூறுகிறார். இங்கு 'யாம் கண்டவை' என்பது ஒருவரின் தனிப்பட்ட அனுபவ உண்மைகளை மட்டுமல்லாமல், விருப்பு வெறுப்பு போன்ற மாசுகளற்ற மெய்ஞானிகள் அருளிய மெய்ந்நூல்கள் அனைத்திலும் ஒப்ப முடிந்த முடிவையும் குறிக்கிறது. எல்லா அற நூல்களும் ஒருமித்து வாய்மையே முதன்மையானது என்று கூறுவதால், அதன் சிறப்பு ஐயத்திற்கு இடமின்றி நிறுவப்படுகிறது. எனவே, ஒருவன் தன் வாழ்வில் எதிர்கொள்ளும் அனைத்துச் சூழ்நிலைகளிலும், சிறிதும் வழுவாமல் உண்மையைப் பின்பற்றுவதே மற்றெல்லா அறங்களையும் விட மேலான நடைமுறைப் பண்பாகும். பொய்யாமை எனும் இந்த அறத்தைக் கடைப்பிடிப்பதால் ஒருவருக்குக் கிடைக்கும் அக ஒளியும் அறநெறி வலிமையும், வேறு எந்த அறச் செயல்களாலும் ஈட்ட முடியாத தனிச்சிறப்பு வாய்ந்ததாகும். ஆக, வாய்மையே அறங்கள் அனைத்திற்கும் அடித்தளமாகவும் மணிமுடியாகவும் விளங்குகிறது.

அதிகாரம் 31: வெகுளாமை

கோபம் ஒரு கணத்தில் எழுந்தாலும் அதன் சாம்பல் நீண்ட நாட்கள் படரும். சினத்தை அடக்கக் கூடியவன், தன்னையும் தன் உறவுகளையும் காக்கும் உள்ளார்ந்த வலிமை உடையவன்.

குறள் 301

செல்லிடத்துக் காப்பான் சினங்காப்பான்
அல்லிடத்துக்
காக்கின்என் காவாக்கால் என்?

சொற்பொருள்

செல்லிடத்துக் = தன் கோபம் பலிக்கும் இடத்தில்; காப்பான் = கட்டுப்படுத்துபவன்.
சினம் = கோபத்தை; காப்பான் = உண்மையில் காப்பவன் ஆவான்.
அல்லிடத்துக் = பலிக்காத இடத்தில்; காக்கின்என் = காத்தால் என்ன?; காவாக்கால் = காக்காவிட்டால் என்ன?.

நேர்பொருள்

தன் கோபம் எடுபடும் இடத்தில் அதைக் கட்டுப்படுத்துபவரே கோபத்தைக் காப்பவர்; எடுபடாத இடத்தில் அதைக் காத்தால் என்ன, காக்காவிட்டால் என்ன?

பொருளுரை

கோபத்தைக் கட்டுப்படுத்துவதன் உண்மையான அளவுகோல், நம்மை விட வலிமை குறைந்தவர்களிடம் அதைக் காட்டாமல் இருப்பதுதான். நம்மை விட சக்தி வாய்ந்தவர்களிடம் நாம் கோபத்தைக் கட்டுப்படுத்துவதில் எந்தப் பெருமையும் இல்லை. ஏனெனில், அதன் விளைவுகளுக்குப் பயந்து நாம் இயல்பாகவே அமைதியாகிவிடுவோம். அது ஒரு தற்காப்பு உணர்வே தவிர, உண்மையான மனக்கட்டுப்பாடு அல்ல. உண்மையான சவால் எப்போது ஏற்படுகிறது என்றால், நம் கோபத்தால் எந்தப் பாதிப்பும் நமக்கு வராது என்று தோன்றும் சூழ்நிலைகளில்தான். அதாவது, நமக்குக் கீழ் பணிபுரிபவர்கள், குடும்பத்தினர் அல்லது நம்மை விட எளிய நிலையில் இருப்பவர்களிடம் கோபம் கொள்ளாமல் இருப்பதே உண்மையான குணம். அத்தகைய தருணங்களில் அமைதி காப்பதுதான் 'சினம் காத்தல்' என்ற அறத்தின் வெளிப்பாடு. நம்மை விட வலியவர்களிடம் கோபத்தைக் கட்டுப்படுத்தினாலும் சரி, கட்டுப்படுத்தாமல் விட்டாலும் சரி, அதனால் எந்தப் பயனும் இல்லை. ஏனெனில், அங்கே நம் கோபம் செல்லுபடியாகாது. எனவே, கோபத்தை வெல்வதற்கான உண்மையான களம், நம்மை விட மெலியவர்களிடம் கருணையுடன் நடந்துகொள்வதுதான் என்று இக்குறள் தெளிவாக வழிகாட்டுகிறது.

குறள் 302

செல்லா இடத்துச் சினந்தீது செல்லிடத்தும்
இல்அதனின் தீய பிற

சொற்பொருள்
செல்லா = பலிக்காத; இடத்துச் = இடத்தில்.
சினம் = கோபம்; தீது = கெட்டது.
செல்லிடத்தும் = பலிக்கும் இடத்திலும் கூட; இல் = இல்லை; அதனின் தீய பிற = அதைவிடக் கெட்டவை வேறு.

நேர்பொருள்
நம் கோபம் பலிக்காத இடத்தில் அது தீமை; பலிக்கும் இடத்திலோ, அதைவிட மோசமான தீமை வேறு இல்லை.

பொருளுரை
கோபம் என்பது யாரிடம் காட்டப்பட்டாலும் தீமையே தரும் ஒரு குணமாகும். இந்தக் குறள் கோபத்தின் இருவேறு சூழ்நிலைகளையும் ஆராய்ந்து, இரண்டுமே ஏன் தவிர்க்கப்பட வேண்டும் என்பதை விளக்குகிறது. முதல் நிலை, நம்மை விட வலிமையானவர்களிடம் கோபம் கொள்வது. அங்கே அந்தக் கோபம் பலிக்காது. இதனால், கோபப்படுபவருக்கே உடனடியாகத் தீங்கு விளையும். அதிகாரத்தில் இருப்பவர் அல்லது நம்மை விட பலம் வாய்ந்தவர் பதிலடி கொடுக்கும்போது, நமக்குத்தான் இழப்பு. எனவே, இது ஒரு முட்டாள்தனமான செயல். இரண்டாவது நிலை, நம்மை விட எளியவர்களிடம் கோபம் கொள்வது. இங்கே நம் கோபம் பலிக்கும். நாம் அவர்களை அடக்கி ஆளலாம். ஆனால், வள்ளுவர் இதை முதல் நிலையை விட 'மிகவும் தீயது' என்கிறார். ஏனென்றால், இது ஒருவரின் குணத்தைக் கெடுத்து, அவரை ஒரு கொடுங்கோலராகக் காட்டுகிறது. இது உறவுகளை நஞ்சாக்கி, மனக்கசப்பையும், பழிவாங்கும் உணர்வையும் விதைக்கிறது. அறநெறியின்படி இது ஒரு பெரிய வீழ்ச்சியாகும். உடனடித் துன்பம் வராவிட்டாலும், இது ஒருவருக்கு கெட்ட பெயரையும், மன நிம்மதியின்மையையும், பாவத்தையும் சேர்க்கிறது. ஆக, கோபம் யாருக்கு எதிராக இருந்தாலும், கோபப்படுபவருக்கு அது எப்போதும் இழப்பையே தருகிறது. எனவே, எந்தச் சூழலிலும் கோபத்தைக் கைவிடுவதே அறிவுடைமை.

குறள் 303

மறத்தல் வெகுளியை யார்மாட்டும் தீய
பிறத்தல் அதனான் வரும்

சொற்பொருள்
மறத்தல் = மறந்துவிடுவது; வெகுளியை = கோபத்தை.
யார்மாட்டும் = யாரிடத்திலும்; தீய = தீயவை.
பிறத்தல் = உண்டாவது; அதனான் = அதனால்; வரும் = வரும்.

நேர்பொருள்
யார் மீதும் கோபம் கொள்வதை முற்றிலும் மறந்துவிட வேண்டும்; ஏனெனில், எல்லாத் தீமைகளும் அதிலிருந்தே உண்டாகின்றன.

பொருளுரை
மறந்துவிடுவது தான்

குறள் 304

நகையும் உவகையும் கொல்லும் சினத்தின்
பகையும் உளவோ பிற

சொற்பொருள்
நகையும் = சிரிப்பையும்; உவகையும் = மகிழ்ச்சியையும்.
கொல்லும் = அழித்துவிடும்; சினத்தின் = கோபத்தை விட.
பகையும் = எதிரியும்; உளவோ = இருக்கிறதா; பிற = வேறு.

நேர்பொருள்
முகத்தில் தோன்றும் சிரிப்பையும், மனதில் உள்ள மகிழ்ச்சியையும் அழிக்கும் கோபத்தை விட வேறு பெரிய எதிரி இருக்க முடியுமா?

பொருளுரை
ஒரு மனிதனுக்கு உண்மையான எதிரி அவனுக்கு வெளியே இல்லை, அவனுக்கு உள்ளேயே இருக்கிறான். அந்த எதிரிதான் 'கோபம்'. இந்தக் குறள் கோபத்தின் மிக மோசமான விளைவை அழகாகச் சுட்டிக்காட்டுகிறது. கோபம் வரும்போது, அது முதலில் அழிப்பது நம்மிடமிருக்கும் இரண்டு முக்கியமான விஷயங்களைத்தான். ஒன்று, முகத்தில் தெரியும் புன்னகை அல்லது மலர்ச்சி. மற்றொன்று, மனதிற்குள் இருக்கும் மகிழ்ச்சி அல்லது அகமகிழ்ச்சி. கோபக்காரர்களின் முகத்தில் இயல்பான சிரிப்பைக் காண முடியாது, அவர்கள் மனதிலும் நிம்மதியான மகிழ்ச்சி இருக்காது. இப்படி ஒருவரின் வெளிப்படையான சந்தோஷத்தையும், உள்ளார்ந்த ஆனந்தத்தையும் ஒருசேரக் கொல்லும் ஆற்றல் கோபத்திற்கு உண்டு. வேறு எந்த எதிரியாவது இப்படி நம்முடைய மகிழ்ச்சியை நேரடியாகத் தாக்க முடியுமா? முடியாது. வெளி எதிரிகள் நம் உடலையோ, பொருளையோ தாக்கலாம். ஆனால் கோபம் என்ற உள் எதிரி, நம் உள்ளார்ந்த மகிழ்ச்சியையே சிதைத்துவிடுகிறது. எனவே, ஒருவருக்குக் கோபத்தை விடக் கொடிய எதிரி வேறு யாரும் இருக்க முடியாது என்பதை வள்ளுவர் ஒரு கேள்வியின் மூலம் ஆணித்தரமாக உணர்த்துகிறார். மகிழ்ச்சியான வாழ்விற்கு, கோபத்தை அடக்கி ஆள்வது மிக அவசியம்.

குறள் 305

தன்னைத்தான் காக்கின் சினங்காக்க
காவாக்கால்
தன்னையே கொல்லுஞ் சினம்

சொற்பொருள்
தன்னைத்தான் = தன்னைத் தானே; காக்கின் = காக்க விரும்பினால்.
சினங்காக்க = கோபத்தைக் கட்டுப்படுத்த வேண்டும்; காவாக்கால் = அப்படிக் காக்காவிட்டால்.
தன்னையே = அவரையே; கொல்லும் = அழித்துவிடும்; சினம் = கோபம்.

நேர்பொருள்

ஒருவர் தன்னைத் தானே காத்துக்கொள்ள விரும்பினால், கோபத்தைக் கட்டுப்படுத்த வேண்டும்; இல்லையென்றால், அந்தக் கோபமே அவரையே அழித்துவிடும்.

பொருளுரை

ஒருவர் தன்னை எல்லாவிதமான தீமைகளிலிருந்தும், துன்பங்களிலிருந்தும் பாதுகாத்துக்கொள்ள விரும்பினால், அவர் செய்ய வேண்டிய முதல் மற்றும் முக்கியமான செயல், தன் மனத்தில் கோபம் எழாமல் காத்துக்கொள்வதுதான். கோபம் என்பது வெளிப்பார்வைக்கு மற்றவர் மீது காட்டப்படும் ஒரு உணர்ச்சியாகத் தோன்றினாலும், அதன் உண்மையான பாதிப்பு கோபப்படுபவருக்கே அதிகம். ஒருவர் கோபத்தைக் கட்டுப்படுத்தத் தவறினால், அந்தக் கோபமே அவரை அழிக்கும் சக்தியாக மாறிவிடும். 'கொல்லும்' என்ற சொல், வெறும் உடல் ரீதியான மரணத்தை மட்டும் குறிக்கவில்லை. அது ஒருவரின் மன அமைதி, உடல்நலம், சமூக உறவுகள், நற்பெயர் மற்றும் பல ஆண்டுகளாகக் கட்டமைத்த சாதனைகள் என அனைத்தையும் அழித்துவிடும் என்பதைக் குறிக்கிறது. கடின உழைப்பால் பெற்ற செல்வத்தையும், தவத்தால் பெற்ற ஆற்றலையும் கூட ஒரு நொடிப்பொழுதில் எழும் கோபம் பாழாக்கிவிடும். எனவே, கோபத்தை அடக்குவது என்பது தன்னைத் தானே பாதுகாத்துக்கொள்ளும் ஒரு மிகச்சிறந்த வழி. கோபத்திற்கு இடம் கொடுப்பது, தனக்குத்தானே அழிவைத் தேடிக்கொள்வதற்குச் சமம்.

குறள் 306

சினமென்னும் சேர்ந்தாரைக் கொல்லி இனமென்னும் ஏமப் புணையைச் சுடும்

சொற்பொருள்

சினம் = கோபம்; என்னும் = என்கிற.

சேர்ந்தாரைக் = தன்னைச் சார்ந்தவரை; கொல்லி = அழிக்கும் நெருப்பு.

இனமென்னும் = சுற்றம் என்கிற; ஏமப் புணையைச் = பாதுகாப்பான தெப்பத்தையும்; சுடும் = எரித்துவிடும்.

நேர்பொருள்

கோபம் என்ற நெருப்பு, தன்னைச் சார்ந்தவரை அழிப்பதுடன், சுற்றம் என்னும் பாதுகாப்புத் தெப்பத்தையும் எரித்துவிடும்.

பொருளுரை

கோபம் என்பது ஒரு கொடிய நெருப்பு. அது தங்கியிருக்கும் இடத்தையே அழிக்கும் தன்மை கொண்டதால், வள்ளுவர் அதை 'சேர்ந்தாரைக் கொல்லி' என்கிறார்; அதாவது, கோபம் முதலில் கொண்டவரையே அழித்துவிடும். ஆனால் அதன் அழிவு சக்தி அத்துடன் நிற்பதில்லை. வாழ்க்கையின் துன்பங்கள் என்னும் பெருங்கடலில் நாம் மூழ்கிவிடாமல் காக்கும் பாதுகாப்புப் படகு போன்றவர்கள் நம் நண்பர்களும், உறவினர்களும், நலம் விரும்பிகளும் ஆவர். கட்டுக்கடங்காத கோபம் என்னும் நெருப்பு, தன்னைக் கொண்டவரை மட்டும் சுடுவதில்லை; அது அந்தப் பாதுகாப்புப் படகாகிய சுற்றத்தையும் சேர்த்துச் சுட்டு எரித்துவிடும். இதன் பொருள், கோபம் நம்மைச் சுற்றியுள்ள நல்லுறவுகளை அழித்து, நமக்கு வழிகாட்டவும் ஆதரவளிக்கவும் கூடியவர்களை நம்மிடமிருந்து பிரித்துவிடும். இறுதியில், கோபப்படுபவர்

தன்னைத்தானே அழித்துக்கொள்வதோடு, இக்கட்டான சூழலில் கை கொடுக்கும் துணையையும் இழந்து, தனிமையில் துன்பப்பட நேரிடும். எனவே, கோபம் என்பது தனக்கு மட்டுமல்ல, தன்னைச் சார்ந்திருக்கும் இனத்திற்கும் பெரும் கேடு விளைவிக்கும் ஒரு பேராபத்து.

குறள் 307

சினத்தைப் பொருளென்று கொண்டவன் கேடு
நிலத்தறைந்தான் கைபிழையா தற்று

சொற்பொருள்

சினத்தைப் = கோபத்தை; பொருளென்று = ஒரு மதிப்புமிக்க குணம் என்று.
கொண்டவன் = நினைப்பவனுடைய; கேடு = அழிவு.
நிலத்தறைந்தான் = தரையில் அறைந்தவனுடைய; கை = கை; பிழையாதற்று = தப்பாமல் (வலிப்பது) போல.

நேர்பொருள்

கோபத்தை ஒரு மதிப்புமிக்க குணமாகக் கருதுபவனின் அழிவு, தரையில் ஓங்கி அறைந்தவனுடைய கை வலிப்பதுபோல நிச்சயம்.

பொருளுரை

கோபத்தை ஒரு பயனுள்ள கருவியாகவோ அல்லது தனது ஆற்றலைக் காட்டும் ஒரு மதிப்புமிக்க குணமாகவோ யார் கருதுகிறார்களோ, அவர்கள் தங்களது அழிவைத் தாங்களே தேடிக்கொள்கிறார்கள். இந்த அழிவு ஒருவேளை நிகழக்கூடும் என்ற ஐயத்திற்குரிய ஒன்றல்ல; அது முற்றிலும் உறுதியானது. இதை விளக்க, வள்ளுவர் ஒரு மிக எளிமையான உவமையைக் கையாளுகிறார். ஒருவர் தன் கையால் தரையை ஓங்கி அறைந்தால் என்ன ஆகும்? தரைக்கு எந்த பாதிப்பும் ஏற்படாது. ஆனால், அறைந்தவருடைய கைக்கு வலி ஏற்படுவது நிச்சயம். அந்த வலி ஏற்படுவதைத் தவிர்க்கவே முடியாது. அதுபோலத்தான், கோபப்படுபவர் தன் கோபத்தால் மற்றவர்களைத் துன்புறுத்துவதாக நினைக்கலாம். ஆனால், உண்மையில் அந்த கோபம் முதலில் அவரையேதான் பாதிக்கிறது. அது அவருடைய உடல் நலத்தையும், மன அமைதியையும், சமூக உறவுகளையும் சிதைக்கிறது. கோபத்தை ஒரு சொத்தாகக் கருதுவது, தன் கையைத் தானே காயப்படுத்திக்கொள்வது போல ஒரு முட்டாள்தனமான, சுய-அழிவுச் செயல். எனவே, கோபத்தால் வரும் கேடு தப்பவே தப்பாது என்பதை உணர்ந்து, அதைக் கைவிட வேண்டும் என்பதே இக்குறளின் மையக் கருத்து.

குறள் 308

இணர்எரி தோய்வன்ன இன்னா செயினும்
புணரின் வெகுளாமை நன்று

சொற்பொருள்

இணர்எரி = கொழுந்துவிடும் நெருப்பு; தோய்வன்ன = தொடுவது போன்ற.
இன்னா = துன்பங்களை; செயினும் = செய்தாலும்.
புணரின் = முடியுமானால்; வெகுளாமை = கோபம் கொள்ளாமல் இருப்பது; நன்று = நல்லது.

நேர்பொருள்

கொழுந்துவிட்டு எரியும் நெருப்பு சுடுவது போன்ற கொடிய துன்பத்தைச் செய்தாலும், கோபம் கொள்ளாமல் இருக்க முடிந்தால் அதுவே நல்லது.

பொருளுரை

ஒருவர் நமக்கு மிகக் கடுமையான துன்பத்தை விளைவித்தாலும், நாம் கோபப்படாமல் இருப்பதுதான் சிறந்த குணம் என்பதை இக்குறள் விளக்குகிறது. 'கொழுந்துவிட்டு எரியும் நெருப்பு உடலைத் தொடுவது போன்ற' என்ற உவமை, செய்யப்படும் தீமையின் தீவிரத்தையும், அதனால் ஏற்படும் வலியின் ஆழத்தையும் காட்டுகிறது. அத்தகைய தாங்க முடியாத சூழலில் கூட, ஒருவர் தன் உணர்ச்சிகளைக் கட்டுப்படுத்தி, கோபத்தை வெளிப்படுத்தாமல் இருக்க முடிந்தால், அது ஒரு பெரும் சாதனையாகும். 'முடியுமானால்' (புணரின்) என்ற சொல், இது எவ்வளவு கடினமான செயல் என்பதை உணர்த்துகிறது. இது இயல்பாக வருவது அல்ல; மிகுந்த மன உறுதியும் பயிற்சியும் தேவைப்படும் ஒரு பண்பு. அப்படி கோபத்தை தவிர்ப்பதால் கிடைக்கும் நன்மை என்னவென்றால், அது பழிவாங்கும் எண்ணத்தைத் தடுத்து, மேலும் சிக்கல்கள் வளராமல் காக்கிறது. கோபம் கொள்வது, எரியும் நெருப்பில் எண்ணெய் ஊற்றுவது போலாகும். ஆனால், கோபத்தை அடக்குவது நம் மன அமைதியைக் காத்து, நம்மை ஒரு உயர்ந்த நிலைக்கு எடுத்துச் செல்கிறது. எனவே, எவ்வளவு ஆத்திரமூட்டப்பட்டாலும், கோபப்படாமல் இருப்பதே தனக்கும் சமூகத்திற்கும் நன்மை பயக்கும்.

குறள் 309

உள்ளிய தெல்லாம் உடனெய்தும் உள்ளத்தால்
உள்ளான் வெகுளி எனின்

சொற்பொருள்

உள்ளியதெல்லாம் = நினைத்தவை எல்லாம்; உடன் = உடனடியாக.
எய்தும் = அடைவார்; உள்ளத்தால் = மனதால்.
உள்ளான் = நினைக்காமல் இருந்தால்; வெகுளி = கோபத்தை; எனின் = என்றால்.

நேர்பொருள்

ஒருவர் தன் மனதால் கோபத்தை ஒருபோதும் நினைக்காமல் இருந்தால், அவர் நினைத்தவை எல்லாம் உடனடியாகக் கைகூடும்.

பொருளுரை

கோபத்தை முற்றிலுமாகத் தவிர்ப்பதன் மகத்துவத்தை இந்தக் குறள் விளக்குகிறது. ஒருவர் தன் மனதில் கோபம் என்னும் எண்ணத்திற்கே இடம் கொடுக்காமல் இருந்தால், அவர் விரும்பியவை அனைத்தும் உடனடியாக நிறைவேறும் என்று இது கூறுகிறது. கோபம் என்பது வெளிப்படையாகக் காட்டுவது மட்டுமல்ல, மனதிற்குள் நினைப்பதே தவறு. அந்த எண்ணத்தைக்கூட ஒருவர் தன் மனதிலிருந்து நீக்கிவிட்டால், அவருடைய ஆற்றல் பன்மடங்கு பெருகும். கோபம் நமது மன ஆற்றலைச் சிதைத்து, இலக்குகளை அடைவதைத் தடுக்கிறது. ஆனால், கோபத்தை நீக்கி, மனதை அமைதியாகவும் கருணையுடனும் வைத்திருக்கும்போது, அந்தத் தெளிவான மனநிலையால் எதையும் சாதிக்க முடியும். உலகியல் வெற்றி, ஆன்மிக வளர்ச்சி, தனிப்பட்ட சாதனைகள் என ஒருவர் எதை நினைத்தாலும், அதை அடையும் சக்தி அவருக்குக் கிடைத்துவிடும். கோபமின்மை என்ற ஒரு பண்பு, ஒருவர் நினைத்த காரியங்கள் அனைத்தையும் வெற்றிகரமாக முடிக்க வழிவகுக்கும் என்பதே இதன் மையக்

கருத்து. மனதின் உள்நிலைக்கும், வெளி உலகில் நாம் பெறும் வெற்றிக்கும் உள்ள நேரடித் தொடர்பை இது வலியுறுத்துகிறது.

குறள் 310

இறந்தார் இறந்தார் அனையர் சினத்தைத்
துறந்தார் துறந்தார் துணை

சொற்பொருள்

இறந்தார் = வரம்பு மீறியவர்; இறந்தார் = இறந்தவர்களுக்கு.
அனையர் = ஒப்பானவர்; சினத்தைத் = கோபத்தை.
துறந்தார் = கைவிட்டவர்; துறந்தார் = துறவிகளுக்கு; துணை = சமமானவர்.

நேர்பொருள்

அதிக கோபம் கொள்பவர் இறந்தவருக்குச் சமம்; கோபத்தை முழுமையாக விட்டவர், அனைத்தையும் துறந்த துறவிக்குச் சமம்.

பொருளுரை

கோபத்தின் விளைவையும், அதைக் கைவிடுவதால் கிடைக்கும் பயனையும் இந்தக் குறள் ஒப்பிட்டுக் காட்டுகிறது. அளவுக்கு அதிகமாகக் கோபப்படுபவர்கள், உயிரோடு இருந்தாலும் இறந்தவர்களுக்குச் சமமானவர்கள் என்று வள்ளுவர் கூறுகிறார். ஏனென்றால், கோபம் ஒருவரின் பகுத்தறிவை மறைத்து, மன அமைதியைக் குலைத்துவிடுகிறது. கோபத்தின் பிடியில் இருக்கும்போது, அவர்களால் சிந்திக்கவோ, ஞானம் பெறவோ, பயனுள்ள வாழ்க்கை வாழவோ முடிவதில்லை. அவர்களின் உயிருள்ள உடல், உணர்வற்ற சடலம் போல ஆகிவிடுகிறது. இதற்கு நேர்மாறாக, கோபத்தை முழுமையாகக் கைவிட்டவர்கள், உலகப் பற்றுகள் அனைத்தையும் துறந்த துறவிகளுக்கு இணையாகக் கருதப்படுகிறார்கள். ஒரு துறவி உலகப் பொருட்களைத் துறப்பது எவ்வளவு பெரிய செயலோ, அவ்வளவு பெரிய செயல் கோபம் என்னும் தீய குணத்தை ஒருவன் துறப்பது. கோபத்தை வெல்வது ஒரு மிகப்பெரிய ஆன்மிகச் சாதனையாகும். அது மனதைத் தூய்மையாக்கி, அமைதிக்கும் ஞானத்திற்கும் வழிவகுக்கிறது. ஆக, கோபத்தை அடக்குபவர், துறவறம் பூண்டவர் பெறும் உயர்நிலையை அடைகிறார். கோபத்தை விடுவது எவ்வளவு சிறந்தது என்பதை இந்த ஒப்பீடு தெளிவாக விளக்குகிறது.

அதிகாரம் 32: இன்னாசெய்யாமை

தனக்குப் பிடிக்காத துன்பத்தை மற்றவர்க்குச் செய்யாதிருப்பதே அறத்தின் எளிய அளவுகோல். பழிக்குப் பழி வாங்காமல் நெஞ்சைத் தூய்மையாக வைத்திருப்பதே சான்றோரின் உயர்வு.

குறள் 311

சிறப்பீனும் செல்வம் பெறினும் பிறர்க்கு இன்னா
செய்யாமை மாசற்றார் கோள்

சொற்பொருள்
சிறப்பீனும் = சிறப்பைத் தரும்; செல்வம் = செல்வத்தை.
பெறினும் = பெற்றாலும்; பிறர்க்கு = மற்றவர்களுக்கு.
இன்னா = துன்பம்; செய்யாமை = செய்யாமல் இருப்பது; மாசற்றார் = குற்றமற்றவர்களின்.

நேர்பொருள்
மிகப்பெரிய சிறப்பைத் தரும் செல்வத்தையே பெறும் வாய்ப்பு இருந்தாலும், பிறருக்குத் துன்பம் செய்யாமல் இருப்பதே மனத்தூய்மை உடையோரின் கொள்கையாகும்.

பொருளுரை
ஒருவருக்கு மிக உயர்ந்த பதவிகளையும், பெரும் புகழையும், ஏன், யோகப் பயிற்சிகளால் கிடைக்கும் அரிய சக்திகளையும் கூடப் பெற்றுத் தரும் ஒரு வாய்ப்பு இருக்கிறது என்று வைத்துக்கொள்வோம். ஆனால், அந்தப் பலனை அடைவதற்கு, பிறருக்குத் தீங்கு செய்ய வேண்டும் என்ற நிலை வந்தால் என்ன செய்வது? இந்தக் குறள் அதற்குத் தெளிவான பதிலைச் சொல்கிறது. மனத்தில் பேராசை, கோபம், அறியாமை போன்ற எந்தக் கறையும் இல்லாத தூயவர்கள், எவ்வளவு பெரிய ஆதாயம் கிடைத்தாலும் சரி, அதற்காகப் பிறருக்குச் சிறிதளவு துன்பத்தையும் கொடுக்க மாட்டார்கள். 'பிறருக்குத் தீங்கு செய்யாமை' என்பதே அவர்களின் அசைக்க முடியாத கொள்கையாகும். இது ஒரு விருப்பத் தேர்வு அல்ல; அதுவே அவர்களின் இயல்பு. சாதாரண மனிதர்கள் சிறிய லாபங்களுக்காகப் பிறரை வருத்தத் தயங்கலாம். ஆனால், மாசற்றவர்கள், கற்பனை செய்ய முடியாத பெரும் செல்வங்கள் கிடைத்தாலும், அறத்தின் பாதையை விட்டு விலக மாட்டார்கள். ஒருவரின் உண்மையான தகுதியை, அவர் அடையும் வெற்றிகளை வைத்து மதிப்பிடக் கூடாது. மாறாக, அந்த வெற்றிக்காக அவர் பிறருக்குத் துன்பம் கொடுக்க மறுக்கிறாரா என்பதை வைத்தே மதிப்பிட வேண்டும். இதுவே அறவழியில் வாழ்பவர்களின் உறுதியான நிலைப்பாடு.

குறள் 312

கறுத்துஇன்னா செய்தவக் கண்ணும்
மறுத்தின்னா
செய்யாமை மாசற்றார் கோள்

சொற்பொருள்
கறுத்து = கோபம் கொண்டு; இன்னா = தீமைகளை.
செய்த = செய்த; அக்கண்ணும் = போதிலும்.
மறுத்து = பதிலுக்கு; இன்னாசெய்யாமை = தீமை செய்யாமல் இருப்பது; மாசற்றார்கோள் = குற்றமற்றவர்களின் கொள்கை.

நேர்பொருள்
ஒருவர் கோபத்துடன் நமக்குத் தீமை செய்தாலும், பதிலுக்கு நாம் தீமை செய்யாமல் இருப்பதே குற்றமற்றவர்களின் கொள்கையாகும்.

பொருளுரை
இந்தக் குறள், பதிலடி கொடுக்காமல் இருக்கும் உயர் பண்பான 'பொறுமையை' விளக்குகிறது. ஒருவர் நம் மீது மிகுந்த கோபம் கொண்டு, வேண்டுமென்றே நமக்குத் துன்பம் தரும் செயல்களைச் செய்யும்போது, நம்முடைய இயல்பான உணர்ச்சி அவரைத் திருப்பித் தாக்குவதாகவே இருக்கும். 'பழிக்குப் பழி' வாங்குவதுதான் சரி என்று பலர் நினைக்கலாம். ஆனால், வள்ளுவர் அதை மறுக்கிறார். அப்படிப்பட்ட சூழலில் கூட, பதிலுக்குத் தீமை செய்யாமல் இருப்பதே மாசற்றவர்களின், அதாவது உள்ளத்தில் எந்தக் களங்கமும் இல்லாத உயர்ந்தோரின் கொள்கை என்கிறார். பழிவாங்குவது என்பது வெறுப்பையும் பகையையும் வளர்க்கும் ஒரு தீய சுழற்சி. அந்தச் சுழற்சியை உடைக்கும் சக்தி, தீமைக்கு நன்மை செய்வதிலோ அல்லது குறைந்தபட்சம் தீமை செய்யாமல் இருப்பதிலோதான் இருக்கிறது. இது கோழைத்தனம் அல்ல, மாறாக மிகப்பெரிய மனவலிமை மற்றும் சுயக்கட்டுப்பாட்டின் அடையாளம். பிறருடைய தீய செயல்கள் நம்முடைய குணத்தை நிர்ணயிக்க நாம் அனுமதிக்கக்கூடாது. நம்முடைய தரம் தாழ்ந்துவிடாமல், அறவழியில் உறுதியாக நிற்பதே உண்மையான மாண்பு. இந்த உயர்ந்த கொள்கையைப் பின்பற்றுபவர்களே 'மாசற்றார்' என்று போற்றப்படுகிறார்கள். அவர்களின் மன அமைதியும் அகத்தூய்மையும் இதனால் பாதுகாக்கப்படுகிறது.

குறள் 313

செய்யாமல் செற்றார்க்கும் இன்னாத
செய்தபின்
உய்யா விழுமந் தரும்

சொற்பொருள்
செய்யாமல் = நாம் எதுவும் செய்யாதபோதும்; செற்றார்க்கும் = நம்மை வெறுப்பவர்களுக்கும்.
இன்னாத = தீயவற்றை; செய்தபின் = செய்தால்.
உய்யா = தப்பிக்க முடியாத; விழுமம் = பெரும் துன்பத்தை; தரும் = கொடுக்கும்.

நேர்பொருள்

நாம் எந்தத் தவறும் செய்யாதபோதும் நம்மை வெறுப்பவர்களுக்குத் தீங்கு செய்தால், அது தப்பிக்க முடியாத பெரும் துன்பத்தைக் கொண்டுவந்து சேர்க்கும்.

பொருளுரை

ஒருவர் நமக்கு எந்தத் தீங்கும் செய்யாதபோதும், அவரை நாம் வெறுப்பது தவறு. ஆனால், அப்படிப்பட்ட சூழல் ஒருவருக்கு ஏற்பட்டால் அவர் எப்படி நடந்துகொள்ள வேண்டும் என்பதை இக்குறள் விளக்குகிறது. குறிப்பாக, துறவறப் பாதையில் இருப்பவர்களுக்கு இது ஒரு முக்கியமான அறிவுரை. காரணம் இல்லாமல் ஒருவர் நம் மீது வெறுப்பு கொண்டாலும், நாம் பதிலுக்கு அவருக்குத் தீமை செய்ய நினைக்கக்கூடாது. ஒருவேளை கோபத்தில் அல்லது பழிவாங்கும் எண்ணத்தில் அவருக்குத் தீங்கு செய்தால், அதன் விளைவு மிக மோசமானதாக இருக்கும். அந்தத் தீய செயலால், தப்பிக்கவே முடியாத பெரும் துன்பம் நம்மை வந்தடையும். துறவிகளுக்கு இந்தத் துன்பம் என்பது அவர்கள் இத்தனை நாள் கடைப்பிடித்த தவம், மன அமைதி, உள்ளார்ந்த வலிமை ஆகியவற்றை இழப்பதாகும். பழிச்செயல் புரிந்ததால் பாவமும், மக்கள் மத்தியில் அவப்பெயரும் உண்டாகும். ஆக, புறத்தில் உள்ள ஒரு எதிரிக்குத் தீங்கு செய்வதன் மூலம், ஒரு துறவி தனக்குத்தானே மிகப்பெரிய அக பாதிப்பை ஏற்படுத்திக்கொள்கிறார். இந்த அக வீழ்ச்சியிலிருந்து மீள்வது மிகவும் கடினம். எனவே, எக்காரணம் கொண்டும், எவர் மீதும் தீய செயல்களைச் செய்யக்கூடாது என்பதே இதன் மையக் கருத்து. பிறர் செய்யும் தவறுக்காக நம்முடைய அறநெறியை நாம் இழந்துவிடக் கூடாது.

குறள் 314

இன்னாசெய் தாரை ஒறுத்தல் அவர்நாண
நன்னயஞ் செய்து விடல்

சொற்பொருள்

இன்னாசெய்தாரை = தீங்கு செய்தவரை; ஒறுத்தல் = தண்டிப்பது என்பது.
அவர் = அவர்கள்; நாண = வெட்கப்படும்படி.
நன்னயம் = நல்ல உதவியை; செய்து = செய்துவிட்டு; விடல் = மறந்துவிடுவதே.

நேர்பொருள்

நமக்குத் தீங்கு செய்தவரைத் தண்டிப்பதற்கான சிறந்த வழி, அவர்கள் வெட்கப்படும் அளவுக்கு நன்மை செய்து, அதை மறந்துவிடுவதே ஆகும்.

பொருளுரை

நமக்குத் தீமை செய்தவரைத் தண்டிப்பதற்கான மிகச் சிறந்த வழி, பழிக்குப் பழியாகத் துன்பம் விளைவிப்பது அன்று; மாறாக, அவர் தாமே வெட்கித் தலைகுனியும் வண்ணம் அவருக்கு இனிய நன்மைகளைச் செய்வதே உண்மையான தண்டனையாகும். நமது இத்தகைய பெருந்தன்மையான செயல், தவறு செய்தவரின் மனசாட்சியைத் தட்டி எழுப்பி, அவரைத் தனது தவற்றை உணரச் செய்து திருந்த வைக்கும். நடைமுறை வாழ்வில், நமக்குத் தீங்கு இழைத்தவரிடமும் பகைமை பாராட்டாமல், அவருக்குத் தேவைப்படும் நேரத்தில் உதவி செய்வதன் மூலம் இக்குறளின் உயரிய நெறியைப் பின்பற்றலாம். தீமைக்கு நன்மையால் பதிலளிப்பது, எதிரியை வெல்லும் மிகச் சிறந்த வழி என்பது வள்ளுவரின் கூற்று. இது நம்முடைய மாண்பை உயர்த்துவதோடு மட்டுமல்லாமல், தீமை செய்தவரின் உள்ளத்தில் குற்றவுணர்வை ஏற்படுத்தி, அவரை நாணமுறச் செய்யும். இறுதியில், அவர்

செய்த தீங்கையும், நாம் செய்த நன்மையையும் முழுமையாக உணர்ந்து வெட்கப்படுவார்.

குறள் 315

அறிவினான் ஆகுவ துண்டோ பிறிதின்நோய்
தந்நோய்போல் போற்றாக் கடை

சொற்பொருள்

அறிவினான் = அறிவினால்; ஆகுவது = ஆகக்கூடிய பயன்.
உண்டோ = இருக்கிறதா?; பிறிதின்நோய் = மற்ற உயிர்களின் துன்பத்தை.
தந்நோய்போல் = தன் துன்பம் போல; போற்றாக் = பாதுகாக்காத; கடை = பொழுது.

நேர்பொருள்

மற்ற உயிர்களின் துன்பத்தைத் தன் துன்பம் போலக் கருதிப் பாதுகாக்காதபோது, ஒருவருக்கு அறிவினால் என்ன பயன் இருக்கிறது?

பொருளுரை

அறிவு என்பது வெறும் ஏட்டுப் படிப்பு மட்டுமல்ல, அது ஆழமான புரிதலையும் கருணையையும் உள்ளடக்கியது. இந்தக் குறள், அறிவின் உண்மையான பயனைக் கேள்விக்குள்ளாக்குகிறது. மற்ற உயிரினங்கள் படும் துன்பத்தைத் தனது சொந்தத் துன்பமாக உணர முடியாத ஒருவருக்கு, அவர் பெற்றிருக்கும் அறிவினால் எந்தப் பயனும் இல்லை என்று இது திட்டவட்டமாகக் கூறுகிறது. 'பிறிதின் நோய்' என்பது மனிதர்கள் மட்டுமல்லாமல், மிகச் சிறிய உயிரினங்கள் உட்பட அனைத்து உயிர்களையும் குறிக்கிறது. அவற்றின் வலியைத் தன் வலியாகப் பாவித்து, அவற்றுக்குத் தீங்கு நேராமல் காப்பதே உண்மையான அறிவின் வெளிப்பாடு. வெறும் பச்சாதாபம் கொள்வது மட்டும் போதாது, துன்பம் வராமல் தடுக்கும் செயலில் ஈடுபட வேண்டும். நடக்கும்போதும், அமரும்போதும் கூட நம்மை அறியாமல் சிறு உயிர்களுக்குத் தீங்கு நேர்ந்துவிடக் கூடாது என்பதில் கவனமாக இருப்பதே 'போற்றுதல்' ஆகும். ஒருவருக்கு எவ்வளவுதான் ஞானமும், உலக அறிவும் இருந்தாலும், அவரிடம் மற்ற உயிர்களிடத்தில் கருணை இல்லையென்றால், அந்த அறிவு பயனற்றது. உண்மையான ஞானி, அனைத்து உயிர்களையும் சமமாக நேசிப்பான், அவற்றின் துயரைக் கண்டு வருந்தி, அதைப் போக்க முயற்சிப்பான். இந்த இரக்க குணமே ஒருவரின் அறிவை அளவிடும் உண்மையான அளவுகோல்.

குறள் 316

இன்னா எனத்தான் உணர்ந்தவை துன்னாமை
வேண்டும் பிறன்கண் செயல்

சொற்பொருள்

இன்னா = துன்பமானவை; எனத்தான் = என்று ஒருவன்.
உணர்ந்தவை = அனுபவத்தில் அறிந்தவற்றை; துன்னாமை = செய்யாமல் இருப்பது.
வேண்டும் = அவசியம்; பிறன்கண் = மற்றவர்களிடம்; செயல் = செய்வதை.

நேர்பொருள்

ஒரு செயல் தனக்குத் துன்பம் தரும் என்று ஒருவர் உணர்ந்தால், அதை அவர் மற்றவர்களுக்குச் செய்யாமல் இருப்பது அவசியம்.

பொருளுரை
ஒரு செயல் தனக்குத் துன்பம் தரும் என்று ஒருவர் தன் அனுபவத்தின் மூலம் உணர்ந்தால், அதே செயலைப் பிறருக்குச் செய்யாமல் இருப்பதே தலையாய அறமாகும். நமக்கு வலியைத் தரும் சொற்களையும் செயல்களையும் நாம் நன்கு அறிவோம்; அந்த அறிவே பிறரிடம் எப்படி நடந்துகொள்ள வேண்டும் என்பதற்கான மிகச்சிறந்த வழிகாட்டியாக அமைய வேண்டும். இது பெரிய தீங்குகளைத் தவிர்ப்பது மட்டுமல்லாமல், அன்றாட வாழ்வில் நாம் செய்யும் சிறு புறக்கணிப்புகள் அல்லது பேசும் காயப்படுத்தும் வார்த்தைகளுக்கும் பொருந்தும். எந்தவொரு செயலையும் செய்வதற்கு முன்பு, 'இது எனக்கு நிகழ்ந்தால் நான் எப்படி உணர்வேன்?' என்று சிந்தித்துப் பார்ப்பதே இதன் சாராம்சம். இவ்வாறு பிறருடைய நிலையில் நம்மை வைத்துப் பார்த்துச் செயல்படும்போது, தேவையற்ற பகையும் மனக்கசப்புகளும் தவிர்க்கப்படுகின்றன. இதன் மூலம் சமூகத்தில் அன்பும், நம்பிக்கையும், பரஸ்பர மரியாதையும் தழைக்கும். இதுவே கருணையின் தொடக்கப் புள்ளியாகும்.

குறள் 317

எனைத்தானும் எஞ்ஞான்றும் யார்க்கும் மனத்தானாம்
மாணாசெய் யாமை தலை

சொற்பொருள்
எனைத்தானும் = சிறிதளவுகூட; எஞ்ஞான்றும் = எந்த நேரத்திலும்.
யார்க்கும் = எவருக்கும்; மனத்தானாம் = மனதளவில் கூட.
மாணாசெய் = தகாததைச் செய்ய; யாமை = நினைக்காமல் இருப்பது; தலை = மிகச் சிறந்தது.

நேர்பொருள்
எப்போதும், யாருக்கும், மனதளவில் கூட சிறிதளவும் தீமை செய்ய நினைக்காமல் இருப்பதே மிகச் சிறந்த பண்பாகும்.

பொருளுரை
ஒருவர் மற்றவருக்குத் தீங்கு செய்யாமல் இருப்பது ஒரு முக்கியமான அறமாகும். ஆனால், இந்தக் குறள் அதையும் தாண்டி ஒரு உயர்ந்த நிலையைச் சுட்டிக்காட்டுகிறது. ஒருவருக்குச் சிறிதளவு கூட, எந்த நேரத்திலும், எந்தச் சூழ்நிலையிலும், மனதளவில் கூட தீமை செய்ய நினைக்காமல் இருப்பதே அறங்களில் எல்லாம் தலையாய அறம் என்று வள்ளுவர் கூறுகிறார். இங்கு 'மனத்தால்' என்ற சொல் மிகவும் முக்கியமானது. தீய செயல்கள் தீய எண்ணங்களில்தான் தொடங்குகின்றன. ஒரு செயலைச் செய்வதற்கு முன்பாக, அது மனதில் ஒரு எண்ணமாக உருவாகிறது. எனவே, தீய எண்ணங்கள் மனதில் எழாமல் பார்த்துக்கொள்வதே உண்மையான அறநெறி. சட்டத்திற்கோ, சமூகத்திற்கோ பயந்து ஒருவர் தீமை செய்யாமல் இருக்கலாம். ஆனால், யாருமே பார்க்காதபோதும், மனதில் கூட கெட்டதை நினைக்காமல் இருப்பதே ஒருவரின் குணத்தின் உச்சபட்ச நிலையாகும். இந்த உயர்ந்த பண்புதான் மற்ற எல்லா நல்லொழுக்கங்களுக்கும் அடித்தளமாக அமைகிறது. யாருக்கும் தீங்கு நினைக்காத தூய்மையான மனதை வளர்த்துக்கொள்வதே மனிதன் அடைய வேண்டிய மிக உயர்ந்த நிலை என்பதை இக்குறள் வலியுறுத்துகிறது. இதுவே இன்னாசெய்யாமையின் உண்மைப் பொருள்.

குறள் 318

தன்னுயிர்க் கின்னாமை தானறிவா னென்கொலோ
மன்னுயிர்க்கு இன்னா செயல்

சொற்பொருள்
தன்னுயிர்க்கு = தன் உயிருக்கு; இன்னாமை = துன்பம்.
தானறிவான் = தானே அறிந்தவன்; என்கொலோ = என்ன காரணத்தாலோ.
மன்னுயிர்க்கு = மற்ற உயிர்களுக்கு; இன்னா = தீங்கு; செயல் = செய்வது.

நேர்பொருள்
தனக்கு வரும் துன்பத்தை நன்கு அறிந்திருந்தும், ஒருவன் மற்ற உயிர்களுக்குத் தீமை செய்வது என்ன காரணத்தாலோ?

பொருளுரை
பிறர் செய்யும் தீங்கினால் தன் உயிருக்கு ஏற்படும் துன்பத்தை அனுபவப்பூர்வமாக உணர்ந்த ஒருவன், மற்ற உயிர்களுக்குத் தானே துன்பம் விளைவிப்பது என்ன காரணத்தாலோ? இந்தச் செயல், அறிவு மயக்கத்தாலோ அல்லது பச்சாதாபம் இல்லாததாலோ நிகழும் ஒரு பெரிய முரண்பாடாகும். தனக்கு எது துன்பம் தருகிறதோ, அது பிற உயிர்களுக்கும் துன்பத்தையே தரும் என்பதை அவன் சிந்திப்பதில்லை. எந்தவொரு செயலைச் செய்வதற்கு முன்பும், இதே செயல் நமக்கு நடந்தால் எப்படி இருக்கும் என்று சிந்தித்துப் பார்ப்பதே சரியான அணுகுமுறை. மேலும், ஒருவன் பிறருக்குச் செய்யும் தீமையானது, பிற்காலத்தில் தனக்கே துன்பமாகத் திரும்பி வரும் என்ற அறநெறிக் கோட்பாட்டையும் அவன் மறந்துவிடுகிறான். உண்மையான அறிவு என்பது, பிற உயிர்களின் துன்பத்தைத் தன் துன்பமாக உணர்ந்து, அவற்றின் மீது இரக்கம் கொள்வதே ஆகும். இந்த அடிப்படை உண்மையை உணர்ந்தால், எந்த மனிதனும் மற்ற உயிர்களைத் துன்புறுத்த மாட்டான்; எல்லா உயிர்களையும் தன்னுயிர் போலக் கருதி அன்பு செலுத்துவதே உயர்ந்த மனிதப் பண்பாகும்.

குறள் 319

பிறர்க்கின்னா முற்பகல் செய்யின் தமக்கு இன்னா
பிற்பகல் தாமே வரும்

சொற்பொருள்
பிறர்க்கின்னா = மற்றவர்களுக்குத் தீங்கு; முற்பகல் = காலையில்.
செய்யின் = செய்தால்; தமக்கு = தனக்கு.
இன்னா = தீங்கு; பிற்பகல் = மாலையில்; தாமேவரும் = தானாகவே வரும்.

நேர்பொருள்
ஒருவர் காலையில் மற்றவர்களுக்குத் தீங்கு செய்தால், அந்தத் தீங்கின் விளைவு அவருக்கே மாலையில் தானாக வந்து சேரும்.

பொருளுரை
நாம் செய்யும் ஒவ்வொரு செயலுக்கும் ஒரு விளைவு உண்டு என்பது ஒரு உலக நெறி. இந்த உண்மையை இக்குறள் மிக எளிமையாக விளக்குகிறது.

ஒருவர் மற்றவர்களுக்குத் துன்பம் விளைவித்தால், அந்தத் துன்பம் அவரை விட்டு விலகிப் போகாது. அது நிச்சயம் அவரைத் தேடித் திரும்ப வரும். இந்தத் திரும்புதல் அடுத்த பிறவியிலோ அல்லது பல ஆண்டுகள் கழித்தோ நடக்கும் என்று காத்திருக்க வேண்டியதில்லை. அது மிக விரைவாக, உடனடியாக நடக்கும் என்பதை உணர்த்தவே 'காலையில் செய்தால் மாலையில் வரும்' என்று வள்ளுவர் கூறுகிறார். இங்கு 'காலை', 'மாலை' என்பது கால அளவைக் குறிப்பதை விட, செயலுக்கும் விளைவுக்கும் இடையே உள்ள கால இடைவெளி மிகக் குறைவு என்பதைக் குறிக்கிறது. நாம் செய்யும் தீமைக்கான விளைவை வேறு யாரும் நமக்குத் தருவதில்லை. அது நம்முடைய செயலின் ஒரு பகுதியாக, தானாகவே நம்மை வந்தடைகிறது. எனவே, பிறருக்குத் தீங்கு செய்வது என்பது மறைமுகமாக நமக்கு நாமே தீங்கு செய்து கொள்வதைப் போன்றது. இந்த எச்சரிக்கையை மனதில் கொண்டு, நாம் யாருக்கும் எந்தச் சூழலிலும் துன்பம் விளைவிக்காமல் வாழ வேண்டும் என்பதே இக்குறளின் மையக் கருத்து.

குறள் 320

நோயெல்லாம் நோய்செய்தார் மேலவாம் நோய்செய்யார்
நோயின்மை வேண்டு பவர்

சொற்பொருள்

நோயெல்லாம் = எல்லாத் துன்பங்களும்; நோய்செய்தார் = துன்பம் செய்தவர் மீதே. மேலவாம் = வந்து சேரும்; நோய்செய்யார் = துன்பம் செய்ய மாட்டார்கள். நோயின்மை = துன்பம் இல்லாத நிலையை; வேண்டு = விரும்புகின்ற; பவர் = அவர்கள்.

நேர்பொருள்

தமக்குத் துன்பம் வேண்டாம் என விரும்புபவர்கள், பிறருக்குத் துன்பம் செய்ய மாட்டார்கள், ஏனெனில் செய்த துன்பம் செய்தவருக்கே திரும்ப வரும்.

பொருளுரை

இந்தக் குறள் 'வினைப்பயன்' என்ற ஆழமான கருத்தை மிக எளிமையாக விளக்குகிறது. நாம் மற்ற உயிர்களுக்குக் கொடுக்கும் துன்பங்கள் அனைத்தும், ஏதோ ஒரு வழியில் மீண்டும் நம்மிடமே வந்து சேரும் என்பது ஒரு பிரபஞ்ச விதி. நீங்கள் ஒருவருக்கு வலி கொடுத்தால், அந்த வலி உங்களைத் தேடி வரும். இதை நன்கு உணர்ந்த ஒரு ஞானி, தன் வாழ்வில் துன்பமே வரக்கூடாது என்று விரும்புவார். அப்படிப்பட்டவர், இயல்பாகவே மற்றவர்களுக்குத் துன்பம் கொடுப்பதைத் தவிர்ப்பார். ஏனென்றால், பிறருக்குத் தீங்கு செய்வது, தனக்கே தீங்கு செய்து கொள்வதற்குச் சமம் என்பதை அவர் அறிவார். தனக்கு வலி, வேதனை, கஷ்டம் போன்றவை வேண்டாம் என்று நினைப்பவர்கள், அதே போன்ற உணர்வுகளை மற்றவர்களுக்குக் கொடுக்கத் துணிய மாட்டார்கள். ஆக, பிறருக்குத் தீங்கு செய்யாமல் இருப்பது என்பது ஒரு அறநெறி மட்டுமல்ல, அது நம்மை நாமே பாதுகாத்துக் கொள்ளும் ஒரு புத்திசாலித்தனமான செயல். உங்கள் சொந்த மகிழ்ச்சியையும், அமைதியான வாழ்வையும் நீங்கள் விரும்பினால், பிறரைத் துன்புறுத்தாதீர்கள் என்பதே இக்குறள் கூறும் நடைமுறை உண்மை.

அதிகாரம் 33: கொல்லாமை

உயிரைக் காப்பதே அறங்களுள் முதன்மை; அதை மீறும் செயல் அனைத்தையும் கறைக்கிறது. கருணை செயலாக மாறும் இடமே கொல்லாமை.

குறள் 321

அறவினை யாதெனின் கொல்லாமை கோறல்
பிறவினை எல்லாந் தரும்

சொற்பொருள்
அறவினை = நற்செயல்; யாதெனின் = எதுவென்றால்.
கொல்லாமை = கொலை செய்யாமை; கோறல் = கொலை செய்தல்.
பிறவினை = மற்ற தீய செயல்கள்; எல்லாந் = எல்லாவற்றையும்; தரும் = கொண்டுவரும்.

நேர்பொருள்
சிறந்த அறச்செயல் எதுவென்றால் கொல்லாமை; கொலை செய்வதோ மற்ற எல்லாத் தீமைகளையும் கொண்டு வந்து சேர்க்கும்.

பொருளுரை
அறச்செயல்கள் பல இருந்தாலும், 'அவற்றில் முதன்மையானது எது?' என்ற கேள்விக்கு விடை 'கொல்லாமை' தான். அதாவது, எந்த உயிருக்கும் தீங்கு நினைக்காமல், அவற்றைக் கொல்லாமல் இருப்பதுவே மிக உயர்ந்த அறமாகும். இதற்கு எதிர்மாறாக, ஓர் உயிரைக் கொல்வது என்பது வெறும் ஒரு தீய செயல் அல்ல. அது மற்ற எல்லாவிதமான தீய செயல்களையும் பாவங்களையும் ஒருவருக்குக் கொண்டு வந்து சேர்க்கும். கொலை செய்வது என்பது மற்ற எல்லாப் பாவங்களின் கூட்டு விளைவை விட மோசமான துன்பத்தைத் தரும். எனவே, கொல்லாமை என்ற ஒரு அறத்தைக் கடைப்பிடிப்பதன் மூலம், ஒரு மனிதன் மற்ற எல்லா அறங்களையும் செய்ததற்கான நன்மையைப் பெறுகிறான். அதேபோல், கொலை என்ற ஒரு பாவத்தைச் செய்வதன் மூலம், மற்ற எல்லாப் பாவங்களையும் செய்ததற்கான தீய விளைவுகளை ஒருங்கே அனுபவிக்க நேரிடும். ஆக, அறத்தின் சாரம் கொல்லாமையிலும், பாவத்தின் மூலம் கொலையிலும் அடங்கியுள்ளது. இந்த ஒரு கொள்கையை வாழ்வின் அடிப்படையாகக் கொண்டால், அதுவே மிகச்சிறந்த அறவாழ்வாக அமையும்.

குறள் 322

பகுத்துண்டு பல்லுயிர் ஓம்புதல் நூலோர்
தொகுத்தவற்றுள் எல்லாந் தலை

சொற்பொருள்
பகுத்துண்டு = பகிர்ந்து உண்டு; பல்லுயிர் = பல உயிர்களை.
ஓம்புதல் = பாதுகாப்பது; நூலோர் = அறிஞர்கள்.
தொகுத்தவற்றுள் = தொகுத்த அறங்களில்; எல்லாந் = எல்லாவற்றையும் விட; தலை = முதன்மையானது.

நேர்பொருள்

தன்னிடம் உள்ளதை மற்ற உயிர்களுடன் பகிர்ந்து உண்டு அவற்றைப் பாதுகாப்பதே, அறிஞர்கள் கூறிய அறங்களில் எல்லாம் முதன்மையானது.

பொருளுரை

மனிதன் செய்யக்கூடிய அறச்செயல்கள் பல உள்ளன. ஆனால், அவற்றுள் மிக உயர்ந்தது எது என்பதை இந்தக் குறள் தெளிவுபடுத்துகிறது. நம்மிடம் இருக்கும் உணவை, பசியால் வாடும் மற்ற உயிர்களுக்குப் பகிர்ந்து கொடுத்து, அதன் பின்னரே நாம் உண்பது ஒரு செயல். அதோடு, உலகில் உள்ள எல்லா உயிர்களையும் பேணிப் பாதுகாப்பது மற்றொரு செயல். இந்த இரண்டு செயல்களையும் இணைந்த 'பகிர்ந்து உண்டு பல உயிர்களைப் பாதுகாப்பதே' அறங்களில் எல்லாம் தலையாய அறம் என்கிறார் வள்ளுவர். அறிஞர்களும் சான்றோர்களும் பல அற நூல்களில் பல்வேறு விதமான கடமைகளையும் புண்ணியங்களையும் பட்டியலிட்டுள்ளனர். தானம், தவம், வழிபாடு எனப் பல வழிகள் கூறப்பட்டுள்ளன. ஆனால், அறங்களையும் விட இருப்பது, பிற உயிர்களின் பசியைப் போக்கி, அவற்றின் நலனில் அக்கறை கொண்டு பாதுகாப்பதே ஆகும். இது வெறும் மனிதர்களுக்கு மட்டும் உரியதல்ல, 'பல்லுயிர்' என்று குறிப்பிடுவதன் மூலம் எல்லா உயிரினங்களுக்கும் இந்தக் கருணையை நீட்ட வேண்டும் என்பது வலியுறுத்தப்படுகிறது. ஆக, கருணையின் வெளிப்பாடான இந்தச் செயலே மற்ற எல்லா அறங்களையும் விட முதன்மையானது.

குறள் 323

ஒன்றாக நல்லது கொல்லாமை மற்றதன்
பின்சாரப் பொய்யாமை நன்று

சொற்பொருள்

ஒன்றாக = முதன்மையாக; நல்லது = நல்ல அறம்.
கொல்லாமை = கொலை செய்யாமை; மற்றதன் = அதற்குப் பின்.
பின்சாரப் = தொடர்ந்து வர; பொய்யாமை = பொய் பேசாதிருத்தல்; நன்று = நல்லது.

நேர்பொருள்

அறங்களில் முதன்மையானது கொல்லாமை; அதற்கு அடுத்தபடியாக, பொய் சொல்லாமல் இருப்பது நல்லது.

பொருளுரை

சான்றோர்களால் தொகுக்கப்பட்ட அறங்கள் பலவற்றிலும், தனக்கு நிகர் வேறெதுவும் இல்லாத ஒப்பற்ற முதன்மையான அறம் கொல்லாமை ஆகும். அதற்கு அடுத்த நிலையில், அதற்குத் துணையாக நிற்பது பொய்யாமை என்னும் வாய்மைப் பண்பாகும். முந்தைய அதிகாரங்களில் வாய்மையின் பெருமை பேசப்பட்டதால், அறங்களில் எது உயர்ந்தது என்ற ஐயம் எழக்கூடும் என்பதால், திருவள்ளுவர் இங்கு அவற்றின் படிநிலையைத் தெளிவுபடுத்துகிறார். ஆகையால், ஒரு மனிதன் தன் வாழ்வில் எந்த உயிரையும் கொல்லாமலும் துன்புறுத்தாமலும் இருப்பதைத் தனது தலையாய கடமையாகக் கடைப்பிடிக்க வேண்டும். அதே சமயம், வாய்மையைக் காப்பதையும் அதற்கு அடுத்தபடியான முக்கிய ஒழுக்கமாகப் போற்றி ஒழுக வேண்டும். இந்த அறங்களின் வரிசைமுறையைச் சரியாக உணர்ந்து பின்பற்றுவதே ஒருவனைச் சான்றாண்மை மிக்க முழுமையான அறவாழ்வை நோக்கி வழிநடத்தி, அவனைப் பெரும் புகழுக்கு உரியவனாக்கும்.

குறள் 324

நல்லாறு எனப்படுவது யாதெனின்
யாதொன்றும்
கொல்லாமை சூழும் நெறி

சொற்பொருள்
நல்லாறு = நல்ல வழி; எனப்படுவது = என்று சொல்லப்படுவது.
யாதெனின் = என்னவென்றால்; யாதொன்றும் = எந்த ஒன்றையும்.
கொல்லாமை = கொல்லாமல் இருப்பதை; சூழும் = மேற்கொள்ளும்; நெறி = வழியே ஆகும்.

நேர்பொருள்
நல்ல வழி என்று சொல்லப்படுவது எதுவென்றால், எந்த உயிரையும் கொல்லக்கூடாது என்பதை நோக்கமாகக் கொண்ட நெறியே ஆகும்.

பொருளுரை
ஒருவர் தன் வாழ்வில் பின்பற்றக்கூடிய மிகச் சிறந்த வழி எது என்ற கேள்விக்கு இந்தக் குறள் நேரடியான பதிலை அளிக்கிறது. 'நல்ல வழி' என்பது, எந்த உயிரையும் கொல்லக்கூடாது என்ற கொள்கையை உறுதியாகப் பின்பற்றும் பாதைதான். இங்கு 'நல்ல வழி' என்பது ஒருவரை அற வாழ்க்கையிலும் ஆன்மீகத்திலும் உயர்த்தி, மேலான நிலைக்குக் கொண்டு செல்லும் பாதையைக் குறிக்கிறது. 'யாதொன்றும் கொல்லாமை' என்ற சொற்றொடர், மிகச் சிறிய பூச்சி முதல் பெரிய விலங்கு வரை எந்த உயிரினத்திற்கும் தீங்கு நினைக்கக் கூடாது என்ற பரந்த கருணையை வலியுறுத்துகிறது. இதில் எந்தவிதமான பாகுபாடோ விதிவிலக்கோ இல்லை. 'சூழும் நெறி' என்பது, கொல்லாமையை ஒரு தற்செயலான செயலாகக் கருதாமல், அதை ஒரு வாழ்நாள் கொள்கையாக ஏற்று, சிந்தித்து, ஒவ்வொரு செயலிலும் அதைப் பின்பற்றுவதைக் குறிக்கிறது. ஆக, உண்மையான அறம் என்பது எல்லா உயிர்களிடத்தும் அன்பு காட்டுவதும், அவற்றிற்குத் தீங்கு செய்யாமல் இருப்பதும்தான். இந்த ஒரு கொள்கையைப் பின்பற்றினாலே மற்ற எல்லா நற்பண்புகளும் ஒருவருக்கு இயல்பாகவே வந்து சேரும். இதுவே அறங்களில் எல்லாம் தலையாய அறம் என்றும், அமைதியான மற்றும் அர்த்தமுள்ள வாழ்க்கைக்கு இதுவே அடித்தளம் என்றும் வள்ளுவர் தெளிவுபடுத்துகிறார்.

குறள் 325

நிலைஅஞ்சி நீத்தாருள் எல்லாம்
கொலைஅஞ்சிக்
கொல்லாமை சூழ்வான் தலை

சொற்பொருள்
நிலைஅஞ்சி = வாழ்க்கை நிலைக்குப் பயந்து; நீத்தாருள் = துறந்தவர்கள் எல்லோரிலும்.
எல்லாம் = எல்லோரையும் விட; கொலைஅஞ்சிக் = கொலைக்குப் பயந்து.
கொல்லாமை = கொல்லாத அறத்தை; சூழ்வான் = கடைப்பிடிப்பவன்; தலை = முதன்மையானவன்.

நேர்பொருள்

பிறவித் துன்பத்திற்குப் பயந்து துறவறம் மேற்கொண்ட எல்லோரையும் விட, கொலை செய்வதற்குப் பயந்து கொல்லாமையை கடைப்பிடிப்பவனே சிறந்தவன்.

பொருளுரை

உலகில் பிறந்து வாழ்வதே ஒரு துன்பச் சுழற்சி. இந்த வாழ்க்கை நிலையின் நிலையற்ற தன்மைக்கும் துன்பங்களுக்கும் பயந்து, அதிலிருந்து விடுபட வேண்டும் என்று பலர் உலக வாழ்க்கையைத் துறந்துவிடுகிறார்கள். இப்படிப்பட்ட துறவிகள் எல்லோரையும் விட உயர்ந்தவர் யார் என்றால், கொலை செய்வது பெரும் பாவம் என்று அஞ்சி, எந்த உயிரையும் கொல்லக்கூடாது என்ற கொள்கையை உறுதியாகக் கடைப்பிடிப்பவரே ஆவார். துறவு மேற்கொள்வது ஒரு பெரிய செயல்தான். ஆனால், அதையும் விட மேன்மையானது கொல்லாமை என்னும் அறம். ஒரு உயிரை எடுப்பது எவ்வளவு பெரிய தவறு என்பதை உணர்ந்து, அதைக் கண்டு அஞ்சி, கொல்லாமையை ஒரு வாழ்க்கை நெறியாகக் கொண்டிருப்பவர், எல்லாத் துறவிகளையும் விட முதன்மையானவராகக் கருதப்படுகிறார். துறவறம் என்பது ஒருவரின் தனிப்பட்ட விடுதலைக்கான பாதையாக இருக்கலாம். ஆனால் கொல்லாமை என்பது எல்லா உயிர்கள் மீதும் காட்டப்படும் கருணையின் உச்சகட்ட வெளிப்பாடு. எனவே, உலக வாழ்க்கையில் இருந்துகொண்டே கொல்லாமை விரதத்தைக் கடைப்பிடிப்பவர், உலகைத் துறந்தவரை விடவும் உயர்ந்த நிலையை அடைகிறார். இந்தக் குறள், 'அகிம்சை' அல்லது கொல்லாமை என்ற அறத்திற்கு மிக உயர்ந்த இடத்தைக் கொடுக்கிறது.

குறள் 326

கொல்லாமை மேற்கொண் டொழுகுவான் வாழ்நாள்மேல்
செல்லாது உயிருண்ணுங் கூற்று

சொற்பொருள்

கொல்லாமை = கொலை செய்யாமையை; மேற்கொண்டு = கொள்கையாகக் கொண்டு.

ஒழுகுவான் = வாழ்பவனுடைய; வாழ்நாள்மேல் = ஆயுளின் மீது.

செல்லாது = நெருங்காது; உயிருண்ணும் = உயிரைப் பறிக்கும்; கூற்று = எமன்.

நேர்பொருள்

கொலை செய்யாமையை ஒரு கொள்கையாகக் கொண்டு வாழ்பவரின் ஆயுள் மீது, உயிரைப் பறிக்கும் எமன் நெருங்க மாட்டான்.

பொருளுரை

எந்த உயிரையும் கொல்லக்கூடாது என்ற உயர்ந்த அறத்தை ஒரு வாழ்க்கை நெறியாகக் கொண்டு வாழ்பவருக்குக் கிடைக்கும் பெரும் நன்மை பற்றி இந்தக் குறள் பேசுகிறது. 'கூற்று' என்பது உயிரைப் பறிக்கும் எமனைக் குறிக்கிறது. அப்படிப்பட்ட எமன் கூட, கொல்லாமையை விரதமாகக் கடைப்பிடிப்பவரின் வாழ்நாளை நெருங்க மாட்டான் என்று வள்ளுவர் கூறுகிறார். இதன் பொருள், அந்த நபர் அகால மரணம் அடைய மாட்டார் என்பதாகும். பிற உயிர்களுக்குத் தீங்கு செய்யாத அறச்செயல், ஒருவரின் உயிருக்கே பாதுகாப்பாக அமைகிறது. இயற்கையாக ஒருவருக்கு

விதிக்கப்பட்ட ஆயுள் காலம், எந்த இடையூறும் இன்றி முழுமையாகக் கழியும். ஒரு பெரிய அறத்தைச் செய்பவர் அதன் நற்பயனை இந்த வாழ்க்கையிலேயே அனுபவிப்பார் என்ற நம்பிக்கையின் அடிப்படையில் இது கூறப்படுகிறது. கொல்லாமை என்னும் பேரறத்தைப் பின்பற்றுவதன் மூலம், ஒருவருக்கு நீண்ட ஆயுள் கிடைக்கிறது. அந்த நீண்ட ஆயுள், மெய்யறிவைப் பெற்று, வீடுபேறு அடைவதற்கான வாய்ப்பை வழங்கும். எனவே, கொல்லாமையின் உடனடிப் பலன் நீண்ட ஆயுள், அதன் இறுதிப் பலன் ஞானம் பெற்று வீடுபேறு அடைதல் ஆகும்.

குறள் 327

தன்னுயிர் நீப்பினும் செய்யற்க தான்பிறிது
இன்னுயிர் நீக்கும் வினை

சொற்பொருள்

தன்னுயிர் = தன் உயிர்; நீப்பினும் = நீங்கினும்.
செய்யற்க = செய்யக்கூடாது; தான்பிறிது = தான் பிறிதோர்.
இன்னுயிர் = இனிய உயிரை; நீக்கும் = நீக்கும்; வினை = செயல்.

நேர்பொருள்

தன் உயிர் நீங்கினும், தான் பிறிதோர் இனிய உயிரை நீக்கும் செயலைச் செய்யக்கூடாது.

பொருளுரை

தன் உயிருக்கே அழிவு நேர்ந்து அது உடலைவிட்டுப் பிரியும் நிலை ஏற்பட்டாலும்கூட, அந்த இக்கட்டிலிருந்து தப்பிப்பதற்காகப் பிறிதொரு இனிய உயிரை அதன் உடலிலிருந்து நீக்கும் கொடிய செயலை ஒருவன் ஒருபோதும் செய்யக்கூடாது. ஒவ்வொரு உயிரும் அதனதன் உடலுக்கு மிகவும் இனிமையானதும், விலைமதிப்பற்றதும் ஆகும் என்பதை 'இன்னுயிர்' என்ற சொல் ஆழமாக உணர்த்துகிறது. நடைமுறை வாழ்வில், தற்காப்புக்காகக் கொல்ல வேண்டிய தவிர்க்க முடியாத சூழல் ஏற்பட்டாலும், அச்செயலைத் தவிர்ப்பதே அறத்தின் உச்சநிலையாக வள்ளுவர் கருதுகிறார். ஏனெனில், பிறிதொரு உயிரைக் கொல்வது பெரும் பாவத்தை வளர்க்கும் ஒரு செயலாகும். மாறாக, அவ்வாறு கொல்லப்படும் சூழலில் தன் உயிரை விடுவது, ஒருவனின் பாவத்தைக் குறைக்கும் என்று அறநூல்கள் விளக்குகின்றன. ஆகவே, எந்தச் சூழ்நிலையிலும் கொல்லாமை என்னும் தலையாய அறத்தைக் கைவிடக்கூடாது என்பதே இக்குறளின் மையக் கருத்தாகும்.

குறள் 328

நன்றாகும் ஆக்கம் பெரிதெனினும்
சான்றோர்க்குக்
கொன்றாகும் ஆக்கங் கடை

சொற்பொருள்

நன்றாகும் = நன்மை தரும்; ஆக்கம் = செல்வம்.
பெரிதெனினும் = மிகப் பெரியதாக இருந்தாலும்; சான்றோர்க்குக் = பண்பில் சிறந்தவர்களுக்கு.

கொன்றாகும் = கொல்வதால் வரும்; ஆக்கங் = செல்வம்; கடை = இழிவானது.

நேர்பொருள்

ஒரு உயிரைக் கொல்வதால் கிடைக்கும் நன்மை மிகப் பெரியதாக இருந்தாலும், உயர்ந்த பண்புள்ளவர்களுக்கு அது மிகவும் இழிவானதே.

பொருளுரை

ஒரு செயலைச் செய்வதால் மிகப்பெரிய நன்மை அல்லது செல்வம் கிடைக்கும் என்று வைத்துக்கொள்வோம். ஆனால், அந்தச் செயலில் ஓர் உயிரைக் கொல்லவேண்டி இருக்கிறது. அப்படிப்பட்ட சூழ்நிலையில், 'கிடைக்கப்போகும் நன்மை பெரிதுதானே, அதனால் அந்த உயிரைக் கொல்வதில் தவறில்லை' என்று சிலர் நினைக்கலாம். ஆனால், உயர்ந்த பண்புகளும் ஒழுக்கமும் கொண்ட சான்றோர்கள் அப்படி நினைக்க மாட்டார்கள். அவர்களுக்கு, எந்த உயிரையும் கொல்லாமல் இருப்பதுதான் முதன்மையான அறம். ஓர் உயிரைப் பறித்து, அதன் மூலம் எவ்வளவு பெரிய செல்வத்தையோ, பதவியையோ, புகழையோ பெற்றாலும், அதை அவர்கள் மிகவும் கீழ்த்தரமானதாகவே கருதுவார்கள். அவர்களின் பார்வையில், வன்முறையால் வரும் எந்த ஆதாயமும் அருவருக்கத்தக்கது மற்றும் இழிவானது. ஒரு நல்ல குறிக்கோளுக்காகக் கூட, தவறான வழியைப் பயன்படுத்தக் கூடாது என்பதை இது உணர்த்துகிறது. குறிப்பாக, உயிர் கொல்லும் வன்முறை என்பது எந்தச் சூழ்நிலையிலும் ஏற்றுக்கொள்ள முடியாதது என்பதே சான்றோர்களின் நிலைப்பாடு. ஆதாயத்தின் அளவை வைத்து ஒரு செயலின் தகுதியை மதிப்பிடாமல், அந்தச் செயலின் தன்மையை வைத்தே மதிப்பிட வேண்டும் என்பதே இக்குறளின் மையக் கருத்து.

குறள் 329

கொலைவினைய ராகிய மாக்கள்
புலைவினையர்
புன்மை தெரிவா ரகத்து

சொற்பொருள்

கொலைவினையர் = கொலைத் தொழில் செய்பவர்கள்; ஆகிய = ஆன.
மாக்கள் = மக்கள்; புலைவினையர் = இழிந்த தொழில் செய்பவர்.
புன்மை = அதன் கீழ்மையை; தெரிவார் = அறிபவர்களின்; அகத்து = உள்ளத்தில்.

நேர்பொருள்

கொலை செய்வதைத் தொழிலாகக் கொண்டவர்கள், அந்தச் செயலின் கீழ்மையை உணர்ந்தவர்களின் பார்வையில் மிகவும் இழிவானவர்களாகவே கருதப்படுவார்கள்.

பொருளுரை

கொலை செய்வதைத் தொழிலாகக் கொண்டவர்கள், தீச்செயல்களின் கீழ்மையை உணர்ந்தவர்களின் பார்வையில் மிகவும் இழிந்த தொழில் செய்பவர்களாகவே கருதப்படுவார்கள். கொலையாளி தன் செயலின் கொடூரத்தை உணராவிட்டாலும், அறம் எது, பாவம் எது எனப் பகுத்தறியும் சான்றோர்களின் உள்ளத்தில் அவர் இழிவானவராகவே தோன்றுவார். இங்கு 'புலைவினையர்' என்பது பிறப்பால் அல்லாமல், செய்யும் தொழிலின் காரணமாகவே ஒருவரைத் தாழ்ந்தவராகக் குறிக்கிறது. இவ்வாறு, கொலைத்தொழில் ஒருவரின் சமூக மற்றும் அறநெறி மதிப்பைக் குறைத்து,

அவரை இந்த வாழ்விலேயே கீழ்நிலைக்குத் தள்ளிவிடுகிறது. ஒரு செயலின் தரம் என்பது அதைச் செய்பவரின் மனநிலையை விட, அறிவுடையோரின் அறநெறி சார்ந்த மதிப்பீட்டாலேயே தீர்மானிக்கப்படுகிறது. எனவே, உயிர்களைப் பறிக்கும் செயல் எந்தச் சூழலிலும் ஏற்றுக்கொள்ள முடியாதது என்றும், அது அறிவுடைய சமூகத்தால் என்றும் கண்டிக்கப்படும் என்றும் இக்குறள் தெளிவுபடுத்துகிறது.

குறள் 330

உயிர் உடம்பின் நீக்கியார் என்ப செயிர் உடம்பின்
செல்லாத்தீ வாழ்க்கை யவர்

சொற்பொருள்

உயிர் = உயிரை; உடம்பின் = உடலிலிருந்து.
நீக்கியார் = பிரித்தவர்கள்; என்ப = என்று சொல்வார்கள்.
செயிருடம்பின் = நோய்வாய்ப்பட்ட உடலுடன்; செல்லாத்தீ = வறுமையான தீய; வாழ்க்கையவர் = வாழ்க்கை வாழ்பவர்களை.

நேர்பொருள்

நோய்நொடியுடன் வறுமையில் வாடுபவர்களை, முற்பிறவியில் உயிர்களை உடலிலிருந்து பிரித்தவர்கள் என்று அறிவில் சிறந்தோர் கூறுவர்.

பொருளுரை

இந்தக் குறள் 'வினைப்பயன்' என்ற கருத்தை மையமாகக் கொண்டு, கொலை செய்வதால் ஏற்படும் கொடிய விளைவுகளை விளக்குகிறது. ஒருவர் இந்த வாழ்க்கையில் தீராத நோய்களால் அவதிப்பட்டு, வறுமையிலும் துன்பத்திலும் உழல்கிறார் என்றால், அதற்கு ஒரு காரணம் இருக்க வேண்டும் என்று வள்ளுவர் கூறுகிறார். அறிவுடையோர், அப்படிப்பட்ட ஒருவரின் நிலையைக் காணும்போது, அவர் தனது முற்பிறவியில் மற்றொரு உயிரை அதன் உடலிலிருந்து பிரிக்கும் கொடிய பாவத்தைச் செய்தவராக இருக்க வேண்டும் என்று கருதுவார்கள். அதாவது, கொலை செய்ததன் விளைவாகவே, இந்த பிறவியில் அவருக்கு நோய் நிறைந்த உடலும், மகிழ்ச்சியற்ற, இழிவான வாழ்க்கையும் கிடைத்துள்ளது. இது ஒரு எச்சரிக்கை. பிற உயிர்களுக்குத் தீங்கு விளைவித்தால், குறிப்பாக அவற்றின் உயிரைப் பறித்தால், அதன் விளைவு நம்மை அடுத்த பிறவியில் நிச்சயம் வந்தடையும். அந்த விளைவு, நாம் செய்த செயலுக்கு நிகரான துன்பமாகவே இருக்கும். உடல் வலியாலும், வறுமையாலும் வாடும் ஒரு வாழ்க்கையை வாழ்வதை விடப் பெரிய தண்டனை இல்லை. எனவே, அத்தகைய நிலையைத் தவிர்க்க, எந்த உயிரையும் கொல்லாமல் கருணையுடன் வாழ வேண்டும் என்பதே இக்குறளின் ஆழமான போதனை.

அதிகாரம் 34: நிலையாமை

செல்வமும் உடலும் இளமையும் நிலையானவை அல்ல என்பதைக் கண்டு வாழ்வதே மெய்யுணர்வின் தொடக்கம். நிலையற்ற காலத்தை உணர்ந்தவனே தாமதிக்காமல் நல்வினை செய்கிறான்.

குறள் 331

நில்லாத வற்றை நிலையின என்றுணரும்
புல்லறி வாண்மை கடை

சொற்பொருள்
நில்லாத = நிலைக்காத; வற்றை = பொருட்களை.
நிலையின = நிலையானவை; என்றுணரும் = என்று கருதும்.
புல்லறி = அற்பமான அறிவு; வாண்மை = தன்மை; கடை = மிக இழிவானது.

நேர்பொருள்
நிலையற்ற பொருட்களை நிலையானவை என்று கருதும் அற்ப அறிவு மிகவும் இழிவானது.

பொருளுரை
இந்த உலகில் எதுவும் நிரந்தரமாக இருப்பதில்லை. செல்வம், புகழ், இளமை, உடல்நலம், உறவுகள் என நாம் முக்கியமாகக் கருதும் அனைத்தும் காலப்போக்கில் மாறக்கூடியவை அல்லது அழியக்கூடியவை. இதுவே உலகின் இயல்பு. இந்த உண்மையை உணராமல், நிலையற்ற இவையெல்லாம் என்றென்றும் நம்முடன் இருக்கும் என்று நம்புவது ஒருவிதமான மயக்கம். இந்தத் தவறான புரிதலைத்தான் வள்ளுவர் 'புல்லறிவு' அதாவது அற்பமான அறிவு என்கிறார். இப்படிப்பட்ட அறிவுத்தன்மை மிகவும் இழிவானது, கீழானது என்று அவர் கண்டிக்கிறார். ஏனென்றால், இந்தத் தவறான நம்பிக்கையால் தான் மனிதன் பொருட்களின் மீதும், சுகங்களின் மீதும் தீராத பற்று வைக்கிறான். அந்தப் பற்று, பேராசையையும் ஏமாற்றத்தையும் தந்து, இறுதியில் பெரும் துன்பத்திற்குக் காரணமாகிறது. நிலையாமையை உணர்ந்து கொள்வதுதான் உண்மையான ஞானத்திற்கான முதல் படி. எது நிலையானது, எது நிலையற்றது என்பதைப் பகுத்தறியும் திறனே ஒருவரைத் தேவையற்ற கவலைகளிலிருந்தும், பந்தங்களிலிருந்தும் விடுவித்து, தெளிவான மற்றும் அமைதியான வாழ்க்கையை நோக்கி வழிநடத்தும். இந்த அடிப்படை உண்மையைப் புறக்கணிக்கும் மனப்பான்மையே எல்லா அறியாமையிலும் மிக மோசமானது.

குறள் 332

கூத்தாட்டு அவைக் குழாத் தற்றே பெருஞ்செல்வம் போக்கும் அதுவிளிந் தற்று

சொற்பொருள்

கூத்தாட்டு = நாடகம் அல்லது ஆடல் நிகழ்ச்சி; அவைக்குழாத் = சபையில் கூடும் கூட்டம்.
தற்றே = போன்றதே; பெருஞ்செல்வம் = பெரும் செல்வம் வருவது.
போக்கும் = அது போவதும்; அதுவிளிந் = அது (நாடகம்) முடிந்தவுடன்; தற்று = போன்றது.

நேர்பொருள்

பெருஞ்செல்வம் ஒருவரிடம் சேர்வது, நாடகம் பார்க்கக் கூடும் கூட்டத்தைப் போன்றது; அது நீங்குவதும், அந்தக் கூட்டம் கலைந்து செல்வதைப் போன்றதே.

பொருளுரை

செல்வத்தின் நிலையற்ற தன்மையை இந்த குறள் ஒரு அருமையான உவமையுடன் விளக்குகிறது. ஒரு நாடகம் அல்லது கூத்து நடக்கும் இடத்திற்கு, மக்கள் பல திசைகளிலிருந்தும் வந்து கூடுகிறார்கள். நிகழ்ச்சி நடக்கும் வரை அவர்கள் ஒன்றாக இருப்பார்கள். நிகழ்ச்சி முடிந்தவுடன், அனைவரும் தங்கள் வழியே சென்றுவிடுவார்கள்; அந்த கூட்டம் நிரந்தரமாக அங்கே தங்குவதில்லை. இதேபோலத்தான் ஒருவரிடம் பெரும் செல்வமும் வந்து சேர்கிறது. ஒருவருடைய நல்ல நேரம், உழைப்பு, அல்லது வாய்ப்புகள் காரணமாக செல்வம் பல வழிகளிலிருந்து வந்து குவிகிறது. ஆனால், அந்த செல்வம் நிரந்தரமானது அல்ல. நாடகக் கூட்டம் கலைவது போல, செல்வம் வந்ததற்கான காரணங்கள் இல்லாமல் போகும்போது, அதுவும் மெல்ல மெல்ல நம்மை விட்டுச் சென்றுவிடும். எனவே, செல்வம் இருக்கும்போது அதைக் கண்டு யாரும் கர்வம் கொள்ளக்கூடாது. அது நம்மிடம் தற்காலிகமாகவே இருக்கிறது என்பதைப் புரிந்துகொள்ள வேண்டும். இந்த புரிதல், செல்வம் வந்தாலும் போனாலும் மனதை சமநிலையில் வைத்திருக்க உதவும். செல்வம் நம்மிடம் இருக்கும்போதே அதை நல்ல காரியங்களுக்குப் பயன்படுத்தி வாழ வேண்டும் என்பதே இக்குறள் உணர்த்தும் பாடம். செல்வத்தின் மீது பற்று வைக்காமல், அதன் இயல்பை உணர்ந்து வாழ்வதே சிறந்தது.

குறள் 333

அற்கா இயல்பிற்றுச் செல்வம் அதுபெற்றால் அற்குப ஆங்கே செயல்

சொற்பொருள்

அற்கா = நிலையற்ற; இயல்பிற்றுச் = தன்மையுடையது.
செல்வம் = செல்வம்; அதுபெற்றால் = அதைப் பெற்றால்.
அற்குப = நிலைத்திருக்கும் அறச்செயல்களை; ஆங்கே = அப்போதே; செயல் = செய்ய வேண்டும்.

நேர்பொருள்

செல்வம் நிலையற்ற தன்மையுடையது; அதைப் பெற்றால், நிலைத்திருக்கும் அறச்செயல்களை அப்போதே செய்ய வேண்டும்.

பொருளுரை

செல்வம் என்பது ஓரிடத்தில் நிலைத்து நிற்காத இயல்புடையது. அது நம்மிடம் வரும், போகும். அதன் இந்த நிலையற்ற தன்மையை உணர்ந்துகொள்வது அவசியம். எனவே, ஒருவருக்குச் செல்வம் கிடைக்கும்போது, அவர் செய்ய வேண்டியது என்ன என்பதை இந்தக் குறள் தெளிவாகச் சொல்கிறது. செல்வத்தைப் பெற்ற அந்த கணத்திலேயே, அதனால் செய்யக்கூடிய நல்ல காரியங்களைச் செய்யத் தொடங்கிவிட வேண்டும். 'பிறகு செய்யலாம்' என்று தள்ளிப் போடக்கூடாது. ஏனென்றால், அந்த 'பிறகு' வருவதற்குள் செல்வம் நம் கையை விட்டுப் போயிருக்கலாம். 'அற்குப' என்பது இங்கே நிலையான பயனைத் தரும் அறச்செயல்களைக் குறிக்கிறது. தானம், தர்மம், பிறருக்கு உதவுதல் போன்ற செயல்கள் செல்வத்தைப் போல அழிந்து போவதில்லை. அவை ஒருவருக்கு நிலையான புகழையும், மனநிறைவையும், புண்ணியத்தையும் தருகின்றன. ஆக, நிலையற்ற ஒரு பொருளைக் (செல்வம்) கொண்டு, நிலையான மதிப்பைப் (அறம்) பெற வேண்டும் என்பதே வள்ளுவரின் அறிவுரை. செல்வம் கிடைத்தவுடன் தாமதிக்காமல் அறம் செய்ய வேண்டும் என்பதே இக்குறளின் மையக் கருத்து. இது வாய்ப்புகளைத் தள்ளிப் போடாமல் உடனடியாகப் பயன்படுத்திக்கொள்ள வேண்டும் என்ற வாழ்க்கை நெறியையும் நமக்குக் கற்றுத்தருகிறது.

குறள் 334

நாளென ஒன்றுபோற் காட்டி உயிர் ஈரும்
வாளது உணர்வார்ப் பெறின்

சொற்பொருள்

நாளென = நாள் என்று; ஒன்றுபோற் = ஒன்று போல.
காட்டி = தன்னைக் காட்டி; உயிர்ஈரும் = உயிரை அறுக்கின்ற.
வாளது = அது ஒரு வாள்; உணர்வார்ப் = உணர்பவர்களைப்; பெறின் = பெற்றால்.

நேர்பொருள்

ஆராய்ந்து உணர்பவர்களுக்கு, 'நாள்' என்று சொல்லப்படுவது ஒரு பொருள் போலத் தோன்றி, வாழ்நாளை அறுக்கும் ஒரு வாளாகும்.

பொருளுரை

'நாள்' என்று நாம் சாதாரணமாகக் கருதும் காலப்பிரிவு, தோற்றத்தில் இன்பம் தருவது போலவும், பயனுள்ள அளவீடு போலவும் தோன்றுகிறது. ஆனால் அதன் உண்மையான இயல்பை ஆழ்ந்து ஆராய்ந்து உணரும் ஞானிகளுக்கு, அது நம்முடைய வாழ்நாளை ஒவ்வொரு கணமும் இடைவிடாமல் அறுத்து ஆயுளைக் குறைக்கும் ஒரு கூர்மையான வாள் என்பது தெளிவாக விளங்கும். இந்த உண்மையை உணராத மக்கள், பொழுது வீணாகக் கழிவதை எண்ணி மகிழ்ந்து, விலைமதிப்பற்ற தங்கள் நேரத்தை அற்பமான செயல்களில் செலவிடுகிறார்கள். எனவே, ஒவ்வொரு நாளும் நம் ஆயுளைக் குறைக்கும் வாள் என்பதை உணர்ந்து, வாழ்வின் நிலையாமையை அறிந்து, பயனுள்ள அறச்செயல்களைச் செய்வதில் காலந்தாழ்த்தாமல் உடனடியாக ஈடுபட வேண்டும். அவ்வாறு காலத்தின் அருமையை உணர்ந்து செயல்படுவதே, இந்த இடைவிடாத அறுப்பிற்கு மத்தியில் ஒருவன்

அடையக்கூடிய உண்மையான பயனாகும். காலம் ஒரு வாள் என்பதை உணர்வது, நம்மை நல்வழிப்படுத்தவே அன்றி, அச்சுறுத்துவதற்காக அல்ல.

குறள் 335

நாச்செற்று விக்குள்மேல் வாராமுன் நல்வினை
மேற்சென்று செய்யப் படும்

சொற்பொருள்

நாச்செற்று = நாக்கு பேச்சை இழந்து; விக்குள்மேல் = விக்கல் மேலேறி.
வாராமுன் = வருவதற்கு முன்; நல்வினை = நல்ல செயல்கள்.
மேற்சென்று = முந்திக்கொண்டு; செய்யப் = செய்யப்பட; படும் = வேண்டும்.

நேர்பொருள்

நாக்கு பேச்சை இழந்து, விக்கல் மேலேறி உயிர் பிரியும் நிலை வருவதற்கு முன்பே, நல்ல செயல்களை விரைந்து செய்து முடிக்க வேண்டும்.

பொருளுரை

வாழ்க்கையின் நிலையற்ற தன்மையை இந்த குறள் அழுத்தமாக உணர்த்துகிறது. மரணம் எப்போது வரும் என்று யாருக்கும் தெரியாது. ஒருவருக்கு இறுதி நேரம் நெருங்கும்போது, அவரது நாக்கு குழறி, பேசும் திறனை இழக்கும்; விக்கல் தொடர்ந்து மேலேறி, உயிர் பிரியும் தருவாயை உணர்த்தும். அந்த நிலையை அடைந்த பிறகு, ஒருவரால் எதையும் செய்ய முடியாது, நினைக்கவும் முடியாது. எனவே, அப்படிப்பட்ட தவிர்க்க முடியாத நிலை வருவதற்கு முன்பே, நாம் செய்ய வேண்டிய நல்ல காரியங்களைச் செய்துவிட வேண்டும். 'பிறகு செய்யலாம்' என்று தள்ளிப் போடக்கூடாது. நல்லதைச் செய்ய வேண்டும் என்ற எண்ணம் தோன்றியவுடனேயே, அதைச் செய்ய விரைந்து முன்வர வேண்டும். உடல் நலத்துடனும், சிந்திக்கும் திறனுடனும் இருக்கும் இந்த வாய்ப்பைப் பயன்படுத்திக்கொண்டு, அறச்செயல்களை ஆற்றுவதே புத்திசாலித்தனம். காலம் கடந்துவிட்டால், வருத்தப்பட்டுப் பயனில்லை. எனவே, ஒவ்வொரு கணத்தையும் பயனுள்ளதாக்கி, நன்மைகளைச் செய்வதில் தாமதம் காட்டக்கூடாது என்பதே இக்குறளின் முக்கிய போதனை.

குறள் 336

நெருநல் உளனொருவன் இன்றில்லை என்னும்
பெருமை உடைத்துஇவ் வுலகு

சொற்பொருள்

நெருநல் = நேற்று; உளனொருவன் = இருந்த ஒருவன்.
இன்றில்லை = இன்று இல்லை; என்னும் = என்று சொல்லும்.
பெருமை = (நிலையாமையாகிய) பெருமையை; உடைத்து = உடையது; இவ்வுலகு = இந்த உலகம்.

நேர்பொருள்

நேற்று இருந்த ஒருவர் இன்று இல்லை என்று சொல்லும் நிலையாமையாகிய பெருமையை இந்த உலகம் கொண்டுள்ளது.

பொருளுரை
வாழ்க்கையின் கணநேரத் தன்மையையும், அதன் நிச்சயமற்ற நிலையையும் இக்குறள் ஆழமாக உணர்த்துகிறது. 'நேற்று ஒருவர் இருந்தார், இன்றைக்கு அவர் இல்லை' என்பது நாம் அன்றாடம் காணும் ஒரு சாதாரண நிகழ்வு. இந்த நிலையாமையைத்தான் இவ்வுலகத்தின் 'பெருமை' என்று வள்ளுவர் குறிப்பிடுகிறார். இங்கு 'பெருமை' என்ற சொல், அதன் நேரடியான பொருளில் பயன்படுத்தப்படவில்லை. மாறாக, அது ஒருவித முரண்பட்ட எள்ளலுடன் கையாளப்பட்டுள்ளது. உலகின் மிக முக்கிய இயல்பே இந்த நிலையாமைதான் என்பதை அழுத்தமாகச் சொல்லவே இந்த வார்த்தை பயன்படுத்தப்படுகிறது. பிறப்பதும், வாழ்வதும், பின் திடீரென மறைந்து போவதும் உலகத்தின் தவிர்க்க முடியாத சுழற்சி. இந்த உண்மை, வாழ்வின் மீது நாம் கொண்டிருக்கும் பற்றுகளையும், கர்வத்தையும் கேள்விக்குள்ளாக்குகிறது. எதுவும் நிரந்தரமில்லை என்பதைப் புரிந்துகொள்ளும்போது, நாம் வாழும் ஒவ்வொரு கணத்தின் மதிப்பையும் உணர்கிறோம். இந்த நிலையாமையை ஏற்றுக்கொண்டு, இருக்கும் காலத்தில் அர்த்தமுள்ள செயல்களைச் செய்து, அறவழியில் வாழ வேண்டும் என்பதே இக்குறள் நமக்கு வழங்கும் முக்கியப் பாடம். இது வாழ்வின் யதார்த்தத்தை எதிர்கொள்ள நம்மைத் தயார்படுத்துகிறது.

குறள் 337

ஒருபொழுதும் வாழ்வது அறியார் கருதுப
கோடியும் அல்ல பல

சொற்பொருள்
ஒருபொழுதும் = ஒரு கணம்கூட; வாழ்வது = உயிரோடு இருப்பதை.
அறியார் = அறியாதவர்கள்; கருதுப = நினைப்பார்கள்.
கோடியும் = கோடியளவும்; அல்ல = மட்டுமல்ல; பல = பலவற்றை.

நேர்பொருள்
ஒரு கணம் கூட உயிரோடு இருப்போமா என்று தெரியாதவர்கள், கோடிக்கும் அதிகமான எண்ணங்களை எண்ணுகிறார்கள்.

பொருளுரை
மனித வாழ்க்கை மிகவும் நிலையற்றது. அடுத்த கணம் கூட ஒருவரின் உடலும் உயிரும் சேர்ந்திருக்குமா என்பது யாருக்கும் தெரியாது. இந்த நிச்சயமற்ற தன்மையை உணராத மக்கள், தங்கள் மனதில் எண்ணற்ற திட்டங்களை வகுக்கிறார்கள். அவர்கள் ஒரு கோடி விஷயங்களை மட்டுமல்ல, அதையும் தாண்டி பலப்பல விஷயங்களைப் பற்றிச் சிந்தித்துக்கொண்டே இருக்கிறார்கள். எப்படிப் பொருள் ஈட்டுவது, அந்தப் பணத்தால் எப்படி இன்பங்களை அடைவது, அதற்கு வரும் தடைகளை எப்படி நீக்குவது, நண்பர்களை எப்படிப் பாதுகாப்பது, எதிரிகளை எப்படி அழிப்பது என அவர்களின் எண்ணங்கள் முடிவில்லாமல் நீள்கின்றன. இந்த குறள், வாழ்க்கையின் நிலையாமையை மறந்துவிட்டு, முடிவில்லாத ஆசைகளிலும் திட்டங்களிலும் மூழ்கிவிடும் மனிதர்களின் அறியாமையைச் சுட்டிக்காட்டுகிறது. அடுத்த நொடி நிச்சயமில்லாத வாழ்க்கையில், கோடிக்கணக்கான திட்டங்களைத் தீட்டுவது எவ்வளவு முட்டாள்தனமானது என்பதை இது உணர்த்துகிறது. நிலையற்ற உலகியல் ஆசைகளில் மூழ்காமல், வாழ்க்கையின் உண்மையான நோக்கத்தை அறிய வேண்டும் என்பதே இதன் மையக் கருத்து.

குறள் 338

குடம்பை தனித்து ஒழியப் புள்பறந் தற்றே
உடம்பொடு உயிரிடை நட்பு

சொற்பொருள்

குடம்பை = முட்டைக் கூடு; தனித்து = தனியாக.

ஒழியப் = விட்டுவிட்டுப் போக; புள்பறந்தற்றே = பறவை பறந்து சென்றது போன்றதே.

உடம்பொடு = உடம்போடு; உயிரிடை = உயிர்க்குமிடையே உள்ள; நட்பு = உறவு.

நேர்பொருள்

உடலுக்கும் உயிருக்கும் உள்ள உறவானது, முட்டைக் கூட்டைத் தனியாக விட்டுவிட்டுப் பறவை பறந்து செல்வதைப் போன்றதே.

பொருளுரை

உடலுக்கும் உயிருக்கும் இடையே உள்ள நட்பு எனப்படும் உறவு, நிலையானது அன்று; அது ஒரு தற்காலிகக் கூட்டாகும். முட்டைக்குள் இருந்த பறவைக் குஞ்சு, பருவம் வந்தவுடன் அந்த ஓட்டை உடைத்துக்கொண்டு, அதனைத் தனியே விட்டுவிட்டுப் பறந்து செல்வதைப் போன்றதே இந்த உறவு. அதுவரை ஒன்றெனத் தோன்றிய முட்டையும் பறவையும் பிரிவது போல, குறிப்பிட்ட காலம் வரை உடலில் தங்கியிருக்கும் உயிர், தன் காலம் முடிந்ததும் உடலை ஓர் உயிரற்ற கூட்டைப் போல விட்டுவிட்டுப் பிரிந்து சென்றுவிடும். இந்த நிலையாமையை உணர்ந்து கொள்வது, நாம் இந்த உடலின் மீதும் உலகப் பொருட்களின் மீதும் வைக்கும் அதீதப் பற்றைக் குறைத்து, வாழ்க்கையை அர்த்தமுள்ள வழியில் வாழத் தூண்டுகிறது. ஆகவே, உயிர் உடலோடு கூடியிருக்கும் இந்த வாய்ப்பைப் பயன்படுத்தி, நிலையான அறச்செயல்களைச் செய்வதே தலையாய கடமையாகும்; ஏனெனில், உடல் அழிந்தாலும் அறத்தின் பயன் உயிரைத் தொடரும். இந்த உறவின் தற்காலிகத் தன்மையை வள்ளுவர் 'நட்பு' என்று குறிப்பிடுவது, அதன் பிரிவின் நிச்சயத்தை உணர்த்தும் ஒரு குறிப்பு மொழியாகும்.

குறள் 339

உறங்கு வதுபோலுஞ் சாக்காடு உறங்கி
விழிப்பது போலும் பிறப்பு

சொற்பொருள்

உறங்குவது = தூங்குவது; போலும் = போன்றது.

சாக்காடு = மரணம்; உறங்கி = தூங்கி.

விழிப்பது = விழித்துக் கொள்வது; போலும் = போன்றது; பிறப்பு = பிறப்பு.

நேர்பொருள்

மரணம் என்பது உறங்குவதைப் போன்றது; பிறப்பு என்பது உறக்கத்திலிருந்து விழிப்பதைப் போன்றது.

பொருளுரை

மனிதர்கள் மரணத்தைக் கண்டு பெரிதும் அஞ்சுகிறார்கள். ஆனால் இந்த குறள், மரணத்தைப் பற்றிய ஒரு புதிய, ஆறுதலான கண்ணோட்டத்தை அளிக்கிறது. மரணம் என்பது உறங்குவதைப் போன்ற ஒரு இயல்பான

நிகழ்வு என்று அது கூறுகிறது. நாம் தினமும் உறங்கும்போது, தற்காலிகமாக இந்த உலகை விட்டு ஓய்வெடுக்கிறோம். அதுபோலவே, மரணம் என்பது இந்த உடலுக்குக் கிடைக்கும் ஒரு நீண்ட ஓய்வு. அதேபோல், பிறப்பு என்பது உறக்கத்திலிருந்து விழிப்பதைப் போன்றது. உறங்கி எழுந்ததும் ஒரு புதிய நாள் தொடங்குவது போல, மரணத்திற்குப் பிறகு பிறப்பு என்பது ஒரு புதிய வாழ்க்கையின் தொடக்கம். ஆக, இறப்பும் பிறப்பும் என்பது முடிவும் ஆரம்பமும் அல்ல. அவை இரண்டும், உறங்குவதும் விழிப்பதும் போல, ஒன்றையொன்று தொடர்ந்து வரும் ஒரு இயற்கையான சுழற்சி. இந்த புரிதல், மரணத்தின் மீதான பயத்தை நீக்கி, வாழ்க்கையின் நிலையாமையை இயல்பாக ஏற்றுக்கொள்ள உதவுகிறது. வாழ்வின் இந்த தொடர் நிகழ்வுகளைக் கண்டு கலங்காமல், அமைதியுடன் அவற்றை எதிர்கொள்ள வேண்டும் என்பதே இக்குறளின் மையக் கருத்து. இது வாழ்வின் சுழற்சியை பற்றிய ஒரு தெளிவான பார்வையை நமக்கு வழங்குகிறது.

குறள் 340

புக்கில் அமைந்தின்று கொல்லோ உடம்பினுள்
துச்சில் இருந்த உயிர்க்கு

சொற்பொருள்
புக்கில் = நிலையான வீடு; அமைந்தின்று = அமையவில்லையா.
கொல்லோ = என்னவோ; உடம்பினுள் = உடம்புக்குள்.
துச்சில் = தற்காலிக தங்குமிடத்தில்; இருந்த = இருக்கின்ற; உயிர்க்கு = உயிருக்கு.

நேர்பொருள்
உடம்பாகிய தற்காலிக தங்குமிடத்தில் இருக்கும் உயிருக்கு, இன்னும் ஒரு நிரந்தரமான வீடு அமையவில்லையோ?

பொருளுரை
இந்தக் குறள் உடலுக்கும் உயிருக்குமான உறவை ஆழமாக விவரிக்கிறது. உடல் என்பது உயிருக்கான ஒரு நிரந்தரமான இருப்பிடம் அல்ல. அது ஒரு சத்திரம் அல்லது வாடகை வீடு போன்ற தற்காலிகமான தங்குமிடம் மட்டுமே. உயிர் என்பது ஒரு பயணி போல, இந்த உடலில் கொஞ்ச காலம் தங்கிவிட்டு, பின் அதைவிட்டுப் பிரிந்து சென்றுவிடுகிறது. இந்த உடல் நோய்களுக்கும், முதுமைக்கும், இறுதியில் அழிவுக்கும் உரியது. அதனால், எந்த ஒரு உடலிலும் உயிர் நிரந்தரமாகத் தங்குவதில்லை. பல பிறவிகளாக, வெவ்வேறு உடல்களில் மாறி மாறித் தங்கிவரும் இந்த உயிருக்கு, இன்னும் ஒரு நிலையான, நிரந்தரமான வீடு கிடைக்கவில்லையா என்று வள்ளுவர் ஒருவித ஏக்கத்துடன் கேள்வி எழுப்புகிறார். இந்த உருவகத்தின் மூலம், வாழ்க்கையின் நிலையாமை என்ற பேருண்மையை அவர் உணர்த்துகிறார். நமது உடல் ஒருநாள் அழியக்கூடியது, உயிர் அதைவிட்டுப் பிரியக்கூடியது என்பதை நாம் புரிந்துகொண்டு, நிலையான ஆன்மிக உண்மைகளைத் தேட வேண்டும் என்பதே இக்குறளின் மையக் கருத்து. உடல் ஒரு தற்காலிகக் கூடாரம் என்பதை உணர்ந்தால், உலகப் பொருட்களின் மீதான பற்று குறையும்.

அதிகாரம் 35: துறவு

பற்றுகளை விடுவிக்காமல் விடுதலை கிடைக்காது என்பதைக் கற்பிப்பது துறவு. 'என்' என்ற பிடிவாதம் தளரும்போது உள்ளம் விரிந்த சுதந்திரத்தை அடைகிறது.

குறள் 341

யாதனின் யாதனின் நீங்கியான் நோதல்
அதனின் அதனின் இலன்

சொற்பொருள்
யாதனின் = எந்தப் பொருளிலிருந்து; யாதனின் = எந்தப் பொருளிலிருந்து.
நீங்கியான் = விலகியவன்; நோதல் = துன்பப்படுதல்.
அதனின் = அந்தப் பொருளிலிருந்து; அதனின் = அந்தப் பொருளிலிருந்து; இலன் = இல்லை.

நேர்பொருள்
ஒருவர் எந்தெந்தப் பொருள்களை விட்டு விலகுகிறாரோ, அந்தந்தப் பொருள்களால் வரும் துன்பம் அவருக்கு இல்லை.

பொருளுரை
மனித வாழ்வில் துன்பங்களுக்கு முக்கியக் காரணம் பற்றுதான். ஒரு பொருளின் மீது ஆசை வைக்கும்போது, அதை அடைவதற்கும், அடைந்த பின் அதைப் பாதுகாப்பதற்கும், ஒருவேளை அதை இழந்துவிட்டால் அதனாலும் துன்பம் உண்டாகிறது. இந்தத் துன்பச் சங்கிலியை அறுக்க ஒரே வழி, பற்றை விடுவதுதான். இந்தக் குறள் அதற்கான எளிய வழியைச் சொல்கிறது. ஒருவர் எந்தெந்தப் பொருள்களின் மீதான பற்றை விடுகிறாரோ, அந்தந்தப் பொருள்களால் அவருக்கு வரக்கூடிய துன்பங்கள் இல்லாமல் போகும். இது ஒரு நேரடியான தொடர்பு. உதாரணமாக, பணத்தின் மீதான பற்றை விட்டவருக்கு, பணத்தை இழப்பதால் வரும் துயரம் இல்லை. புகழ்ச்சி மீதான ஆசையை விட்டவருக்கு, இகழ்ச்சியால் வரும் வலி இல்லை. எல்லாவற்றையும் ஒரே நேரத்தில் துறப்பது சிறந்தது என்றாலும், அது எல்லோராலும் முடியாது. எனவே, ஒவ்வொரு பொருளாகப் பற்றை விடும்போதும், அதற்கேற்ற துன்பங்களிலிருந்து விடுதலை கிடைக்கிறது. இது படிப்படியாக மன அமைதியை அடைவதற்கான ஒரு நடைமுறை வழிகாட்டுதல். பற்றைக் குறைக்கக் குறைக்க, துன்பமும் அதற்கேற்பக் குறைந்து, வாழ்க்கை மகிழ்ச்சியாகவும் அமைதியாகவும் மாறும் என்பதே இதன் மையக் கருத்து.

குறள் 342

வேண்டின் உண் டாகத் துறக்க துறந்தபின்
ஈண்டுஇயற் பால பல

சொற்பொருள்

வேண்டின் = விரும்பினால்; உண்டாக = கிடைப்பதற்காக.
துறக்க = பற்றுகளை விடவேண்டும்; துறந்தபின் = துறந்த பிறகு.
ஈண்டு = இங்கேயே; இயற்பால = இயல்பாகவே கிடைக்கக்கூடிய; பல = பல இன்பங்கள்.

நேர்பொருள்

துறவினால் வரும் இன்பங்கள் வேண்டும் என்றால், பற்றுகளை விடு. விட்ட பிறகு, இந்த உலகிலேயே இயல்பாகக் கிடைக்கக்கூடிய இன்பங்கள் பல உள்ளன.

பொருளுரை

துறவு என்பது இவ்வுலக இன்பங்களைத் தியாகம் செய்து, மறுமையில் பலன் பெறுவதற்கான ஒரு செயல் என்று பொதுவாக நினைக்கிறோம். ஆனால் இந்தக் குறள், துறவின் பலன்கள் இந்த வாழ்க்கையிலேயே கிடைக்கின்றன என்று கூறுகிறது. ஒருவர் உலகப் பற்றுகளையும் ஆசைகளையும் விடும்போது, அவருக்கு இந்த வாழ்க்கையிலேயே பலவிதமான இன்பங்கள் இயல்பாகவே கிடைக்கும். பொருள் தேடுவதாலும், அதைக் காப்பதாலும், அதை இழப்பதாலும் ஏற்படும் மன அலைச்சல்கள், கவலைகள், துன்பங்கள் ஆகியவை பற்றுகளை விட்டபின் இருப்பதில்லை. மனம், மொழி, உடல் ஆகியவை அமைதி பெறுகின்றன. இந்த மன அமைதியே ஒரு பெரிய இன்பம். ஆக, நிலையான இன்பங்களை ஒருவர் விரும்பினால், அவர் பற்றுகளைத் துறக்க வேண்டும். துறந்த பிறகு, இந்த உலகத்திலேயே அவர் அனுபவிக்கக்கூடிய இயல்பான, மேலான இன்பங்கள் ஏராளமாக இருக்கின்றன என்பதை இக்குறள் தெளிவுபடுத்துகிறது. எனவே, துறவு என்பது இழப்பு அல்ல, அது துன்பமயமான சிற்றின்பங்களை விட்டு, அமைதியான பேரின்பத்தை இவ்வுலகிலேயே பெறுவதற்கான ஒரு வழி.

குறள் 343

அடல்வேண்டும் ஐந்தன் புலத்தை
விடல்வேண்டும்
வேண்டிய வெல்லாம் ஒருங்கு

சொற்பொருள்

அடல்வேண்டும் = வெல்ல வேண்டும்; ஐந்தன் = ஐந்து புலன்களின்.
புலத்தை = ஆசைகளை; விடல்வேண்டும் = விட்டுவிட வேண்டும்.
வேண்டிய = விரும்பிய; வெல்லாம் = அனைத்தையும்; ஒருங்கு = ஒரே நேரத்தில்.

நேர்பொருள்

ஐந்து புலன்களின் ஆசைகளை அடக்க வேண்டும்; அதற்காக, விரும்பிய பொருள்கள் எல்லாவற்றையும் ஒரே நேரத்தில் விட்டுவிட வேண்டும்.

பொருளுரை

ஒருவர் வீடுபேற்றை அல்லது உயர்ந்த நிலையை அடைய விரும்பினால், முதலில் தன் ஐந்து புலன்களையும் கட்டுப்பாட்டுக்குள் கொண்டுவர

வேண்டும். கண், காது, மூக்கு, நாக்கு, உடல் ஆகிய ஐம்பொறிகளும் வெளி உலகப் பொருட்களின் மீது ஆசையைத் தூண்டுகின்றன. இந்த ஆசைகளை நாம் வெல்ல வேண்டும் என்று இக்குறள் கூறுகிறது. ஆனால், ஆசைகளை மட்டும் அடக்க நினைப்பது கடினம். ஆசையைத் தூண்டும் பொருட்களை அருகில் வைத்துக்கொண்டு புலன்களை அடக்க முயற்சிப்பது, நெருப்பில் விறகைப் போட்டுவிட்டு அணைய வேண்டும் என்று நினைப்பதைப் போன்றது. எனவே, புலன்களை அடக்குவதற்கான உண்மையான வழி, அந்தப் புலன்களுக்கு இன்பம் தருவதற்காக நாம் சேர்த்து வைத்திருக்கும் அனைத்துப் பொருட்களையும் ஒரே நேரத்தில், முழுமையாகத் துறந்துவிடுவதே ஆகும். ஒன்றை விட்டுவிட்டு மற்றொன்றைப் பற்றிக்கொண்டிருப்பது பயனளிக்காது. ஆசைகளுக்குக் காரணமான உலகப் பொருட்கள் அனைத்தையும் ஒரேயடியாக விட்டுவிடும்போதுதான், புலன்கள் தானாகவே அடங்கும். இந்த முழுமையான துறவுதான் மனதைக் கட்டுப்படுத்தி, புலன்களை வென்று, உயர்ந்த நிலைக்குச் செல்வதற்கான உறுதியான வழியாகும்.

குறள் 344

இயல்பாகும் நோன்பிற்கொன்று இன்மை உடைமை
மயலாகும் மற்றும் பெயர்த்து

சொற்பொருள்

இயல்பாகும் = இயல்பானது; நோன்பிற்கு = தவத்திற்கு.
ஒன்று இன்மை = எதுவும் இல்லாதிருத்தல்; உடைமை = சொந்தமாகக் கொண்டிருப்பது.
மயலாகும் = மயக்கத்தைத் தரும்; மற்றும் = மீண்டும்; பெயர்த்து = மாற்றி.

நேர்பொருள்

தவத்திற்கு எதுவும் இல்லாதிருப்பதே இயல்பு; சிறிதளவு உடைமை இருந்தாலும் அது மீண்டும் மயக்கத்தை உண்டாக்கி தவத்தைக் கெடுக்கும்.

பொருளுரை

தவம் அல்லது ஆன்மீகப் பயிற்சி மேற்கொள்பவர்களுக்கு, எந்தவொரு பொருளையும் சொந்தமாக வைத்திருக்காமல் இருப்பதுதான் இயல்பான மற்றும் சரியான நிலை. மாறாக, ஒரே ஒரு பொருளை மட்டும் 'இது என்னுடையது' என்று வைத்திருந்தாலும், அதுவே பெரிய சிக்கலாகிவிடும். அந்த ஒரு பொருளின் மீதான பற்று, மனதை அலைக்கழிக்கும். அதை பாதுகாக்க வேண்டும், அது தொலைந்துவிடுமோ என்ற கவலைகள் உருவாகும். இந்த ஒரு பற்றே, முன்பு கைவிட்ட மற்ற ஆசைகளையும் பந்தங்களையும் மீண்டும் மனதிற்குள் கொண்டு வந்துவிடும். இதனால் மனம் குழப்பமடைந்து, மயக்கத்தில் சிக்கும். இந்த மயக்கம், அவர்களைத் தங்கள் தவ வாழ்க்கையிலிருந்து திசை திருப்பி, மீண்டும் உலகியல் வாழ்க்கைக்கு இழுத்துச் சென்றுவிடும். எனவே, உண்மையான துறவு என்பது முழுமையான பற்றின்மையே. ஒரு சிறு பொருள் மீதான பற்று இருந்தாலும், அது தவத்தின் நோக்கத்தையே சிதைத்துவிடும் என்று இக்குறள் எச்சரிக்கிறது.

குறள் 345

மற்றும் தொடர்ப்பாடு எவன்கொல்
பிறப்பறுக்கல்
உற்றார்க்கு உடம்பும் மிகை

சொற்பொருள்
மற்றும் = மேலும்; தொடர்ப்பாடு = மற்ற பந்தங்கள்.
எவன்கொல் = எதற்காக?; பிறப்பறுக்கல் = பிறப்பை நீக்க.
உற்றார்க்கு = முயல்பவர்களுக்கு; உடம்பும் = உடலும்கூட; மிகை = ஒரு சுமையே.

நேர்பொருள்
பிறவிச் சுழற்சியை அறுக்க முயற்சிப்பவர்களுக்கு, அவர்களின் உடலே ஒரு சுமையாக இருக்கும்போது, மற்ற பந்தங்கள் எதற்காக வேண்டும்?

பொருளுரை
பிறவிப் பெருங்கடலைக் கடந்து, மீண்டும் பிறக்காத நிலையை அடைய விரும்புபவர்களுக்கு, அதற்கான சாதனமாகக் கருதப்படும் இந்த உடலே ஒரு பெரிய சுமையாகும். உடலின் தேவைகள், நோய்கள், மற்றும் அதனுடன் வரும் இன்ப துன்பங்கள் எல்லாமே ஆன்மீகப் பயணத்தில் தடைகளாகத் தோன்றும். இந்த உடலின் மீதான பற்றே 'நான்' மற்றும் 'என்னுடையது' என்ற எண்ணத்தின் ஆணிவேர். இந்த அடிப்படைப் பற்றையே ஒரு சுமையாகக் கருதி, அதிலிருந்து விடுபட முயற்சிக்கும் ஒரு ஞானிக்கு, மற்ற உலகியல் தொடர்புகள் எப்படிப் பயனுள்ளதாக இருக்க முடியும்? குடும்பம், நண்பர்கள், சொத்து, புகழ் போன்ற வெளிப்படையான பந்தங்கள் ஆன்மாவை மேலும் இறுக்கமாகப் பிணைக்கவே செய்யும். உடலையே தேவையற்றதாகக் கருதும் ஒருவருக்கு, மற்ற உறவுகளும் உடைமைகளும் முற்றிலும் அர்த்தமற்றவை. எனவே, பிறப்பை அறுக்க விரும்புபவர் முதலில் தன் உடலின் மீதான பற்றை நீக்க வேண்டும். அப்படிச் செய்தால், மற்ற பந்தங்கள் தானாகவே வலுவிழந்துவிடும் என்பதே இக்குறளின் மையக் கருத்து. இது பற்றற்ற நிலையின் உச்சத்தை விளக்குகிறது.

குறள் 346

யான் எனது என்னும் செருக்கு அறுப்பான்
வானோர்க்கு
உயர்ந்த உலகம் புகும்

சொற்பொருள்
யான் = நான்; எனது = என்னுடையது.
என்னும் = என்கிற; செருக்கு = அகந்தையை.
அறுப்பான் = அழிப்பவன்; வானோர்க்கு = தேவர்களை விட; உயர்ந்த உலகம் புகும் = மேலான உலகை அடைவான்.

நேர்பொருள்
'நான், என்னுடையது' என்கிற அகந்தையை முழுமையாக அழிப்பவர், தேவர்களாலும் அடைய முடியாத மேலான உலகத்தை அடைவார்.

பொருளுரை

மனிதனுக்குள் இருக்கும் மிக ஆழமான இரண்டு பற்றுகள் 'நான்' மற்றும் 'என்னுடையது'. 'நான்' என்பது, அழியக்கூடிய இந்த உடலைத் தான் எனத் தவறாக நினைத்துக்கொள்வது. 'என்னுடையது' என்பது, நிலையற்ற உடைமைகள், உறவுகள் போன்றவற்றைத் தன்னுடையது என்று உரிமை கொண்டாடிப் பற்று வைப்பது. இந்த இரண்டு எண்ணங்களும் சேர்ந்து 'செருக்கு' எனப்படும் அகந்தையை உருவாக்குகின்றன. இதுவே அறியாமையின் வெளிப்பாடு மற்றும் துன்பங்களுக்கான மூல காரணம். இந்த அகந்தையை யார் ஒருவர் முற்றிலுமாக வேரறுக்கிறாரோ, அவர் வானுலகில் வாழும் தேவர்களை விட உயர்ந்த நிலையை அடைவார் என்று இக்குறள் கூறுகிறது. தேவர்கள் அடையும் உலகம் இன்பங்கள் நிறைந்தது என்றாலும், அதுவும் ஒரு எல்லையுடையது. ஆனால், 'நான், எனது' என்ற பற்றை அறுத்தவர் அடையும் நிலையோ, பிறப்பு இறப்புச் சுழற்சியைக் கடந்த நிரந்தரமான விடுதலை நிலையாகும். இதுவே 'வீடுபேறு' எனப்படுகிறது. எனவே, அகங்காரத்தை அழிப்பதே ஆன்மிகப் பாதையின் உச்சகட்ட இலக்கு. அந்த நிலையை அடைவது, வானுலக இன்பங்களை அடைவதை விடவும் மிக உயர்ந்தது.

குறள் 347

பற்றி விடாஅ இடும்பைகள் பற்றினைப்
பற்றி விடாஅ தவர்க்கு

சொற்பொருள்
பற்றி = பிடித்துக்கொண்டு; விடாஅ = விடாமல்.
இடும்பைகள் = துன்பங்கள்; பற்றினைப் = பற்றுக்களை.
பற்றி = பிடித்துக்கொண்டு; விடாஅ = விடாமல்; தவர்க்கு = இருப்பவர்களுக்கு.

நேர்பொருள்
பற்றுக்களை விடாமல் இறுகப் பற்றிக்கொண்டிருப்பவர்களை, துன்பங்களும் விடாமல் தொடர்ந்து பற்றிக்கொள்ளும்.

பொருளுரை
மனித வாழ்வில் துன்பங்கள் ஏற்படுவதற்கு மூல காரணம் பற்றுக்கள்தான் என்பதை இக்குறள் அழகாக விளக்குகிறது. 'நான்' மற்றும் 'எனது' என்ற இரண்டு விதமான பற்றுக்களே எல்லாச் சிக்கல்களுக்கும் ஆணிவேர். 'நான்' என்பது தன் உடலையும், தன் அகங்காரத்தையும் முதன்மையாகக் கருதும் எண்ணம். 'எனது' என்பது பணம், சொத்து, உறவுகள், புகழ் போன்ற வெளி விஷயங்களைத் தனக்குரியதாகக் கருதி, அவற்றின் மீது கொள்ளும் ஆசை. யார் இந்த இரண்டு பற்றுக்களையும் விடாப்பிடியாகப் பிடித்துக்கொண்டு வாழ்கிறார்களோ, அவர்களைத் துன்பங்கள் அதேபோல விடாப்பிடியாகப் பிடித்துக்கொள்ளும் என்று வள்ளுவர் கூறுகிறார். இங்கு 'பற்றி விடாமை' என்ற சொற்றொடர் இரண்டு இடங்களிலும் பயன்படுத்தப்படுவது ஒரு ஆழமான உண்மையை உணர்த்துகிறது. நாம் பற்றுக்களை எந்த அளவிற்கு இறுக்கமாகப் பிடிக்கிறோமோ, அந்த அளவிற்குத் துன்பம் நம்மை இறுக்கமாகப் பிடிக்கும். இது ஒரு வகையான வினை-விளைவு விதி. பற்று என்னும் சங்கிலியால் ஒருவர் தன்னைத்தானே கட்டிக்கொள்ளும்போது, துன்பம் என்னும் கைதி அவருடன் நிரந்தரமாகத் தங்கிவிடுகிறது. எனவே, துன்பங்களிலிருந்து விடுபட விரும்பினால், முதலில் பற்றுக்களை விடுவதே ஒரே வழி. பற்றுக்களைத் துறப்பது என்பது பொறுப்புகளைத் துறப்பது அல்ல; அதன் மீதுள்ள அதிகப்படியான ஈடுபாட்டையும், அதனால் ஏற்படும் விளைவுகளையும் சமநிலையுடன் ஏற்பதுதான்.

குறள் 348

தலைப்பட்டார் தீரத் துறந்தார் மயங்கி
வலைப்பட்டார் மற்றை யவர்

சொற்பொருள்

தலைப்பட்டார் = உயர்ந்த நிலையை அடைந்தார்கள்; தீரத் = முழுமையாக.
துறந்தார் = பற்றுகளை விட்டவர்கள்; மயங்கி = குழப்பமடைந்து.
வலைப்பட்டார் = வலையில் சிக்கிக்கொண்டார்கள்; மற்றை = மற்ற; யவர் = மக்கள்.

நேர்பொருள்

எல்லாவற்றையும் முழுமையாகத் துறந்தவர்கள் உயர்ந்த நிலையை அடைந்தார்கள்; மற்றவர்கள் மயங்கி, பிறவி என்னும் வலையில் சிக்கிக்கொண்டார்கள்.

பொருளுரை

இந்தக் குறள் வாழ்க்கையின் இரண்டு வேறுபட்ட பாதைகளைப் பற்றிப் பேசுகிறது. ஒரு பாதை, முழுமையான துறவு. அதாவது, பொருள், உறவுகள், ஆசைகள் என அனைத்தின் மீதும் உள்ள பற்றை முழுமையாக விட்டுவிடுபவர்கள், உயர்ந்த விடுதலைநிலையை அடைகிறார்கள். அவர்கள் தங்கள் பயணத்தின் இலக்கை அடைந்துவிட்டார்கள். மற்றொரு பாதையில் செல்பவர்கள், மற்றவர்கள். அவர்களால் பற்றுகளை முழுமையாக விட முடிவதில்லை. பொருள் மீதோ, உறவுகள் மீதோ அல்லது வேறு ஏதேனும் ஒன்றின் மீதோ அவர்களுக்குச் சிறிய அளவிலாவது பற்று இருந்துவிடுகிறது. இந்த முழுமையற்ற துறவு, அவர்களை ஒருவித மனக் குழப்பத்தில் ('மயக்கம்') ஆழ்த்துகிறது. இந்தக் குழப்பத்தால், அவர்கள் பிறவி அல்லது உலக வாழ்க்கை என்னும் 'வலையில்' சிக்கிக்கொள்கிறார்கள். இந்த வலை என்பது ஆசைகள், துன்பங்கள், இன்பங்கள் மற்றும் பிறப்பு-இறப்பு சுழற்சியைக் குறிக்கிறது. முழுமையாகப் பற்றை விடாதவரை, இந்த வலையிலிருந்து தப்ப முடியாது. ஆக, உண்மையான மற்றும் நிரந்தரமான விடுதலைக்கு, எந்தவிதமான சந்தேகமோ குழப்பமோ இன்றி, அனைத்தையும் துறப்பதுதான் ஒரே வழி என்பதை இக்குறள் தெளிவாக உணர்த்துகிறது. இது ஒரு தெளிவான தேர்வு: ஒன்று விடுதலை, அல்லது வலையில் சிக்குவது.

குறள் 349

பற்றற்ற கண்ணே பிறப்பறுக்கும் மற்று
நிலையாமை காணப் படும்

சொற்பொருள்

பற்றற்ற = பற்று இல்லாத; கண்ணே = அந்த நேரத்திலேயே.
பிறப்பறுக்கும் = பிறவிச் சுழற்சியை முடிக்கும்; மற்று = இல்லையென்றால்.
நிலையாமை = எதுவும் நிரந்தரமில்லை என்ற தன்மை; காணப் = பார்க்க; படும் = நேரிடும்.

நேர்பொருள்

எல்லா பற்றுகளையும் விட்டொழிக்கும்போதே பிறவிச்சுழற்சி முடிவுக்கு வரும்; இல்லையென்றால், வாழ்வில் நிலையாமை மட்டுமே காணப்படும்.

பொருளுரை

ஒருவன் எப்போது 'நான்' என்ற அகப்பற்றையும், 'என்னுடையது' என்ற புறப்பற்றையும் முழுமையாகத் துறக்கிறானோ, அந்த கணத்திலேயே அவனது பிறவித் துன்பம் முடிவுக்கு வரும். பற்றுக்களே பிறவிக்கு வித்தாக இருப்பதால், அந்த மூலக் காரணம் நீக்கப்படும்போது, அதன் விளைவான பிறப்பும் இல்லாது போகிறது. ஆகவே, உலகப் பொருட்களின் மீதும், தன் உடல் மற்றும் உறவுகளின் மீதும் உள்ள பற்றுக்களை உணர்ந்து, அவற்றை நீக்குவதே பிறவிச் சுழற்சியிலிருந்து விடுபடுவதற்கான ஒரே வழியாகும். மாறாக, இந்த பற்றுக்களை ஒருவன் விடாப்பிடியாகப் பற்றிக்கொண்டால், அவன் மீண்டும் மீண்டும் பிறந்து இறக்கும் துன்பச் சுழற்சியில் சிக்கிக்கொள்வான். அத்தகைய நிலையில், அவனது வாழ்வில் நிலையாமையின் துயரமே தொடர்ந்து காணப்படும்; நிரந்தரமான அமைதியோ விடுதலையோ கிட்டாது. எனவே, பற்றை அறுத்து பிறவியை வெல்வதா அல்லது பற்றினைப் பிடித்து நிலையாமையில் உழல்வதா என்பதை ஒவ்வொருவரும் தீர்மானிக்க வேண்டும்.

குறள் 350

பற்றுக பற்றற்றான் பற்றினை அப்பற்றைப்
பற்றுக பற்று விடற்கு

சொற்பொருள்

பற்றுக = பிடித்துக்கொள்; பற்றற்றான் = பற்று இல்லாதவனின்.
பற்றினை = துணையை; அப்பற்றைப் = அந்தப் பற்றுதலை.
பற்றுக = பிடித்துக்கொள்; பற்று = உலகப் பற்றுக்களை; விடற்கு = விடுவதற்காக.

நேர்பொருள்

உலகப் பற்றுக்களை விடுவதற்காக, எந்தப் பற்றும் இல்லாத இறைவனின் துணையை உறுதியாகப் பற்றிக்கொள்ள வேண்டும்.

பொருளுரை

உலகப் பொருட்கள் மற்றும் உறவுகளின் மீது நாம் வைக்கும் பற்றுக்களே துன்பங்களுக்கு அடிப்படைக் காரணம் என்பதால், அவற்றை விடுவதே மெய்யான அமைதிக்கு வழிவகுக்கும். ஆனால், மனம் இயல்பாகவே எதையாவது பற்றிக்கொள்ளும் தன்மை கொண்டதால், உலகப் பற்றுக்களை வெறுமனே விடுப்பது என்பது இயலாத காரியம். இதற்குத் தீர்வாக, எவ்விதப் பற்றும் இல்லாத இறைவனின் திருவடிகளை அல்லது அவன் காட்டிய மெய்நெறியை உறுதியாகப் பற்றிக்கொள்ள வேண்டும் என்று வள்ளுவர் வழிகாட்டுகிறார். நடைமுறையில், இறைவனைப் பற்றிய தியானம் மற்றும் மெய்யுணர்வு சார்ந்த சிந்தனைகளில் மனதைச் செலுத்துவதே பற்றற்றானின் பற்றினைப் பற்றுவதாகும். இத்தகைய இறைநெறிப் பற்றை விடாப்பிடியாகப் பற்றிக்கொள்வதன் மூலம், தொன்றுதொட்டு வரும் பிற பந்தங்கள் தாமே விலகி, பிறவித் துன்பங்களிலிருந்து முழுமையான விடுதலை கிடைக்கும். ஆக, ஒரு பற்றை விடுவதற்கு மற்றொரு மேலான பற்றைப் பற்றுவதே சிறந்த வழி என்பது இக்குறளின் மையக் கருத்து.

அதிகாரம் 36: மெய்யுணர்தல்

தோற்றத்தின் பின்னால் நிற்கும் உண்மையைத் தெளிவாக அறிதலே மெய்யுணர்தல். அறியாமை நீங்கியபின் பிறப்பு, துன்பம், பற்றுதல் ஆகியவை புதிய அர்த்தம் பெறுகின்றன.

குறள் 351

பொருளல்ல வற்றைப் பொருளென்று உணரும்
மருளானாம் மாணாப் பிறப்பு

சொற்பொருள்
பொருளல்லவற்றை = உண்மையில்லாதவற்றை; பொருளென்று = உண்மை என்று.
உணரும் = நினைக்கின்ற; மருளால் = மயக்கத்தால்.
ஆம் = உண்டாகும்; மாணா = சிறப்பில்லாத; பிறப்பு = பிறவி.

நேர்பொருள்
உண்மையில்லாதவற்றை உண்மை என்று கருதும் அறியாமை என்னும் மயக்கத்தால், சிறப்பில்லாத துன்பமயமான பிறவி உண்டாகும்.

பொருளுரை
மெய்ப்பொருள் அல்லாதவற்றை மெய்ப்பொருள் என்று தவறாக உணரும் அறியாமை என்னும் மயக்கத்தால், ஒருவருக்குச் சிறப்பில்லாததும் துன்பம் நிறைந்ததுமான பிறவி உண்டாகிறது. இது, இருளில் கயிற்றைப் பாம்பு என்று எண்ணி அஞ்சுவதைப் போல, நிலையற்ற உலகப் பொருட்களை நிலையான மெய்ப்பொருள் எனத் தவறாகப் புரிந்துகொள்ளும் தவறுணர்வாகும். நடைமுறை வாழ்வில், மக்கள் அழியக்கூடிய உடலையும், நிலையில்லாத செல்வத்தையும், நிலையற்ற உறவுகளையும் வாழ்வின் இறுதி இலக்காகக் கருதி, அவற்றைத் தேடி அலைந்து தங்கள் ஆற்றலை வீணாக்குகின்றனர். அவ்வாறு பின்தொடரும் பொருட்கள் இயல்பாகவே நிலையற்றவை என்பதால், அவற்றின் இழப்பு அல்லது மாற்றம் நிகழும்போது, அது பெரும் துயரத்தையும் ஏமாற்றத்தையும் தந்து, பிறவியை அர்த்தமற்றதாக ஆக்குகிறது. இந்தத் தொடர்ச்சியான பற்றுதலும் துன்பமும் ஒருவரை மெய்யறிவை நாடவிடாமல் தடுத்து, பிறவிச் சுழற்சியில் சிக்கவைத்துவிடும்.

குறள் 352

இருள்நீங்கி இன்பம் பயக்கும் மருள்நீங்கி
மாசறு காட்சி யவர்க்கு

சொற்பொருள்
இருள்நீங்கி = பிறவி இருள் விலகி; இன்பம் = பேரின்பத்தை.
பயக்கும் = கொடுக்கும்; மருள்நீங்கி = மயக்கம் தெளிந்து.
மாசறு = குற்றமற்ற; காட்சி = மெய்யறிவை; யவர்க்கு = பெற்றவர்களுக்கு.

நேர்பொருள்
மயக்கத்திலிருந்து விடுபட்டு, குற்றமற்ற மெய்யறிவைப் பெற்றவர்களுக்கு, பிறவி என்னும் இருள் விலகி பேரின்பம் கிடைக்கும்.

பொருளுரை

மனித வாழ்க்கையின் முதன்மையான நோக்கம், துன்பங்களிலிருந்து விடுபட்டு நிலையான இன்பத்தை அடைவதுதான். இந்த குறள் அதற்கான வழியைத் தெளிவாகக் காட்டுகிறது. 'மருள்' என்பது மன மயக்கத்தையும், உலகைப் பற்றிய தவறான புரிதலையும் குறிக்கிறது. நிலையற்றதை நிலையானது என்றும், பொய்யானதை உண்மையென்றும் நம்புவதே இந்த மயக்கம்தான். இந்த மயக்கத்திலிருந்து ஒருவர் விடுபடும்போது, அவருக்கு 'மாசறு காட்சி' எனப்படும் குற்றமற்ற மெய்யறிவு பிறக்கிறது. இதுவே பொருள்களையும் நிகழ்வுகளையும் உள்ளது உள்ளபடியே பார்க்கும் தெளிந்த பார்வை. இந்த மெய்யறிவு கிடைத்தவுடன், 'இருள்' என்று சொல்லப்படும் அறியாமையும், அதன் விளைவான பிறவிச் சுழற்சியும் அகன்றுவிடும். பிறவி என்பது துன்பங்களின் தொடர் சங்கிலி. அந்த இருள் நீங்கியதும், விளைவாகக் கிடைப்பது 'இன்பம்'. இது சாதாரண உலகியல் மகிழ்ச்சி அல்ல; இது துன்பம் கலக்காத, என்றும் நிலையான பேரின்பம். அதாவது, விடுதலை அல்லது வீடுபேறு. ஆக, மன மயக்கத்தை நீக்கி மெய்யறிவைப் பெறுவதே, பிறவித் துன்பத்தை ஒழித்து, எல்லையற்ற இன்பத்தை அடைவதற்கான ஒரே வழி என்று இக்குறள் உறுதியாகக் கூறுகிறது.

குறள் 353

ஐயத்தின் நீங்கித் தெளிந்தார்க்கு வையத்தின்
வானம் நணிய துடைத்து

சொற்பொருள்

ஐயத்தின் = சந்தேகங்களிலிருந்து; நீங்கித் = விடுபட்டு.
தெளிந்தார்க்கு = தெளிவடைந்தவர்களுக்கு; வையத்தின் = இவ்வுலகை விட.
வானம் = வீடுபேறு; நணியது = மிக அருகில்; உடைத்து = இருக்கிறது.

நேர்பொருள்

சந்தேகங்கள் நீங்கி மெய்யறிவில் தெளிவடைந்தவர்களுக்கு, அவர்கள் வாழும் இவ்வுலகை விட வீடுபேறு என்பது மிக அருகில் உள்ளது.

பொருளுரை

மனித வாழ்க்கையின் அடிப்படை உண்மைகள் குறித்து பலருக்கும் சந்தேகங்கள் எழும். மறுபிறவி, வினைப்பயன், கடவுள் போன்றவை இருக்கின்றனவா இல்லையா என்பது போன்ற ஆழமான கேள்விகள் மனதை அலைக்கழிக்கும். இந்த சந்தேக நிலையில் இருப்பவர்களால் உண்மையை நோக்கிப் பயணிக்க முடியாது. ஆனால், சிலர் ஆழ்ந்த சிந்தனை மற்றும் உள்ளாய்வுப் பயிற்சிகள் மூலம் இந்த சந்தேகங்களிலிருந்து விடுபட்டு, உண்மையை நேரடியாக உணர்ந்து தெளிவடைகிறார்கள். அப்படிப்பட்ட மெய்யுணர்வு பெற்றவர்களுக்கு, உயர்ந்த குறிக்கோளான 'வீடுபேறு' என்பது வெகு தொலைவில் உள்ள ஒன்றாகத் தெரிவதில்லை. மாறாக, அவர்கள் வாழும் இந்த உலகை விட அது மிகவும் நெருக்கமானதாகவும், உண்மையானதாகவும், உடனடியாக அடையக்கூடியதாகவும் இருக்கிறது. அதாவது, விடுதலைக்கான தூரம் என்பது வெளியில் இல்லை, அது நம் மனதில்தான் உள்ளது. மனதிலுள்ள சந்தேகங்கள் விலகும்போது, வீடுபேறு என்பது நாம் இருக்கும் இடத்தை விட அருகாமையில் இருப்பதை உணர முடியும். ஆக, பிறவிச்சுழற்சிக்கு ஒரு முக்கிய காரணம் மனதிலுள்ள சந்தேகமே என்பதும் இதன்மூலம் உணர்த்தப்படுகிறது.

குறள் 354

ஐயுணர்வு எய்தியக் கண்ணும் பயமின்றே
மெய்யுணர்வு இல்லா தவர்க்கு

சொற்பொருள்

ஐயுணர்வு = ஐந்து புலன்களின் அறிவை; எய்தியக் = அடைந்த.
கண்ணும் = போதிலும்; பயமின்றே = பயன் இல்லை.
மெய்யுணர்வு = உண்மை அறிவு; இல்லா = இல்லாத; தவர்க்கு = அவர்களுக்கு.

நேர்பொருள்

உண்மையான மெய்ப்பொருள் அறிவு இல்லாதவர்களுக்கு, ஐந்து புலன்களையும் அடக்கி வென்றாலும் அதனால் எந்தப் பயனும் இல்லை.

பொருளுரை

ஒருவர் கடுமையான பயிற்சிகள் மூலம் தனது ஐந்து புலன்களையும், அதாவது பார்த்தல், கேட்டல், சுவைத்தல், நுகர்தல், தொடுதல் ஆகிய உணர்வுகளைத் தரும் உறுப்புகளைத் தன் கட்டுப்பாட்டில் கொண்டு வரலாம். மனம் அலைபாயாமல், உலக ஆசைகளில் சிக்காமல் அடங்கி இருக்கலாம். இது ஒரு மிகப்பெரிய ஆன்மிக சாதனையாகக் கருதப்படுகிறது. ஆனால், இந்த சாதனை மட்டுமே ஒருவருக்குப் பயனளிக்காது என்று இக்குறள் கூறுகிறது. புலனடக்கம் என்பது ஒரு கருவிதானே தவிர, அதுவே இறுதி இலக்கு அல்ல. உண்மையான இலக்கு 'மெய்யுணர்வு' பெறுவதுதான். அதாவது, எது உண்மை, எது பொய், உலகின் இயல்பு என்ன, ஆன்மாவின் தன்மை என்ன என்பது போன்ற அடிப்படையான உண்மைகளைத் தெளிவாக அறிந்துகொள்வதே மெய்யுணர்வு. இந்த மெய்யறிவு இல்லாமல், ஒருவர் தன் புலன்களை எவ்வளவுதான் அடக்கி ஆண்டாலும், அது ஒரு வெற்றிடத்தில்தான் முடியும். அது ஒருவருக்கு உண்மையான விடுதலையையோ, நிலையான அமைதியையோ தராது. புலனடக்கத்தால் மனதை ஒருமுகப்படுத்த முடியும். ஆனால் அந்த ஒருமுகப்பட்ட மனதைக் கொண்டு மெய்ப்பொருளை அறிய முயற்சி செய்யாவிட்டால், அந்த முயற்சியே வீணாகிவிடும். எனவே, புலனடக்கத்தை விட மெய்யறிவே உயர்ந்தது, முக்கியமானது.

குறள் 355

எப்பொருள் எத்தன்மைத் தாயினும்
அப்பொருள்
மெய்ப்பொருள் காண்பது அறிவு

சொற்பொருள்

எப்பொருள் = எந்தப் பொருளாக; எத்தன்மைத் = எந்த இயல்புடையதாக.
தாயினும் = இருந்தாலும்; அப்பொருள் = அந்தப் பொருளின்.
மெய்ப்பொருள் = உண்மையான இயல்பை; காண்பது = கண்டறிவதே; அறிவு = அறிவாகும்.

நேர்பொருள்

ஒரு பொருள் எந்த இயல்புடையதாகத் தோன்றினாலும், அதன் உண்மையான இயல்பைக் கண்டறிவதே உண்மையான அறிவாகும்.

பொருளுரை
எந்தவொரு பொருளும் அல்லது நிகழ்வும் அதன் வெளித்தோற்றத்தில் எப்படி இருந்தாலும், அந்தத் தோற்றத்தைக் கொண்டு மட்டும் முடிவுக்கு வராமல், அதன் உண்மையான இயல்பை ஆராய்ந்து அறிவதே மெய்யான அறிவு. பொருள்கள் மீதும் மனிதர்கள் மீதும் சாதி, குலம், வடிவம், பெயர் போன்ற பல கற்பனைகள் ஏற்றப்பட்டிருக்கும்; இவை உண்மையை மறைக்கும் திரைகளாகும். அறிவுடையோர் இந்த வெளிப்புற அடையாளங்களைக் கடந்து, ஒரு பொருளின் உள்ளீடாக இருக்கும் மெய்நிலையை ஊடுருவிக் காண்பார்கள். ஒருவர் கூறும் செய்தியை அப்படியே ஏற்காமல், அதன் பின்னணியை ஆராய்ந்து உண்மையைக் கண்டறிவதும் இந்த அறிவின் வெளிப்பாடே. இவ்வாறு புறத்தோற்ற மயக்கங்களிலிருந்து விடுபட்டு, ஒவ்வொன்றின் அடிப்படை உண்மையையும் உணர்வதே மெய்யுணர்வு எனப்படும். இந்தத் தெளிந்த பார்வைதான் சரியான முடிவுகளை எடுக்கவும், மாயைகளிலிருந்து விடுபட்டு வாழவும் வழிவகுக்கிறது.

குறள் 356

கற்றீண்டு மெய்ப்பொருள் கண்டார் தலைப்படுவர்
மற்றீண்டு வாரா நெறி

சொற்பொருள்
கற்றீண்டு = இவ்வுலகில் கற்று; மெய்ப்பொருள் = உண்மையான பொருளை.
கண்டார் = உணர்ந்தவர்கள்; தலைப்படுவர் = அடைவார்கள்.
மற்றீண்டு = மீண்டும் இவ்வுலகிற்கு; வாரா = மீண்டும்; நெறி = வழி.

நேர்பொருள்
இப்பிறவியில் உண்மையான மெய்ப்பொருளைக் கற்று உணர்ந்தவர்கள், மீண்டும் பிறக்காத வழியை அடைவார்கள்.

பொருளுரை
கிடைப்பதற்கு அரிய இந்த மனிதப் பிறவியிலேயே மெய்ப்பொருளின் உண்மையை ஐயமறக் கற்றுத் தெளிந்தவர்கள், மீண்டும் இவ்வுலகில் பிறவாத முக்தி நெறியை அடைவார்கள். இந்த மெய்யுணர்வைப் பெறுவதற்கான நடைமுறைப் படியாக, அனுபவமும் முதிர்ச்சியும் வாய்ந்த தகுதியான ஆசான்களை அணுகி, அவர்கள் அருளும் உபதேச மொழிகளைப் பலமுறை கேட்டுத் சந்தேகங்கள் அனைத்தையும் நீக்க வேண்டும். அவ்வாறு கேட்டறிந்த உண்மைகளை ஆழமாகச் சிந்தித்து, தியானித்து உள்வாங்கும்போதுதான் ஒருவர் மெய்ப்பொருளை உண்மையாகக் 'காண' முடியும். இந்த நிலையை அடைந்த ஞானிகள், பிறவிச் சுழற்சியிலிருந்து விடுபட்டு, மீண்டும் இந்த உலகில் பிறக்காத பேரின்ப நிலையை உறுதியாக எய்துவர். மெய்ப்பொருளை உணர்ந்த அந்த அறிவின் கண்ணோட்டத்தில் எல்லா உலகங்களும் ஒன்றாகத் தோன்றுவதால், மேலுலகம் என்பது அவர்களுக்கு வெகு தொலைவில் இல்லாத ஒன்றாக மாறிவிடுகிறது.

குறள் 357

ஓர்த்துள்ளம் உள்ளது உணரின் ஒருதலையாப்
பேர்த்துள்ள வேண்டா பிறப்பு

சொற்பொருள்
ஓர்த்துள்ளம் = ஆராய்ந்து உள்ளத்தால்; உள்ளது = உண்மையை.
உணரின் = உணர்ந்தால்; ஒருதலையாப் = உறுதியாக.
பேர்த்து = மீண்டும்; உள்ள = இருப்பதாக; வேண்டா பிறப்பு = நினைக்க வேண்டாம் பிறவி.

நேர்பொருள்
ஆராய்ந்து உண்மையை உறுதியாக உணர்ந்தால், மீண்டும் பிறவி இருப்பதாக நினைக்க வேண்டாம்.

பொருளுரை
பிறவிச் சுழற்சியில் இருந்து விடுபடுவதற்கான வழியை இக்குறள் விளக்குகிறது. இதற்கு அடிப்படையானது ஞானம், அதாவது மெய்ப்பொருளைப் பற்றிய தெளிவான அறிவு. இந்த அறிவை குருவின் உபதேசத்தைக் கேட்டவுடன் அப்படியே ஏற்றுக்கொள்வது மட்டும் போதாது. கேட்டறிந்த அந்த உண்மையை, ஒருவன் தனது சொந்த அறிவாலும், சிந்தனையாலும் ஆழமாக ஆராய்ந்து பார்க்க வேண்டும். 'இது ஏன் சரி?', 'இது எப்படிப் பொருந்துகிறது?' என்பது போன்ற கேள்விகளைக் கேட்டு, முறைமையாக அலசி ஆராய்ந்து, உள்ளத்தால் அதை முழுமையாக உணர வேண்டும். அவ்வாறு ஆராய்ந்து, மெய்ப்பொருளின் இயல்பை ஒருவன் சந்தேகத்திற்கு இடமின்றி, உறுதியாக உணர்ந்து கொண்டால், அவனுக்கு மீண்டும் ஒரு பிறவி உண்டு என்று நினைக்கவே தேவையில்லை. அந்த ஞானமே அவனை பிறவிச் சுழற்சியிலிருந்து விடுவித்துவிடும். ஆக, குருட்டுத்தனமான நம்பிக்கையை விட, சுயமாக சிந்தித்து, ஆராய்ந்து அடையும் தெளிவான ஞானமே மறுபிறப்பை அறுக்கும் வலிமையான கருவி என்பதை இக்குறள் வலியுறுத்துகிறது.

குறள் 358

பிறப்பென்னும் பேதைமை நீங்கச்
சிறப்பென்னும்
செம்பொருள் காண்பது அறிவு

சொற்பொருள்
பிறப்பென்னும் = பிறவி என்கிற; பேதைமை = அறியாமை.
நீங்கச் = நீங்குவதற்காக; சிறப்பென்னும் = சிறப்பு எனப்படும்.
செம்பொருள் = செம்மையான உண்மையை; காண்பது = காண்பதே; அறிவு = மெய்யறிவு.

நேர்பொருள்
பிறவி என்ற அறியாமை நீங்குவதற்காக, 'சிறப்பு' எனப்படும் செம்மையான உண்மையை அறிவதே மெய்யறிவு ஆகும்.

பொருளுரை

மீண்டும் மீண்டும் பிறப்பது என்பது ஒரு துன்பச் சுழற்சி. இந்த பிறவிச் சுழற்சிக்கு அடிப்படைக் காரணம் 'பேதைமை' எனப்படும் அறியாமைதான். நம்முடைய உண்மையான இயல்பு என்ன, இந்த உலகின் நிலையான தன்மை என்ன என்பதைப் புரிந்துகொள்ளாததே அந்த அறியாமை. இந்த அறியாமையிலிருந்து விடுபட, நாம் ஒரு சிறப்பான உண்மையை அறிய வேண்டும். அந்த உண்மை 'செம்பொருள்' என்று குறிப்பிடப்படுகிறது. அதாவது, அதுவே எல்லாவற்றிற்கும் மேலான, என்றும் மாறாத, தூய்மையான மெய்ப்பொருள். அந்த மெய்ப்பொருளை அறிவதே உண்மையான அறிவு அல்லது மெய்யுணர்வு. இந்த அறிவானது வெறும் புத்தக அறிவு அல்ல; அது ஒரு ஆழமான, உள்ளுணர்வு சார்ந்த புரிதல். இந்த மெய்ப்பொருளை உணரும்போது, பிறவிக்குக் காரணமான அறியாமை தானாகவே அகன்றுவிடும். அப்போது, பிறப்பு-இறப்பு என்ற சுழற்சியிலிருந்து விடுதலை கிடைக்கிறது. இந்த விடுதலையே 'சிறப்பு' என்று சொல்லப்படும் வீடுபேறு ஆகும். எனவே, பிறவி என்னும் துன்பத்திற்கு மூல காரணமான அறியாமையை அழித்து, நிலையான மெய்ப்பொருளைக் காண்பதே ஒருவருக்கு உண்மையான அறிவாகும்.

குறள் 359

சார்புணர்ந்து சார்பு கெடஒழுகின் மற்றழித்துச்
சார்தரா சார்தரு நோய்

சொற்பொருள்

சார்புணர்ந்து = பற்றுக்களை; சார்பு = பற்று.
கெடஒழுகின் = அழிந்து; மற்றழித்துச் = பிறவற்றை அழித்து.
சார்தரா = அடையாத (பற்றாத); சார்தரு = வந்து சேரும்; நோய் = பிறவி.

நேர்பொருள்

உண்மையான பற்றுக்கோட்டை உணர்ந்து, மற்ற உலகப் பற்றுக்கள் இல்லாமல் வாழ்ந்தால், வரவிருக்கும் துன்பங்கள் தாமாகவே அழிந்து நம்மை வந்து சேராது.

பொருளுரை

எல்லாவற்றிற்கும் சார்பாக உள்ள மெய்ப்பொருளை உணர்ந்து, உலகியல் பற்றுக்கள் அனைத்தையும் நீக்கி வாழ்பவரை, அவரைச் சேரவிருந்த துன்பங்கள் அணுகாது. அந்தத் துன்பங்கள், அவருடைய மெய்யுணர்வால் வலிமையிழந்து தாமே அழிந்துபோகும். அன்றாட வாழ்வில் நாம் கொள்ளும் ஆசை, கோபம், மயக்கம் போன்ற பற்றுக்களே துன்பங்களுக்கு மூல காரணம் என்பதை உணர்ந்து அவற்றை நீக்கி வாழப் பழக வேண்டும். அவ்வாறு பற்றற்ற ஒரு சமநிலையான வாழ்க்கையை வாழும்போது, நம்மை வந்து சேரவிருந்த துன்பங்கள் கூடத் தாமே வலிமையிழந்து நம்மை அண்டாமல் விலகிவிடும். மெய்யுணர்வும் பற்றற்ற நிலையும் ஒருவருக்கு வாய்க்குமானால், அவரை வந்தடையவிருந்த ஊழ்வினையின் தாக்கங்கள் கூட வலிமையிழந்து அழிந்துவிடும். ஆகவே, ஞான மார்க்கத்தில் நிற்பது என்பது விதியை எதிர்கொள்வது மட்டுமல்ல, அதை வென்று பிறவித்துன்பச் சுழற்சியிலிருந்தே நிரந்தரமாக விடுதலை பெறுவதற்கான வழியாகும்.

குறள் 360

காமம் வெகுளி மயக்கம் இவைமூன்றன் நாமம் கெடக்கெடும் நோய்

சொற்பொருள்

காமம் = ஆசை; வெகுளி = கோபம்.
மயக்கம் = அறியாமை; இவைமூன்றன் = இந்த மூன்றின்.
நாமம் = பெயர் கூட; கெடக்கெடும் = அழிந்தால் அழிந்துவிடும்; நோய் = துன்பம்.

நேர்பொருள்

ஆசை, கோபம், அறியாமை ஆகிய இந்த மூன்றின் பெயர் கூட அழிந்துவிட்டால், துன்பம் முற்றிலுமாக அழிந்துவிடும்.

பொருளுரை

மனிதனின் துன்பங்களுக்கு எல்லாம் மூன்று அடிப்படைக் காரணங்கள் உள்ளன: ஆசை (காமம்), கோபம் (வெகுளி), மற்றும் அறியாமை (மயக்கம்). ஆசை என்பது ஒரு பொருளின் மீது அல்லது ஒரு அனுபவத்தின் மீது ஏற்படும் கட்டுக்கடங்காத பற்று. அந்த ஆசை நிறைவேறாதபோது கோபம் உண்டாகிறது. இந்த இரண்டுக்கும் மூல காரணமாக இருப்பது அறியாமை. அதாவது, எது நிலையானது, எது நிலையற்றது என்பதைப் பகுத்தறிய முடியாத மனக்குழப்பமே அறியாமை. இந்த மூன்று குற்றங்களும் ஒன்றோடொன்று நெருங்கிய தொடர்புடையவை. இவைதான் ஒரு மனிதனைத் தீய செயல்களைச் செய்யத் தூண்டி, அதன் விளைவாக வரும் துன்பங்களில் சிக்க வைக்கின்றன. இக்குறள், இந்த மூன்று குற்றங்களின் பெயர்கள்கூட ஒருவரின் மனதில் இருந்து முற்றிலுமாக அழிந்துவிட்டால், அவரைப் பற்றியிருந்த எல்லாவிதமான துன்பங்களும் அடியோடு அழிந்துவிடும் என்று கூறுகிறது. 'பெயர் கெடுதல்' என்பது அவற்றை வெறுமனே அடக்குவதல்ல; மெய்யறிவின் மூலம் அவற்றின் தன்மையை உணர்ந்து, அவற்றை வேரோடு அழிப்பதாகும். அவ்வாறு மூல காரணங்களான இந்த மூன்று குற்றங்களும் அழிக்கப்படும்போது, அவற்றின் விளைவான துன்பம் என்னும் நோயும் முழுமையாக நீங்கிவிடும். இதுவே மெய்யுணர்வதால் கிடைக்கும் பெரும் பயனாகும்.

அதிகாரம் 37: அவாவறுத்தல்

அளவற்ற ஆசையே முடிவற்ற துன்பத்தின் விதை. வேண்டுதலை ஒழுங்குபடுத்தியவனுக்கு உள்ளமைதி நின்றுநிலைக்கும்.

குறள் 361

அவாஎன்ப எல்லா உயிர்க்கும் எஞ்ஞான்றும்
தவாஅப் பிறப்பீனும் வித்து

சொற்பொருள்

அவாஎன்ப = ஆசை என்று சொல்வார்கள்; எல்லா = எல்லா.
உயிர்க்கும் = உயிர்களுக்கும்; எஞ்ஞான்றும் = எல்லா காலத்திலும்.
தவாஅப் = முடிவில்லாத; பிறப்பீனும் = பிறப்பை உண்டாக்கும்; வித்து = விதை.

நேர்பொருள்

எல்லா உயிர்களுக்கும், எல்லா காலத்திலும், முடிவில்லாத பிறப்பை உண்டாக்கும் விதை ஆசைதான் என்று அறிஞர்கள் கூறுவார்கள்.

பொருளுரை

பிறவிச் சுழற்சிக்கு அடிப்படைக் காரணம் எது என்பதை இந்தக் குறள் தெளிவுபடுத்துகிறது. எல்லா உயிர்களுக்கும், எந்தக் காலத்திலும் முடிவில்லாமல் தொடர்கின்ற பிறவிகளை உருவாக்கும் மூல விதை 'ஆசை' தான் என்று அறிஞர்கள் அறுதியிட்டுக் கூறுகின்றனர். ஒரு மரம் வளர்வதற்கு விதை எப்படி அவசியமோ, அதுபோல ஒரு உயிர் மீண்டும் மீண்டும் பிறப்பெடுப்பதற்கு அதன் மனதில் உள்ள ஆசையே காரணமாகிறது. ஒரு பிறவியில் நிறைவேறாத ஆசைகள், அடுத்த பிறவிக்கான சூழலை உருவாக்குகின்றன. அந்த ஆசைகளை நிறைவேற்றவே உயிர் புதிய உடலை எடுக்கிறது. இந்த செயல்முறை முடிவில்லாமல் தொடர்வதால், பிறவி ஒரு சங்கிலித் தொடர் போல ஆகிவிடுகிறது. இது எந்த ஒரு குறிப்பிட்ட உயிருக்கும் அல்லது காலத்திற்கும் மட்டும் பொருந்தும் உண்மையல்ல. மாறாக, இது எல்லா உயிர்களுக்கும், எல்லா காலத்திற்கும் பொதுவான ஒரு பேருண்மை. ஒரு பிறவி முடிவடையும் போது, அந்த உயிரிடம் தங்கியிருக்கும் ஆசைகளே அடுத்த பிறவிக்கான விதையாகச் செயல்பட்டு, அதை மற்றொரு பிறவிக்குள் தள்ளிவிடுகிறது. எனவே, பிறவித் துன்பத்திலிருந்து விடுபட வேண்டுமானால், அதன் மூல காரணமான ஆசையை வேரோடு களைய வேண்டும் என்பதே இக்குறள் உணர்த்தும் மையக் கருத்து. ஆசையை அழிப்பதே பிறவா நிலையை அடைவதற்கான ஒரே வழி.

குறள் 362

வேண்டுங்கால் வேண்டும் பிறவாமை மற்றது
வேண்டாமை வேண்ட வரும்

சொற்பொருள்
வேண்டுங்கால் = விரும்பினால்; வேண்டும் = விரும்ப வேண்டும்.
பிறவாமை = மீண்டும் பிறக்காத நிலையை; மற்றது = அந்த நிலை.
வேண்டாமை = எதையும் விரும்பாத தன்மையை; வேண்ட = விரும்பும்போது; வரும் = கிடைக்கும்.

நேர்பொருள்
ஒருவர் எதையாவது விரும்பினால், மீண்டும் பிறக்காத நிலையை விரும்ப வேண்டும்; அந்த நிலை, எதன் மீதும் ஆசைப்படாமல் இருக்கும்போது தானாகவே கிடைக்கும்.

பொருளுரை
இந்தக் குறள் ஆசையின் தன்மையையும், அதிலிருந்து விடுபடுவதற்கான வழியையும் விளக்குகிறது. மனிதனுக்கு ஆசைப்படுவது இயல்பு. ஆனால், எதையாவது விரும்பியே ஆகவேண்டும் என்ற நிலை வந்தால், மீண்டும் பிறக்காத ஒரு நிலையை மட்டும் விரும்ப வேண்டும் என்று அறிவுறுத்துகிறது. காரணம், பிறப்பு என்பது நோய், முதுமை, இறப்பு போன்ற பல துன்பங்களைக் கொண்டது. எனவே, மீண்டும் பிறப்பது என்பது துன்பச் சுழற்சியில் மீண்டும் சிக்குவதாகும். சரி, அந்தப் 'பிறவாமை' என்ற உன்னதமான நிலையை அடைவது எப்படி? அதற்கான வழியையும் குறளின் இரண்டாம் அடி சொல்கிறது. அந்தப் பிறவாமை, வேறு எதன் மீதும் ஆசைப்படாமல் இருக்கும் 'வேண்டாமை' என்ற நிலையை நாம் விரும்பும்போது தானாகவே வந்து சேரும். உலகப் பொருட்கள் மீதான பற்றும் ஆசையும்தான் அடுத்த பிறவிக்கு வித்தாக அமைகின்றன. அந்த ஆசைகளையே நாம் துறந்துவிட்டால், பிறவிக்கான காரணமே இல்லாமல் போய்விடும். ஆக, ஆசைகளை விடுப்பதே பிறவிச் சுழற்சியை அறுப்பதற்கான ஒரே வழி. ஆசையின்மையைக் கைக்கொண்டால், பிறவாமை என்னும் பெரும்பேறு தானே சித்திக்கும் என்பது இதன் மையக் கருத்து.

குறள் 363

வேண்டாமை அன்ன விழுச்செல்வம்
ஈண்டில்லை
ஆண்டும் அஃதொப்பது இல்

சொற்பொருள்
வேண்டாமை = எதையும் விரும்பாத குணம்; அன்ன = போன்ற.
விழுச்செல்வம் = மேலான செல்வம்; ஈண்டில்லை = இவ்வுலகில் இல்லை.
ஆண்டும் = அவ்வுலகிலும் கூட; அஃதொப்பது = அதற்கு நிகரானது; இல் = இல்லை.

நேர்பொருள்
எதையும் விரும்பாத குணத்தைப் போன்ற சிறந்த செல்வம் இவ்வுலகில் இல்லை; அவ்வுலகிலும் கூட அதற்கு நிகரான செல்வம் இல்லை.

பொருளுரை

ஒரு மனிதன் அடையக்கூடிய செல்வங்களிலேயே மிகவும் உயர்ந்தது, 'எதுவும் வேண்டாம்' என்று எண்ணும் மனநிறைவுதான். இந்த மனநிலையை விடச் சிறந்த செல்வம் இந்த பூமியில் வேறு எதுவும் இல்லை. உலகியல் செல்வங்களான பணம், பதவி, புகழ் போன்றவை நிலையற்றவை. அவை மேலும் மேலும் ஆசைகளைத் தூண்டி, நிம்மதியைக் குலைக்கக்கூடும். ஆனால், மனநிறைவு என்பது நிலையானதும், முழுமையானதும் ஆகும். இந்தச் சிறப்பு இவ்வுலகத்திற்கு மட்டும் உரியதல்ல. விண்ணுலக இன்பங்களோ அல்லது அங்கு கிடைக்கும் செல்வங்களோ கூட, இந்த மனநிறைவுக்கு ஈடாகாது என்று இக்குறள் வலியுறுத்துகிறது. காரணம், மற்ற எல்லாச் செல்வங்களும் ஒரு எல்லையைக் கொண்டவை, ஒன்றைவிட ஒன்று உயர்ந்ததாகவோ தாழ்ந்ததாகவோ இருக்கும். ஆனால், 'வேண்டாமை' என்ற மனநிலைக்கு மேல் உயர்ந்தது எதுவும் இல்லை. அதுவே தன்னிறைவின் உச்சம். எனவே, இந்த மனப்பான்மையே ஒருவருக்கு உண்மையான, நிலையான மகிழ்ச்சியையும் அமைதியையும் தரும் இணையற்ற பெரும் செல்வம் ஆகும். பொருளைச் சேர்ப்பதில் அல்ல, ஆசைகளைக் குறைப்பதிலேயே உண்மையான வளம் இருக்கிறது.

குறள் 364

தூஉய்மை என்பது அவாவின்மை மற்றது
வாஅய்மை வேண்ட வரும்

சொற்பொருள்

தூஉய்மை = தூய்மை; என்பது = என்று சொல்லப்படுவது.
அவாவின்மை = ஆசை இல்லாத நிலை; மற்றது = அந்த நிலை.
வாஅய்மை = உண்மையை; வேண்ட = விரும்பும்போது; வரும் = உண்டாகும்.

நேர்பொருள்

தூய்மை என்பது ஆசைகள் இல்லாத நிலையே; அந்த ஆசையின்மை, உண்மையை நாடும்போது தானாகவே உண்டாகும்.

பொருளுரை

ஒரு மனிதனுக்கு உண்மையான தூய்மை என்பது மனதளவில் ஆசைகள் இல்லாமல் இருப்பதே ஆகும். இதுவே வீடுபேறு அல்லது பிறவித் தளையிலிருந்து விடுபட்ட நிலை. வெறும் புறத்தூய்மையை விட இந்த அகத்தூய்மையே மேலானது. ஆசைகள் மனதை அசுத்தப்படுத்தி, அமைதியைக் குலைத்து, முடிவில்லாத துன்பங்களுக்குக் காரணமாகின்றன. அப்படியானால், இந்த ஆசையற்ற நிலையை அடைவது எப்படி? அதற்கான வழியையும் குறள் தெளிவாகச் சொல்கிறது. உண்மையை, அதாவது மெய்ப்பொருளை, இடைவிடாது சிந்தித்து அதை அடைய விரும்பும்போது, ஆசைகள் மெல்ல மெல்ல மறைந்துவிடும். 'உண்மை' என்பது இங்கு நிலையான மெய்ஞானத்தைக் குறிக்கிறது. உலகப் பொருட்களின் மீதும், சிற்றின்பங்களின் மீதும் உள்ள பற்று நிலையற்றது என்பதை ஒருவர் உணரும்போது, அவற்றின் மீதான ஆசை தானாகவே குறைந்துவிடும். இது, ஆசைகளை வலுக்கட்டாயமாக அடக்குவது அல்ல. மாறாக, உயர்வான ஒன்றை நாடும்போது, தேவையற்றவை தாமாகவே உதிர்ந்துவிடும் ஒரு இயல்பான செயல்முறை. எனவே, மனத்தூய்மை என்பது உண்மையை நாடும் பயணத்தின் ஒரு அழகான விளைவே தவிர, அதுவே ஒரு தனிப்பட்ட இலக்கு அல்ல. மெய்ஞானத் தேடலே ஆசையின்மைக்கு வழிவகுக்கும்.

குறள் 365

அற்றவர் என்பார் அவாஅற்றார் மற்றையார்
அற்றாக அற்றது இலர்

சொற்பொருள்

அற்றவர் = விடுதலை அடைந்தவர்; என்பார் = என்று சொல்லப்படுபவர்.
அவாஅற்றார் = ஆசையை விட்டவரே; மற்றையார் = மற்றவர்கள்.
அற்றாக = அவர்களைப் போல; அற்றது = விடுதலை அடைந்தது; இலர் = இல்லை.

நேர்பொருள்

உண்மையில் விடுதலை அடைந்தவர் என்பவர் ஆசைகளை முழுமையாக விட்டவரே; மற்றவர்கள் அவரைப் போல முழுமையான விடுதலையை அடையாதவர்கள்.

பொருளுரை

உண்மையான விடுதலை அல்லது துறவு என்பது எதைக் குறிக்கிறது என்பதை இந்தக் குறள் தெளிவாக விளக்குகிறது. 'விடுதலை அடைந்தவர்' அல்லது 'பற்றற்றவர்' என்று சொல்லப்படுபவர்கள், தங்கள் மனதில் இருந்து ஆசையை முழுமையாக அகற்றியவர்களே. பிறவித் துன்பங்களுக்கு மூல காரணமாக இருப்பது ஆசைதான். அதை வேரோடு அழிப்பவர்களே பிறவிச் சுழற்சியில் இருந்து விடுபடுகிறார்கள். மற்றவர்கள், அதாவது ஆசையை விடாமல் வேறு பல உலகப் பொருட்களைத் துறந்தவர்கள், உண்மையான விடுதலையை அடைவதில்லை. அவர்கள் சொத்து, உறவுகள் போன்றவற்றை விட்டிருக்கலாம். அதனால், அந்தப் பொருட்களால் வரும் சில குறிப்பிட்ட துன்பங்களில் இருந்து அவர்கள் தப்பலாம். ஆனால், மனதின் ஆழத்தில் ஆசை இருக்கும் வரை, அவர்கள் முழுமையான விடுதலையை அடைய முடியாது. ஆசையை ஒழித்தவர்களைப் போல, இவர்களால் பிறவித் துன்பத்தை முழுமையாக அறுக்க முடியாது. ஆக, வெளிப்புறத் துறவை விட, அகத்தூய்மையாகிய ஆசையின்மையை அடைவதே மேலானது. உண்மையான சுதந்திரம் என்பது எதையும் கொண்டிருக்காமல் இருப்பது அல்ல, எதன் மீதும் ஆசைப்படாமல் இருப்பதே ஆகும். இதுவே எல்லாத் துன்பங்களையும் முடிவுக்குக் கொண்டுவரும் வழி.

குறள் 366

அஞ்சுவ தோரும் அறனே ஒருவனை
வஞ்சிப்ப தோரும் அவா

சொற்பொருள்

அஞ்சுவ = அஞ்சி நடப்பது; தோரும் = ஆகும்.
அறனே = உண்மையான அறமே; ஒருவனை = ஒருவனை.
வஞ்சிப்ப = ஏமாற்றிக் கெடுப்பது; தோரும் = ஆகும்; அவா = பேராசை.

நேர்பொருள்

ஒருவனை ஏமாற்றிக் கெடுப்பது பேராசை; எனவே, அந்தப் பேராசைக்கு அஞ்சி நடப்பதே உண்மையான அறம் ஆகும்.

பொருளுரை

ஒருவனை வஞ்சித்து, அவனை அறநெறியிலிருந்து பிறழச் செய்யும் ஆற்றல் கொண்டது அவா எனப்படும் பேராசை. மெய்யறிவைப் பெற்று பிறவித்

துன்பங்களிலிருந்து விடுபடும் நிலைக்கு அருகில் இருப்பவரைக் கூட, இந்த ஆசை அவருக்குத் தெரியாமலேயே புகுந்து வஞ்சித்துவிடும். அவ்வாறு வஞ்சித்து, அவரை மீண்டும் உலகப் பற்றுகளிலும் பிறவிச் சுழற்சியிலும் ஆழ்த்திவிடும் வல்லமை பேராசைக்கு உண்டு. ஆகையால், ஒருவனை ஏமாற்றி அவனை மீண்டும் பிறவிப் பெருங்கடலில் தள்ளுவது அவா என்பதால், அந்த அவாவைக் கண்டு அஞ்சுவதே உண்மையான அறமாகும். ஒருவன் மெய்யுணர்வை நாடுவதில் சற்றே மறந்திருந்தாலும், அந்த மறதியை வாய்ப்பாகக் கொண்டு அவனுள் புகுந்து, அவனது பழைய இயல்பாக மாறி, பிறப்பை உண்டாக்கிவிடும். எனவே, ஆசையின் தீய விளைவுகளை உணர்ந்து, அதனை இடைவிடாது கண்காணித்து, அதனிடமிருந்து தன்னைக் காத்துக்கொள்வதே துறவறத்தின் தலையாய கடமையாகும். இந்த வஞ்சக குணம் கொண்ட பேராசையை வெல்வதே உண்மையான அறமாகும்.

குறள் 367

அவாவினை ஆற்ற அறுப்பின் தவாவினை
தான்வேண்டு மாற்றான் வரும்

சொற்பொருள்

அவாவினை = ஆசையை; ஆற்ற = முழுமையாக.

அறுப்பின் = நீக்கினால்; தவாவினை = அழியாத நற்செயல்.

தான் = தானாகவே; வேண்டுமாற்றான் = விரும்பும் வழியில்; வரும் = வந்து சேரும்.

நேர்பொருள்

ஒருவர் ஆசையை முழுமையாக ஒழித்துவிட்டால், என்றும் அழியாத நல்வாழ்வுக்கான வழி அவர் விரும்பியபடியே எளிதாக அமையும்.

பொருளுரை

ஆசையை முழுமையாக அழித்துவிடுவதால் கிடைக்கும் பெரும் பயனை இந்தக் குறள் விளக்குகிறது. ஒருவன் தன் மனதில் இருந்து ஆசையை முற்றிலும் நீக்கிவிட்டால், அவனுக்குக் கெடுதலே இல்லாத ஒரு வாழ்க்கைக்கான வழி தானாகவே அமையும். 'கெடுதல் இல்லாத வாழ்க்கை' என்பது பிறப்பு, இறப்பு போன்ற துன்பச் சுழற்சிகளில் இருந்து விடுபட்ட ஒரு நிலையான, அமைதியான வாழ்வைக் குறிக்கிறது. அந்த உன்னதமான நிலையை அடைவதற்கான வழி, கடினமானதாகவோ, வருத்தம் தருவதாகவோ இருக்காது. மாறாக, 'தான் விரும்பும் வழியில்' அது வந்து சேரும் என்கிறார் வள்ளுவர். அதாவது, எந்தவிதமான சிரமமும் இல்லாமல், மிக இயல்பாகவும் எளிதாகவும் அந்தப் பாதை ஒருவருக்கு அமையும். இதன் உள்ளார்ந்த கருத்து என்னவென்றால், மற்ற அறங்களைச் செய்வதற்காகப் பெரிதும் மெனக்கெடுவதை விட, ஆசையை வேரோடு அறுப்பதே முதன்மையானது. ஆசையை ஒழித்த பிறகு, ஒருவர் செய்யும் செயல்கள் அனைத்துமே அறமாக மாறிவிடும். துன்பங்களுக்கு மூல காரணமான ஆசையை நீக்கிவிட்டால், நிலையான இன்பமும் நல்வாழ்வும் ஒருவரைத் தேடி வரும் என்பதே இக்குறளின் மையக் கருத்து.

குறள் 368

அவாஇல்லார்க் கில்லாகுந் துன்பம் அஃதுண்டேல்
தவாஅது மேன்மேல் வரும்

சொற்பொருள்

அவாஇல்லார்க்கு = ஆசை இல்லாதவர்களுக்கு; இல்லாகும் = இல்லாமல் போகும். துன்பம் = துன்பம்; அஃதுண்டேல் = அது இருந்தால்.
தவாஅது = இடைவிடாமல்; மேன்மேல் = மேலும் மேலும்; வரும் = வரும்.

நேர்பொருள்

ஆசை இல்லாதவர்களுக்குத் துன்பம் இல்லை. ஆனால் ஆசை மட்டும் இருந்தால், துன்பங்கள் இடைவிடாமல் ஒன்றன்பின் ஒன்றாக வந்துகொண்டே இருக்கும்.

பொருளுரை

இந்தக் குறள் துன்பத்தின் மூலக் காரணத்தை விளக்குகிறது. ஆசையை முற்றிலுமாக ஒழித்தவர்களுக்கு வாழ்வில் எந்தத் துன்பமும் ஏற்படுவதில்லை. பொருள் ஆசையோ, பதவி ஆசையோ, வேறு எந்தவிதமான பற்றுதலோ இல்லாதபோது, மனம் அமைதியாகவும் தெளிவாகவும் இருக்கிறது. ஏமாற்றத்திற்கோ, கவலைக்கோ அங்கே இடமில்லை. இதற்கு நேர்மாறாக, ஒருவரிடம் ஆசை என்ற ஒன்று மட்டும் இருந்துவிட்டால் போதும், அதுவே எல்லாத் துன்பங்களையும் ஈர்த்துவிடும். அந்தத் துன்பங்கள் ஏதோ ஒன்றுடன் நின்றுவிடுவதில்லை. அவை ஒன்றன்பின் ஒன்றாக, தொடர்ந்து வந்துகொண்டே இருக்கும். ஒரு ஆசையை நிறைவேற்ற முயற்சிக்கும்போது ஒரு துன்பம், அது நிறைவேறாதபோது இன்னொரு துன்பம், நிறைவேறிய பின் அதைத் தக்கவைத்துக் கொள்ள மற்றொரு துன்பம் என இது ஒரு முடிவற்ற சங்கிலித் தொடராக நீள்கிறது. எனவே, ஆசை என்பது துன்பங்களின் நுழைவாயில். அந்த வாயிலை அடைத்துவிட்டால், அதாவது ஆசையை அழித்துவிட்டால், துன்பங்கள் உள்ளே வர வழியில்லாமல் போய்விடும். துன்பமில்லாத, நிலையான இன்ப வாழ்விற்கு ஆசையை விடுவதே ஒரே வழி என்பதை இக்குறள் வலியுறுத்துகிறது.

குறள் 369

இன்பம் இடையறா தீண்டும் அவாவென்னும்
துன்பத்துள் துன்பங் கெடின்

சொற்பொருள்

இன்பம் = மகிழ்ச்சி; இடையறாது = இடைவிடாமல்.
ஈண்டும் = வந்து சேரும்; அவாவென்னும் = ஆசை என்கிற.
துன்பத்துள் = துன்பங்களிலேயே; துன்பம் = பெரிய துன்பம்; கெடின் = அழிந்துவிட்டால்.

நேர்பொருள்

ஆசை என்கிற துன்பங்களுக்கெல்லாம் பெரிய துன்பம் ஒருவருக்கு அழிந்துவிட்டால், அவருக்கு இன்பம் இடைவிடாமல் வந்து சேரும்.

பொருளுரை

மனித வாழ்வில் எதிர்கொள்ளும் துன்பங்கள் பலவகை. ஆனால், அவற்றுக்கெல்லாம் மூல காரணமாகவும், துன்பங்களிலேயே மிகக் கொடியதாகவும் இருப்பது 'ஆசை' அல்லது 'பேராசை' தான். மற்ற துன்பங்கள் ஒருவேளை தற்காலிகமானவையாக இருக்கலாம் அல்லது அவற்றிலும் ஒரு சிறிய நன்மை இருக்கலாம். ஆனால் ஆசை அப்படியல்ல. அது ஒருபோதும் முழுமையாக நிறைவடையாத, தொடர்ந்து மேலும் மேலும் வேண்டும் என்று தூண்டுகிற ஒரு மனநிலை. இந்தத் தீராத தாகமே ஒருவரை எப்போதும் நிம்மதியற்ற நிலையில் வைத்திருக்கிறது. எனவேதான் வள்ளுவர் இதை 'துன்பத்துள் துன்பம்' என்று குறிப்பிடுகிறார். இந்த அடிப்படைத் துன்பமான ஆசையை ஒருவர் தன் மனதிலிருந்து முற்றிலுமாக அழித்துவிட்டால் என்ன நடக்கும்? அவருக்கு நிலையான, இடைவிடாத இன்பம் கிடைக்கும். அந்த இன்பம், இந்த உலகை விட்டுச் சென்ற பிறகு கிடைக்கும் என்பது மட்டுமல்ல, இந்த உடலோடு வாழும்போதே அனுபவிக்கக்கூடியது. ஆசைகள் அற்ற மனம், எந்த வெளிப்புறச் சூழ்நிலையாலும் பாதிக்கப்படாமல், தன்னுள் முழுமையான நிறைவுடன் அமைதியாக இருக்கும். அந்த மன அமைதியே உண்மையான, என்றும் குறையாத பேரின்பம் ஆகும். ஆக, இன்பத்தை வெளியே தேடுவதை விட, துன்பத்தின் மூலமான ஆசையை உள்ளிருந்து அழிப்பதே நிலையான மகிழ்ச்சிக்கான வழி.

குறள் 370

ஆரா இயற்கை அவாநீப்பின் அந்நிலையே
பேரா இயற்கை தரும்

சொற்பொருள்

ஆரா = ஒருபோதும் நிரம்பாத; இயற்கை = இயல்புடைய.

அவா = ஆசையை; நீப்பின் = நீக்கிவிட்டால்.

அந்நிலையே = அந்த நிலையிலேயே; பேரா = மாறாத; இயற்கை = தன்மையை.

நேர்பொருள்

ஒருபோதும் திருப்தி தராத இயல்புடைய ஆசையை ஒருவர் நீக்கிவிட்டால், அதுவே அவருக்கு என்றும் மாறாத நிலையான இன்ப வாழ்வைக் கொடுக்கும்.

பொருளுரை

மனித ஆசைக்கு எல்லையே இல்லை. அது ஒருபோதும் முழுமையாகத் திருப்தி அடையாத இயல்புடையது. மேலும் மேலும் பொருட்களைத் தேடி, அது வளர்ந்துகொண்டே இருக்கும். இந்த முடிவில்லாத ஆசையின் காரணமாகவே வாழ்வில் துன்பங்கள் பெருகுகின்றன. இந்த உண்மையை உணர்ந்து, ஒருவர் அந்த ஆசையை முழுமையாகத் துறந்துவிட்டால், அதன் பலன் உடனடியாகக் கிடைக்கும். ஆசையை விட்டொழித்த அந்த கணமே, அவருக்கு என்றும் மாறாத, நிலையான ஒரு தன்மை கைகூடும். இந்த 'மாறாத தன்மை' என்பதுதான் உண்மையான விடுதலை அல்லது வீடுபேறு. இது இன்பம், துன்பம், பிறப்பு, இறப்பு போன்ற எந்த மாற்றங்களுக்கும் உட்படாத ஒரு நிரந்தரமான ஆனந்த நிலை. இந்த உன்னதமான நிலையை அடைய எதிர்காலத்திலோ அல்லது மறுபிறவியிலோ காத்திருக்கத் தேவையில்லை. ஆசையை எப்போது ஒருவர் முழுமையாக நீக்குகிறாரோ, அப்போதே அந்த நிலையான பேரின்பத்தை அவர் அடைந்துவிடுகிறார். வாழும்போதே

அடையும் இந்த விடுதலைதான் இந்த குறளின் மையக் கருத்து.

அதிகாரம் 38: ஊழ்

மனித முயற்சியோடு பின்னிப்பிணைந்த விதியின் செயல்பாட்டை உணரச் செய்பவை இந்த அதிகாரத்தின் குறள்கள். வெற்றி தோல்விகளை ஒரே மனத்துடன் ஏற்றுக் கொள்ளும் நிதானத்தை இது கற்பிக்கிறது.

குறள் 371

ஆகூழால் தோன்றும் அசைவின்மை கைப்பொருள்
போகூழால் தோன்றும் மடி

சொற்பொருள்

ஆகூழால் = நல்லூழ் காரணமாக; தோன்றும் = உண்டாகும்.
அசைவின்மை = சோர்வில்லாத முயற்சி; கைப்பொருள் = செல்வம்.
போகூழால் = தீயூழ் காரணமாக; தோன்றும் = உண்டாகும்; மடி = சோம்பல்.

நேர்பொருள்

செல்வம் சேர்வதற்கான நல்ல விதி இருந்தால் சோர்வில்லாத முயற்சி உண்டாகும்; செல்வம் அழிவதற்கான தீய விதி இருந்தால் சோம்பல் தோன்றும்.

பொருளுரை

விதி அல்லது ஊழ் என்பது ஒருவரின் வாழ்க்கையை எப்படி பாதிக்கிறது என்பதை இக்குறள் விளக்குகிறது. குறிப்பாக, ஒருவரின் பொருளாதார நிலையை விதி எப்படி நிர்ணயிக்கிறது என்பதை இது காட்டுகிறது. ஒருவருக்குச் செல்வம் சேர வேண்டும் என்பது விதியாக இருந்தால், அவரிடம் இயற்கையாகவே ஒருவித உத்வேகமும், சோர்வில்லாத உழைப்பும் தோன்றும். அந்த விடாமுயற்சி அவரை மேலும் மேலும் செல்வம் சேர்க்க வைக்கும். இதற்கு மாறாக, ஒருவரிடம் உள்ள செல்வம் அழிய வேண்டும் என்பது விதியாக இருந்தால், அவரிடம் சோம்பல் குடிகொள்ளும். எந்த வேலையையும் செய்ய மனம் வராது, சுறுசுறுப்பு மறைந்துவிடும். இந்தச் சோம்பலின் விளைவாக, அவர் தன் செல்வத்தை இழக்க நேரிடும். ஆக, விதி என்பது நேரடியாக ஒருவருக்குப் பணத்தைக் கொடுப்பதோ அல்லது பறிப்பதோ இல்லை. அது ஒருவரின் குணநலன்களை, குறிப்பாக முயற்சி மற்றும் சோம்பலைத் தூண்டி, அதன் மூலமாகவே தன் செயலை நிகழ்த்துகிறது. நல்லூழ் என்பது ஒருவரை உழைப்பாளி ஆக்குகிறது, தீயூழ் என்பது ஒருவரைச் சோம்பேறி ஆக்குகிறது. இதுவே இக்குறளின் மையக் கருத்து.

குறள் 372

பேதைப் படுக்கும் இழவூழ் அறிவகற்றும்
ஆகலூழ் உற்றக் கடை

சொற்பொருள்

பேதைப் = பேதையாக; படுக்கும் = ஆக்கும்.
இழவூழ் = இழப்பைத் தரும் ஊழ்; அறிவகற்றும் = அறிவை மழுங்கடிக்கும்.
ஆகலூழ் = ஆக்கத்தைத் தரும் ஊழ்; உற்றக் = வந்த; கடை = போது.

நேர்பொருள்

இழப்பைத் தரும் ஊழ் அறிவை மழுங்கடித்து ஒருவரைப் பேதையாக ஆக்கும்; ஆக்கத்தைத் தரும் ஊழ் வந்தபோது அறிவை விரியச் செய்யும்.

பொருளுரை

ஒருவருக்குப் பொருள் இழப்பை ஏற்படுத்தும் தீய ஊழ்வினை வந்து சேரும்போது, அது இயல்பாக அவரிடம் உள்ள கூர்மையான அறிவைக் கூட மழுங்கடித்து அவரைப் பேதையாக்கிவிடும். இதற்கு நேர்மாறாக, ஒருவருக்குச் செல்வச் செழிப்பை உருவாக்கும் நல்வினை வாய்க்கும்போது, அது அவரின் சுருங்கிய அறிவையும் விரிவடையச் செய்து அவரைச் சரியான பாதையில் வழிநடத்தும். இதன் பொருள், ஊழ்வினையின் தாக்கத்தால் ஒருவரின் அறிவுத்திறன் கூட ஏற்ற இறக்கங்களைக் காணும் என்பதாகும்; வீழ்ச்சிக்கான ஊழ் வரும்போது அறிவு மயங்கும், வளர்ச்சிக்கான ஊழ் வரும்போது அறிவு தெளியும். நடைமுறையில், மிகுந்த அறிவுடைய ஒருவர்கூடத் தன் வீழ்ச்சிக் காலத்தில் தொடர்ந்து தவறான முடிவுகளை எடுப்பதையும், சாதாரண அறிவுடைய ஒருவர் தன் ஏற்ற காலத்தில் சிறந்த செயல்களைச் செய்வதையும் நாம் காணலாம். ஆதலால், ஒருவரின் வெற்றிக்குத் தனது அறிவு மட்டுமே காரணம் என்று செருக்கு கொள்வதோ, தோல்விக்குத் தனது அறிவின்மையே காரணம் என்று சோர்வடைவதோ கூடாது, ஏனெனில் ஊழின் பங்கு அதில் அடங்கியுள்ளது. ஆக, ஒருவரின் அறிவுத் தெளிவும் குழப்பமும் ஊழின் வலிமையைப் பொறுத்தே அமைகின்றன என்பதை இக்குறள் ஆணித்தரமாக விளக்குகிறது.

குறள் 373

நுண்ணிய நூல்பல கற்பினும் மற்றுந்தன்
உண்மை யறிவே மிகும்

சொற்பொருள்

நுண்ணிய = நுட்பமான; நூல்பல = பல நூல்களை.
கற்பினும் = கற்றிருந்தாலும்; மற்றும் = ஆனாலும்.
தன் = ஒருவருடைய; உண்மையறிவே = இயல்பான அறிவே; மிகும் = மேலோங்கி நிற்கும்.

நேர்பொருள்

ஒருவர் நுட்பமான பல நூல்களைக் கற்றிருந்தாலும், இறுதியில் அவருடைய இயல்பான அறிவே மேலோங்கி நிற்கும்.

பொருளுரை

ஒருவர் எவ்வளவுதான் முயற்சி செய்து, நுட்பமான கருத்துக்களைக் கொண்ட பல சிறந்த நூல்களைப் படித்தாலும், அந்தப் படிப்பறிவால்

மட்டுமே அவருடைய செயல்கள் தீர்மானிக்கப்படுவதில்லை. ஒரு முக்கியமான முடிவை எடுக்கும்போதோ அல்லது ஒரு சிக்கலான சூழலில் செயல்படும்போதோ, புத்தகங்கள் மூலம் பெற்ற அறிவை விட, அவருக்கே உரிய இயல்பான அறிவே முன்னுக்கு வந்து நிற்கும். இந்த இயல்பான அறிவு என்பது ஒருவரின் உள்ளார்ந்த குணம், அனுபவம் மற்றும் விதியின் பயனாக அமைவதாகும். சிலருக்கு இயற்கையாகவே அறிவுக் கூர்மை குறைவாக இருக்கலாம். அப்படிப்பட்டவர்கள் எவ்வளவு படித்தாலும், நெருக்கடியான நேரத்தில் அவர்களின் இயல்பான குணமே வெளிப்படும்; கற்ற கல்வி அப்போது கை கொடுக்காது. இது, ஒருவரின் அடிப்படை இயல்பை கல்வியால் முழுமையாக மாற்றிவிட முடியாது என்பதைக் காட்டுகிறது. செயற்கையாகப் பெறப்பட்ட அறிவை விட, இயற்கையாக ஒருவருக்கு அமையும் அறிவே வலிமையானது. எனவே, ஒருவரின் செயல்களுக்கும் முடிவுகளுக்கும் அடிப்படையாக இருப்பது அவர் கற்ற கல்வியை விட, அவருடைய உள்ளார்ந்த இயல்பே ஆகும்.

குறள் 374

இருவேறு உலகத்து இயற்கை திருவேறு
தெள்ளிய ராதலும் வேறு

சொற்பொருள்

இருவேறு = இரண்டு விதமான; உலகத்து = உலகின்.
இயற்கை = இயல்பு; திருவேறு = செல்வம் வேறு.
தெள்ளியர் = அறிவாளியாக; ஆதலும் = ஆவதும்; வேறு = வேறு.

நேர்பொருள்

உலகின் இயல்பு இரண்டு வகைப்படும்; ஒருவர் செல்வந்தராக இருப்பதும், அவர் அறிவாளியாக இருப்பதும் முற்றிலும் வெவ்வேறு விஷயங்கள்.

பொருளுரை

இந்த உலகில் சில விஷயங்கள் நம்மை ஆச்சரியப்படுத்தலாம். உதாரணமாக, புத்திசாலிகளும் அறிவாளிகளும் ஏழைகளாக இருப்பதையும், அறிவு குறைவாக உள்ளவர்கள் பெரும் செல்வந்தர்களாக இருப்பதையும் நாம் காண்கிறோம். இது ஏன் என்று இந்தக் குறள் விளக்குகிறது. உலகின் இயல்பே இரண்டு விதமாகப் பிரிக்கப்பட்டுள்ளது. ஒருவருக்குச் செல்வத்தைக் கொடுக்கும் விதியானது வேறு, அவருக்கு அறிவைக் கொடுக்கும் விதியானது வேறு. அதாவது, ஒருவருக்கு அறிவாளியாக ஆகும் 'யோகம்' இருந்தால், அவருக்குச் செல்வந்தராக ஆகும் 'யோகம்' இருக்க வேண்டும் என்று அவசியமில்லை. அதேபோல, கோடீஸ்வரராகும் விதி ஒருவருக்கு இருந்தால், அவர் பேரறிஞராகவும் இருக்க வேண்டும் என்ற கட்டாயமில்லை. அறிவைக் கொண்டு செல்வத்தைச் சம்பாதிக்க முடியும் என்று நாம் பொதுவாக நினைக்கிறோம். ஆனால், விதி அல்லது ஊழ் அதைவிட வலிமையானது. அது அறிவையும் செல்வத்தையும் தனித்தனியாகவே தீர்மானிக்கிறது. எனவே, ஒருவரின் செல்வத்தை வைத்து அவரின் அறிவையோ, அல்லது அவரின் அறிவை வைத்து அவரின் செல்வத்தையோ எடைபோடுவது தவறு. இரண்டும் வெவ்வேறு பாதைகளில் வருபவை என்பதைப் புரிந்துகொள்ள வேண்டும்.

குறள் 375

நல்லவை எல்லாஅந் தீயவாம் தீயவும்
நல்லவாம் செல்வம் செயற்கு

சொற்பொருள்
நல்லவை = நல்ல விஷயங்கள்; எல்லாஅந் = எல்லாம்.
தீயவாம் = தீயதாக மாறும்; தீயவும் = தீயவையும்.
நல்லவாம் = நல்லதாக மாறும்; செல்வம் = செல்வத்தை; செயற்கு = உருவாக்குவதற்கு.

நேர்பொருள்
செல்வத்தை உருவாக்கும் முயற்சியில், ஊழின் காரணமாக நல்லவை எல்லாம் தீயவையாகவும், தீயவை எல்லாம் நல்லவையாகவும் மாறிவிடும்.

பொருளுரை
செல்வத்தை ஈட்டுவதற்கான முயற்சியில் ஈடுபடும்போது, ஊழ் அல்லது விதியின் பங்கு மிகவும் வலிமையானது. ஒரு செயலைச் செய்வதற்குத் தேவையான நல்ல காலம், சரியான இடம், சிறந்த கருவிகள், முறையான திட்டமிடல் போன்ற எல்லா சாதகமான அம்சங்களும் ஒருவருக்கு அமையலாம். ஆனால், அவருடைய ஊழ் தீயதாக இருந்தால், இந்த நல்ல விஷயங்கள் எல்லாம் தீய விளைவுகளைத் தந்து, முயற்சி தோல்வியில் முடியும். அதாவது, நல்லவை எல்லாம் கெட்டவையாக மாறிவிடும். இதற்கு மாறாக, ஒருவருக்கு காலம், இடம், சூழல் போன்ற எதுவும் சாதகமாக இல்லாமல் இருக்கலாம். அவருடைய முயற்சிகளில் பல தீய அம்சங்கள் இருக்கலாம். ஆனாலும், அவருடைய ஊழ் நன்றாக இருந்தால், அந்தத் தீய விஷயங்கள் கூட நல்லவையாக மாறி, அவருக்கு வெற்றியைத் தேடித் தரும். இதன் மூலம், செல்வம் சேர்வது என்பது ஒருவரின் முயற்சி, திறமை அல்லது சூழலை மட்டும் சார்ந்தது அல்ல என்பதை இக்குறள் உணர்த்துகிறது. விதியின் விளையாட்டு, ஒரு செயலின் முடிவை முற்றிலுமாக மாற்றக்கூடிய சக்தி கொண்டது. இது, வெற்றி தோல்விகளை சமநிலையுடன் அணுகவும், வாழ்க்கையின் கணிக்க முடியாத தன்மையைப் புரிந்துகொள்ளவும் நமக்குக் கற்றுக்கொடுக்கிறது.

குறள் 376

பரியினும் ஆகாவாம் பாலல்ல உய்த்துச்
சொரியினும் போகா தம

சொற்பொருள்
பரியினும் = வருந்திக் காத்தாலும்; ஆகாவாம் = நிலைக்காது.
பாலல்ல = நமக்கு விதிப்படி இல்லாதவை; உய்த்துச் = கொண்டுபோய்.
சொரியினும் = கொட்டினாலும்; போகா = போகாது; தம = நமக்கு உரியவை.

நேர்பொருள்
விதிப்படி நமக்குச் சேராதவை எவ்வளவு காத்தாலும் நிலைக்காது; நமக்கு உரியவை நாமே கொண்டுபோய் கொட்டினாலும் நம்மை விட்டுப் போகாது.

பொருளுரை
இந்தக் குறள் விதியின் தவிர்க்க முடியாத ஆற்றலைப் பற்றி பேசுகிறது. வாழ்க்கையில் சில விஷயங்கள், குறிப்பாக செல்வம் போன்றவை,

நமக்குக் கிடைக்க வேண்டுமா வேண்டாமா என்பது விதியால் முன்பே தீர்மானிக்கப்படுகிறது. நமக்குச் சேரக்கூடாது என்று விதி வகுத்த ஒரு பொருளை, நாம் எவ்வளவுதான் சிரமப்பட்டுப் பாதுகாத்தாலும், அது நம்மிடம் தங்காது. எப்படியாவது நம்மை விட்டுப் போய்விடும். அதற்காக நாம் எவ்வளவு கவலைப்பட்டாலும், வருந்தினாலும் அதைத் தடுக்க முடியாது. மறுபுறம், ஒரு பொருள் நமக்குத்தான் உரியது என்று விதி இருந்தால், அது நம்மை விட்டு எங்கும் போகாது. நாமே அதை வேண்டாமென்று தூக்கி எறிந்தாலும், அல்லது மற்றவர்களுக்குக் கொடுத்தாலும், அது மீண்டும் நம்மிடமே வந்து சேரும். ஆக, ஒரு பொருளைப் பெறுவதும் இழப்பதும் நம்முடைய முயற்சியால் மட்டும் நடப்பதில்லை. அதன் பின்னால் விதியின் செயல் இருக்கிறது என்பதைப் புரிந்துகொள்ள வேண்டும். இது, பொருள் இழப்பினால் ஏற்படும் துயரத்தைக் குறைக்கவும், கிடைத்த பொருள் மீது அதீத பற்று வைக்காமல் இருக்கவும் நமக்கு உதவுகிறது. எல்லாம் விதியின்படி நடக்கும் என்ற புரிதல், மன அமைதிக்கு வழிவகுக்கும்.

குறள் 377

வகுத்தான் வகுத்த வகையல்லால் கோடி
தொகுத்தார்க்கு துய்த்தல் அரிது

சொற்பொருள்

வகுத்தான் = விதித்தவன்; வகுத்த = நிர்ணயித்த.
வகையல்லால் = வழியில்லாமல்; கோடி = கோடிக்கணக்கில்.
தொகுத்தார்க்கு = சேர்த்தவர்களுக்கும்; துய்த்தல் = அனுபவிப்பது; அரிது = கடினம்.

நேர்பொருள்

விதித்தவன் வகுத்த வழியில்லாமல், கோடிக்கணக்கில் செல்வத்தைச் சேர்த்தவர்களுக்கும் அதை அனுபவிப்பது கடினம்.

பொருளுரை

ஒருவர் எவ்வளவுதான் முயற்சி செய்து கோடிக்கணக்கில் செல்வத்தைச் சேர்த்தாலும், அதை அவரால் முழுமையாக அனுபவிக்க முடியுமா என்பது அவர் கையில் இல்லை. இந்தக் குறள் 'விதி' அல்லது 'ஊழ்' என்ற கருத்தை முன்வைக்கிறது. அதாவது, எல்லாவற்றையும் தீர்மானிக்கும் ஒரு சக்தி ('வகுத்தான்') உள்ளது. அந்த சக்தி ஒருவருக்கு எதை, எப்படி, எவ்வளவு அனுபவிக்க வேண்டும் என்று முன்கூட்டியே தீர்மானித்துவிடுகிறது. விதிமுறையின்படி தான் ஒருவரால் தனது செல்வத்தின் பயனை அனுபவிக்க முடியும். உதாரணமாக, ஒருவர் பெரும் பணக்காரராக இருக்கலாம், ஆனால் நோயின் காரணமாக அவரால் விரும்பிய உணவை உண்ண முடியாமல் போகலாம். அல்லது, செல்வம் இருந்தும் குடும்பத்தில் அமைதி இல்லாமல் மன நிம்மதியை இழந்து தவிக்கலாம். இதிலிருந்து நாம் புரிந்துகொள்ள வேண்டியது என்னவென்றால், பொருள் ஈட்டுவது என்பது வேறு, அதை அனுபவிப்பது என்பது வேறு. பொருள் சேர்ப்பது நமது முயற்சியால் நடக்கலாம், ஆனால் அதை அனுபவிக்கும் பாக்கியம் என்பது விதியால் மட்டுமே தீர்மானிக்கப்படுகிறது. எனவே, வெறும் பொருள் சேர்ப்பதால் மட்டும் மகிழ்ச்சி கிடைத்துவிடாது; அதை அனுபவிக்கும் தகுதியும் விதியால் அமைய வேண்டும் என்பதே இக்குறளின் மையக் கருத்து.

குறள் 378

துறப்பார்மன் துப்புர வில்லார் உறற்பால
ஊட்டா கழியு மெனின்

சொற்பொருள்
துறப்பார் = துறப்பார்கள்; மன் = நிச்சயமாக.
துப்புரவு = நுகரும் பொருள் / வசதி; இல்லார் = இல்லாதவர்கள்.
உறற்பால = வர வேண்டிய துன்பங்களை; ஊட்டா = அனுபவிக்கச் செய்யாமல்; கழியுமெனின் = கடந்து போனால்.

நேர்பொருள்
வரவேண்டிய துன்பங்களை விதி தராமல் விட்டுவிட்டால், நுகர்வதற்கு வசதி இல்லாதவர்கள் கூட துறவறம் மேற்கொள்வார்கள்.

பொருளுரை
இந்தக் குறள் விதியின் தவிர்க்க முடியாத வலிமையைப் பற்றிப் பேசுகிறது. உலக வாழ்க்கையில் அனுபவிக்க எந்த வசதியும் இல்லாத வறுமையில் வாடும் ஒருவருக்கு, 'எல்லாம் போதும், துறவறம் சென்றுவிடலாம்' என்ற எண்ணம் வருவது இயல்பு. ஆனால், அவர்களால் கூட அப்படி எளிதில் துறவறம் செல்ல முடிவதில்லை. இதற்குக் காரணம் விதிதான். ஒருவருக்கு முன்வினையின் பயனாகச் சில துன்பங்களை அனுபவிக்க வேண்டும் என்று எழுதப்பட்டிருந்தால், அந்த விதி அவரைத் துறவு வாழ்க்கைக்குள் நுழைய விடாது. அந்தத் துன்பங்களை அவருக்குக் கொடுத்தே தீரும். ஒருவேளை, விதி அவருக்கு வர வேண்டிய துன்பங்களைக் கொடுக்காமல் கடந்து சென்றால் மட்டுமே, அந்த ஏழை மனிதர் துறவறம் செல்ல முடியும். ஆனால் நடைமுறையில் விதி அப்படிச் செய்வதில்லை. இதன் மூலம், ஒருவரின் தனிப்பட்ட விருப்பம் அல்லது சூழ்நிலையை விட, விதியின் ஆற்றலே ஒருவரின் வாழ்க்கைப் பாதையை, குறிப்பாகத் துறவு போன்ற முக்கிய முடிவுகளைக் கூட தீர்மானிப்பதில் பெரும் பங்கு வகிக்கிறது என்பதை இக்குறள் ஆழமாக உணர்த்துகிறது. விதியின் பிடியிலிருந்து தப்பிப்பது மிகவும் கடினம்.

குறள் 379

நன்றாங்கால் நல்லவாக் காண்பவர்
அன்றாங்கால்
அல்லற் படுவ தெவன்?

சொற்பொருள்
நன்றாங்கால் = நல்லது நடக்கும்போது; நல்லவாக் = நல்லவையாக.
காண்பவர் = ஏற்றுக்கொள்பவர்; அன்றாங்கால் = தீயது நடக்கும்போது.
அல்லல் = துன்பத்தில்; படுவது = சிக்கிக்கொள்வது; எவன்? = ஏன்?.

நேர்பொருள்
நல்லது நடக்கும்போது அதை இயல்பாக ஏற்றுக்கொள்பவர்கள், தீயது நடக்கும்போது மட்டும் ஏன் துன்பப்பட வேண்டும்?

பொருளுரை
நல்வினையின் பயனாக இன்பங்கள் வரும்போது அவற்றை இயல்பானவை என ஏற்று மகிழும் மக்கள், தீவினையின் விளைவாகத் துன்பங்கள்

நேரும்போது மட்டும் மனம் வருந்திக் கலங்குவது ஏன் என்று இக்குறள் வினவுகிறது. இன்பமும் துன்பமும் நாம் முன்பே செய்த நல்வினை மற்றும் தீவினைகளின் விளைவுகளே அன்றி வேறில்லை; எனவே, இரண்டையும் சமமாகக் கருதி ஏற்றுக்கொள்வதே அறிவுடைமையாகும். ஆகவே, வாழ்வில் வரும் இன்பங்களை எவ்வாறு கொண்டாடுகிறோமோ, அவ்வாறே துன்பங்களையும் மன உறுதியுடன் எதிர்கொண்டு, அவற்றிலிருந்து பாடம் கற்றுக்கொண்டு முன்னேற வேண்டும். நல்லூழின் பயனை மட்டும் ஏற்றுக்கொண்டு தீயூழின் விளைவை மறுப்பது, ஒரு நாணயத்தின் ஒரு பக்கத்தை மட்டும் விரும்புவதைப் போன்ற முரண்பாடான செயலாகும். இவ்வுண்மையை உணராமல், துன்பம் வரும்போது மட்டும் துவண்டுபோவது, முடிவில்லாத மன அல்லலுக்கும் அமைதியின்மைக்கும் வழிவகுக்கும். ஊழின் வலிமையை உணர்ந்து, இன்பத்தில் மகிழாமலும் துன்பத்தில் துவளாமலும் சமநிலையுடன் வாழ்வதே சிறப்பு.

குறள் 380

ஊழிற் பெருவலி யாவுள மற்றொன்று
சூழினுந் தான்முந் துறும்

சொற்பொருள்

ஊழிற் = விதியை விட; பெருவலி = மிகுந்த வலிமையானது.
யாவுள = என்ன இருக்கிறது?; மற்றொன்று = வேறு ஒன்றை.
சூழினும் = ஆராய்ந்தாலும்; தான் = அதுவே; முந்துறும் = முந்திக்கொள்ளும்.

நேர்பொருள்

விதியை விட வலிமையானது வேறு என்ன இருக்கிறது? அதைத் தடுக்க நாம் ஒரு வழியை யோசித்தாலும், அதுவே நமக்கு முன் வந்து நிற்கும்.

பொருளுரை

ஊழின் ஆற்றலை விட வலிமையான சக்தி உலகில் வேறு எதுவும் இல்லை என்பதே இக்குறளின் மையக் கருத்தாகும். ஒரு குறிப்பிட்ட நிகழ்வைத் தடுப்பதற்காகவோ அல்லது மாற்றுவதற்காகவோ நாம் எவ்வளவுதான் நுட்பமாகப் பலருடன் கூடி ஆராய்ந்து ஒரு மாற்று வழியை வகுத்தாலும், ஊழ் நம்மை முந்திக்கொண்டுவிடும். நடைமுறையில், ஒரு தீங்கினைத் தவிர்ப்பதற்காக நாம் ஒரு வழியை எண்ணிச் செயல்படத் தொடங்கும்போது, நாம் தேர்ந்தெடுத்த அந்த வழியின் மூலமாகவே அல்லது வேறு வழியிலோ ஊழ் தனது செயலை நம் திட்டத்திற்கு முன்பாகவே நிறைவேற்றிவிடும். நமது சிந்திக்கும் திறனுக்கும் திட்டமிடும் ஆற்றலுக்கும் கூட அவகாசம் கொடுக்காமல், அது முற்பட்டு நின்று தன் விளைவை ஏற்படுத்திவிடும் ஆற்றல் கொண்டது. எனவே, வாழ்வில் நிகழும் இன்ப துன்பங்களை இயல்பாக ஏற்றுக்கொள்ளும் மனப்பக்குவத்தை வளர்த்துக்கொள்வதே அறிவுடைமையாகும். மனித முயற்சிகளையும் உபாயங்களையும் தாண்டி, ஊழே அனைத்திலும் வலிமையானது.

---

www.ingramcontent.com/pod-product-compliance
Lightning Source LLC
LaVergne TN
LVHW101615210926
848480LV00010B/944
* 9 7 9 8 9 0 4 3 1 4 5 9 0 *